AF661667

द मिडनाइट लायब्ररी

मॅट हेग या लेखकाची इतर पुस्तके

द लास्ट फॅमिली इन इंग्लंड
द डेड फादर्स क्लब
द पझेशन ऑफ मिस्टर केव्ह
द रॅडलीज
द ह्युमन्स
ह्युमन्स : ॲन ए टु झेड
रिझन्स टु स्टे अलाइव्ह
हाउ टु स्टॉप टाइम
नोट्स ऑन अ नर्व्हस प्लॅनेट

बालसाहित्य

द रनअवे ट्रोल
शॅडो फॉरेस्ट
टु बी अ कॅट
एको बॉय
अ बॉय कॉल्ड ख्रिसमस
द गर्ल व्हू सेव्हड ख्रिसमस
फादर ख्रिसमस अँड मी
द टूथ पिक्सी
इव्हे अँड द ॲनिमल्स
द टूथ पिक्सी गोज टु स्कूल

द मिडनाइट लायब्ररी

मॅट हेग

अनुवादक : शुभांगना अत्रे

MANJUL
मंजुल पब्लिशिंग हाउस

First published in India by

MANJUL

Manjul Publishing House

Corporate and Editorial Office

•2nd Floor, Usha Preet Complex, 42 Malviya Nagar,
Bhopal 462 003 – India

Sales and Marketing Office

•C-16, Sector 3, Noida, Uttar Pradesh 201301, India
Website: www.manjulindia.com

Distribution Centres

Ahmedabad, Bengaluru, Bhopal, Kolkata, Chennai,
Hyderabad, Mumbai, New Delhi, Pune

Marathi translation of *The Midnight Library* by *Matt Haig*

Copyright © Matt Haig, 2020
All rights reserved.

Marathi edition first published in 2023
by Manjul Publishing House Pvt. Ltd.

ISBN: 978-93-5543-425-8

Marathi translation: Shubhangana Atre

Printed and bound in India by Thomson Press (India) Ltd.

All rights reserved. No part of this publication may be reproduced, stored in or introduced into a retrieval system, or transmitted, in any form, or by any means (electronic, mechanical, photocopying, recording or otherwise) without the prior written permission of the publisher. Any person who does any unauthorized act in relation to this publication may be liable to criminal prosecution and civil claims for damages.

सर्व आरोग्यसेवक
आणि परिचारक यांना
धन्यवाद

''मला जी जी व्यक्ती व्हावेसे वाटते ती प्रत्येक व्यक्ती कधीच होता येणार नाही आणि ती सगळी आयुष्ये जी जगण्याची मला इच्छा आहे, ती सगळीच जगता येणार नाहीत. मला हव्या असलेल्या सगळ्याच कौशल्यांमध्ये प्रशिक्षित होता येणार नाही. आणि मला तसे व्हायला का हवे आहे? मला आयुष्याच्या सगळ्या छटा, सूर आणि शक्यतांच्या परिघातले सर्व भावनिक व शारीर अनुभव यांच्यातील सूक्ष्म बदल जाणिवेत साठवायचे आहेत, जगायचे आहेत.''

–सिल्व्हिया प्लॅथ

“जीवन आणि मरण यांच्या उंबरठ्यावर विचारांच्या पलीकडचे एक वाचनगृह असते,” त्या म्हणाल्या. “...आणि त्या वाचनगृहात कधीच न संपणारी शेल्फं असतात. त्यावरच्या प्रत्येक पुस्तकात एक नवीन आयुष्य जगून पाहण्याची संधी असते. हे पाहण्यासाठी की तुम्ही दुसरे पर्याय निवडले असते तर तुमचं आयुष्य वेगळं कसं बनलं असतं... तुम्हाला तुमची खंत पुसून टाकता आली असती तर तुम्ही काही वेगळं केलं असतं का?”

एक संवाद पावसाविषयी

एकोणीस वर्षांपूर्वी तिनं ठरवलं, 'मरायचं', नोरा सीड बेडफोर्ड शहरातल्या हेजल्डीन विद्यालयाच्या त्या छोट्याशा उबदार वाचनालयात बसली होती. एका बुटक्या टेबलापाशी बसून ती बुद्धीबळाच्या पटाकडे टक लावून पाहत होती.

"नोरा डिअर, अगं तू तुझ्या भविष्याची काळजी करावीस हे अगदी साहजिक आहे." ग्रंथपाल असलेल्या मिसेस एल्म म्हणाल्या. असं म्हणताना त्यांचे डोळे चमकत होते.

मिसेस एल्मने तिची पहिली चाल खेळली. घोडा उडी मारून, पांढऱ्या प्याद्यांची, नेटकी असलेली ओळ ओलांडून पुढे झाला. "अर्थातच, तुला परीक्षेची काळजी वाटत असेल. पण नोरा, तुला जे पाहिजे ते तू नक्की होऊ शकतेस. त्या शक्यतेचा पूर्णपणे विचार कर. त्याने तुला निश्चितच उल्हास वाटेल."

"हो, मलाही पटतंय."

"तुझ्यापुढं तुझं अख्खं आयुष्य आहे!"

"अख्खं आयुष्य."

"तू काहीही करू शकतेस, कुठेही राहू शकतेस. कुठेतरी, जिथं थोडा कमी गारठा असेल, थोडं कमी ओलसर."

नोरानं एक प्यादं दोन घरं पुढं सरकवलं.

मिसेस एल्मची तुलना तिच्या आईशी केल्याशिवाय नोराला राहवलंच नाही, जी दुरुस्त करण्याची गरज असलेल्या एखाद्या चुकीप्रमाणे नोराला वागवत असे. उदाहरणार्थ, जेव्हा ती छोटं बाळ होती तेव्हा तिला नोराच्या डाव्या कानाची फार काळजी वाटायची कारण तो तिच्या उजव्या कानापेक्षा जरा पुढे दिसायचा. त्यावर उपाय म्हणून ती चिकटपट्टी लावायची आणि मग तो कान टोपड्याखाली झाकून टाकायची.

"मला तर बाई, गारठा आणि ओलसरपणा अगदीच *आवडत नाही.*" मिसेस एल्मने स्वत:च्या बोलण्याला आणखी थोडी पुस्ती जोडली.

मिसेस एल्मने तिचे करडे केस आखूड कापलेले होते आणि तिने घातलेल्या हिरवट पोलो गळ्याच्या शर्टवर दिसणारा तिचा गोरा चेहरा थोडासा सुरकुतलेला, कनवाळू होता. ती तशी बरीच वयस्कर होती. पण संपूर्ण विद्यालयात नोराचं

जिच्याशी चांगलं जमत होतं अशी तीच काय ती होती आणि ती दुपारच्या सुट्टीच्या वेळी, अगदी बिनपावसाच्या दिवसांमध्येसुद्धा त्या छोट्याशा वाचनालयात थांबत असे.

''गारठा आणि ओलसरपणा या गोष्टी नेहमीच एकत्र असतील असे नाही.'' नोरा तिला म्हणाली. ''तसं पहिलं तर अंटार्क्टिका हा पृथ्वीवरचा अत्यंत शुष्क असलेला खंड आहे. भौगोलिकदृष्ट्या ते एक शीत वाळवंट आहे.''

''छान! हा विषय तर तुझा खास प्रांत असल्यासारखा वाटतो.''

''तो उत्सुकता वाटण्याइतक्या अंतरावर आहे, असे काही मला वाटत नाही.''

''हं! कदाचित तू अंतराळवीर व्हायला हवंस. सगळी आकाशगंगा मस्त फिरून ये.''

नोरा हसली. ''इतर ग्रहांवरचा पाऊस तर आणखी नकोसा वाटावा इतका असतो.''

''बेडफोर्डशायरपेक्षासुद्धा जास्त?''

''हो, शुक्रावरचा पाऊस तर ॲसिडचा असतो.''

मिसेस एल्मनं तिच्या खिशातून एक टिश्यूपेपर काढला आणि हळुवारपणे नाक शिंकरले. ''तुझ्या लक्षात येतंय का? तुझ्यासारखी बुद्धिमत्ता असलेली व्यक्ती काहीही साध्य करू शकते.''

पावसाच्या शिंतोड्यांनी धूसर झालेल्या खिडकीखालून एक सोनेरी केसांचा मुलगा धावत गेला. तो कोणाचातरी पाठलाग करत असावा किंवा कोणीतरी त्याच्या मागावर असावे. शाळेत एक-दोन इयत्तांनी तिच्यानंतर असलेल्या त्या मुलाला नोराने ओळखले. नोराचा भाऊ शाळेतून बाहेर पडल्यानंतर, तिला बाहेरच्या जगात थोडं असुरक्षितच वाटायचं. ते वाचनालय म्हणजे तिच्यासाठी बाहेरच्या रानटी जगापासून सुरक्षित असलेला आसरा होता.

''बाबांना वाटतं की मी आता सगळंच थांबवलंय. आता मी पोहणंसुद्धा बंद केलंय.''

''ठीक आहे. मी काही म्हटलं तर कदाचित गैरवाजवी वाटेल, पण जगामध्ये पोहणं एवढंच काय ते करण्यासारखं आहे, असं मुळीच नाहीये. तुमच्यापुढे आयुष्य जगण्याचे खूप पर्याय असतात. जसं गेल्या आठवड्यात मी म्हटलं होतं की तू एक चांगली हिमशास्त्रज्ञ होशील. मी त्यावर बरंच संशोधन करत होते आणि ते....''

तेवढ्यात फोनची घंटी वाजली.

''एक मिनिट,'' मिसेस एल्म हळू आवाजात म्हणाली. ''मला फोन घ्यायला हवा.''

क्षणभराने नोराने फोनवर बोलणाऱ्या मिसेस एल्मकडे पहिले. ''हो, ती आता इथे आहे,'' असं म्हणताना तिला मिसेस एल्मचा चेहरा अचानक एखाद्या धक्क्याने पडावा, तसा दिसला. तिने नोराकडे पाठ फिरवली, तरीही त्या शांत खोलीमध्ये फोनवर बोलण्याचा तिचा आवाज ऐकू येत होता. ''नाही नाही. अरे देवा. हो अर्थातच....''

एकोणीस वर्षांनंतर

दारावरचा पाहुणा

मरण्याचा निर्णय घेण्याआधी नोरा सीड तिच्या मोडक्या-तोडक्या सोफ्यावर बसून, इतर लोकांच्या आनंदी जीवनाचं वर्णन चाळता चाळता, मनातल्या मनात काहीतरी घडण्याची वाट पाहत होती. आणि कुठून कसे कोण जाणे, खरोखरीच काहीतरी घडलं.

काही का कारण असेना, पण कुणीतरी दाराची घंटी वाजवली.

दार उघडायला जावे की नाही याचा तिला क्षणभर संभ्रम पडला. रात्रीचे फक्त नऊच वाजले होते, तरी तिने तिचे झोपण्याचे कपडे चढवले होते. तिने घातलेल्या ढगळ्या इको वॉरियर ब्रँडचा टीशर्ट आणि चौकड्या-चौकड्यांचा पायजमा यांच्यामुळे तिला संकोच वाटत होता.

तिनं पायांत स्लिपर्स चढवल्या, जरा थोडेतरी सभ्य दिसावे म्हणून. तिला दिसले की दारावर उभी असलेली व्यक्ती एक पुरुष आहे. एवढेच नव्हे तर तो ओळखीचाही आहे.

दारावरचा हा पाहुणा उंच आणि शिडशिडीत बांध्याचा, पोरसवदा, चेहऱ्यावर सौम्य भाव असलेला असा होता. पण डोळे पाणीदार आणि नजर तीक्ष्ण होती, अशी की जणू काही त्याला गोष्टींच्या आरपारचेही दिसत होते.

थोडं आश्चर्य वाटेल, पण त्याला पाहून तिला चक्क बरं वाटलं होतं – त्याच्या अंगावर खेळाचे कपडे होते, थंडी आणि पावसाळी हवेतही तो घामेजलेला दिसत होता, तरीही. त्याच्या पुढ्यात उभे असल्यामुळे तिला दार उघडण्यापूर्वी जेवढं गबाळं असल्यासारखं वाटलं होतं, त्याहीपेक्षा आता कितीतरी पटीनं कसंतरी वाटत होतं.

पण तिला एकटं एकटं वाटत होतं. आणि या अर्थशून्य विश्वामध्ये मानव म्हणून जगताना एकटेपणा अपरिहार्य आहे हे कळण्यापुरेसा अस्तित्ववादी तत्त्वज्ञानाचा अभ्यास जरी तिने केला होता, तरीसुद्धा त्याच्या येण्यानं तिला बरं वाटलं होतं, हेही खरंच.

'ॲश,' ती हसत म्हणाली, ''तू ॲशच आहेस, होय ना?''

''हो, मी ॲशच.''

''तू इथे कसा? छान वाटलं तुला पाहून.''

काही आठवड्यांपूर्वी ती तिचा इलेक्ट्रिक पियानो वाजवत बसली होती आणि बॅन्क्रॉफ्ट रस्त्यावरून पळत जात असताना तो तिच्या खिडकीखालून गेला होता तेव्हा त्याने तिला इथं '३३अ'मध्ये पाहिलं होतं आणि तिच्याकडे पाहून हातही हलवला होता. त्याने एकदा म्हणजे खूप वर्षांपूर्वी सोबत कॉफी पिण्याचे आमंत्रण तिला दिले होते. कदाचित आताही त्याचा तोच हेतू असावा.

''तुला पाहून मलाही छान वाटलं,'' तो म्हणाला. पण त्याच्या आक्रसलेल्या कपाळामुळे त्याचे हे बोलणे वरवरचेच वाटत होते. ती जेव्हा त्याच्याशी दुकानात बोलायची तेव्हा त्याच्या बोलण्यात आनंद, उत्साह जाणवायचा पण आता मात्र त्याचा आवाज जड झाला होता. तो एक भुवईही खाजवत होता. त्याने काहीतरी पुटपुटल्यासारखे ओठ हलवले पण त्याच्या तोंडातून शब्द मात्र फुटला नाही.

''तू धावत होतास का?'' एक निरर्थक प्रश्न. तो धावत होता हे न सांगताही कळत होतं. पण तिच्या प्रश्नामुळे त्याचा संकोचही क्षणभर थोडा कमी झाला. इकडचं तिकडचं बोलणं सुरू करण्यासाठी त्याला एक टेकू मिळाला.

''हो. मी बेडफोर्डची निम्या अंतराची मॅरेथॉन धावणार आहे. या रविवारी आहे ती.''

''ओह, बरोबर. मीपण निम्या अंतराची मॅरेथॉन धावण्याचा विचार करत होते. पण मग मला आठवलं की मला धावणं अगदीच आवडत नाही.''

असं बोलण्याचा विचार मनात आला तेव्हा तिला त्यात विनोद दिसला होता पण तो प्रत्यक्ष बोलून दाखवल्यावर मात्र तिला तो विनोद जरा फुसकाच वाटला. आणि खरं म्हणजे, पळण्याची तिला नावड होती अशातला काही भाग नव्हता. त्याच्या गंभीर दिसणाऱ्या चेहऱ्यामुळे ती थोडी गोंधळली होती इतकेच. त्यांच्यातली शांतता अवघडलेपणापेक्षाही अधिक कशाततरी बदलली होती.

थोडा वेळ असाच गेल्यानंतर तो म्हणाला, ''तू मला म्हणाली होतीस की तुझ्याकडे एक बोका आहे.''

''हो आहे. माझ्याकडे एक बोका आहे.''

''मला आठवतंय त्याचं नाव. व्हॉल्टेअर. तपकिरी रंगाचा, अंगावर पट्टे पट्टे असलेला?'

''हो. मी त्याला व्होल्टस म्हणते; पण त्याला व्हॉल्टेअर नाव दांभिक वाटते. कदाचित त्याला अठराव्या शतकातील तत्त्वज्ञान आणि साहित्यामध्ये फारसा रस नसावा. बोका असूनही तो फारच व्यवहारी आहे, बरं.''

ॲशने नोराच्या स्लिपर्सकडे पाहिले.

''मला असं वाटतंय की तो मेलाय!''

'काय?'

''तो रस्त्याच्या कडेला अगदी निपचित पडलाय. मी त्याच्या गळ्यातल्या पट्ट्यावरचे नाव पाहिलं आहे, मला वाटतंय की त्याला एखाद्या गाडीनं ठोकलं असावं. मला वाईट वाटतंय, नोरा.''

अचानक समोर आलेल्या भावनिक कल्लोळामुळे ती इतकी घाबरली होती की तिची प्रतिक्रिया हसण्यात झाली. जणू काही हसण्यामुळे तिच्या भोवतीच्या जगात होणारे बदल टळणार होते, त्या जगातला व्होल्टस जिवंतच असणार होता आणि हा माणूस ज्याला तिनं गिटारवरील गाण्यांची पुस्तकं विकली होती, त्यानं कोणत्यातरी वेगळ्याच कारणासाठी तिच्या दारावरची घंटी वाजवली होती.

तिला आठवलं की ॲश एक शल्यविशारद होता, गुरांचा नव्हे, सर्वसाधारण माणसांचा. तो जर कुणाच्या बाबतीत म्हणाला की तो मेला आहे, तर शक्यता ही होती की तो प्राणी खरंच मेला आहे.

''मला अत्यंत वाईट वाटतंय.''

नोराच्या मनात दुःखाची नित्य परिचयाची भावना दाटून आली. केवळ सेर्ट्रलीन[१] घेतलेले असल्यामुळे तिला रडू फुटले नाही. ''अरे देवा!''

नोरा बाहेर आली. बॅन्क्रॉफ्ट रस्त्यावरच्या पदपथाच्या त्या भिजलेल्या फुटक्या फरशांवर तिने पाऊल टाकले. श्वास घ्यायला तिला अवघड जात होते. तिला पिवळ्या पट्ट्याच्या बाजूला पावसाने चमकदार दिसणाऱ्या डांबरी रस्त्यावर पडलेला तो तपकिरी रंगाचा केसाळ प्राणी दिसला. त्याचे डोके पदपथाच्या कडेला घासले होते आणि त्याचे मागचे पाय जणू काही एखादा पक्षी पकडण्यासाठी धावण्याच्या स्थितीत असल्यासारखे मागच्या बाजूला ताणले गेले होते.

''व्होल्टस! नाही, हे खरे नाही. अरे देवा.''

तिला जाणवत होते की या क्षणी तिला तिच्या या मार्जारकुळातल्या मित्राबद्दल दया वाटायला हवी होती. दया तिला वाटतही होती, पण तिला आणखी एका गोष्टीचीही दखल घेणे प्राप्त होते. व्हॉल्टेअरच्या चेहऱ्यावरचे न हलणारे आणि शांत भाव निरखून पाहत असताना तिला आणखी काहीतरी जाणवले. वेदनेचा संपूर्ण अभाव. काळोखात काहीतरी घडत असल्याची भावना अटळपणे जाणवत होती.

वैषम्य.

---

१ 'निरुत्साह/ अतीव नैराश्य' (depression) या मानसिक आजारावर नियंत्रण ठेवण्यास मदत करणारे एक औषध (antidepressant).

'स्ट्रिंग थिअरी' नावाचं वाद्यांचं दुकान

मरण्याचा निर्णय घेण्याआधी साडेनऊ तास. नोरा तिच्या कामावर दुपारच्या पाळीसाठी जरा उशिराच पोहोचली.

''मला माफ करा,'' नीलच्या ऑफिसमध्ये प्रवेश करत ती म्हणाली. नीलचे ऑफिस म्हणजे बिनखिडकीची एक कोंदट, वितभर खोली होती. ''माझा बोका काल रात्री मेला. आणि त्याला पुरण्याची व्यवस्था करायची होती. अर्थात त्याला पुरण्यासाठी मला मदत मिळाली. पण त्यानंतर मी माझ्या फ्लॅटमध्ये एकटीच होते. आणि मला झोप लागली नाही. आणि मी गजर लावायला विसरले. आणि दुपारपर्यंत मला जाग नाही आली. आणि मग मला धावत पळत यावं लागलं.''

हे सगळं तंतोतंत खरं होतं आणि मनाच्या आरशात ती स्वत:चा अवतार कसा दिसत असेल ते अजमावून पाहत होती. मेकअपशिवायचा चेहरा, कसंतरी बांधलेलं पोनीटेल आणि तोच जुन्या बाजारातून घेतलेला हिरव्या रंगाचा कॉड्रॉयचा पिनॅफोर, जो घालून ती पूर्ण आठवडा कामावर आली होती. या अवताराच्या जोडीला थकव्याची झाकही होती. या सगळ्यामुळे तिचं म्हणणं खरंच असल्याचं आपोआपच पटणारं होतं.

नीलने त्याच्या संगणकामागून वर पाहिलं आणि तो त्याच्या खुर्चीवर रेलून बसला. त्याने दोन्ही हात जोडून दोन्ही तर्जनी एकत्र आणल्या आणि त्या हनुवटीखाली टेकवल्या, जणू काही तो विश्वाच्या एखाद्या गहन तत्त्वासंबंधाने सखोल चिंतन करणारा कनफ्यूशिअसच होता; उशिरा आलेल्या नोकराला रागवणारा वाद्यांच्या दुकानाचा मालक नव्हताच मुळी. त्याच्या मागे भिंतीवर फ्लिटवूड मॅकचे[२] एक पोस्टर लटकत होते. त्याचा वरच्या उजव्या बाजूचा कोपरा निघून आल्यामुळे ते कुत्र्याच्या पिल्लाचा कान मुडपल्यासारखे दिसत होते.

''नोरा, ऐक. तुझ्याबद्दल माझी तक्रार नाही.''

नील स्वभावाने तसा गरीब होता. पन्नाशीच्या आसपासचा गिटारसंबंधीच्या सगळ्या माहितीचा एकदम गड्डा असलेला, ज्याला टुकार विनोद करायला आवडायचे आणि जो दुकानात डीलनची[३] जुनी परंतु मागणी असलेली गाणी लावून ठेवायचा.

---

२ फ्लिटवूड मॅक हे एका ब्रिटिश–अमेरिकन रॉक बँडचे नाव आहे.

३ बोंब डीलन हा एक अमेरिकन गायक आणि गीतलेखक आहे.

''आणि मला जाणीव आहे की तुला मानसिक त्रास आहे.''

''प्रत्येकाला काही ना काही मानसिक त्रास असतो.''

''मला काय म्हणायचं आहे ते तुला कळलंच असेल.''

''मला आता तसं बरं वाटतंय,'' ती बळेच म्हणाली. ''आता काही दुखण्याची लक्षणं राहिलेली नाहीत. डॉक्टरांचं म्हणणं आहे की ही आता प्रासंगिक उदासीनता आहे. फक्त माझ्या बाबतीत दर वेळेस उदास करणारे नवीन नवीन प्रसंग उद्भवत राहतात. पण त्यासाठी मी एकदाही आजारपणाची सुट्टी घेतलेली नाही. फक्त माझी आई जेव्हा.... हो म्हणजे तेवढंच, त्याखेरीज अजिबात नाही.''

नीलने एक उसासा टाकला. त्याने असा उसासा टाकला की त्याच्या नाकातून शिट्टी वाजवल्यासारखा आवाज यायचा.

ज्यायोगे पोटात कालवाकालव होईल असा 'बी फ्लॅट'[४] स्वरासारखा आवाज असायचा तो. ''नोरा, इथे किती काळ काम करतेयस तू?''

''बारा वर्षं आणि....'' किती ते तिला अगदी नेमकेपणाने माहीत होतं ''.... अकरा महिने आणि तीन दिवस. थोडं मागे-पुढे असू शकतं.''

''हा काळ तसा मोठा आहे खूप. मला असं वाटतं की यापेक्षा तुला अधिक चांगलं मिळावं अशी तुझी योग्यता आहे. आता तुझी चाळिशी आली आहे.''

''माझं वय पस्तीस आहे.''

''तू कितीतरी गोष्टी करते आहेस. तू लोकांना पियानो शिकवतेस....''

''फक्त एकाला.''

त्याने त्याच्या स्वेटरवर पडलेला पावाचा एक कण झटकला.

''तू तुझ्याच शहरात एका दुकानातल्या नोकरीत अडकून पडली आहेस, अशी कल्पना तू तरी स्वत:शी कधी केली आहेस का? तू जेव्हा चौदा वर्षांची होतीस तेव्हा तुला माहितीय का? तू स्वत:बद्दलचं काय चित्र रंगवलं होतंस?''

''चौदाव्या वर्षी? जलतरणपटू.'' चौदाव्या वर्षी ती ब्रेस्टस्ट्रोकमधली देशातली सर्वाधिक वेगवान आणि फ्री स्टाइलमधली दुसऱ्या क्रमांकाची जलतरणपटू होती. राष्ट्रीय पातळीवरील जलतरण स्पर्धांमध्ये विजेत्याच्या व्यासपीठावर उभे असण्याचा क्षण तिला आठवला.

''मग पुढं काय झालं?''

तिनं तुटकपणे सांगितलं, ''त्याचं फार मोठं दडपण आलं.''

---

४ 'बी-फ्लॅट' हा पाश्चात्त्य संगीतातल्या स्वरसप्तकातला स्वर असून भारतीय संगीतातल्या 'निषादा'तील आर्ततेची जाणीव करून देतो.

"त्या दडपणामुळेच तर आपण घडतो. सुरुवातीला आपण जणू काही कोळशासारखे असतो. पण प्रचंड दाबाखाली दबून राहिल्यामुळेच कोळशाचा हिरा बनतो."

ती काही त्याचा हिऱ्यासंबंधीचा समज दुरुस्त करण्याच्या फंदात पडली नाही. तिनं त्याला हे सांगितलं नाही की कोळसा आणि हिरा दोन्हीही कार्बनच असतात, कोळशामध्ये इतर घटकांचं मिश्रण मोठ्या प्रमाणात असतं, त्यामुळे कितीही प्रचंड दाब असला तरी त्याखाली असलेल्या कोळशाचा हिरा बनत नाही. वैज्ञानिक वास्तव हे आहे की तुम्ही सुरुवातीला कोळसा असलात तर शेवटपर्यंत कोळसाच राहता. कदाचित हाच एक आयुष्यभराचा धडा होता.

तिच्या काळ्याशार केसांची बाहेर आलेली एक बट सरकवून तिने पोनीटेलमध्ये खोचली.

"नील तुला काय म्हणायचंय?"

"आपलं स्वप्न पुरं करण्यासाठी वयाची मर्यादा नसते."

"मला खात्री आहे की पोहण्याचं स्वप्न पुरं करायला आता खूप उशीर झाला."

"नोरा, तू चांगली शिकलेली आहेस. तत्त्वज्ञानातली पदवी घेतली...."

नोरा तिच्या डाव्या हातावरचा छोटा तीळ निरखत राहिली. आयुष्यात तिनं जे जे काही सोसलं होतं, त्या सगळ्याचा तो तीळ साक्षीदार होता. तो तीळ पहिल्यापासून जिथे होता तिथेच होता, कशाचीच क्षिती नसल्यासारखा. तीळच तर होता तो! "नील, प्रामाणिकपणे सांगायचे तर बेडफोर्डमध्ये *एवढा काही* वाव नाही, तत्त्वज्ञानाच्या पदवीधरांसाठी."

"तू युनिव्हर्सिटीत गेलीस, एक वर्ष लंडनमध्ये होतीस, मग परत आलीस."

"माझ्या जवळ दुसरा काही पर्याय नव्हता."

नोराला या संभाषणाचा ओघ तिच्या स्वर्गवासी आईकडे किंवा डॅनकडेसुद्धा वळू द्यायचा नव्हता. नोराच्या मोडलेल्या लग्नाची गोष्ट नीलला माहीत झाली होती. लग्नाच्या फक्त दोन दिवसाआधी सूचना देऊन तिनं स्वतःचं लग्न मोडलं होतं. कुर्ट आणि कोर्टनीनंतर[५] एवढी विलक्षण प्रेमकथा त्यांचीच होती बहुधा.

"आपल्याला सगळ्यांना पर्याय सापडतात, नोरा. स्वेच्छा नावाची गोष्ट असतेच ना शेवटी."

---

५ 'कुर्ट कोबेन' हा एक अमेरिकन संगीतकार आणि गायक होता. त्याच्या रॉक बॅण्डचे नाव होते 'निर्वाण'. त्याने आत्महत्या केली. परंतु काहींना त्याची गायक पत्नी कोर्टनी 'लव्ह' हिने त्याचा खून केला असावा, अशी शंका होती. परंतु त्या बाबतीतला संभ्रम कायम राहिला. यावर एक चित्रपटही काढण्यात आला होता.

''तसं पाहिलं तर नाही, म्हणजे तुमचा विश्वासंबंधीचा दृष्टिकोन दैववादी असेल, तर 'नाही' असेच उत्तर द्यावे लागेल.''

''पण तू इथे का आहेस?''

''माझ्या पुढे दोनच पर्याय होते. एक तर इथे नाही तर प्राणी मदतकेंद्रात. इथला पगार तिथल्यापेक्षा बरा होता. शिवाय, तुला माहीत आहे, संगीत हे कारण होतंच.''

''तू कुठल्यातरी बॅण्डमध्ये होतीस. तुझ्या भावाबरोबर.''

''हो मी होते. 'द लॅबिरिंथ' नावाच्या बॅण्डमध्ये. पण तो काही फार चालला नाही.''

''पण तुझा भाऊ तर वेगळंच काहीतरी सांगतो.''

नोराला हा आश्चर्याचा धक्का होता. ''ज्यो? तू त्याला कसं काय....''

''त्याने इथून एक ध्वनिवर्धक विकत घेतला होता, Marshall DSL40'.

'केव्हा?'

'शुक्रवारी.'

''तो बेडफोर्डमध्ये आला होता?''

''हो, म्हणजे ती त्याची स्पंदप्रतिमा[६] नसेल तर. टुपॅकसारखी.[७] तर मग तोच होता.''

नोराला वाटलं की कदाचित तो रविला भेटायला आला असेल. रवि हा तिच्या भावाचा अत्यंत जिवलग मित्र होता. जेव्हा गिटार वाजवणे सोडून, त्याला अजिबात न आवडणाऱ्या आय.टी. क्षेत्रातल्या एका टुकार नोकरीसाठी ज्यो* लंडनला निघून गेला तेव्हा रवि मात्र बेडफोर्डमध्येच राहिला. 'स्लॉटरहाउस फोर' नावाच्या एका दुय्यम दर्जाच्या बॅण्डमध्ये तो आता वाजवायचा, शहरातील पब्जमधल्या कार्यक्रमांमध्ये.

''हो. हे विशेष आहे.''

नोराला हे पक्कं ठाऊक होतं की तिला शुक्रवारी सुट्टी असते, हे तिच्या भावाला माहीत होतं. तो मुद्दाम शुक्रवारी आला, हे लक्षात येऊन ती जरा साशंक झाली.

''मी इथे आनंदात आहे.''

''पण हे खरे नाही.''

नीलचे बरोबर होते. तिचा आत्मा वेदना सोसत होता. तिचं मन बंड करून उठत होतं. तिनं चेहऱ्यावरचं हसू थोडं रुंद केलं.

---

६ Hologram

७ एक लोकप्रिय रॅप गायक

''मला म्हणायचं आहे की मला हे काम आवडतं. आवडतं म्हणजे, तुला माहीत आहे, मी समाधानी आहे. मला या कामाची गरज आहे.''

''तू माणूस म्हणून चांगली आहेस. तुला इतरांची काळजी असते. बेघर लोकांची, पर्यावरणाची.''

''मला या कामाची गरज आहे.''

त्याने पुन्हा कन्फ्यूशिअसची मुद्रा धारण केली. ''तुला स्वातंत्र्याची गरज आहे.''

''मला नको आहे स्वातंत्र्य.''

''हे काही एखादे ना-नफा तत्त्वावर चालणारे दुकान नाही. जरी आता ते बघताबघता तसंच व्हायला लागलंय.''

''हे पाहा नील, मी गेल्या आठवड्यात तुला जे काही बोलले होते, त्या संदर्भात आहे का हे? या दुकानाला अधिक आधुनिक करण्याची गरज आहे म्हणून? माझ्या डोक्यात तरुण मंडळींना दुकानाकडे कसं आकर्षित करायचं याच्या कल्पना आहेत-''

तो बचावात्मक पवित्रा घेत म्हणाला, ''ही जागा फक्त गिटार आणि त्याच्याशी संबंधित वस्तूंसाठी होती. स्ट्रिंग थिअरी*. लक्षात येतंय का तुझ्या? मी त्याच्यापासून दूर गेलो. हे दुकान मी तसं व्यवस्थित चालवलं. माझं म्हणणं एवढंच आहे की या कठीण काळात, तुझ्या या निरुत्साही चेहऱ्याकडे पाहून ग्राहकांनी पळून जावं, यासाठी मी तुला पगार देऊ शकत नाही.''

'काय?'

''नोरा, मला हे सांगायला वाईट वाटतंय की...'' तो क्षणभर थांबला, हवेत कुऱ्हाड उचलून घाव घालायला अवधी मिळावा म्हणून थांबल्यासारखा. ''तू काम सोडून जा, असं सांगणं मला भाग आहे.''

जगणं म्हणजे सोसणं

काही तासांपूर्वी, मरण्याचा निर्णय घेण्याआधी, नोरा बेडफोर्डमध्ये भरकटल्यासारखी भटकत होती. शहर म्हणजे जणू काही हताशपणाचा एक अखंड सरकता पट्टाच बनला होता तिच्यासाठी. तिथे कधीकाळी तिला तलावाच्या या कडेपासून त्या कडेपर्यंत पोहून जाताना पाहण्यासाठी तिचे वडील थांबलेले असत तो गारगोटीचे दगड बसवलेल्या भिंतींच्या क्रीडाकेंद्रामधला तरणतलाव होता, तिथेच एक मेक्सिकन रेस्टॉरंट होतं, जिथे ती डॅनला घेऊन जात असे, तिथेच तिच्या आईला उपचारासाठी ज्या इस्पितळात ठेवले होते ते इस्पितळही होतं.

डॅनने तिला काल मोबाइलवर एक संदेश पाठवला होता.

'नोरा, तुझा आवाज नाही ऐकला खूप दिवसांत. चुकल्याचुकल्यासारखं वाटतंय मला. बोलू या का?' – डी. एक्स.

तिने त्याला लिहिले होते की ती वेड्यासारखी कामात बुडलेली होती (हा एक मोठाच विनोद होता). पण दुसरं काही लिहिण्यासारखं नव्हतंच मुळी. असं नव्हतं की तिला आता त्याच्याबद्दल काहीच वाटत नव्हतं, उलट अजूनही तिच्या मनात त्याच्याबद्दल थोडासा हळवा कोपरा होता म्हणून तिनं असं लिहिलं. त्याला दुखावण्याचं धाडस तिला करायचं नव्हतं. त्याचं आयुष्य उद्ध्वस्त व्हायला ती कारणीभूत ठरली होती. ठरल्या दिवसाच्या दोन दिवस आधी तिने त्यांचे लग्न मोडल्यानंतर त्याने तिला झिंगलेल्या अवस्थेत मोबाइलवर संदेश पाठवले होते, *'माझं आयुष्य पूर्णपणे विस्कटून गेलंय.'*

व्यवस्थेतला असमतोल आणि परिणामांची अनिश्चिती हा या विश्वातला एक ढोबळ नियम होता. तो औष्णिक चलनाचा[८] मूलभूत नियम होता. कदाचित अस्तित्वाचाच तो एक नियम होता.

एखाद्याची नोकरी जाते आणि मग त्याच्या आयुष्यात आणखी आणखी घाणेरड्या गोष्टी घडतात.

झाडांमधून हलकेच वाऱ्याच्या कानगोष्टी सुरू होत्या.

पाऊस पडायला सुरुवात झाली.

ती वृत्तपत्रवाल्याच्या टपरीकडे पळाली, मनात एक खोल भीती घेऊन, आणि ती भीती *सार्थही* ठरली – तिचं मन तिला संकेत देत होतं की याहूनही काहीतरी भयंकर घडणार आहे.

---

८ उष्मागतिकी (thermodynamics)

दरवाजे

नोरा वृत्तपत्राच्या टपरीत शिरली ती वेळ तिने स्वतःच्या मृत्यूचा निर्णय घेण्याआधी आठ तासांपूर्वीची होती.

''पावसात भिजाल म्हणून आलात का?'' टेबलामागच्या बाईने विचारले.

''हो ना!'' नोरानं मान वर न करताच उत्तर दिलं. जणू काही तिच्या मनातली निराशा, सहन न होणारं मानेवरचं ओझं बनलं होतं.

नॅशनल जॉग्रफिकचा एक अंक मांडणीवर मांडलेला होता.

त्या अंकाच्या मुखपृष्ठावरच्या ती आता निरखून पाहत होती – कृष्णविवराचे चित्र तिला जणू स्वतःचेच रूप पाहत असल्यासारखे वाटले. कृष्णविवर. एक मृत्युपंथाला लागलेला, स्वतःच स्वतःमध्ये मिटून जाण्याच्या बेतात असलेला तारा.

तिचे वडील हे मासिक विकत घेत असत. त्यातील 'स्वालबार्ड' विषयी एक लेख वाचत असताना ती अत्यंत उत्साहित झाली होती, ते तिला आठवले. इतके अति दूरचे वाटणारे असे ठिकाण तिने कधीच पहिले नव्हते. तिथली हिमनदी, पर्वतांच्या मध्ये गोठलेले समुद्राचे चिंचोळे पट्टे आणि तिथे वावरणारे पफिन पक्षी या संबंधीची माहिती तिनं त्यात वाचली. त्यानंतर एल्मबाईंनी प्रोत्साहन दिल्यामुळे आपल्याला हिमनदीशास्त्रज्ञ बनायचे आहे, असं तिनं मनाशी ठरवलं.

तिच्या भावाचा मित्र आणि एके काळी त्या दोघांच्या बरोबर एकाच संगीतपथकात काम करणारा साथी रवि याची गबाळी, पोक आलेली आकृती तिला दिसली. तो संगीत विषयाला वाहिलेल्या मासिकांपाशी एक लेख वाचण्यात गुंतला होता. ती तिथे थोडी जास्त रेंगाळली. तेवढ्या अवधीत त्याचे लक्ष तिच्याकडे गेले होते. त्यामुळे जेव्हा ती तेथून हलली, तेव्हा त्याचा आवाज तिनं ऐकला, 'नोरा?'

''अरे, रवि! मी ऐकलं की ज्यो नुकताच बेडफोर्डमध्ये येऊन गेला?''

रविनं हळू मान डोलावली. 'हो.'

''खरंच तो आला होता, हं, तू भेटलास त्याला?''

''हो, खरं सांगायचं तर मी भेटलो त्याला.''

नोराला आता शांतता असह्य होत होती. ''त्यानं मला नाही सांगितलं तो येणार आहे म्हणून.''

''तो तसा उभ्याउभ्याच आला होता.''

''ठीक आहे ना तो?''

रवि गप्प राहिला. कधीकाळी नोराला तो आवडत असे, तो तिच्या भावाचा जिवलग मित्रही होता. पण ज्योमध्ये आणि तिच्यात जसं एक अंतर होतं, तसंच ते रवि आणि तिच्यातही होतं. त्यांनी जेव्हा एकमेकांचा निरोप काही फार मैत्रीपूर्ण रीतीने घेतला नव्हता. (नोराने कार्यक्रमाची तालीम सुरू असताना, त्यांच्या संगीतपथकातून बाहेर पडण्याचा निर्णय जाहीर केला तेव्हा तो त्याच्या हातातल्या ढोल वाजवायच्या काठ्या जमिनीवर जोरात आपटून रागारागानं चलता झाला होता.)

''मला वाटतं तो नैराश्याने ग्रासला आहे.''

आपल्या भावाची मन:स्थितीही कदाचित आपल्यासारखीच असेल या कल्पनेनं नोराचं मन अधिकच जड झालं.

''तो आता नेहमीसारखा नाही.'' हे सांगत असताना रविचा स्वर रागीट होता. ''त्याला आता त्याचं 'शेफर्ड्स बुश'[९] मधलं त्याचं छोटंसं घर[१०] सोडावं लागणार आहे. त्याला आता त्या प्रसिद्ध संगीतपथकात प्रमुख गिटारवादक म्हणून काम करता येणार नाही, या गोष्टीचं काय करायचं. आणि तुला सांगतो, माझ्याकडेही पैसे नाहीत. पबमध्ये वाजवून हल्ली फारसे पैसे मिळत नाहीत. अगदी तुम्ही पबमधली टॉयलेट्स साफ करायचे मान्य केलेत तरी. कधी पबमधली टॉयलेट्स साफ केलीयस, नोरा?''

''आपल्याला 'तुझे दु:ख-माझे दु:ख' अशीच शर्यत खेळायची असेल तर तुला हे माहीत असू दे की माझा काळही सध्या फारच घाणेरडा आहे.''

रवि खोकण्याचा आवाज काढल्यासारख उपरोधिक हसला. क्षणभर त्याच्या चेहऱ्यावर एक कठोर झाक तरळून गेली. ''गाणं चालू आहे, द वर्ल्ड्स स्मॉलेस्ट व्हायोलिन.[११]''

ती काही प्रतिक्रिया देण्याच्या मन:स्थितीत नव्हती.

'हे 'द लॅबिरिंथ'च्या[१२] संदर्भात आहे का? अजूनही?

---

९ शेफर्ड्स बुश हा लंडनच्या पश्चिम भागात असलेला भाग असून तिथले 'शेफर्ड्स बुश एंपायर' नावाचे संगीत सभागृह प्रसिद्ध आहे. तिथे सुरुवातीला ज्यांनी ज्यांनी कला सादर केली अशा सुप्रसिद्ध कलाकारांमध्ये चार्ली चॅप्लिनचा समावेश होता.

१० Shoebox छोटंसं घर

११ AJR या अमेरिकन बॅण्डने १९२१ साली प्रसृत केलेल्या या गाण्याची मध्यवर्ती कल्पना आहे 'वेदनेचे शमन करणे आणि एकाची वेदना दुसऱ्याच्या वेदनेशी ताडून पाहणे'. १९२२ साली 'टिकटॉक' सामाजिक मध्यमावर या गाण्याला प्रचंड लोकप्रियता मिळाली.

१२ 'द लॅबिरिंथ टुर' हा ब्रिटिश गायिका लिओना लेविस हिचा २०१० साली लंडनमध्ये ध्वनिमुद्रित झालेला पहिला व्हिडिओ अल्बम होता.

''माझ्यासाठी आणि तुझ्या भावसाठीही ती फारच मोठी गोष्ट होती. खरं म्हणजे आम्हां सगळ्यांसाठीच. आमचं 'युनिव्हर्सल'बरोबर[१३] बोलणंही झालं होतं. बरोबर? त्यात अल्बम, स्वतंत्र गीतं, दौरे, प्रोमो या सगळ्यांचा समावेश होता. या क्षणी असलेले 'कोल्डप्ले'चे[१४] स्थान आमचे असते.''

''तुला तर कोल्डप्लेचा अत्यंत राग आहे.''

''मुद्दा तो नाहीये. आम्ही मालिबूमध्ये असू शकलो असतो. त्याऐवजी *बेडफोर्ड.* आणि म्हणून तर, नाही, नाही! तुझा भाऊ तुला भेटायला तयार नाही.''

''मी *भयगंडानं* आजारी होते. मला मधूनमधून भीतीचे झटके यायचे. त्यामुळेच शेवटी मी सर्वांचा विश्वासघात केल्यासारखे झालं. मी नसले तरी तुला पथकात कायम ठेवावं असं मी मालकांना सांगितलं होतं. गीतलेखनाचं काम करेन, असंही मी कबूल केलं होतं. माझं लग्न ठरलं होतं, हा माझा दोष नव्हता. मी डॅनसोबत होते. ही परिस्थिती तुमचा विश्वास तोडायला कारणीभूत झाली.'

''अरे व्वा, हो का. त्याचा तुला काही फायदा झाला का?''

''रवि, हे असं बोलणं काही बरोबर नाही.''

''बरोबर नाही. फारच मोठी गोष्ट सांगितलीस.''

टेबलामागच्या बाईचे कान टवकारले गेले होते.

''संगीतपथकं अल्पजीवी असतात. आपण उल्कावर्षावासारखे ठरलो असतो. सुरुवात होण्यापूर्वीच संपलेले.''

''उल्कावर्षाव, भान हरवेल इतके सुंदर असतात.''

''मला सांग, तू आणि एल्ला अजूनही बरोबर आहात, हो नं?''

''आणि आज मी एल्लाबरोबर असतो, एका यशस्वी संगीतपथकाचा भाग असतो, माझ्या जवळ भरपूर *पैसे* असते. आम्हाला संधी होती. अगदी *तिथे* त्या वेळी.'' असं म्हणताना त्यानं त्याच्या तळहाताकडे निर्देश केला. ''आमची गीतं म्हणजे पेटता जाळ होता *जाळ.*''

दरम्यान त्याच्या बोलण्यातल्या 'आम्ही'ची दुरुस्ती मनातल्या मनात 'मी'मध्ये करण्यासाठी नोरा स्वत:च स्वत:ला दोष देत होती.

''मला नाही वाटत स्टेजची भीती ही तुझी समस्या होती. किंवा लग्नाची भीती. मला वाटतं की *जगण्याची भीती* हीच तुझी मूळ समस्या आहे.''

हे जिव्हारी लागलं. या शब्दांनी तिच्यामधलं त्राणच गेलं.

कापऱ्या आवाजात तिनं टोला हाणला, ''आणि मला असं वाटत की तुझ्या बिघडलेल्या आयुष्यासाठी दुसऱ्यांना दूषणं देणं ही तुझी समस्या आहे.''

---

१३ Universal Studios

१४ 'कोल्डप्ले' – हा १९९६ साली प्रस्थापित झालेला एक ब्रिटीश संगीत बॅण्ड आहे.

चपराक बसल्याप्रमाणे त्यानं मान डोलावली. हातातले मासिक परत जागच्या जागी ठेवले.

''भेटू असेच पुन्हा, नोरा.''

''ज्योला सांग मी 'हाय' म्हटले म्हणून.'' रवि दुकानातून बाहेर पडत असताना ती म्हणाली. 'प्लीज'.

युअर कॅट या मासिकाच्या मुखपृष्ठावर तिची नजर पडली. तपकिरी रंगाचे पट्टे असलेलं मांजर. तिच्या मनात स्टर्म आणि ड्रँग सिम्फनीसारखा[१५] अचानक मोठ्याने नाद होतोय असं तिला वाटू लागलं. जणू काही एखाद्या जर्मन संगीतकाराचा आत्मा तिच्या अंतर्मनात कोंडला गेला होता आणि तोच तिच्या मनात भावनांचा असमतोल आणि तीव्रता यांचा खेळ घडवून आणत होता.

टेबलामागची बाई तिला काहीतरी म्हणाली पण तिला ते नीटसे कळले नाही.

'सॉरी?'

''नोरा सीड?''

सोनेरी केसांचा बॉबकट केलेली, क्रीम लावून रंग किंचित सावळा झालेल्या चेहऱ्याची ती बाई आनंदी आणि विसावलेली दिसत होती. असं राहता येतं हे नोराला माहीतच नव्हतं. दोन्ही हातांच्या आधाराने ती टेबलावर झुकून नोराकडे पाहत होती. नोरा जणू काही प्राणिसंग्रहालयात असलेले वानर[१६] आहे, असा तिचा आविर्भाव होता.

'हो.'

''गी केरी-ॲन. मला तू शाळेच्या दिवसांपासून माहीत आहेस. जलतरणपटू. कुशाग्र बुद्धीची मुलगी. मिस्टर ब्लॅन्डफोर्ड (तो य:कश्चित[१७] माणूस), त्यांनी एकदा तुझ्या कामगिरीवर भाषण दिले होते. हो ना? ते म्हणाले होते ना की ही मुलगी निश्चितच ऑलिंपिक्सपर्यन्त पोहोचेल?''

नोरानं मान डोलावली.

''मग तू गेलीस का ऑलिम्पिकला?''

---

१५ 'स्टर्म आणि ड्रँग सिम्फनी' ही एकोणिसाव्या शतकात युरोपात उदयाला आलेली एक सांगीतिक चळवळ होती. या चळवळीचा पाश्चात्त्य साहित्य आणि नाट्य या क्षेत्रांवरही या चळवळीचा खूप प्रभाव पडला. त्यामध्ये भावभावनांचा कल्लोळ आणि वैयक्तिकता या दोन गोष्टींना केंद्रवर्ती स्थान होते.

१६ Lemur मादागास्कर येथे सापडणारी वानरसदृश प्राणिजात

१७ य:कश्चित whats his face – nobody / non-existent. Whats his face is a novel about a seventh grade kid named Cooper Vega. He is nicknamed as Whats his face (meaning 'nobody' in his school.)

''अं, नाही ते मी मध्येच सोडलं... मला संगीतात अधिक रस होता ... त्या वेळेला. मग आयुष्य आपल्याच वळणानं पुढे गेलं.''

''मग तू आता काय करतेस?''

''मी आता जरा बदल करायच्या विचारात आहे.''

''मग कुणी जोडीदार आहे की नाही? एखादा पुरुष? मुलंबाळं?''

नोरानं डोकं हलवलं. ते गळून पडलं तर बरं होईल, असं वाटत होतं तिला. म्हणजे तिला पुन्हा आयुष्यात कधीच अनोळखी व्यक्तींशी बोलायचा प्रसंग आला नसता.

''बरं, उगाच वेळ काढू नकोस. टिक-टॉक, टिक-टॉक.''

''माझं वय आहे *पस्तीस.*'' मनातल्या मनात तिला वाटत होतं की इझ्झी इथे असती तर किती बरं झालं असतं. इझ्झी असला फालतूपणा कधीच खपवून घ्यायची नाही. ''आणि मला नक्की माहीत नाही की...''

''मी आणि जेक सशांसारखे भित्रे भागूबाई होतो, पण आम्ही यशस्वी झालो. दोन छोटे सैतान. पण ते योग्यच आहे, माहितेय. मला *पूर्णत्व* मिळल्यासारखं वाटतं. मी तुला काही छायाचित्रे दाखवू शकते.''

''माझं डोकं दुखतं... फोनवर पाहताना.''

डॅनला मुलं हवी होती. नोराला ते माहीत नव्हतं. नोराला आई होण्याची प्रचंड भीती होती. अंगात त्राण नसल्याची, हे निरुत्साहीपण फार खोलवर मुरलेलं असण्याची भीती. ती स्वतःसाठीच काही करू शकत नव्हती, दुसऱ्या कुणासाठी काही करायची बातच सोडा.

''म्हणजे तू अजूनही बेडफोर्डमध्येच असणार तर?''

''अं-हं.''

''मला वाटलं होतं तू तरी इथून बाहेर पडलीस.''

''मी परत आले. माझ्या आईला बरं नव्हतं.''

''ओऽह, हे तर वाईटच झालं. आता बरी आहे ना ती?''

''मला आता जायला हवं.''

''अगं पण अजून पाऊस पडतोय.''

नोरा दुकानातून बाहेर पडली तेव्हा तिला मनोमन वाटत होते की तिच्या समोर फक्त एकापुढे एक दरवाजेच दरवाजे असायला हवे होते, ज्यातून सगळं मागं टाकत तिला सरळ निघून जाता आलं असतं.

स्वत:लाच एक कृष्णविवर व्हायचं असेल तर

नोरानं मरण्याचा निर्णय घेण्याच्या सात तास आधी, ती मनाच्या खोल गर्तेत कोसळत होती आणि मोकळेपणानं बोलावं असं कोणीच तिच्या जवळ नव्हतं.

तिचा शेवटचा आधार होता, तिची जीवलग मैत्रीण इझ्झी. पण ती तर दूर, दहा हजार मैलांपेक्षाही जास्त अंतरावर असलेल्या ऑस्ट्रेलियामध्ये होती. आणि आता त्यांच्यातही तितकीशी जवळीक राहिली नव्हती.

तिनं तिचा फोन काढला आणि इझ्झीला संदेश पाठवला.

'हाय इझ्झी. फार दिवसांत आपण काही बोललोच नाही. सखे, तुझी आठवण येते खूप. पुन्हा बोलून मधली कसर भरून काढता आली तर किती छान होईल नाही.' –एक्स.

तिनं आणखी एक एक्स पुढे जोडला आणि संदेश पाठवून दिला.

पुढच्या मिनिटाला तो संदेश इझ्झीला पाहायला मिळाला होता. नोरा तीन टिंबं दिसतील म्हणून वाट पाहत बसली. पण त्याचा काहीच उपयोग नव्हता.

ती चित्रपटगृह ओलांडून पुढे आली. तिथं त्या रात्री रायन बेलेचा चित्रपट लागला होता. *लास्ट चान्स सॅलॉन* – एक अत्यंत सामान्य काउबॉय प्रेमकथा.

रायन बेलेच्या चेहऱ्यावरुन त्याला नेहमीच *खूप गुप्त आणि महत्त्वाच्या गोष्टी* माहीत असल्यासारखं वाटत असे. जेव्हापासून नोरानं त्याला टीव्हीवर द *अथेनियन्स* या चित्रपटात विचारात बुडलेल्या प्लेटोचे काम करताना पाहिले होते आणि त्याला एका मुलाखतीत त्यानं तत्त्वज्ञानाचा अभ्यास केलाय असं म्हणताना ऐकलं होतं, तेव्हापासून तिला त्याच्याबद्दल फारच प्रेम वाटायला लागलं होतं. तिनं मनातल्या मनात एक चित्र रंगवलं होतं. त्या चित्रात ते दोघे वेस्ट हॉलीवुडमधल्या वाफेच्या तरल पटलानं वेढलेल्या एका 'हॉट बाथ'मध्ये बसले आहेत आणि हेन्री डेव्हिड थोरोवरच्या गप्पात मग्न झालेले होते.

"तुमच्या स्वप्नांकडे आत्मविश्वासानं पाऊल टाका," थोरो[१८] म्हणाला होता. "तुमच्या कल्पनेत तुम्ही रंगवलेलं आयुष्य जगा." थोरो अभ्यासासाठी तिच्या आवडीचा तत्त्वज्ञ होता. पण, असं स्वत:च्या स्वप्नपूर्तीचा खरोखरीच गंभीरपणे कोण विचार करत असेल? हो म्हणजे थोरोखेरीज कोण? तो एका

---

१८ थोरो हा एकोणिसाव्या शतकातला एक अमेरिकन तत्त्वज्ञ-शास्त्रज्ञ होता. अनुभवातीत (Transcendental) अवस्थेवर असलेला भर हे त्याच्या तत्त्वज्ञानाचे वैशिष्ट्य होते.

जंगलात जाऊन राहिला होता, बाहेरच्या जगाशी त्याने सर्व संबंध तोडले होते, एकांतात फक्त बसायचं, लिहायचं, लाकडं फोडायची आणि मासे पकडायचे. पण दोन शतकांपूर्वी कॉन्कॉर्ड, मॅसॅच्युसेट्समधले आयुष्य आधुनिक बेडफोर्ड, बेडफोर्डशायरमधल्या आयुष्यापेक्षा सरळसाधं असावं कदाचित.

किंवा ते तसं नसावंही.

कदाचित तिला ते सगळंच टाकाऊ वाटत होतं. आयुष्यच मेलं घाणेरडं होतं.

तासांमागून तास गेले. ती एखाद्या ध्येयाच्या शोधात होती, काहीतरी ज्यामुळे तिच्या जगण्याला कारण मिळेल. पण तिच्यापुढं तसं काहीच नव्हतं. दोन दिवसांपूर्वी तिनं मिस्टर बॅनर्जीसाठी औषधे घेतली होती. पण आज तिच्या जवळ एवढं छोटंसं कारणही तिच्याकडं नव्हतं. तिनं एका बेघर माणसाला पैसे देण्याचा विचार केला पण तिच्या लक्षात आलं की तिच्या जवळ पैसेच नव्हते.

''जाऊ दे ना. सखे, तू मजेत राहा. हे कदाचित घडणारच नव्हते,'' कोणीतरी म्हणाले.

कधीच काही घडलं नाही, तिच्या मनात विचार आला. खरं म्हणजे तीच तर एकमेव समस्या होती.

काही अस्तित्वात येण्याआधीचे (अॅन्टीमॅटर)

नोरानं मृत्यूचा निर्णय घेण्याअगोदर पाच तास आधी तिनं घराच्या दिशेनं चालायला सुरुवात केली, त्याच वेळेस तिच्या हातातला मोबाइल थरथरला.

कदाचित इझ्झीच असावी. कदाचित रविनं तिच्या भावाला तिच्याशी संपर्क साधायला सांगितलं असेल.

नाही.

''अरे, डोरीन. हाय.''

पलीकडून चिडलेला आवाज. ''कुठे होतीस तू?''

ती पूर्णत: विसरूनच गेली होती. *''किती वाजले?''*

''आजचा माझा दिवस खरोखरीच फारच घाणेरडा होता. मनापासून सॉरी.''

''आम्ही तुझ्या फ्लॅटच्या बाहेर गेला तासभर वाट पाहतोय.''

''मी तिथं पोहोचले की अजूनही लिओची शिकवणी घेऊ शकते. पाचच मिनिटांत पोहोचते मी.''

''आता फार उशीर झाला. आणि हो, तो त्याच्या डॅडबरोबर आहे, गेल्या तीन दिवसांपासून.''

''ओ, सॉरी, खूप खूप सॉरी.''

तिच्या बाजूने जणू क्षमायाचनेचा धबधबाच वाहत होता. ती स्वत:च स्वत:मध्ये बुडू लागली होती.

''नोरा, प्रामाणिकपणे सांगायचं तर तो शिकवणीच सोडून देण्याच्या विचारात आहे.''

''अगं पण तो किती चांगलं वाजवतो.''

''त्याला खरंच खूप मजा येत होती. पण त्याच्यापाशी वेळच नाही गं. तो इतक्या गोष्टींमध्ये गुंतलेला आहे आत्ता, परीक्षा, मित्रमंडळी, फुटबॉल. काहीतरी सोडायलाच...''

''त्याच्या जवळ उपजत कौशल्य आहे. मी तर त्याला चॉपिनपर्यन्त[१९] आणलं आहे. प्लीज....''

---

१९ फ्रेडरिक चॉपिन हा एकोणिसाव्या शतकातला अत्यंत नावाजलेला संगीतकार आणि पियानोवादक होता.

एक खोल खोल उसासा. ''बाय, नोरा.''

नोराला त्या क्षणी असं वाटलं की जमीन दुभंगते आहे, त्यातून ती खोलवर ढकलली जातेय, भूकवचातून[२०] आत आत, पृथ्वीच्या मध्यावरील अस्तरापर्यन्त[२१] आणि तिथेही न थांबता पृथ्वीच्या गाभ्यापर्यंत[२२] असा तो प्रवास होता. तिला असं वाटलं की सरतेशेवटी कोणत्याही संवेदना नसलेल्या धातूच्या थरामध्ये ती दबली गेली.

मृत्यूचा निर्णय घेण्यापूर्वी चार तास आधी नोरा तिचे ज्येष्ठवयीन शेजारी मिस्टर बॅनर्जी यांच्या जवळून पुढे गेली.

मिस्टर बॅनर्जींचं वय चौऱ्याऐंशी वर्षांचे होते. ते तसे अशक्तच दिसायचे. पण त्यांच्या खुब्याची शस्त्रक्रिया झाल्यापासून ते जरा चालतेफिरते झाले होते.

''बाहेरचे वातावरण अगदीच खराब आहे नाही?''

'हो.' नोरा तोंडातल्या तोंडात पुटपुटली.

त्यांनी बागेतल्या फुलांच्या वाफ्याकडे पाहिले. ''आयरिसची फुलं मात्र फुलली आहेत.''[२३]

तिनं फुलांच्या जांभळ्या ताटव्याकडं पाहिलं आणि बळेबळे हसली. मनातल्या मनात मात्र तिला उमजत नव्हतं की त्या फुलांमधून तिला खरंच काही दिलासा मिळणार होता का.

चश्म्यामागच्या त्यांच्या डोळ्यांत थकवा दिसत होता. ते त्यांच्या दारात उभे होते, किल्ल्यांसाठी चाचपडत होते. त्यांच्या हातातल्या पिशवीतली दुधाची बाटली त्यांना फारच जड वाटत असावी, असं दिसत होतं. ते घराच्या बाहेर पडलेले क्वचितच दिसत. ती इथे आल्यानंतरच्या पहिल्या महिन्यात त्यांना ऑनलाइन किराणा दुकान कसं वापरायचं हे दाखवायला ती याच घरात आली होती.

'ओ', ते म्हणाले. ''माझ्या जवळ तुझ्यासाठी एक चांगली बातमी आहे. तुला आता माझ्या औषधाच्या गोळ्या आणाव्या लागणार नाहीत. केमिस्टच्या दुकानात काम करणारा मुलगा आता जवळच राहायला आला आहे आणि तो म्हणाला की माझ्या गोळ्या तो आणत जाईल.''

नोरानं उत्तर देण्याचा प्रयत्न केला परंतु तिच्या तोंडातून शब्द फुटला नाही. तिनं फक्त मान डोलवली.

---

२० Lithosphere

२१ Mantle

२२ Inner Core

२३ आयरिसची फुले सूर्यप्रकाशात फुलतात

त्यांनी दार उघडले आणि मग त्यांच्या मृत पत्नीची स्मृती जपणाऱ्या त्या घरात प्रवेश करून, दार पुन्हा लावून घेतले.

हे एकूणात असं झालेलं होतं. कोणालाच तिची गरज उरलेली नव्हती. या विश्वात तिला काही स्थानच उरलेलं नव्हतं.

एकदा घरात आल्यानंतर तिला घरातली शांतता गोंगाटापेक्षाही कर्कश वाटू लागली. कॅट फूडचा विशिष्ट वास. व्हॉल्टेअरचा अर्धवट खाऊन उरलेला वाडगा बाहेर तसाच होता.

तिनं स्वतःसाठी पाणी आणलं, पाण्याबरोबर अँन्टी-डिप्रेसंटच्या दोन गोळ्या गिळल्या आणि विचारात बुडल्यासारखी उरलेल्या गोळ्यांकडे पाहत राहिली.

तिनं मरण्याचा निर्णय घेण्याच्या आधी तीन तासांचा अवधी. तेव्हा तिचं शरीर-मन, किंबहुना संपूर्ण अस्तित्वच खेदानं भरून गेलं होतं, वेदनेनं व्यापलेलं होतं. जणू काही तिच्या मनाच्या यातना तिच्या अंगात-हातापायांतही उतरल्या होत्या. त्यांनी तिच्या अंगांगामध्ये जणू ठाणच मांडलं होतं.

या अवस्थेमुळे, प्रत्येक जण तिच्याशिवायच सुखात होता, असं तिला जाणवलं. तुम्ही एखाद्या कृष्णविवराच्या कक्षेत प्रवेश करता आणि गुरुत्वाकर्षणाच्या ओढीने त्याच्या भयाण आणि काळोख्या वास्तवात तुम्ही आपोआपच ओढले जाता.

हा विचार मनालाच पेटका यावा आणि तो अजिबातच थांबू नये, अशा प्रकारचा होता. असा विचार, जो सहनही होत नाही आणि टाळताही येत नाही.

नोरानं तिच्या सोशल मीडियावर जाऊन पाहिलं. कोणाचे संदेश नाहीत, कोणी कॉमेंट्स टाकलेल्या नाहीत, कोणी नवीन फॉलोअर्स नाहीत, नवीन फ्रेंड रिक्वेस्ट्स नाहीत. ती जणू काही हे सगळे अस्तित्वात येण्याच्या आधीच्या काळातली (अँन्टीमॅटर) होती आणि त्याच्या जोडीला आता तिला स्वतःचीच कीव येत होती.

तिनं इन्स्टाग्रामवर जाऊन पाहिलं. तिला वाटलं की ती सोडली तर प्रत्येकानं त्याचं त्याचं आयुष्य अगदी छान सावरलंय. ती आता फेसबुक फारसे वापरतही नव्हती. तरी ती फेसबुकवर गेली आणि तिथं तिनं तिच्या नेहमीच्या पद्धतीपेक्षा एक अगदी वेगळाच संदेश टाकला.

मरण्याचा निर्णय घेण्याआधी दोन तास शिल्लक असताना तिनं वाइनची एक बाटली उघडली.

उंच शेल्फवरची तत्त्वज्ञानाची जुनी पुस्तके तिच्याकडं वाकून पाहत होती. तिचा विद्यापीठात शिकतानाचा काळ, जेव्हा आयुष्यात अजूनही खूप काही घडण्याच्या

शक्यता खुणावत असतात अशा काळातलं ते भुतासारखं भासणारं फर्निचर. यक्का[२४] फुलांचे एक रोप आणि बसक्या कुंडीतली तीन निवडुंगाच्या जातीतली रोपं. तिला असं वाटलं की ती एक संवेदनाविहीन सजीव आहे आणि पूर्ण दिवस एका कुंडीत बसलेली आहे, अशी कल्पना करून जगणं अधिक सोपं होतं.

ती तिथल्या छोट्या इलेक्ट्रिक पियानोजवळ बसली पण तिनं काही वाजवलं नाही. लिओजवळ बसून ती त्याला चॉपीनचं ई-मायनर स्वररचनेत बांधलेलं 'प्रेल्यूड' शिकवत असल्याचं तिला आठवलं. वेळ बदलली की त्याच आनंदी सुखक्षणांची आठवण वेदनदायी ठरते.

पियानोचे कोणतेच स्वर चुकीचे नसतात अशा अर्थाची एक म्हण जुन्या काळातल्या संगीतकारांमध्ये प्रचलित होती. पण तिचं आयुष्य मात्र एक अर्थहीन, बेसूर कोलाहल बनले होते. एक अशी संगीतरचना जी विलक्षण ठरू शकली असती, तिचं आता मात्र काहीच होऊ शकणार नव्हतं.

वेळ सरत होती. ती शून्यात नजर लावून बसली होती.

थोडी वाइन पोटात गेल्यानंतर अचानक तिच्या डोक्यात लखख प्रकाश पडला. ती मुळी या आयुष्यासाठी बनलीच नव्हती. तिची दररोजची प्रत्येक कृती, दररोजचा प्रत्येक निर्णय हे तिनं तिचं आयुष्य घडवण्याच्या संबंधात जे जे काही ठरवलं होतं, त्यापासून एकेक पावलानं मागं खेचणारे होते.

जलतरणपटू. संगीतकार. तत्त्वज्ञ. बायको. पर्यटक. हिमनदी शास्त्रज्ञ. आनंदी. सर्वांची आवडती. यांपैकी काहीच नाही झाली ती.

ती अगदी साधं 'एका मांजराची मालक'सुद्धा बनू शकली नाही. किंवा 'दर आठवड्याला एक तास पियानोची शिकवणी घेणारी,' तेसुद्धा नाही. किंवा साधं 'संवाद साधू शकणारं माणूस', एवढंसुद्धा नाही.

त्या औषधाच्या गोळ्यांचा काहीच उपयोग होत नव्हता.

तिनं वाइन संपवली. सगळी.

''मला तुमची फार आठवण येते.'' ती छताकडे पाहत म्हणाली. जणू काही तिच्या प्रेमाच्या सगळ्या व्यक्तींचे आत्मे तिच्या सोबत त्या खोलीमध्ये उपस्थित होते. तिनं तिच्या भावाला फोन केला आणि त्यानं तो उचलला नाही तेव्हा त्याच्यासाठी एक व्हॉइसमेल ठेवला.

''ज्यो, माझं तुझ्यावर प्रेम आहे. मला तुला एवढच सांगायचं होतं. आताच्या परिस्थितीत तू करू शकशील असं काहीच नव्हतं. हे माझ्या संबंधीचं आहे. तू माझा भाऊ असल्याबद्दल मी तुझी ऋणी आहे. मी तुझ्यावर प्रेम करतें. बाय.''

---

२४ दक्षिण अमेरिकेतील एक वनस्पती.

बाहेर पुन्हा पाऊस पडू लागला होता म्हणून खिडकीचा पडदा सरकवून ती तिथंच बसली, काचेवरून ओघळणारे थेंब पाहत.

आता रात्रीचे अकरा वाजून बावीस मिनिटं झाली होती.

तिला आता एकच गोष्ट निश्चितपणे माहीत होती : तिला उद्याचा दिवस पाहण्याची इच्छा नव्हती. ती उभी राहिली. तिनं एक पेन आणि आणि कागदाचा एक तुकडा घेतला.

तिनं ठरवलं, ही वेळ मरण्यासाठी अगदी योग्य होती.

प्रिय जे असाल ते,

माझ्या आयुष्यात काहीतरी करून दाखवण्याच्या सगळ्या संधी मला मिळाल्या होत्या, आणि मी त्यातली प्रत्येक संधी उधळून लावली. माझ्या स्वतःच्या हलगर्जीपणामुळं आणि वाईट नशिबामुळं जग माझ्यापासून दुरावलं, आणि म्हणून मी या जगातून निघून जावं, हे सर्वथा बरोबर आहे.

इथे राहण्याची शक्यता आहे असं मला वाटलं असतं तर मी राहिले असते. पण मला तसं वाटत नाही. आणि म्हणून मी थांबू शकत नाहीं. मी लोकांची आयुष्यं बिघडवते.

माझ्या जवळ देण्यासारखं काही नाही. त्याचा मला खेद आहे.

एकमेकांशी प्रेमानं वागा.

बाय,
नोरा.

शून्य वाजून शून्य मिनिटे आणि शून्य सेकंद

सुरुवातीला सगळीकडेच दव इतकं साचलेलं होतं की तिला काहीच दिसत नव्हतं, पण हळूहळू तिला तिच्या दोन्ही बाजूंना खांब असलेले दिसू लागले. ती रस्त्यावर उभी होती, एक दोन्ही बाजूंना वृक्षांची रांग असलेला रस्ता होता तो. त्या खांबांचा रंग मेंदूसारखा करडा होता आणि त्यावर निळे ठिपके होते. दिसू नये म्हणून काळजी घेणाऱ्या भुतांसारखा दवाचा धूसरपणा हळूहळू विरत गेला आणि एक आकार दिसू लागला.

एक घन आयताकृती.

एका इमारतीचा आकार. साधारणपणे एखाद्या चर्चच्या किंवा छोट्या सुपर मार्केटच्या आकाराचा. त्याचा दगडी दर्शनी भाग, त्या खांबांच्याच रंगाचा होता, मध्यवर्ती असलेला लाकडी दरवाजा आणि भव्यपणाचा आभास निर्माण करणारे नक्षीदार छत होते, दर्शनी भागातील गेबलवर[२५] भव्य दिसणारे घड्याळ होते, त्यावर काळ्या रंगाचे रोमन आकडे होते, आणि त्याचे दोन्ही काटे मध्यरात्रीची वेळ दाखवत होते. समान अंतरावर, दगडी चिऱ्यांच्या चौकटीत बसवलेल्या कमानदार खिडक्या समोरच्या भिंतीवर विरामचिन्हांसारख्या दिसत होत्या. तिनं पहिल्यांदा पाहिलं तेव्हा तिला तिथं तिला चारच खिडक्या आहेत असं वाटलं होतं, पण क्षणभरानंतर पाहिलं तर तिथं नक्कीच पाच खिडक्या होत्या. तिला वाटलं तिची मोजण्यात चूक झाली.

तिथं आसपास बाकी काही नसल्यामुळं आणि तिला इतरत्र कुठंच जाण्यासारखं नसल्यामुळं नोरा सावधपणे तिकडं निघाली.

तिनं तिच्या मनगटावरच्या घड्याळातल्या आकड्यांकडे पाहिलं.

००.००.००

मध्यरात्र, तिचं घड्याळ तिला वेळ दाखवत होतं.

तिनं घड्याळात पुढचा सेकंद दिसण्याची वाट पाहिली, पण तसं काही झालं नाही. अगदी तिनं त्या इमारतीजवळ जायला सुरुवात केल्यानंतरसुद्धा, तिनं तो लाकडी दरवाजा उघडल्यानंतरसुद्धा; अगदी तिनं इमारतीच्या आत प्रवेश केल्यानंतरसुद्धा घड्याळातले आकडे बदलले नाहीत. एक तर तिच्या घड्याळात

---

२५ उतरत्या छपरामुळे तयार झालेला भिंतीचा त्रिकोणी बाह्य भाग.

तरी गडबड होती किंवा वेळ तरी चुकली होती. त्या परिस्थितीत यांपैकी काहीच खरं असू शकत नव्हतं.

काय घडतंय? ती स्वतःच्याच मनाशी नवल करत होती. *हे काय अघटित घडत होतं?*

कदाचित काही उत्तरं या जागेतच दडलेली होती, असं आत जाता जाता तिला वाटलं. त्या जागेत भरपूर उजेड होता आणि फरशी हलक्या रंगाची होती. हलकासा पिवळसर आणि तपकिरी यांच्या मधला रंग, एखाद्या जुनाट पुस्तकातल्या पिवळट पडलेल्या कागदासारखा, पण तिला बाहेर दिसलेल्या खिडक्या मात्र आतल्या बाजूला नव्हत्या. खरं सांगायचं तर थोडीच पावलं चालल्यानंतर तिला भिंतीही दिसेनाशा झाल्या होत्या. त्याऐवजी तिला तिथं पुस्तकांची शेल्फं दिसू लागली होती. छतापर्यंत पोहोचणाऱ्या आणि मधल्या रुंद पॅसेजपासून विभागले जाऊन स्वतंत्र झालेल्या शेल्फांच्या रांगेमागून रांगा. नोरा त्यांमधून चालत निघाली होती. ती एका रांगेपाशी वळली आणि कधीच संपणार नाहीत अशा पुस्तकांकडे पाहून, गोंधळून थबकली.

सगळीकडे पुस्तकंच पुस्तकं होती. ती ज्या शेल्फांवर मांडलेली होती ती शेल्फं अदृश्य वाटावीत इतक्या पातळ चौकटींची होती. सर्व पुस्तकं हिरव्या रंगाची होती. हिरव्या रंगाच्या अनेक छटा. त्यातले काही ग्रंथ शेवाळलेल्या दलदलीच्या छटेचे, काही शॉत्रुज नावाच्या दारूसारखी हलक्याशा पिवळसर हिरव्या रंगाची, काही गडद हिरव्या पाचूसारखी आणि उरलेली पुस्तकं बर्फ वितळल्यानंतर डोकं वर काढलेल्या कोवळ्या हिरवळीच्या रंगाची.

आणि कोवळ्या हिरवळीबद्दल बोलायचे झाले तर, पुस्तकं जुनाट दिसत असली तरी त्या वाचनालयातल्या हवेत मात्र ताजेपणा होता. तिचा गंध भरघोस गवत उगवलेलं आहे अशा मैदानातल्या रानगंधाशी नातं सांगणारा होता, एखाद्या धूळ खात पडलेल्या, जुन्यापुराण्या, जडजंबाळ पुस्तकासारखा नव्हे.

ती शेल्फं खरोखरीच कधी न संपणारी वाटत होती, खूप दूरवरच्या क्षितिजाच्या दिशेनं सरळ आणि लांबच-लांब लांबत जाणारी, एखाद्या कला विद्यालयातल्या प्रकल्पातील एकमितीय रेषांसारखी; कुठे कुठे मधल्या पॅसेजमुळं रेषा थोड्याशा तुटलेल्या.

ती अवचितपणे एका पॅसेजमध्ये घुसली आणि चालू लागली. पुढच्या वळणावर ती डावीकडं वळली आणि थोडी हरवल्यासारखी झाली. तिनं बाहेर जाण्याचा मार्ग शोधयचा प्रयत्न केला; पण तिथं बाहेर जाण्याचा मार्ग असं दर्शवणारी कसलीच खूण नव्हती. तिनं पुन्हा मागं फिरून प्रवेशद्वार शोधण्याचा प्रयत्न केला, पण ते अशक्य होतं.

हळूहळू तिला या निष्कर्षापर्यंत पोहोचावं लागणारच होतं की तिला बाहेर पडण्याचा मार्ग सापडणार नव्हता. ''हे नेहमीसारखं नाहीये,'' स्वतःच्या आवाजाचा तरी दिलासा मिळावा म्हणून ती स्वतःशीच बोलली. ''नक्कीच हे ठीक नाही.''

नोरा थांबली आणि तिथल्या पुस्तकांच्या जवळ गेली.

त्या पुस्तकांच्या कडेवर पुस्तकाचं शीर्षक किंवा लेखकाचं नावच नव्हतं. पुस्तकांच्या रंगाच्या छटांमधला फरक सोडला तर त्यांच्या आकारांमध्ये ही फरक होता; सगळ्यांची उंची सारखीच असली तरी जाडी मात्र वेगवेगळी होती. काहींची जाडी दोन इंच तर काहींची बऱ्यापैकी कमी होती. एक-दोन तर पत्रकापेक्षा काही फार मोठी नव्हती.

शेल्फवरचे एक मध्यम आकाराचे शुष्क ऑलिव्ह रंगाचे पुस्तक काढण्यासाठी ती पुढे झाली. ते जरासं धूळकट आणि किंचित फाटलेलं दिसत होतं.

ती ते पुस्तक शेल्फवरून खाली काढणार इतक्यात तिला मागून अनपेक्षित आवाज ऐकू आला आणि तिनं उडीच मारली.

'सावकाश', तो आवाज म्हणाला.

आणि तिथं कोण आहे हे पाहण्यासाठी ती मागं वळली.

ग्रंथपाल बाई

''प्लीज. सांभाळून.''

ग्रंथपाल बाई अचानकच तिथे कुठूनतरी प्रकट झाल्या होत्या. ऐटदार कपड्यातल्या, कापलेले पांढरे केस आणि शेवाळी रंगाचा बंद गळ्याचा जंपर घातलेल्या. निश्चित सांगायचं असतं तर नोरानं त्या साधारण साठीच्या असल्याचं सांगितलं असतं.

''कोण आहात तुम्ही?''

पण प्रश्नाचं उत्तर मिळण्याआधीच तिला जाणीव झाली होती की तिला प्रश्नाचं उत्तर आधीच ठाऊक आहे.

''मी इथली ग्रंथपाल आहे.'' ती स्त्री संकोचत म्हणाली. ''तुम्ही कोण.''

त्यांचा चेहरा मायाळू पण अनुभवाने आलेल्या कठोरपणाची जाणीव देणारा होता. नोराच्या मनात ठसलेली ग्रंथपालाची एक कायमस्वरूपी अशी जी छबी होती, त्याप्रमाणेच त्यांचे केस व्यवस्थित कापलेले आणि चेहराही अगदी हुबेहूब तोच होता.

कारण आता तिच्या समोर प्रत्यक्ष तिच्या शाळेतल्या वयस्क ग्रंथपाल बाई उभ्या होत्या.

''मिसेस एल्म.''

मिसेस एल्म किंचितशा हसल्या. 'कदाचित.'

नोराला पावसाळ्यातल्या बुद्धीबळ खेळत घालवलेल्या दुपारच्या त्या वेळा आठवल्या.

तिला तो दिवस आठवला जेव्हा तिचे डॅड वारल्याची बातमी मिसेस एल्मनी तिला ग्रंथालयात येऊन हळुवारपणे सांगितली होती. तिचे डॅड मुलांच्या ज्या शाळेत शिकवायचे त्या शाळेच्या वसतिगृहाच्या रग्बीच्या मैदानावर असताना अचानक हृदयविकाराचा झटका येऊन गेले होते. तेव्हा जवळजवळ अर्धा तास ती पूर्णपणे बधिर झाली होती, आणि अर्धवट खेळून झालेल्या बुद्धीबळाच्या पटाकडे टक लावून बसली होती. बातमी ऐकल्याऐकल्या पहिल्या क्षणी त्या बातमीचा गंभीरपणा तिच्या आत लगेच झिरपला नव्हता. पण हळूहळू भान आल्यानंतर त्या बातमीचा तिला जबरदस्त धक्का बसला. त्या धक्क्याचा आघात डाव्या-उजव्या दोन्ही अंगांनी तिच्यावर असा झाला की तिच्या पायाखालची

जमीन सरकली होती. तिनं मिसेस एल्मना इतकी घट्ट मिठी मारली होती आणि त्यांच्या जंपरच्या गळ्यावर इतके अश्रू गाळले होते की तिचे अश्रू आणि तो जंपरचे ॲक्रिलिक एकत्रितपणे घासले जाऊन मिसेस एल्मची त्वचा हुळहुळी झाली होती.

मिसेस एल्मनी कोणत्याही प्रकारचे पोकळ सांत्वन न करता, त्या केवळ तिला एखाद्या बाळासारखं जवळ घेऊन, तिच्या पाठीवर थोपटत आणि डोक्यावरून हात फिरवत राहिल्या होत्या. त्यांच्या आवाजात फक्त तिच्याबद्दलची काळजी होती. तिला आठवलं की तेव्हा त्या तिला फक्त एवढंच सांगत राहिल्या, ''परिस्थिती सुधारेल, नोरा. सगळं काही ठीक होणार आहे.''

नोराची आई तिला घ्यायला आली, तेव्हा मागच्या सीटवर तिचा भाऊ पिऊन धुंद झालेल्या अवस्थेत पडलेला होता. ते येईपर्यंत एका तासापेक्षाही जास्त काळ उलटून गेला होता. नोरा तिच्या पूर्णपणे स्तब्ध झालेल्या आणि थरथरणाऱ्या आईच्या शेजारी पुढच्या सीटवर बसली होती. ती आईवर प्रेम करते असं आईला सांगत होती. पण त्यावर आईकडून एवढासासुद्धा प्रतिसाद मिळत नव्हता.

''ही कोणती जागा आहे? मी कुठं आहे?''

मिसेस एल्म खूपच औपचारिक हसल्या. ''वाचनगृह आहे हे.''

''हे काही शाळेचं वाचनालय नाही. आणि याला बाहेर जाण्याचा मार्गही नाही. मी मेले आहे का? हे मृत्यूनंतरचं जग आहे का?''

''अगदीच तसं नाही म्हणता नाही येणार.'' मिसेस एल्म म्हणाल्या.

''माझ्या लक्षात नाही आलं.''

''मग मी समजावून सांगते.''

मध्यरात्रीचं वाचनगृह

बोलता बोलता, मिसेस एल्मचे डोळे जिवंत भासायला लागले. चांदण्यात चमकणाऱ्या पाण्याच्या छोट्याश्या डबक्याप्रमाणे ते चमकत होते.

"जीवन आणि मरण यांच्या मध्यांतरात एक वाचनगृह असते," त्या म्हणाल्या. "आणि त्या वाचनालयात कधीच न संपणारी शेल्फं असतात. त्यावरच्या प्रत्येक पुस्तकात एक नवीन आयुष्य जगून पाहण्याची संधी असते. हे पाहण्यासाठी की तुम्ही दुसरे पर्याय निवडले असते तर तुमचं आयुष्य वेगळं कसं बनलं असतं... तुम्हाला तुमची खंत पुसून टाकता आली असती तर तुम्ही काही वेगळं केलं असतं का?"

"म्हणजे *मी* मेले आहे?" नोरानं विचारलं

मिसेस एल्मनी मान हलवली. "नाही. नीट लक्ष देऊन ऐक. आयुष्य आणि मृत्यू यांच्या दरम्यान." त्यांनी मोघमपणे शेल्फच्या रांगाकडे लांबवर हात दाखवला. "मृत्यू तिकडे बाहेर आहे."

"बरं मग मला तिकडं जायला हवं. कारण मला मरायचं आहे." नोरानं चालायला सुरुवात केली.

पण मिसेस एल्मनी मान हलवली. "मृत्यूचं असं नसतं."

"का नाही?"

"आपण मृत्यूकडे जात नसतो. मृत्यू आपल्याकडे येतो."

म्हणजे मृत्यूसुद्धा एक अशी विशेष गोष्ट होती, की जी आपल्याला नीट पार पाडता आली नाही, असं नोराला वाटत होतं.

ही गोष्ट नेहमीचीच होती. ही भावना, प्रत्येक गोष्टीत अपूर्ण असल्याची भावना. एक अपूर्ण तुकड्यातुकड्यांचं मानवी कोडं. अपूर्ण जगणं आणि अपूर्ण मरणं.

"मग मी मेलेली का नाही? मला मरण का आले नाही? मी तर त्याला खुलं आमंत्रण दिलं होतं. मला मरायचं होतं. पण मी इथं आहे, अजूनही जिवंत. अजूनही माझी सगळी जाणीव शाबूत आहे."

"ठीक आहे, तुला बरे वाटणार असेल तर ऐक, *बहुधा* तू मरणार आहेस. जे लोक या वाचनगृहात येऊन जातात ते या ना त्या कारणाने सहसा फार काळ जगत नाहीत."

जेव्हा नोरानं या संबंधी विचार केला आणि ती त्या संबंधाने जरा जास्तच विचार करू लागली होती ती, जे नव्हती त्याचाच विचार नोरा स्वतःच्या संदर्भात करू शकत होती. त्या गोष्टी ज्या तिला साधल्या नव्हत्या. आणि अशा खरोखरीच अनेक गोष्टी होत्या ज्या तिला साधता आल्या नव्हत्या. अशा खंत वाटणाऱ्या गोष्टी ज्या पुन्हा पुन्हा तिचं मन पोखरत असे. ''*मी ऑलिंपिकची जलतरणपटू झाले नाही. मी हिमनदी शास्त्रज्ञ झाले नाही. मी डॅनची बायको झाले नाही. मी आई झाले नाही. मी 'लॅबिरिंथ'ची प्रमुख गायिका बनले नाही. मी खरोखरीची चांगली किंवा खरोखरीची आनंदी व्यक्ती बनू शकले नाही. मी व्हॉल्टेअरची काळजी घेऊ शकले नाही.*'' आणि सरतेशेवटी तिला नीटपणे मरताही आले नव्हते. जेवढ्या म्हणून शक्यता तिनं वाया घालवल्या होत्या, त्याचा विचार करता परिस्थिती फारच कीव करण्याजोगी होती.

''जोपर्यंत हे मधरात्रीचं वाचनगृह टिकून आहे, नोरा, तोपर्यंत तू मृत्यूपासून सुरक्षित आहेस. आता तू ठरव तुला कसं जगायचं आहे.''

सरकणारी शेल्फं

नोराच्या दोन्ही बाजूंची शेल्फं सरकायला सुरुवात झाली. हे होत असताना शेल्फांची दिशा बदलत नव्हती. ती होती तशीच एका दिशेने सरकत होती. कदाचित शेल्फं मुळी सरकतच नव्हती, सरकत होती ती पुस्तकं आणि ते तसं का आणि *कसं* होतंय, हे स्पष्टपणे कळत नव्हतं. तिथं हे घडण्यासाठी आवश्यक अशी कोणतीही यंत्रणा दिसत नव्हती आणि पुस्तकं शेल्फांच्या शेवटच्या टोकाकडून किंबहुना सुरुवातीच्या टोकाकडून – खाली पडत असण्याचा आवाज ऐकू येतोय किंवा दृश्य दिसते, असं काहीच नव्हतं. पुस्तकं वेगवेगळ्या वेगानं पण सावकाश पुढं सरकत होती, ती कोणत्या शेल्फवर आहेत त्यावर त्यांचा वेग अवलंबून होता, पण हे मात्र खरं की कोणतंच पुस्तक जास्त वेगानं पुढं सरकत नव्हतं.

''काय घडतंय?''

मिसेस एल्मच्या चेहऱ्यावरचे भाव गोठले आणि त्या अधिकच ताठ झाल्या, त्यांची हनुवटी थोडीशी त्यांच्या मानेत ओढली गेली. त्या एक पाऊल पुढे होऊन नोराजवळ सरकल्या आणि त्यांनी तिचे दोन्ही हात हातात घेतले. ''नोरा, आता सुरुवात करण्याची वेळ आली आहे.''

''तुमची हरकत नसेल तर मी एक विचारू का? काय सुरू करायचंय?''

''प्रत्येक आयुष्यात अनेक निर्णय घ्यायचे असतात. काही मोठे, काही छोटे. पण प्रत्येक वेळी निर्णयाचा एक पर्याय निवडला जातो, तेव्हा प्रत्येक पर्यायाची परिणती वेगळी असते. एक अपरिवर्तनीय असा बदल अस्तित्वात येतो. त्यावर अवलंबून आणखी काही बदल होतात. ही पुस्तकं म्हणजे तुला जगता येतील अशा सर्व संभाव्य आयुष्यांचे प्रवेश खुले करणारे दरवाजे आहेत.''

'काय?'

''जितकी आयुष्ये जगण्याची शक्यता आहे तितकी आयुष्ये तुम्हाला जगता येतात. काही आयुष्ये अशी असतात ज्यात तुम्ही वेगवेगळे पर्याय निवडता. आणि त्या पर्यायांचे परिणाम वेगवेगळे असतात. तुम्ही फक्त एकच गोष्ट वेगळी केली असेल तर तुमच्या आयुष्याची कथा वेगळी असेल. आणि या सगळ्या कथा या जीवनमरणाच्या मध्यांतरातल्या वाचनगृहात अस्तित्वात आहेत. हे आयुष्य जितके खरे, तितक्याच त्या सर्व कथाही खऱ्या आहेत.''

''समांतर आयुष्यं?''

''नेहमीच समांतर नाही. काही जरा जास्तच *काटकोनात*... सरळ वर जाणारी असतात. मग तुझ्या मनासारखं तुला जगायचे आहे का? बदलायला पाहिजे असे तुला वाटणारे काही आहे का? तुला नको होती अशी एखादी गोष्ट तू केली आहेस का?''

हे सांगणं अगदीच सोपं होतं. ''हो. जवळजवळ प्रत्येकच गोष्ट.''

हे उत्तर ऐकताना मिसेस एल्मच्या नाकात गुळगुळल्यसारखं झालं असावं.

तिनं पटकन तिच्या पोलो गळ्याच्या जंपरच्या बाहीत चाचपडत तिथं खोचलेला टिश्यू बाहेर काढला. तो चटकन चेहऱ्याजवळ आणला आणि ती त्यात शिंकली.

''देव तुमचं भलं करो,'' नोरा म्हणाली. असं म्हणताना ती निरीक्षण करत होती. ग्रंथपाल बाईंनी तो टिश्यू वापरला आणि ताबडतोब तो त्यांच्या हातातून गायब झाला. जणू काही स्वच्छतेची ही एक अगम्य जादूच होती.

''काळजी करू नकोस. टिश्यू आयुष्यांसारखेच असतात. एक वापरून संपला तरी आणखी उपलब्ध असतात.'' असे म्हणत मिसेस एल्म पुन्हा तिच्या चिंतनाकडे वळल्या. ''एक गोष्ट वेगळेपणाने केली काय आणि *प्रत्येक* गोष्टच वेगळेपणाने केली काय, एकच असते. कितीही प्रयत्न करा, एकदा केलेली गोष्ट त्या आयुष्यात तरी परत माघारी फिरवता येत नाही... पण तुझ्यावर आता एकाच आयुष्याची मर्यादा नाही. तू त्यातून बाहेर पडली आहेस. गोष्टी कशा असू शकल्या असत्या हे पाहण्याची तुला मिळालेली ही एक संधी आहे, नोरा.''

''*हे असं वास्तवात खरंच असणार नाही,*'' नोरानं स्वतःशी विचार केला.

तिच्या मनात काय चाललं आहे, हे मिसेस एल्मला कळतंय असं दिसत होतं.

''ओह, नोरा सीड, हे खरं आहे. पण हे वास्तव तुला माहीत असलेल्या वास्तवासारखे अगदी हुबेहूब नाही. योग्य शब्दाअभावी आपण त्याला *मध्यांतर* म्हणू या. हे प्रत्यक्ष आयुष्य नाही. हा मृत्यूही नाही. रूढार्थाने वास्तव असलेले जग हे नाही. पण हे स्वप्नातले जगही नाही. हे जग यांपैकी 'हेच' किंवा 'तेच' आहे असं नाही म्हणता येणार. थोडक्यात हे 'मध्यरात्रीचं वाचनगृह' आहे.''

सावकाशपणे सरकत असलेली शेल्फं सरकायची थांबली. नोरानं पाहिलं की तिच्या उजव्या बाजूला, तिच्या खांद्याच्या उंचीपर्यंत असलेल्या एका शेल्फवर मध्येच एक मोठी मोकळी जागा होती. तिच्या भोवतालच्या इतर सर्व शेल्फांवरची पुस्तके एकाला एक लागून गच्च बसवलेली होती. पण त्या बारीक पांढऱ्या शेल्फावरच्या या मोकळ्या जागेत एकच पुस्तक आडवं पडलेलं होतं.

आणि हे पुस्तक इतर पुस्तकांसारखे हिरवे नव्हते. ते राखाडी रंगाचे होते. तिनं दवाच्या झिरझिरीत पडद्याआड असलेली ती इमारत पहिली होती तेव्हा तिला दिसलेल्या दर्शनी भागावर दिसलेल्या दगडांसारखे राखाडी.

मिसेस एल्मनी शेल्फवरून ते पुस्तक काढले आणि नोराच्या हातात दिले.

त्यांच्या चेहऱ्यावर सगळं माहीत असल्याप्रमाणे एक आत्मविश्वासची झलक दिसत होती, जणू काही त्यांनी तिला ख्रिसमसची एखादी भेटवस्तूच दिली होती.

ते पुस्तक मिसेस एल्मच्या हातात होतं तेव्हा ते अगदी हलकं असल्याचा भास होत होता, पण दिसत होतं त्यापेक्षा ते कितीतरी जास्त जड होतं. ते उघडण्यासाठी नोरा थोडी पुढं झाली.

मिसेस एल्मनं मान हलवली.

''मी तुला सांगेपर्यंत तुला वाट पहायला हवी.''

'का?'

''या संपूर्ण वाचनगृहातल्या प्रत्येक पुस्तकात फक्त एक अपवाद सोडता तुझ्या आयुष्याचीच आवृत्ती आहे. हे वाचनगृह तुझे आहे. ते तुझ्यासाठीच आहे. लक्षात घे, प्रत्येकाच्या आयुष्याचा अंत होण्याच्या अनंत पद्धती असू शकतात. या शेल्फांवरच्या पुस्तकांत तुझं आयुष्य आहे, सगळी काळाच्या एकाच बिंदूपासून सुरू होणारी. या क्षणापासून. मध्यरात्र. २८ एप्रिल, मंगळवार. पण या जीवनमरणाच्या मध्यरेषेवरच्या शक्यता सगळ्या एकसारख्या नाहीयेत. काहींमध्ये साम्य आहे, तर काही अगदीच वेगळ्या आहेत.''

''हे विचित्र आहे,'' नोरा म्हणाली. ''*फक्त एक?* हे पुस्तक?'' नोरानं ते दगडी–राखाडी रंगाचे पुस्तक मिसेस एल्मच्या समोर किंचित वाकडे करून धरले.

मिसेस एल्मनं भुवई उंचावली. ''हो. तेच. ते तू लिहिले आहेस, एकही शब्दही टाइप न करायला लागता.''

'काय?'

''हे पुस्तकच तुझ्या सगळया समस्यांचं मूळ आहे आणि यातच त्या समस्यांची उत्तरं आहेत.''

''पण हे आहे तरी काय?''

''नोरा, या पुस्तकाला *'पश्चात्तापांचे पुस्तक'* असं नाव आहे.''

पश्चात्तापांचे पुस्तक

नोरानं पुस्तक नीट निरखून पाहिलं. तिला आता ते दिसत होतं. मुखपृष्ठावर असलेली उठावदार अक्षरं.

पश्चात्तापांचे पुस्तक

''तुझ्या मनात तुझा जन्म झाल्यापासून जेवढे पश्चात्ताप साठले असतील, ते या पुस्तकात नोंदवले आहेत.' मिसेस एल्म मुखपृष्ठावर बोटाने टकटक आवाज करत म्हणाल्या. ''ते पुस्तक उघडायला मी तुला आता परवानगी देते.''

पुस्तक इतकं वजनदार होतं की पुस्तक उघडण्यासाठी नोरा मांडी घालून खालीच बसली. तिनं ते पुस्तक उघडून चाळायला सुरुवात केली.

पुस्तकात तिच्या आयुष्यातल्या प्रत्येक वर्षानुसार क्रमवार प्रकरणे होती. ०,१,२, ३ अशी ३५ पर्यंत प्रकरणे होती. जसंजसं पुढं जाईल तसंतसं पुस्तकातल्या प्रकरणांची लांबी वाढत गेली होती. पण त्यात तिच्या मनात साठत गेलेले पश्चात्ताप मात्र संबंधित वर्षाच्या प्रकरणातच नोंदवले गेल्याचे दिसत नव्हते.

''पश्चात्तापांना कालक्रमाशी काही देणंघेणं नसतं. ते आपल्या आयुष्यात कायमच शिल्लक राहतात, तरंगत असतात. पश्चात्तापांच्या यादीचा क्रम सतत खाली-वर होत राहतो.''

''बरोबर, हो हो, मला वाटतं या म्हणण्यात तथ्य आहे.''

तिच्या चटकन हे लक्षात आले की पश्चात्तापांच्या यादीत अगदी क्षुल्लक आणि रोज घडणाऱ्या गोष्टींबद्दलच्या पश्चात्तापांपासून ('मला आज व्यायाम न केल्याचा पश्चात्ताप होतोय') ते महत्त्वाच्या गोष्टींबद्दलचे पश्चात्ताप ('मला माझ्या वडिलांबद्दल किती प्रेम होतं, हे ते हयात असताना त्यांना सांगायला हवं होतं, ते राहून गेलं, याचा मला पश्चात्ताप होतो') सामावलेले होते.

काही पश्चात्ताप जणू पार्श्वभूमीवर सतत रेंगळणारे असलेले होते. त्यांचा उल्लेख पुन्हापुन्हा अनेक पृष्ठांवर झालेला होता. 'मी द लॅबिरिंथ सोडल्याचा मला पश्चात्ताप होतो कारण त्यामुळे मी माझ्या भावाला दगा दिल्यासारखं झालं,' 'मी द लॅबिरिंथ सोडल्याचा मला पश्चात्ताप होतो कारण त्यामुळे मी मला स्वतःलाच दगा दिल्यासारखं झालं', 'मी पर्यावरणासाठी काही केलं नाही, याचा

मला पश्चात्ताप होतो', 'मी समाज माध्यमांवर जो वेळ वाया घालवला, त्याचा मला पश्चात्ताप होतो', 'मी इझ्झीबरोबर ऑस्ट्रेलियाला गेले नाही, त्याचा मला पश्चात्ताप होतो', 'मी तरुण असताना मजा केली नाही, त्याचा मला पश्चात्ताप होतो'; 'माझ्या वडिलांबरोबर वाद घातले, त्याचा मला पश्चात्ताप होतो.' 'मी प्राण्यांसाठी काही काम केलं नाही, त्याचा मला पश्चात्ताप होतो', 'विद्यापीठात मी तत्त्वज्ञानाऐवजी भूशास्त्राचा अभ्यास का केला नाही म्हणून मला पश्चात्ताप होतो', 'मी स्वत:ला आनंदी बनवले नाही, त्याचा मला पश्चात्ताप होतो', 'सतत अपराधी भावना घेऊन जगले, त्याचा मला पश्चात्ताप होतो'; 'स्पॅनिश शिकणं पूर्ण केलं नाही, त्याचा मला पश्चात्ताप होतो.' 'विज्ञानाच्या ज्या विषयांमध्ये मला 'ए'-लेव्हल्स मिळाल्या होत्या, तेच विषय मी निवडले नाहीत, त्याचा मला पश्चात्ताप होतो.' 'मी हिमनदीशास्त्रज्ञ झाले नाही, त्याचा मला पश्चात्ताप होतो.' 'मी लग्न केलं नाही, त्याचा मला पश्चात्ताप होतो.' 'मी तत्त्वज्ञान या विषयातली पदव्युत्तर पदवी मिळवण्यासाठी केंब्रिज विद्यापीठात प्रवेश घेतला नाही, त्याचा मला पश्चात्ताप होतो.' 'मी माझी तब्येत चांगली राखली नाही, त्याचा मला पश्चात्ताप होतो', 'लंडनला स्थलांतर केल्याचा मला पश्चात्ताप होतो.' 'मी इंग्लिश शिकवायला पॅरिसला गेले नाही, त्याचा मला पश्चात्ताप होतो.' 'विद्यापीठात असताना सुरू केलेली कादंबरी मी पूर्ण केली नाही, त्याचा मला पश्चात्ताप होतो', 'मी लंडनमध्ये राहिले नाही, त्याचा मला पश्चात्ताप होतो.' 'जिथे प्रगतीची काही संधी नाही, अशी नोकरी मी केली, त्याचा मला पश्चात्ताप होतो.' 'मी चांगली बहीण झाले नाही, त्याचा मला पश्चात्ताप होतो'. 'विद्यापीठातले शिक्षण संपल्यानंतर मी एक वर्ष मुक्त जगण्याची संधी घेतली नाही, त्याचा मला पश्चात्ताप होतो'; 'मी माझ्या वडिलांच्या पदरात निराशा टाकली, त्याचा मला पश्चात्ताप होतो.' 'मी पियानो वाजवण्यापेक्षा शिकवण्याचं कामच जास्त केलं, त्याचा मला पश्चात्ताप होतो.' 'मी माझ्या पैशांचे योग्य ते व्यवस्थापन केले नाही, त्याचा मला पश्चात्ताप होतो.' 'मी निससर्गरम्य वातावरणात राहिले नाही, त्याचा मला पश्चात्ताप होतो.'

काही पश्चात्तापांचे स्वरूप थोडे अस्पष्ट होते. त्यातला एक आहे की नाही असा एक पश्चात्ताप मधूनच एकदम ठळकपणे पुढे यायचा आणि नंतर पुन्हा त्याचं जाणवणं नाहीसं व्हायचं, जणू काही त्याची सतत उघडझाप होत होती. 'मी अजून आई झाले नाही,' याचा हा पश्चात्ताप होता.

''या पश्चात्तापाचं हे स्वरूप आहे. तो कधी जाणवतो, कधी जाणवत नाही,'' पुन्हा एकदा तिच्या मनातलं ओळखत मिसेस एल्मनं स्पष्टीकरण दिलं. ''असे काही थोडे आणखी पश्चात्ताप आहेत.''

पुस्तकाच्या शेवटी सर्वांत मोठं असणाऱ्या, वयाच्या चौतीस वर्षापासून पुढच्या प्रकरणात, विशेषत: डॅनशी संबंधित असणारे पश्चात्ताप होते. ते चांगलेच तीव्र आणि ठळक होते आणि जोसेफ हेडनच्या[२६] कॉन्सर्टमध्ये वाजवल्या जाणाऱ्या मोठ्या आवाजातल्या तुकड्यासारखे, तिच्या डोक्यात ठणाणा वाजत होते.

'डॅनशी मी फारच दुष्टपणे वागले, त्याचा मला पश्चात्ताप होतो.' 'मी डॅनशी ठरलेलं लग्न मोडलं, त्याचा मला पश्चात्ताप होतो.' 'मी डॅनबरोबर गावातल्या पबमध्ये राहिले नाही, त्याचा मला पश्चात्ताप होतो.'

त्या पुस्तकाकडे टक लावून पाहत असताना, ती ज्या माणसाशी तिचं लग्न जवळजवळ लागलं होतं, त्याचा विचार करत होती.

---

२६ अठराव्या शतकातला ऑस्ट्रियन संगीतकार

खेद – पश्चात्तापांचं बोजड बोचकं

इझ्झीबरोबर टूटिंगमध्ये[२७] राहत असताना ती डॅनला भेटली. चांगलं रुंद हसू, खुरटी दाढी. दिसायला जणू टीव्हीवरचा एखादा मुरब्बी नट. मूर्तिमंत मजा, उत्साह. प्यायचा मात्र बऱ्यापैकी, पण बघताना असं वाटायचं की याला दारू काही चढत नसावी.

कलेचा इतिहास हा त्याच्या अभ्यासाचा विषय होता आणि रुबेन्स व टिंटोरेट्टो यांच्याबद्दलच्या ज्ञानाचा बेमालूम उपयोग करून त्याआधारे तो एका प्रोटीन फ्लॅपजॅक्स्च्या कंपनीत जनसंपर्क खात्याचा प्रमुख झाला होता. पण त्याचं एक स्वप्न होतं. आणि त्याचं स्वप्न होतं गावाकडे एक मद्यगृह चालू करण्याचं जे त्याला तिच्या सोबत – नोरासोबत – जगायचं होतं.

आणि तीसुद्धा त्याच्या उत्साहानं प्रभावित झाली होती. त्याच्या बरोबर तिनं लग्नाला होकार दिला. परंतु अचानक तिला उमगलं की त्याच्या बरोबर लग्न करण्याची तिची मनोमन इच्छाच नव्हती.

तिच्या मनात खोलवर भीती होती की लग्नानंतर तिची स्थिती तिच्या आईसारखी होईल. तिला तिच्या आयुष्यात आईवडिलांच्या वैवाहिक जीवनाची पुनुरावृत्ती होऊ दयायची नव्हती.

अजूनही त्या *पश्चात्तापांच्या पुस्तकाकडे* ती शून्य नजरेने टक लावून पाहत होती. मनातल्या मनात नवल करत होती की खरंच तिच्या आईवडिलांचं एकमेकांवर प्रेम होतं की योग्य वयात आल्यावर जवळपासच्या व्यक्तींमध्ये जी उपलब्ध असेल त्या व्यक्तीशी लग्न करावे म्हणून त्यांनी एकमेकांशी लग्न करून टाकलं होतं. संगीत खुर्चीसारखं संगीत थांबलं रे थांबलं की जो समोर दिसेल त्याला पकडलं, झालं.

तिला लग्नाचा असा खेळ खेळायची इच्छा कधीच नव्हती.

बर्ट्रान्ड रसेलने म्हटलं आहे, ''प्रेमाचे भय बाळगणं म्हणजे जगण्याचं भय बाळगणं आणि ज्यांना जगण्याचं भय वाटत ते १/३ हिस्सा मेल्यासारखेच आहेत.'' कदाचित तिची समस्या तीच होती. कदाचित तिला जगण्याचीच भीती होती. पण बर्ट्रान्ड रसेलने त्याच्या आयुष्यात गरमागरम जेवण जितक्या वेळेस

---

२७ 'साउथ लंडन'मधला एक विभाग

केले असेल, तितक्या वेळा त्याची लग्ने आणि प्रेमप्रकरणे झाली होती, त्यामुळे कदाचित त्याला हा सल्ला देण्याचा हक्क नाही, असं म्हणता येईल.

नोराची आई तिच्या लग्नाआधी तीन महिने वारली तेव्हा नोराला अतीव दु:ख झालं होतं. तिनं लग्नाची तारीख आधीची घ्यावी असं सुचवलं होतं खरं म्हणजे; पण काही ना काही कारणाने ते घडलं नव्हतं आणि नोराच्या दु:खात नैराश्य आणि अस्वस्थता, त्याच्या जोडीनं तिचं आयुष्य तिच्या हातातून निसटून चालल्याची भावना या गोष्टींची भर पडली. हे लग्न म्हणजे या सगळ्या गोंधळाचं प्रतीकच बनलं होतं, तिला वाटत होत की ती आगगाडीच्या रुळांना घट्ट जखडली गेलीयं, आणि तिला ज्या दोऱ्यांनी बांधलंय त्या सोडवून सुटका करून घ्यायची असेल, तर एकच उपाय होता, तो म्हणजे त्या लग्नालाच 'नाही' म्हणायचं. प्रत्यक्षात मात्र बेडफोर्डमध्येच राहणं, एकटीच असणं आणि एकत्र ऑस्ट्रेलियाला जाण्याचा बेत रद्द करून इझ्झीला निराश करणं, आणि 'स्ट्रिंग थिअरी'मध्ये नोकरी सुरू करणं आणि एक मांजर पाळणं, या गोष्टी तिच्या नशिबात आल्या. या सगळ्यांमध्ये उलट तिचं स्वातंत्र्य हिरावलं गेल्याचंच दिसत होतं.

''नाही, नाही,'' नोराच्या विचारांची साखळी तोडत, मिसेस एल्म म्हणाल्या. ''हे सगळं तुझ्यासाठी फारच असह्य आहे.''

...आणि अचानक तिच्या मनातली ती खेदाची भावना पुन्हा परतली, लोकांची आणि स्वत:चीही निराशा केल्याची ती वेदना. ती वेदना, जिच्यापासून पळ काढण्याचा प्रयत्न तिनं केला, त्याला अजून एक तासही झाला नव्हता. सगळे खेद पुंजक्यापुंजक्यानं एकत्र घोंगावू लागले. खरं म्हणजे, बेडफोर्डमध्ये फिरत असताना त्या वेदनेमुळं जितकं दुखायचं, त्यापेक्षाही आत्ता त्या पुस्तकाच्या उघड्या पानांकडे एकटक पाहत असताना होणारी वेदना कितीतरी अधिक दुखणारी होती. ते सगळे खेद-पश्चात्ताप असे एकवटून, एकाच वेळी पुस्तकातून बाहेर पडून त्यातून पिळवटून काढणाऱ्या वेदनेचा बागुलबुवा उभा राहत होता. अपराधी भावना आणि खंत व अतीव दु:ख. ती तिच्या कोपरांवर मागे रेलली, तिनं ते जड पुस्तक खाली ठेवलं आणि डोळे गच्च मिटून घेतले. जणू काही अदृश्य हातांनी गळा पकडला असावा आणि श्वास कोंडला जावा, तसं तिला होत होतं.

''हे थांबवा.''

''पुस्तक बंद कर ते आता.'' मिसेस एल्मनं सूचना केली. ''पुस्तक बंद कर गं, नुसते डोळे बंद करू नकोस. कर बंद. ते तुझं तुलाच करावं लागेल.''

नोराला ती घेरी येऊन पडेल असं वाटत होतं, पण मिसेस एल्मच्या सांगण्यामुळं ती ताठ बसली आणि तिनं पुस्तकाच्या मुखपृष्ठाखाली हात घातला. आता ते पहिल्यापेक्षाही जड लागत होतं, पण तिनं ते कसंबसं मिटवलं, आणि सुटकेचा नि:श्वास टाकला.

प्रत्येक आयुष्याची सुरुवात आत्ता–या क्षणालाच होते

'मग?'

मिसेस एल्म हाताची घडी घालून उभी होती. ही मिसेस एल्म नेहमीचीच आहे, असं दिसत तरी होतं, पण नोराला जी मिसेस एल्म ठाऊक होती त्यापेक्षा या मिसेस एल्मचं वागणं मात्र निश्चितच तुटक होतं. ती मिसेस एल्म होती पण कसं कोण जाणे, मिसेस एल्म नव्हती पण. फारच गोंधळात टाकणारं होतं हे सगळं.

"मग काय?" नोरानं उलट विचारलं. नोराला अजूनही श्वास घ्यायला त्रास होत होता. त्याच वेळी सुटकेची भावनाही होतीच, त्यामुळे खेद वाटण्याची तीव्रताही आता तितकीशी जाणवत नव्हती.

"तुला सर्वांत जास्त खंत कशाची वाटतेय? मागे जाऊन तुझा कोणता निर्णय तुला पुन्हा नव्यानं घ्यायला आवडेल? कोणतं आयुष्य जगून पाहायला तुला आवडेल?"

मिसेस एल्मनं अगदी हेच शब्द वापरले होते. *जगून पाहायला.* जणू काही नोरानं एखाद्या कपड्याच्या दुकानात जावं आणि एखादा टी-शर्ट निवडल्यासारखं आयुष्य निवडावं. एखाद्या अतर्क्य खेळासारखं भासत होतं हे.

"ते फारच वेदनादायक होतं. कोणीतरी माझा गळा आवळतंय असं वाटत होतं मला. या सगळ्याचा अर्थ तरी काय आहे?"

नोरानं वर पाहिलं आणि पहिल्यांदाच तिला तिथं विजेचे दिवे असल्याची जाणीव झाली. नुसतेच बल्ब, छतापासून लोंबकळणाऱ्या वायरला जोडलेले. ते छत नेहमीच्या इतर छतांप्रमाणेच किंचित करड्या रंगाचं दिसत होतं. फरक इतकाच होता की ते एक तरंगतं छत होतं, कोणत्याच भिंतीपर्यंत न पोहोचणारं. इथल्या जमिनीप्रमाणेच ते न संपणारं होतं.

"याचा अर्थ एवढाच की एक ठळक शक्यता अशी असू शकते की तुझ्या जुन्या आयुष्याला आता पूर्णविराम मिळालेला आहे. तुला मरायचं होतं आणि कदाचित तू मरशील. आणि मग तुला कुठेतरी जावंच लागेल. कुठेतरी पाय रोवावे लागतील. दुसरं आयुष्य. त्यामुळे तुला आता नीट लक्ष देऊन विचार करायला हवा. या वाचनगृहाला 'मध्यरात्रीचं वाचनगृह' म्हणतात कारण इथं

मिळणारं प्रत्येक आयुष्य आता– या क्षणी सुरू होतं. हा बरोब्बर मध्यरात्रीचा क्षण आहे. या क्षणी सुरू होतात सगळी भविष्यातली आयुष्यं. तुझ्या इथल्या पुस्तकांमध्ये तीच दाखवलेली आहेत. तुला मिळू शकलं असतं असं लगेचच आणि लगतच्या भविष्यातलं प्रत्येक आयुष्य.''

''म्हणजे त्या पुस्तकांमध्ये कोणतेही भूतकाळच नाहीत?''

''नाही. फक्त त्यांचे परिणाम आहेत. पण त्यांचीही पुस्तके लिहिलेली आहेत. आणि मला ती सगळी माहीत आहेत. पण ती तुला वाचण्यासाठी नाहीत.''

''आणि प्रत्येक आयुष्य केव्हा संपतं?''

''काही सेकंदात. किंवा काही तास. किंवा काही दिवस असू शकतात. महिने. किंवा जास्त. तुला खरोखरीच जगावसं वाटणार आयुष्य सापडलं, तर मग तुला म्हातारपणामुळे मरण येईपर्यंत जगता येईल. तुला एखादं आयुष्य जगण्याची खरोखरी तीव्र इच्छा असेल, तर मग काळजीचं कारणच नाही. तू मग तिथं अगदी सुरुवातीपासून कायम तिथंच असल्यासारखी जगशील. कारण एका कुठल्यातरी विश्वात तुमचं अस्तित्व कायम असतंच. म्हणजे असं म्हणता येईल की त्या आयुष्याचं पुस्तक तुम्हाला कधी परत करायला लागत नाही. त्याचं स्वरूप वाचण्यासाठी उसनं घेतलेल्या पुस्तकासारखं नसतं, तर तुम्हाला मिळालेल्या भेटीसारखं असतं. ज्या क्षणी ते आयुष्य तुला हवं, खरोखरी हवं, असा निर्णय तू घेशील, त्या क्षणी तुझ्या डोक्यात अस्तित्वात असलेली प्रत्येक गोष्ट, हे मध्यरात्रीचं वाचनगृहसुद्धा, हळूहळू एखाद्या पुसट आठवणीसारखी होत जाईल. इतकी पुसट, न दिसणारी की तिच्या अस्तित्वाचीच शंका यावी.''

डोक्यावरच्या लोंबकळणाऱ्या विजेच्या दिव्यांपैकी एक दिवा उघडझाप करायला लागला.

''एकच धोका आहे.'' मिसेस एल्म भीती वाटावी अशा स्वरात पुढे सांगत राहिली. ''तू इथं असण्याच्या अवधीतला धोका. *दोन आयुष्यांच्या मध्यांतरातला.* पुढच्या आयुष्यातला प्रवास करण्याची तुझी इच्छा गमावलीस तर मात्र तुझ्या मूळ आयुष्याला धोका आहे. तुझं खरं आयुष्यं. त्याचा परिणाम म्हणून हे वाचनगृहच नष्ट होऊ शकतं. तुझं अस्तित्व कायमचं संपेल. तुझा मृत्यू झालेला असेल. आणि मग तुला इथे येता येण्याची शक्यताच नाहीशी होईल.''

''मला तेच तर हवं आहे. मला मरायचं आहे. मी मरेन कारण माझी तशी इच्छा आहे. म्हणून तर मी प्रमाणाबाहेर झोपेच्या गोळ्या घेतल्या. मला मरण हवं आहे.''

''हं, कदाचित हो, किंवा कदाचित नाही. काही झालं तरी तू अजून इथेच असशील.''

नोरानं हे कोडं सोडवण्याचा प्रयत्न केला. ''म्हणजे मला नंतर वाचनगृहात परतायचं असेल तर मला काय करावं लागेल? समजा माझ्या आताच्या आयुष्यापेक्षाही वाईट आयुष्य माझ्या वाट्याला आलं तर काय?''

''ते अगदी सूक्ष्म पातळीवरचं असेल, पण तुला जर ते तुझ्या मनासारखं अजिबात वाटलं नाही तर तू ताबडतोब इथे परत आलेली असशील. कधीकधी ही अशी निराशेची भावना तुला हळूहळू जाणवू लागेल, कधीकधी ती अचानक तुला घेरून टाकेल. पण ती कधीच जाणवली नाही, तर तू तिथेच राहशील, आणि तू आनंदी आहेस, याचं ते लक्षण असेल. यापेक्षा सरळ सोपं दुसरं काही असू शकत नाही. म्हणून तुला जी गोष्ट आधीपेक्षा वेगळेपणाने करता आली असती असं तुला वाटतं, अशी एखादी गोष्ट निवड, म्हणजे मी ते पुस्तक तुझ्यासाठी घेऊन येते. म्हणजे ते आयुष्य घेऊन येते.''

नोरा त्या मिटलेल्या, पिवळसर-तपकिरी रंगाच्या फरशीवर पडलेल्या *पश्चात्तापांच्या पुस्तकाकडे* नजर न हलवता पाहत होती.

डॅनबरोबर रात्री उशिरापर्यंत जागत मारलेल्या गप्पा तिला आठवल्या. गावाकडे त्याच्या मालकीचं एक छानसं, जुन्या वळणाचं मद्यगृह असावं, हे त्याचं स्वप्न. दुसऱ्या माणसालाही अगदी सहजपणे लागण होईल असा त्याचा उत्साह असायचा. त्याच्या सहवासात त्याचं स्वप्न तिचंही झालं होतं. ''मला असं वाटलं की मी डॅनला सोडायला नको होतं आणि माझं-त्याचं नातं घट्ट जपायला हवं होतं. अजूनही त्याच्या बरोबर राहायला हवं होतं. आता मला वाईट वाटतंय की आम्ही एकत्र राहून त्याचं ते स्वप्न पूर्ण करण्यासाठी झटलो नाही. आम्ही दोघे अजूनही एकमेकांसोबत असू, असं आयुष्य नाहीये का?''

''निश्चितच आहे,'' मिसेस एल्म म्हणाल्या.

वाचनगृहातली पुस्तकं पुन्हा मागंपुढं व्हायला लागली, जणू काही ती शेल्फं म्हणजे सामान वाहून नेणारे पट्टेच होते. मात्र या वेळेला एखाद्या लग्नातल्या वरातीप्रमाणे संथ गतीनं न हलता, ती वेगानं, आणखी वाढत्या वेगानं, आणखी आणखी वाढत्या वेगानं पुढं सरकत होती, इतकी की हळूहळू ती एकमेकांत मिसळली आहेत असं वाटून त्यातल्या एकेका पुस्तकाचं स्वतंत्र अस्तित्वच दिसेनासं झालं. एक हिरव्या रंगाचा प्रवाह झटकन डोळ्यांसमोरून सरकतोय, असं वाटायला लागलं.

आणि जितक्या अचानकपणे ती पुस्तकं वेगात फिरू लागली होती, तितक्याच अचानकपणे एका झटक्यात ती थांबली.

मिसेस एल्म गुडघ्यात वाकून खाली बसली आणि तिनं तिच्या डाव्या बाजूला असलेल्या शेल्फच्या सर्वांत खालच्या कप्प्यात असलेले पुस्तक काढलं.

ते पुस्तक गडद हिरव्या रंगांच्या पुस्तकांपैकी एक होतं. मिसेस एल्मनं ते नोराच्या हातात दिलं. ते आकारानं *पश्चात्तापांच्या पुस्तकाएवढंच* असलं तरी वजनाला खूप हलकं होतं. इतर पुस्तकांप्रमाणेच त्या पुस्तकाच्या कडेच्या बाजूला पुस्तकाचं नाव नव्हतं. इतर पुस्तकांच्या हिरव्या छटेप्रमाणे हुबेहूब तीच छटा असलेल्या त्या पुस्तकाच्या दर्शनी भागावर त्याचं नाव लहान अक्षरात कोरलेलं होतं.

ते होतं, *'माझं आयुष्य'*.

''पण हे तर माझं आयुष्य नाहीचंय...''

''नोरा, अगं ही सगळी तुझीच आयुष्यं आहेत.''

''मग, आता मी काय करू?''

''तू ते पुस्तक उघड आणि पहिल्या पानावर जा.''

नोरानं तसं केलं.

'ओके', मिसेस एल्म आवाजात काटेकोरपणा ठेवून म्हणाल्या. ''आता पहिली ओळ वाच.''

नोरानं खाली पाहून पहिली ओळ वाचली.

नोरा पबमधून बाहेर आली
रात्रीच्या सुखद थंड हवेमध्ये...

आता नोराजवळ विचार करायला पुरेसा अवधी होता, 'पब?' त्यानंतर ते घडायला सुरुवात झाली. पुस्तकातला मजकूर गोल गोल फिरू लागला आणि बघता बघता वाचता न येण्यासारखा धूसर होत आणखी आणखी वेगात फिरू लागला, तिला आपल्या हातापायांतले त्राण गेल्यासारखं वाटलं. एकदा वाचायला घेतलेलं पुस्तक संपवल्याशिवाय बाजूला ठेवणाऱ्यांपैकी ती नव्हती, पण असा एक क्षण आला की त्याक्षणी ती वाचकाच्या भूमिकेत राहिलीच नाही, पुढच्याच क्षणाला ते पुस्तकही गायब झालं होतं. पुस्तक आणि ते वाचनगृह, काहीच नाही.

द थ्री हॉर्सशूज

नोरा बाहेर ताज्या, शुद्ध हवेत उभी होती. बेडफोर्डसारखा इथं पाऊस नव्हता पडत.

''कुठं आहे मी?'' ती स्वत:शीच पुटपुटली.

एक सहज वळण घेऊन पुढं जाणाऱ्या त्या रस्त्याच्या पलीकडच्या बाजूला टुमदार, जुन्या पद्धतीची, दगडी, एकसारख्या दिसणाऱ्या घरांची[२८] रांग होती. शांत, जुन्या पद्धतीची, दिवे घालवलेले असल्यामुळे अबोल वाटणारी, गावाच्या एका कडेला एकमेकांना बिलगून उभी असलेली, कुठल्याही क्षणी अंधाराच्या कवेत गुडुप होण्याच्या तयारीत असलेली ती घरं. चांदण्यांच्या ठिपक्यांनी नटलेलं दूरवर पसरलेलं निरभ्र आकाश आणि कृष्णपक्षातली चंद्रकोर. रानातल्या शेतांचा नाकात शिरणारा परिमळ. तपकिरी रंगाच्या घुबडांचा 'घू-घू' घूत्कार सुरू होता. या शांततेलाही एक अस्तित्व होते, वाहणाऱ्या वाऱ्याच्या रूपाने ते जाणवत होते.

चमत्कारिक होते, हे सगळेच.

आधी ती बेडफोर्डमध्ये होती. त्यानंतर त्या विचित्र वाचनालयात. आणि आता ती इथं होती, एका सुंदरशा गावाकडच्या रस्त्यावर, ती अगदी स्तब्धपणे उभी होती.

ती उभी असलेल्या रस्त्याच्या बाजूला एका घराच्या पहिल्या मजल्यावरील खिडकीतून सोनेरी उजेड थोडा थोडा बाहेर झिरपत होता. तिनं वर पाहिलं तेव्हा एका मद्यगृहाची झोकात रंगवलेली, वाऱ्यामुळे करकर आवाज करत असलेली पाटी तिला दिसली. एकात एक गुंतलेली, घोड्याच्यो तीन नालांची आकृती. त्या आकृतीखाली तिरप्या अक्षरात, काळजीपूर्वक लिहिलेले तीन शब्द होते : *द थ्री हॉर्सशूज.*

तिच्या पुढ्यात पदपथावर एक फळा उभा केला होता. तिला तिचं वळणदार अक्षर लगेचच ओळखू आलं.

---

२८ Terraced houses - एकसारखी दिसणारी घरे

द थ्री हॉर्सशूज

मंगळवार रात्र – कोडी सोडवण्याची रात्र

रात्री ८ वाजता

''खरे शहाणपण 'मला काही माहीत नाही'

हे माहीत असण्यातच असते.'

–सॉक्रेटीस (आम्ही घातलेले कोडे हरल्यानंतर!!!!)

हेच ते आयुष्य होतं, ज्याच्यापुढं तिनं ओळीनं चार उद्गारवाचक चिन्हं दिली होती. कदाचित आनंदी, मनानं थोडं मोकळ्या असणाऱ्या माणसांनी हेच केलं असतं.

हा तर एक दिलासा देणारा शुभ संकेत होता.

स्वत:च्या पोशाखाकडे तिनं नीट न्याहाळून पाहिलं. बाह्या अर्ध्या हातापर्यंत वर गुंडाळलेला डेनिमचा शर्ट, जीन्स आणि उंच टाचांचे शूज. खऱ्या आयुष्यात तिनं असा पोशाख कधीच केलं नव्हता. थंडीमुळं तिच्या अंगावर काटा आला होता, तिचा पोशाख निश्चितच फार वेळ बाहेर उघड्यावर वावरण्यासाठी उपयोगाचा नव्हता.

तिच्या अनामिकेत[२९] दोन अंगठ्या घातलेल्या होत्या. एक वर्षापूर्वी तिची पुष्कराज खड्याची एंगेजमेंटची जी जुनी अंगठी तिनं उद्वेगानं, रडत रडत काढून टाकली होती. ती आणि तिच्या बरोबरच लग्नाची साधी चांदीत घडवलेली अशा दोन अंगठ्या तिच्या बोटात होत्या.

त्या नकोशा वाटणाऱ्या आठवणी.

तिच्या मनगटावर एक घड्याळ होतं. डिजिटल नव्हे. या आयुष्यात तिच्या हातावरचं घड्याळ ऐटदार, नाजूकशा तबकडीचं, रोमन आकडे असलेलं होतं. त्यामध्ये मध्यरात्रीनंतर एक मिनिट झाल्याचे दिसत होते.

''हे असं काय *घडतंय?''*

या आयुष्यात तिचे हात मऊसूत होते. कदाचित ती त्यासाठी हॅन्डक्रीम वापरत होती. तिची नखेही चकचकीत पॉलिशमुळे चमकत होती. डाव्या हातावरचा ओळखीचा तीळ दिसल्यानंतर मात्र तिला एकदम हायसं वाटलं.

वाटेवरच्या भरड वाळूवर पावलांचा आवाज येत होता. कोणीतरी तिच्याच दिशेनं येत होतं. मद्यगृहाच्या खिडकीतून येणाऱ्या आणि रस्त्यावरच्या एकुलत्या एक दिव्याच्या उजेडात एक पुरुष दिसत होता. गुलाबी गोरे गाल आणि लांब

---

२९ अनामिका – ring finger

कल्ले व मिश्या[३०] असलेला, वॅक्स जॅकेट[३१] परिधान केलेला. जणू काही एखादा टोबी जग[३२] हाडामांसाचा होऊन समोर आलेला असावा. त्याच्या काळजीपूर्वक टाकलेल्या पावलांवरून तो थोडासा प्यालेला असावा, असं वाटत होतं

''शुभ रात्री, नोरा. मी शुक्रवारी परत येईन. त्या लोकगायकासाठी.'' डॅन म्हणाला की तो चांगला आहे.''

या आयुष्यात कदाचित त्या माणसाचं नाव तिला माहीत होतं. ''हो, हो, नक्कीच. शुक्रवारी. शुक्रवारची रात्र मस्त साजरी होईल, असं वाटतं.''

कमीतकमी तिचा आवाज तरी तिचाच होता. रस्त्यात मुळीच रहदारी नाही, हे स्पष्ट असतानाही तो माणूस रस्ता ओलांडताना डावी-उजवीकडे पाहत चालला होता आणि पाहता पाहता तो गल्लीतून घरांच्या गर्दीत दिसेनासा झाला, त्याकडे नोराचे लक्ष होते.

हे सगळं खरोखरीच घडत होतं. हे सगळं तेच होतं. हे तेच त्यांच्या मालकीच्या मद्यगृहाचं कल्पनेतलं जीवन होतं. त्यांचं सत्यात उतरलेलं स्वप्न होतं.

''हे सगळंच कितीतरी चमत्कारिक वाटण्यासारखं आहे.'' ती त्या रात्रीच्या वेळी स्वत:शीच म्हणाली. ''कितीतरी चमत्कारिक.''

तेव्हाच तिघांचा एक गट मद्यगृहातून बाहेर पडला. दोन स्त्रिया आणि एक पुरुष. नोरा उभी होती तिथून पुढे जात असताना त्यांनी नोराकडे पाहून स्मितहास्य केले.

''पुढच्या वेळेला आम्ही जिंकू.''

'हो.' नोरानं उत्तर दिलं. ''पुढची संधी नेहमीच वाट पाहत असते.''

ती मद्यगृहाच्या दिशेने चालत गेली आणि तिनं खिडकीतून डोकावून आत पाहिलं. ते रिकामं असल्यासारखं दिसत होतं पण अजूनही आतले सगळे दिवे अजूनही लागलेले होते. आता बाहेर पडलेले लोक शेवटचे असले पाहिजेत.

मद्यगृह खूपच आकर्षक वाटत होते. उबदार आणि स्वतंत्र व्यक्तिमत्व असलेलं. छोटी छोटी टेबलं आणि लाकडी तुळया आणि भिंतीला टेकून ठेवलेलं एक गाडीचं चाक. एक उंची लाल गालिचा आणि चकचकीत लाकडी फळ्यांचं आवरण आणि लक्ष वेधून घेणाऱ्या बिअरच्या पंपांची रांग असलेला बार.

ती खिडकीपासून दूर झाली आणि मद्यगृहाच्या थोडंसं पुढं जिथं पदपथ संपून हिरवळ सुरू झाली होती, तिथं तिला एक पाटी दिसली.

पटकन चालत जाऊन तिनं ती पाटी वाचली. त्यावर लिहिलं होतं -

---

३० Dickensian whiskers

३१ मेणकापडाचे जाकीट

३२ माणसाच्या आकाराचा ग्लास किंवा मग

'लिट्लवर्थ'

'काळजीपूर्वक गाडी चालवणाऱ्या ड्रायव्हर्सचे स्वागत आहे.'

मग तिला त्या पाटीच्या वरच्या बाजूला मध्यभागी एक 'कोट ऑफ आर्म्स' आणि त्याभोवती *ऑक्सफर्डशायर काउन्टी कौन्सिल* असे शब्द लिहिलेले दिसले.

''आम्ही हे केलं,'' ती गावाकडची ताजी हवा श्वासात भरून घेत कुजबुजली. ''आम्ही हे *खरोखरीच* करून दाखवलं.''

बुलवार्ड सेंट-मायकल इथे विकत घेतलेली मॅकरून बिस्किटं खात खात, पॅरिसमधील सेन नदीच्या काठावर हिंडत असताना, हे स्वप्न डॅननं तिला सांगितलं होतं.

असं स्वप्न जे पॅरिसशी संबंधित नव्हतं, ते इंग्लंडमधल्या एखाद्या छोट्याशा गावात दोघांनी एकत्र जगण्याचं स्वप्न होतं.

ऑक्सफर्डशायर गावातलं मद्यगृह.

जेव्हा नोराच्या आईचा कर्करोग पुन्हा उलटला, तिच्या लसिका गाठींपर्यंत[३३] पोहोचला आणि वेगाने तिच्या शरीरभर पसरला, तेव्हा ते स्वप्न बाजूला पडले आणि डॅन नोराबरोबर लंडनहून बेडफोर्डला परत आला. नोराच्या आईला त्या दोघांनी लग्न ठरवल्याचं माहीत होतं आणि तिनं लग्नाच्या वेळेपर्यंत तरी जिवंत राहायचं असं मनोमन ठरवलं होतं. पण लग्नाच्या चार महिने आधीच तिचा मृत्यू झाला.

कदाचित हे असंच असत असावं. कदाचित हेच आयुष्य असावं. कदाचित नशीब उजळण्याची ही पहिली वेळ असावी किंवा दुसरी वेळ?

नोरानं एक कळत-न कळतसं हसू चेहऱ्यावर येऊ दिलं.

ती रस्त्यावरच्या वाळूवर पावलं टाकत असतानाच ज्या दारातून तो झिंगलेला, कल्ले राखलेला, वॅक्स जॅकेट घातलेला माणूस बाहेर पडला होता, त्या दाराकडे चालू लागली. तिनं एक दीर्घ श्वास घेतला आणि दारातून पाऊल आत टाकले.

आत उबदार होते.

आणि शांत.

ती बहुधा दोन खोल्यांना जोडणाऱ्या मार्गिकेमध्ये पोहोचली होती. खाली जमिनीवर टेराकोट्टाच्या फरशा बसवलेल्या होत्या. जमिनीपासून वर भिंतीला थोड्या अंतरापर्यंत सर्व बाजूंनी लाकडी फळ्यांचं आवरण होतं आणि त्यावर सिकॅमोरची पाने असलेले वॉलपेपर लावलेले होते.

---

३३ लिम्फ नोड्स

ती त्या छोट्याशा मार्गिकेमधून चालत मद्यगृहाच्या मुख्य भागात आली. बाहेर उभं असताना खिडकीतून डोकावून पाहिल्यावर तिला मद्यगृहाचा जो दिसला होता, तो हाच भाग. अचानक कुठूनतरी एक मांजर आल्यामुळे नोरानं दचकून उडी मारली.

एक सुंदर, 'चॉकलेट बर्मीज' जातीचं मांजर हलकीशी गुरगुर करत होतं. ती खाली वाकली आणि त्याला थोपटलं आणि त्याच्या गळ्यात अडकवलेल्या पट्ट्यातल्या चकतीवर कोरलेले नाव पाहिले, *व्हॉल्टेअर.*

त्याच नावाचं दुसरं मांजर. तिच्या तपकिरी व्हॉल्टेअरपेक्षा वेगळं. तिला शंका आली की ह्या व्हॉल्टेअरला इथं कुठूनतरी दुसरीकडून सोडवून आणलं होतं. त्यानं हलकंसं गुरगुरायला सुरुवात केली. ''हॅलो, व्होल्ट्स नंबर दोन. तू इथं आनंदात आहेत असं दिसतंय. आपण सगळेच तुझ्यासारखं आनंदात आहोत का?''

बोक्यानं होकार असल्यासारखं गुरगुरून दाखवलं आणि आपलं डोकं नोराच्या पायावर घासलं. तिनं त्याला उचलून घेतलं आणि ती बारच्या दिशेनं गेली. तिथं अयांत्रिक पद्धतीनं तयार केलेल्या स्टाउट, सायडर, पेल एल, आणि आयपीए यांसारख्या वेगवेगळ्या ब्रँडच्या बिअर्ससाठी पंप होते. शिवाय *व्हीकार्स फेवरिट. लॉस्ट अँन्ड फाउंड. मिस मार्पल. स्लीपिंग लेमन्स. ब्रोकन ड्रीम.*

बारवर फुलपाखरांच्या संवर्धनासाठी देणगीची पेटीही ठेवलेली होती.

नोरानं ग्लासांची किणकिणही ऐकली. जणू काही डिशवॉशरमध्ये पाणी पडतंय असं वाटत होतं. पराकोटीच्या उत्सुकतेमुळे नोराला छातीत दाटून आल्यासारखं वाटत होतं. हे ओळखीचं होतं असं वाटणं. एवढ्यात एक शिडशिडीत बांध्याचा, रग्बीचा ढगळ टॉप घातलेला साधारण वीसेक वर्षांचा माणूस बारच्या मागून बाहेर आला. नोराकडे काही लक्ष न देता तो शेवटचे उरलेले ग्लास गोळा करून डिशवॉशरमध्ये ठेवायला सुरुवात केली. त्यानं डिशवॉशर सुरू केला आणि हुकवर लावलेला त्याचा कोट काढला, अंगात घातला आणि मोटारीच्या किल्ल्या बाहेर काढल्या.

''बाय, नोरा. मी खुर्च्या लावून ठेवल्यायत आणि सर्व टेबलं पुसलीयत. डिशवॉशर सुरू केलाय.''

''ओऽह. थँक्स.''

''गुरुवारी भेटू.''

'हो,' नोरा म्हणाली, एखाद्या हेराला त्याचं गुपित उघडं पडत असताना जसं वाटावं तसं नोराला वाटत होतं. ''भेटू या.''

तो माणूस गेल्यानंतर क्षणभरानं तिला खालून कुठूनतरी पावलांची चाहूल ऐकू येऊ लागली. आत्ताच ज्या मार्गिकेमधल्या फरश्यांवरून ती चालत आली

होती, त्याच फरश्यांवरून, मद्यगृहाच्या मागच्या बाजूनं, ती चाहूल हळूहळू जवळ येतेय असं वाटत होतं. आणि थोड्याच वेळात तो तिथं पोहोचला.

तो थोडा वेगळा दिसत होता.

त्यानं दाढी काढून टाकली होती, आणि त्याच्या डोळ्यांभोवती जरा जास्त सुरकुत्या, काळी वर्तुळं आली होती. त्यानं नुकताच त्याच्या हातातला डार्क बिअरचा एक पिंट[३४] जवळजवळ संपवला होता. तो अजूनही दूरदर्शनवर प्रस्थापित झालेल्या एखाद्या नटासारखा दिसत होता, ज्याच्या काही मालिका क्रमानं प्रसिद्ध होणार आहेत असा.

'डॅन,' ती म्हणाली, अशा स्वरात की जणू काही तो त्याची ओळख स्वत:च्या मनाशी पटवायची गरज भासावी. रस्त्याच्या बाजूला बसलेला ससा आहे असे माहीत असूनही जवळ जाउन खात्री करून घ्यावी, तसं. ''मला एवढंच सांगायचं आहे की मला तुझा खूप अभिमान वाटतो, आपला खूप अभिमान वाटतो.''

त्यानं तिच्याकडं शून्य नजरेनं पाहिलं. ''मी फक्त मद्य थंड ठेवण्याची यंत्रणा बंद करत होतो. उद्या सगळ्या लाइन्स स्वच्छ करायला हव्यात. करून दोन आठवडे झाले.''

तो कशाबद्दल बोलतोय याची नोराला काहीच कल्पना नव्हती. नोरानं मांजराला थोपटलं. ''बरोबर. हो. अर्थातच. लाइन्स.''

तिच्या नवऱ्यानं, (हो- तो या आयुष्यातला तिचा नवराच होता.) भोवतालच्या सगळ्या टेबलांकडं आणि पालथ्या घातलेल्या खुर्च्यांकडं पाहिलं. त्याने एक रंग फिकट झालेला *Jaws* असं लिहिलेला आणि त्याचं चित्र असलेला टी-शर्ट घातला होता. ''ब्लेक आणि सोफी घरी गेले का?''

नोरा गडबडली. तिच्या लक्षात आले की तो त्यांच्याकडं काम करणाऱ्या लोकांबद्दल बोलत होता. तो ढगळा रग्बी टॉप घातलेला तरुण मुलगा बहुतेक ब्लेक होता. तिथं आणखी कोणी दिसत नव्हतं.

'हो,' प्राप्त परिस्थितीतल्या अवघडलेपणातही, आवाजात सहजपणा आणण्याचा प्रयत्न करत ती म्हणाली. ''मला वाटतं ते गेले. त्यांनी सगळं छान आवरलं होतं.''

'कूल.'

तिला आठवलं की तो *Jaws* टी-शर्ट त्याच्या सव्विसाव्या वाढदिवसासाठी विकत घेतला होता. दहा वर्षांपूर्वी.

---

३४ One pint - in Britain it is equal to 0.568 litre and in the US equal to 0.473 litre

"आजची उत्तरं काहीतरी वेगळीच होती. एका टीमला ती पीट आणि जोली ज्या टीममध्ये होते ती– सिस्टाइन चॅपेलच्या छतावरची चित्रं[३५] मॅरॅडोनानं काढली होती, असं वाटलं होतं."

नोरानं मान डोलावली आणि दोन नंबरच्या व्होल्ट्सला थोपटलं. असं की तिला पीट आणि जोली म्हणजे कोण, ते जणू काही माहीतच होतं.

"न्यायानं बोलायचं तर खरं म्हणजे आजचं कोडं जरा अवघडच होतं. पुढच्या वेळेला कदाचित दुसरी वेबसाइट शोधायला हवी. म्हणजे, मला म्हणायचंय की सर्वांत उंच पर्वताचं नाव कारा – काहीतरी पर्वतरांगा – कुणाला माहीत असतं?"

'काराकोरम?' नोरानं विचारलं. "ते K2 असणार."

"व्वा, उघड आहे की तुला माहितीय," तो थोडंसं झटकल्यासारखं म्हणाला. थोडंसं नशेत असल्यासारखंच. "ही अशा प्रकारची गोष्ट तुला माहीत असणार. कारण जेव्हा बहुतेक लोक रॉक संगीताचा विचार करत असतात तेव्हा तू मात्र *खरोखरचे रॉक* आणि तसल्याच कशाचा तरी विचार करत असतेस."

"हो, मी खरोखरीच बॅन्डमध्ये होते."

बॅन्ड, तिला मग आठवलं की डॅनला तिच्या बॅन्डमध्ये असण्याचा अत्यंत राग होता.

डॅन हसला. तिनं त्याचं ते हसू ओळखलं, पण तिला ते काही फारसं आवडलं नाही. ते बरोबर राहत असतानाच्या काळात डॅनचे विनोद कसे इतर लोकांवर, विशेषत: नोरावर बेतलेले असत हे नोरा विसरली होती. ते एकत्र होते तेव्हा त्याच्या स्वभावाच्या या पैलूकडे होता होईतो दुर्लक्ष करण्याचा प्रयत्न नोरा करत असे. त्याचे इतरही खूप पैलू होते. तिची आई आजारी असताना त्याचे आईशी वागणे अत्यंत प्रेमळ होते, आणि तो कोणत्याही विषयावर सहज बोलू शकत असे, भविष्याबद्दल अनेक स्वप्नं त्यानं रंगवली होती, तो आकर्षक होता आणि त्याच्या बरोबर राहणे सहजसोपे होते, त्याला कलेची ओढ होती आणि तो नेहमी थांबून बेघर लोकांबरोबर जाणीवपूर्वक दोन शब्द बोलत असे. त्याला सगळ्यांची काळजी होती.

प्रत्येक व्यक्ती ही एखाद्या शहरासारखी असते. आपल्याला न आवडणाऱ्या काही थोड्या भागांमुळे आपण सगळं शहरच्या शहरच टाकाऊ ठरवू शकत नाही. तिथं काही थोड्या वसाहती आपल्याला आवडत नसतीलही, काही गल्लीबोळ

---

३५ Sistine chapel व्हॅटिकन येथील पोपच्या राजवाड्यातील चर्च. या चर्चच्या छतावरील चित्रं मायकेल एंजेलो या सुप्रसिद्ध चित्रकाराने काढली आहेत.

आणि काही उपनगरात गोल गोल फिरूनही कुठं आणि कसं जायचं ते कळत नसेलही, पण तरीही शहरातल्या चांगल्या गोष्टीचं पारडं जड ठरतं.

डॅननं अनेक कंटाळवाणे पॉडकास्ट ऐकले होते आणि नोरानं ते ऐकले पाहिजेत असं त्याला वाटायचं, आणि तो कानांना त्रास होईल असं हसायचा, आणि तोंडात माउथवॉश घेऊन मोठ्यामोठ्यानं गुळण्या करायचा. आणि हो, दुलईच्या बाबतीत तो फारच अप्पलपोटेपणा करायचा आणि कधीकधी कला, सिनेमा, संगीत या विषयांवरच्या त्याच्या मतांबद्दल उद्धटपणा वाटण्याइतका तो आग्रही असायचा, पण त्याच्यात अगदी ठळकपणे जाणवण्याइतका कोणताच दोष नव्हता. खरंय, पण आता विचार करत असताना तिला जाणवलं की त्यानं तिच्या सांगीतिक वाटचालीसाठी कधीच प्रोत्साहन दिलं नव्हतं आणि तिला सल्ला दिला होता की 'द लॅबिरिंथ'मध्ये[३६] काम करणं आणि तिथं गाण्यासाठी करार करणं हे तिच्या मानसिक स्वस्थ्यासाठी चांगलं ठरणार नाही, आणि तिच्या भावाचा यामध्ये काहीसा स्वार्थ होता. पण त्यावेळेला त्यामध्ये तिला काही गैर वाटलं नव्हतं, उलट बरंच वाटलं होतं. तिला वाटलं होतं की तो तिच्या काळजीपोटी असं म्हणत होता, आपली काळजी करणारं कोणीतरी असावं हे किती चांगलं होतं, जो प्रसिद्धी आणि वरवरच्या गोष्टींची पर्वा करत नव्हता आणि ज्यानं आयुष्याच्या अवघड वळणांवर तिला हात दिला असता. आणि म्हणून त्यानं जेव्हा 'ऑक्सो टॉवर'च्या सर्वात वरच्या मजल्यावर असणाऱ्या कॉकटेल बारमध्ये तिला लग्नाची मागणी घातली तेव्हा तिनं होकार दिला. कोणी सांगावं, कदाचित तिचा होकार देण्याचा निर्णय हा बरोबरच होता.

पुढं होऊन त्यानं खोलीत पाऊल टाकलं, त्याच्या हातातला ग्लास तात्पुरता खाली ठेवला आणि त्याच्या फोनवर तो जरा चांगली कोडी शोधू लागला.

ती विचार करत होती, ''आज याच्या पोटात किती दारू गेली असेल.'' तिला कळत नव्हतं की स्वतःच्या मालकीचं मद्यगृह सुरू करण्याचं स्वप्न हे खरंच एक स्वप्न होतं की अखंडपणे दारू प्यायला मिळावी म्हणून सोय करण्याचं स्वप्न होतं ते.

''वीस कोन असलेल्या आकृतीला 'के' म्हणतात?''

''मला माहीत नाही,'' नोरा खोटं बोलली, तिला त्यानं दिलेल्या नुकत्याच आधीच्या प्रतिक्रियेसारखी प्रतिक्रिया नको होती.

त्यानं त्याचा फोन त्याच्या खिशात ठेवला.

''काही का होईना, आज आपला धंदा चांगला झाला. सगळ्यांनी खूप दारू घेतली. मंगळवार चांगला गेला म्हणायचा. एकूण प्रगती आहे. म्हणजे,

---

३६ तळटीप क्र. १२ पाहा.

मला असं म्हणायचंय की बँकेला उद्या काहीतरी चांगलं सांगण्याजोगी परिस्थिती आहे. कदाचित ते आपल्याला कर्जाची मुदत वाढवून देतील...''

त्यानं स्थिर नजरेनं त्याच्या ग्लासमधल्या बिअरकडे पाहिलं, ग्लास थोडा गोल हलवला आणि मग त्यातली बिअर एका घोटात पिऊन टाकली.

''काही असो, ए.जे.ला दुपारच्या जेवणाचा मेन्यू बदलायला सांगायला हवं. लिट्लवर्थमध्ये कोणालाही पाकवलेलं बीटरूट आणि वालपापडीच्या शेंगाचं सॅलड आणि कॉर्न केक खायला आवडत नाहीत. हे काही ते घाणेरडं फिट्झरोविया[३७] नाहीये. आणि मला माहित्येय की इथले ग्राहक खूश आहेत, पण मला असंही वाटतं की तू निवडलेल्या वाइन्स तितक्याशा चांगल्या नाहीत. विशेषत: त्या कॅलिफोर्नियाच्या.''

''ठीक आहे.''

तो वळला आणि त्यानं पाठीमागे पाहिलं. ''फळा कुठे आहे?''

'काय?'

''अगं फळा. मला वाटलं तू आत आणला असशील.''

म्हणजे या कामासाठी ती बाहेर होती तर.

''नाही. नाही. आत्ता करणारच होते मी.''

''तू बाहेर जाताना पाहिल्यासारखं वाटलं मला.''

नोरानं तिचा अस्वस्थपणा तिच्या हसण्यामागे दडवला. ''हो, खरं म्हणजे मी गेले होते. मला... मला त्या मांजराची काळजी वाटत होती. व्होल्ट्स, व्हॉल्टेअर. तो मला दिसला नाही म्हणून त्याला शोधायला मी बाहेर गेले आणि तिथं तो मला सापडला, नाही का?''

डॅन बारच्या मागं जाऊन स्वत:साठी ग्लासमध्ये स्कॉच ओतत होता.

ती त्याचा अंदाज घेते आहे हे त्याच्या लक्षात आलं असावं. ''हा माझा फक्त तिसराच आहे. कदाचित चौथा असेल. आजची रात्र कोड्यांची होती. तुला माहीत आहे ना, सूत्रसंचालन करताना मला थोडं घाबरायला होतं. आणि बावळटपणातला विनोद मला थोडा उपयोगी ठरतो. आणि मी विनोदी वाटत होतो. तुझ्या लक्षात नाही का आलं?''

''हो नं. खूपच विनोदी. एकदम विनोदी.''

त्याचा चेहरा गंभीर झाला. ''मी तुला एरिनशी बोलताना पाहिलं. काय म्हणत होती ती?''

---

३७ मध्य लंडनमधला एक विभाग

याचं नेमकं काय उत्तर द्यावं, हे नोराला समजत नव्हतं. ''ओऽह, फार काही नाही. नेहमीचंच. एरिन कशी आहे तुला माहीतच आहे.''

''नेहमीचं? पण तू याआधी कधी तिच्याशी बोललीयस, असं मला वाटत नाही.''

''मला म्हणायचं होतं की नेहमी लोक बोलतात ते. एरिन काय बोलते ते नव्हे. लोकांचं नेहमीचं...''

''विलचं कसं चाललंय?''

''अं, फारच छान,'' नोरानं अंदाज बांधला. ''त्यानं 'हाय' म्हटलंय.''

आश्चर्याने डॅनचे डोळे विस्फारले. 'खरंच?'

यावर काय उत्तर द्यावे हे काही नोराला सुचेना. कदाचित विल एक छोटेसे बाळ असेल. कदाचित विल बेशुद्ध होता. ''सॉरी, नाही, म्हणजे त्यानं 'हाय' नाही म्हटलं. सॉरी, माझं लक्ष नव्हतं... असू दे, ... मी जाऊन फळा घेऊन येते.''

तिनं हातातलं मांजर खाली ठेवलं आणि बाहेर जायला निघाली. गेल्या वेळेस न दिसलेली एक गोष्ट या वेळेला तिच्या नजरेस पडली.

'ऑक्सफोर्ड टाइम्स'मध्ये नोरा आणि डॅन 'थ्री हॉर्सशूज'च्या बाहेर उभे असलेल्या चित्रासहित असलेला एक लेख फ्रेम केलेला होता. ती डॅनच्या बाजूलाच होती. तिनं यापूर्वी कधीच न पाहिलेला एक सूट त्यानं घातला होता. तिनं एक अत्यंत स्मार्ट ड्रेस घातला होता, जो तिच्या मूळच्या आयुष्यात कधीच घातला नसता (ती असे ड्रेस क्वचितच घालत असे).

'मद्यगृहाचे यशस्वी मालक, स्वप्न प्रत्यक्षात उतरवले'

त्या लेखामध्ये म्हटल्याप्रमाणे ते मद्यगृह दुर्लक्षित अवस्थेत होते आणि त्यांनी ते स्वस्तात विकत घेतले होते. त्यांनंतर त्यांनी डॅनला वारसाहक्कानं मिळालेला थोडासा पैसा, थोडी बचत आणि बँकेचे कर्ज असं एकत्र करून पैशाची जुळवाजुळव केली. त्या मद्यगृहाची रंगरंगोटी करून ते पुन्हा सुरू केलं. तो लेख दोन वर्षांपूर्वीचा होता पण त्यात त्यांच्या यशाची गोष्ट होती.

तिनं विचार करत करत पाऊल बाहेर टाकलं की खरंच केवळ एका मंगळवारच्या मध्यरात्रीनंतर संपलेल्या काही मिनिटांच्या आधारे एखाद्या आयुष्याचे मोजमाप करता येऊ शकतं का. कदाचित तेवढ्याचीच गरज असावी.

वाऱ्याचा जोर वाढू लागला होता. त्या शांत गावातल्या रस्त्यावर उभा केलेला तो फळा वाऱ्याच्या झोताने रस्त्याच्या कडेने थोडा पुढे ढकलला गेला, म्हणजे जवळजवळ उलटून पडण्याच्याच बेतात होता. ती तो उचलणार तोपर्यंत

तिच्या खिशातला फोन वाजला. खिशामध्ये फोन आहे हे तिच्या लक्षातच आलं नव्हतं. इझ्झीचा संदेश होता.

तिला दिसलं की तिच्या त्या फोनवरचा वॉलपेपर म्हणून तिचं आणि डॅनचं प्रेमातलं छायाचित्र होतं.

तिनं तिच्या चेहऱ्याची ओळख वापरून फोन सुरू केला आणि इझ्झीचा संदेश पाहिला. तिनं देवमाशाचं एक छायाचित्र पाठवलं होतं. त्यातला देवमासा समुद्रातून उसळी मारून उंच वर आला होता, त्याच्या डोक्यातून वर उडणारी हवा शोषून पांढरे दिसणाऱ्या कारंजाचा फवारा, बाटलीतून फसकन बाहेर आलेल्या शँपेनची आठवण करून देत होता. फारच सुंदर छायाचित्र होतं ते. तो पाहत असताना तिच्या चेहऱ्यावर हसू उमटलं.

इझ्झी टाइप करत होती.

तिचा दुसरा संदेश आला.

'काल मी बोटीवरून घेतलेल्या फोटोंपैकी हा एक होता.'

आणखी एक संदेश :

'कुबड असलेल्या देवमासा जातीतली आई.'

मग आणखी एक छायाचित्र : दोन देवमासे, पाणी कापत जाताना दिसणाऱ्या त्यांच्या पाठी.

''आता देवमाशाचं पिल्लू.''

शेवटच्या संदेशात देवमाशांच्या इमोजी आणि समुद्राच्या लाटा होत्या.

नोराला या सगळ्यातून एक छानशी आपुलकीची ऊब जाणवली. फक्त चित्रांमुळे नाही, ते तर सुंदरच होते, त्यात वादच नव्हता. पण इझ्झीशी संपर्क साधता आला हेही एक कारण होतेच.

जेव्हा नोरानं डॅनशी होत असलेलं लग्न मोडलं तेव्हा इझ्झीनं आग्रह धरला होता की नोरानं तिच्या बरोबर ऑस्ट्रेलियाला जावं.

त्यांनी सगळं काही नीट नियोजन केलं होतं, ''बायरन बे'' इथं राहून देवमाशांची काळजी घेणाऱ्या बोटीवर नोकरी मिळवण्याचा त्यांचा बेत होता.

या नवीन साहसी बेताच्या प्रतीक्षेत त्यांनी कुबड असलेल्या देवमाशांची छायाचित्रे एकमेकींना पाठवली होती. पण मग नोरा डगमगली आणि तिनं माघार घेतली. तशीच माघार जशी तिनं पोहण्याच्या कारकिर्दीतून आणि संगीताच्या बँडमधून आणि लग्नामधून घेतली होती. पण या इतर गोष्टी सोडल्या तर माघार

घेण्याचं खर असं काही कारणच नव्हतं. हो, तिनं 'स्ट्रिंग थिअरी'मध्ये नोकरी करायला सुरुवात केली होती, आणि हो, तिला तिच्या आईवडिलांच्या थडग्यांची काळजी घेण्यासाठी तिथेच राहण्याची गरज वाटली, पण तरीही बेडफोर्डमध्ये राहणं, हा अत्यंत वाईट पर्याय होता याचीही तिला जाणीव होती. आणि तरीही तिनं तोच पर्याय निवडला. कारण नैराश्याच्या बरोबरीनं भावी काळात घरापासून दूर राहावं लागेल या आतून कुरतडतणाऱ्या भीतीपोटी शेवटी तिला असं वाटू लागलं होतं की आनंदी राहण्याची तिची योग्यताच नाही. कारण तिनं डॅनला दुखवलं होतं आणि तिच्या गावातलं मंद गतीनं सरकणारं ते आयुष्य आणि ते नैराश्य ही तिला मिळालेली शिक्षा होती, आणि तिनं काही करण्यासाठी आवश्यक असलेली विचारांची स्पष्टता किंवा, खरं सांगायचं तर त्यासाठीची *ताकत* तिच्यामध्ये राहिली नव्हती.

परिणामी, तिनं तिच्या सख्ख्या मैत्रिणीच्या जागी मांजराची निवड केली.

तिच्या प्रत्यक्षातील आयुष्यात तिचे इझ्झीशी असलेले नाते कधीच तुटले नव्हते. त्यात फार काही नाट्यपूर्ण रीतीनं घडलेलं नव्हतं. पण इझ्झी ऑस्ट्रेलियाला गेल्यानंतर गोष्टी हळूहळू धूसर होत गेल्या. इतक्या की त्यांची मैत्री वाफेच्या रेषेसारखी, कधीतरी फेसबुक आणि इन्स्टाग्रामवर टाकलेल्या लाइक्स आणि वाढदिवसाचे इमोजीयुक्त संदेश- अशी विरळ होत गेली.

तिनं तिच्या आणि इझ्झीच्या मोबाइलमधल्या टेक्स्ट संवादांकडे नजर टाकली आणि तिच्या लक्षात आलं की जरी त्या दोघींमध्ये अजूनही दहा हजार मैलांचे अंतर असले तरी, गोष्टींच्या या आवृत्तीमध्ये त्यांच्यातले नाते खूपच चांगले होते.

ती या वेळेला फळा घेऊन जेव्हा मद्यगृहात परत आली तेव्हा डॅन कुठे दिसत नव्हता. त्यामुळे तिनं मागचा दरवाजा लावून घेतला आणि थोडा वेळ मद्यगृहाच्या प्रवेशद्वाराजवळच्या बोळात, जिना कुठे असेल याचा अंदाज घेत आणि नशेत असलेल्या तिच्या नवऱ्याच्या मागे जावे की नाही याचा विचार करत, थोडी थांबली.

इमारतीच्या मागच्या बाजूच्या दारातून गेल्यावर तिला जिना सापडला. त्या दारावर *फक्त स्टाफसाठी* असं लिहिलेलं होतं. तिनं किंचित पिवळसर रंगाच्या जिन्याकडे जाणाऱ्या राफिया गालिचावर[३८] पाऊल टाकण्याआधी *थिंग्ज यू लर्न इन द डार्क* या सिनेमाचं फ्रेम केलेलं पोस्टर लावलेलं होतं. रायन बेलेच्या त्यांच्या आवडत्या सिनेमांपैकी एक होता तो. त्या दोघांनी तो बेडफोर्डमधलया ओडिअनमध्ये[३९] एकत्र पाहिला होता.

---

३८ आफ्रिका आणि इतर विषुववृत्तीय प्रदेशांमध्ये आढळणारे ताड प्रकारातील झाड. त्यांच्या पानांपासून निघणाऱ्या धाग्यांपासून तयार केलेला गालिचा.

३९ इंग्लंडमधील प्रसिद्ध सिनेमागृहांची साखळी – एकूण ११४ सिनेमागृहे.

तिथल्या एका छोट्याशा गोड खिडकीवर तिला एक छायाचित्र लावलेलं दिसलं. त्यांच्या लग्नाचं छायाचित्र होतं ते. ब्लॅक अँड व्हाइट, बोलक्या[४०] शैलीतलं. रंगीत कागदांच्या तुकड्यांच्या वर्षावात चालत चर्चमधून बाहेर पडत असतानाचं. त्यांचे चेहरे नीटसे दिसत नव्हते. पण ते दोघेही हसत होते, आणि दोघांच्याही चेहऱ्यांवरच्या हास्याची जातकुळी एकच होती. छायाचित्रावरून जे काही समजत होतं त्यावरून ते दोघंही परस्परांच्या प्रेमात होते. तिला तिच्या आईचे डॅनबद्दलचे उद्गार आठवले. (''तो चांगला मुलगा आहे. तू इतकी नशीबवान आहेस. त्याला कधी सोडू नकोस.'')

तिला तिचा भाऊ ज्योसुद्धा दिसला, डोक्याचा गोटा केलेला, खरोखरी आनंदी दिसणारा, हातात शॅम्पेनचा ग्लास घेऊन उभा होता. त्याच्या बाजूलाच लुईस, त्याचा बँकर बॉयफ्रेंड उभा होता. ते नातं म्हणजे एक अत्यंत नुकसानकारक, अल्पजीवी गुंतवणूक होती. इझ्झी तिथंच होती आणि रविसुद्धा. तो तालवाद्ये वाजवणाऱ्यापेक्षा एखाद्या हिशेबनिसासारखाच जास्त दिसत होता. तो एका चश्मेवाल्या बाईच्या बाजूला उभा होता. नोरानं तिला कधीच पाहिलेलं नव्हतं.

डॅन बाथरूममध्ये असताना नोराला बेडरूम सापडली. त्यांना पैशाची समस्या नक्कीच होती. डॅनच्या बँकेबरोबरच्या अस्वस्थ बोलण्यातून ते तिच्या लक्षात आले होते. असे असले तरी ती खोली मात्र खूप खर्च करून सजवलेली होती. एकदम खास वाटावेत असे, खिडकीवरचे ब्लाइंड्स. रुंद, आरामशीर दिसणारा पलंग. स्वच्छ पांढऱ्या रंगाची दुलई.

पलंगाच्या दोन्ही बाजूंना पुस्तकं होती. तिच्या प्रत्यक्ष आयुष्यात किमान सहा महिने तरी तिच्या पलंगाच्या बाजूला पुस्तक तिनं पहिलं नव्हतं. सहा महिने तिनं काही वाचलेलं नव्हतं. कदाचित या आयुष्यात तिची एकाग्रता चांगली होती.

तिनं त्या पुस्तकांमधून एक पुस्तक उचललं, *मेडिटेशन फॉर बिगिनर्स.* त्याखाली तिच्या आवडत्या तत्त्वज्ञाचं चरित्र होतं, हेन्री डेव्हिड थोरो.[४१] पलंगाच्या डॅनकडच्या बाजूला एक टेबलही होतं. तिच्या आठवणीमधलं त्यानं वाचलेलं शेवटचं पुस्तक होतं, टुलुज लट्रेकचं[४२] *टायनी जायन्ट*. पण या आयुष्यात तो एक

बिझनेससंबंधीचं *झिरो टू हिरो : हार्नेसिंग सक्सेस इन वर्क, प्ले अँड लाइफ* आणि द *गुड पब गाइड* या पुस्तकाची सर्वांत नवी आवृत्ती – ही पुस्तकं तो वाचत होता.

---

४० Reportage-style

४१ एकोणिसाव्या शतकातला अमेरिकन तत्त्वज्ञ

४२ एकोणिसाव्या शतकातला फ्रेंच चित्रकार

आपण या क्षणी कोणीतरी वेगळीच व्यक्ती आहोत असं तिला वाटत होतं. थोडी अधिक निरोगी, थोडी अधिक सशक्त पण जरा तणावाखाली. तिनं जरा पोटावर थापटून पाहिलं आणि तिच्या लक्षात आलं की या आयुष्यात ती थोडा जास्त व्यायाम करत असावी. तिचे केसही तिला वेगळे वाटत होते. पुढच्या बाजूने तिच्या केसांची किनार दाट होती, आणि हात फिरवून पाहिल्यावर ती तिचे केस मागल्या बाजूलासुद्धा लांब आहेत, हे तिला समजत होते. तिला थोडंसं चक्कर येतेय असं वाटत होतं. तिनं वाइनचे कमीतकमी दोनेक ग्लास तरी रिचवले होते.

एका क्षणानंतर तिला टॉयलेटचा फ्लश सोडल्याचा आवाज आला. मग तिला गुळण्या केल्याचा आवाज आला. गरजेपेक्षा तो आवाज जरा जास्तच मोठा आहे, असं तिला वाटलं.

डॅननं बेडरूममध्ये आल्यावर तिला विचारलं, "ठीक आहेस ना तू?"

तिच्या लक्षात आलं की त्याचा आवाज तिला जो आठवत होता त्यापेक्षा निराळा वाटत होता. थोडा भावनारहित. कदाचित तो थकव्याचा परिणाम असावा. कदाचित ताण असावा. कदाचित तो बिअरचा परिणाम असावा. कदाचित त्याचा संबंध त्यांच्या वैवाहिक आयुष्याशी असावा.

कदाचित या सगळ्यापेक्षा वेगळंच काहीतरी कारण त्याच्या आवाजातल्या थिजलेपणामागे असावं.

पूर्वी त्याचा आवाज नेमका कसा होता हे सहीसही आठवणं कठीण होतं. अगदी नेमकं सांगायचं तर खरं म्हणजे तोच पूर्वी कसा होता, हे सांगणं कठीण होतं. पण माणसाच्या स्मरणाचंही असंच असतं. विद्यापीठात असताना तिनं 'द प्रिन्सिपल्स ऑफ हॉबसियन मेमरी अँड इमॅजिनेशन', असं शुष्क शीर्षक असलेला एक निबंध लिहिला होता. थॉमस हॉब्जने स्मरण आणि कल्पना या दोन्ही गोष्टींत फारसा फरक नसल्याचे म्हटले होते. त्याचा शोध लागल्यापासून तिचा स्मरणावर असलेला विश्वास काहीसा कमी झाला होता.

खिडकीच्या बाहेर, गावातल्या एकाकी रस्त्यावरच्या दिव्याचा पिवळसर उजेड पडलेला होता.

"नोरा? तुझं काहीतरी उभं राहून चिंतन चाललंय. खोलीच्या मधोमध नुसती उभी का आहेस तू? तू झोपायची तयारी करते आहेस की उभ्यानं ध्यान करतेयस?"

तो हसला. त्याला वाटलं की त्यानं विनोद केलाय.

तो खिडकीकडे गेला आणि त्यानं पडदा ओढला. नंतर त्यानं त्याची जीन पॅन्ट काढून खुर्चीच्या पाठीवर टाकली. तिनं त्याच्याकडं रोखून पाहिलं आणि एके काळी तिला त्याच्याबद्दल जे तीव्र आकर्षण वाटत होतं, ते जागं करण्याचा

प्रयत्न केला. पण त्यासाठी खूप प्रयत्न करावे लागणार हे स्पष्ट होतं. तिला हे अपेक्षित नव्हतं.

प्रत्येकाचं आयुष्य अनंत प्रकारांनी वळणं घेऊ शकलं असतं. त्यानं अंथरुणावर धाडकन अंग टाकलं, जणू काही देवमाशानं समुद्रात उडी मारली असावी. त्यानं *झिरो टू हिरो* वाचण्यासाठी उचललं. चित्त एकत्र करण्याचा प्रयत्न केला. पुस्तक परत खाली ठेवलं. पलंगाच्या बाजूला असलेला लॅपटॉप उचलला, कानांमध्ये इअरफोन घातला. कदाचित एखादा पॉडकास्ट ऐकण्याचा त्याचा बेत असावा.

''मी जरा कशाचातरी विचार करतेय.''

तिला जरा धूसर धूसरसं वाटू लागलं होतं. जणू काही ती अंशत:च तिथं होती. तिला मिसेस एल्मचं बोलणं आठवलं, कोणत्याही एखाद्या आयुष्यात निराशा वाटू लागली तर ती पुन्हा वाचनालयातच परत आली असती. तिला जाणीव झाली की ज्या माणसाला ती दोन वर्षं अजिबात भेटली नव्हती, त्या माणसाबरोबर शय्यासोबत करायची, ही कल्पनाच तिला पूर्णत: विचित्र वाटत होती.

तिनं आकड्यांच्या घड्याळात वेळ पाहिली. १२:२३. कानांमध्ये इअरफोन घातलेले असतानाच त्यानं तिच्याकडं पुन्हा पाहिलं. ''ठीक आहे. ऐक. तुला आज रात्री बाळासाठी प्रयत्न करण्याची इच्छा नसेल, तर तू तसं स्पष्ट सांगू शकतेस, कळलं तुला?''

'काय?'

''मला एवढंच म्हणायचं आहे की, मला जाणीव आहे, आपल्याला पुन्हा महिनाभर वाट पहावी लागेल, तुझ्या पुढच्या मासिक ऋतूचा योग्य काळ येईपर्यंत...''

''आपण बाळासाठी प्रयत्न करतो आहोत? मला बाळ हवं आहे?''

''नोरा, अगं तुला झालंय तरी काय? असं विचित्र का वागते आहेस तू?''

तिनं पायांतले शूज काढले. ''मी नाही विचित्र वागत.''

तिला त्या *जॉज* टी-शर्टच्या संदर्भात काहीतरी आठवलं.

खरं म्हणजे एका गाण्याची धून तिला आठवली. 'ब्युटिफुल स्काय'.

ज्या दिवशी तिनं डॅनसाठी तो *जॉज* टी-शर्ट विकत घेतला होता, त्या दिवशी तिनं 'द लॅबिरिंथ'साठी लिहिलेलं गाणं वाजवून दाखवलं होतं. 'द ब्युटिफुल'. तिच्या दृष्टीनं तिनं आतापर्यंत लिहिलेल्या गाण्यांमधलं हे गाणं सर्वात सुंदर होतं आणि - त्याहीपेक्षा ते एक आनंदी गाणं होतं ज्यामध्ये तिच्या त्या वेळच्या आशादायक आयुष्याचे पडसाद उमटले होते. तिच्या डॅनबरोबरच्या नव्या आयुष्यातून स्फुरलेलं गाणं होतं ते. आणि उडवून लावण्याच्या आविर्भावात त्यानं

त्याची उपेक्षा केली होती. त्या वेळेला त्याच्या वागण्यानं ती दुखावली होती. आणि त्या वेळेला त्याचा वाढदिवस नसता तर तिनं ते बोलूनही दाखवलं असतं.

'हं', तो म्हणाला होता. "ठीक आहे."

ती मनाशी विचार करत होती ती आठवण इतके दिवस तिला का आली नाही. मनाच्या तळाशी दडून बसलेल्या या आठवणीनं त्या टी-शर्टवरच्या अक्राळविक्राळ पांढऱ्या शर्कसारखं नेमकं आताच डोकं वर का काढावं?

आत्ता या क्षणी इतर अनेक आठवणीसुद्धा डोकं वर काढू लागल्या होत्या. त्याच्याबद्दलची सर्वात अप्रिय आठवण 'स्ट्रिंग थिअरी'मध्ये येणाऱ्या एक ग्राहकाच्या संदर्भातली होती. ॲश नावाचा एक सर्जन आणि हौशी गिटारवादक कधीकधी गाण्यांची पुस्तकं घेण्यासाठी 'स्ट्रिंग थिअरी'मध्ये येत असे. त्यानं सहजच तिला कॉफी घ्यायला जाण्याबद्दल विचारलं होतं.

("अर्थातच मी त्याला नाही म्हटलं. उगाच ओरडू नकोस.")

सर्वांत कळस म्हणजे रेकॉर्डिंग व्यवसायातल्या एका महत्त्वाच्या व्यक्तीने एका नामवंत कंपनीसाठी (खरं म्हणजे ते एक बुटिक होतं, जे युनिव्हर्सलचा पाठिंबा असलेलं पूर्वीचं इंडी लेबल[४३] होतं) द लॅबिरिंथिला करारबद्ध करण्याची इच्छा दर्शवली होती. तसं असेल तर त्यांचं जोडप्याचं नातं टिकणार नाही, असं डॅननं तिला सुनवलं होतं. त्यानं त्याच्या विद्यापीठातल्या, एका बँडमध्ये असलेल्या एका मित्राकडून एक भीतिदायक गोष्टही ऐकली होती. तो ज्या बँडमध्ये काम करत होता त्या बँडने अशाच एका लेबलबरोबर करार केला होता. तिथं त्या बँडमधल्या सर्वांना पूर्णत: फसवलं गेलं. त्यातून ते सावरले नाहीत आणि बेकार आणि दारुडे म्हणून किंवा तसल्याच प्रकारचं आयुष्य त्यांच्या वाट्याला आलं.

"मी तुला माझ्या बरोबर घेऊन जाऊ शकते." ती म्हणाली. "मी करारच तसा करून घेईन. आपण कुठेही जायचं झालं तरी बरोबर जाऊ शकू."

"नोरा, सॉरी. पण हे *तुझं* स्वप्न आहे, माझं नाही."

मागं वळून पाहताना हा प्रसंग आणखीच दुखावणारा वाटत होता. विशेषत: लग्नाआधीच्या काळात तिनं त्याचं ऑक्सफोर्डशायरमध्ये मद्यगृह सुरू करण्याचं स्वप्न जणू ते तिचं स्वत:चं स्वप्न असल्याप्रमाणे, ते प्रत्यक्षात उतरवण्यासाठी किती कष्ट घेतले होते, ते आठवून अधिकच वाईट वाटत होतं.

डॅन नेहमी म्हणत असे की त्याला नोराची काळजी होती. बँडमध्ये असताना तिला भीतीचे झटके येऊ लागले होते, विशेषत: ती रंगमंचाच्या जवळपास असे तेव्हा. पण तिला आता विचार करताना असं वाटत होतं की त्यामध्ये तिच्या काळजीपेक्षा तो स्वत:च्या फायद्याचा विचार अधिक करत होता.

---

४३ छोट्या प्रमाणावर व्यवसाय करणाऱ्या स्वतंत्र कंपन्या (independent label indie label)

‘‘मला वाटलं होतं,’’ तो आता म्हणत होता, ‘‘की तू आता पुन्हा माझ्यावर भरवसा करायला लागली आहेस.’’

‘‘तुझ्यावर विश्वास ठेवायचा? डॅन माझा तुझ्यावर का बरं विश्वास नसेल?’’

‘‘तुला माहीत आहे का ते.’’

‘‘अर्थात मला माहीत आहे,’’ ती खोटं बोलली. ‘‘मला फक्त ते तुझ्या तोंडून ऐकायचं होतं.’’

‘‘हो, म्हणजे एरिनबरोबर जे झालं ते.’’

ती त्याच्याकडे रोखून पाहत राहिली, जणू काही तो म्हणजे एक रोर्शाक* चाचणीमधला[४४] शाईचा डाग होता. त्यामध्ये तिला स्पष्ट अशी कोणतीच आकृती दिसत नव्हती.

‘‘एरिन? रात्री मी जिच्याशी बोलत होते, ती?’’

‘‘त्या झिंगलेल्या अवस्थेतल्या एका क्षणासाठी मी जन्मभर मार खायचा आहे का?’’

बाहेर रस्त्यावर वाऱ्याचा जोर वाढत होता, झाडाच्या फांद्यांमधून घोंगावत वाहताना तो जणू स्वत:चीच भाषा बोलत होता.

हे ते आयुष्य होतं, ज्यासाठी ती आसुसली होती. हे ते आयुष्य होतं, जे न जगण्यासाठी तिनं स्वत:ला खूप दोष दिला होता. हा तो कालखंड होता ज्यात ती नसल्याचा तिला पश्चात्ताप होता.

‘‘एक मूर्खासारखी केलेली चूक?’’ तिनं पुनरावृत्ती केली.

‘‘ठीक आहे, दोन.’’

संख्या वाढत होती.

‘दोन?’

‘‘मी कचाट्यात सापडलो होतो, तुला सांगतो, तणावाखाली होतो. या जागेचा तणाव. खूप दारू प्यायलो होतो.’’

‘‘तू इतर कोणाबरोबर तरी झोपलास आणि असं काही वाटत नाही की तू त्याची ... भरपाई करण्याच्या मानसिकतेमध्ये आहेस.’’

‘‘मी मनापासून विचारतो की आता हे पुन्हा कशासाठी उकरून काढायचं. आपण हे सगळं मागं टाकलं आहे. तुला आठवतंय, समुपदेशकाने आपल्याला

---

४४ रोर्शाक चाचणी (Rorschach inkblot test) – एक मानसशास्त्रीय चाचणी ज्यामध्ये शाईच्या डागातून तयार झालेल्या आकृती रुग्णाला दाखवून त्याबद्दल त्याचे मत विचारले जाते. रुग्णाच्या उत्तरावरून त्याच्या मन:स्थितीबद्दल अंदाज बांधला जातो.

काय सांगितलं आहे. मागं काय घडलं यावर जोर देण्यापेक्षा, आता कोणत्या दिशेनं जायचं आहे, याकडे अधिक लक्ष देण्यासंबंधी.''

''तू कधी असा विचार केलायंस का की कदाचित आपण दोघे एकमेकांना अनुरूपच नसू?''

'काय?'

''डॅन, माझं तुझ्यावर प्रेम आहे. आणि तू खूप प्रेमळ असू शकतोस. आणि तू माझ्या आईबरोबर अतिशय चांगला वागलास. मला म्हणायचंय की आपल्या दोघांमध्ये खूप चांगला संवाद आहे. पण तुला कधी असं वाटतं का की आपण आयुष्यात जिथं असायला हवं होतं, त्यापेक्षा पुढं आलो आहोत? की आपण बदललो आहोत?''

ती पलंगाच्या कडेवर बसली. होता होईतो त्याच्यापासून लांब, पलंगाच्या दुसऱ्या टोकाला.

''मी तुला मिळाले; तू नशीबवान आहेस असं कधी नाही वाटत का तुला? तुझ्या कधी लक्षात नाही का आलं की मी लग्नाच्या दोन दिवस आधी तुला जवळजवळ सोडून जाण्याच्या बेतात होते? तुला कल्पना आहे का मी लग्नाच्या वेळी आलेच नसते, तर तुझं आयुष्य किती अवघड झालं असतं?''

''अरे व्वा. खरंच? तू स्वत:ला फारच मोठी समजतेस, नोरा.''

''नको का मला तसं वाटायला? म्हणजे प्रत्येकालाच तसं वाटायला हवं ना? खरं म्हणजे आत्मसन्मान राखण्यात काय चूक आहे? आणि तसंही मी म्हणते ते खरंच आहे. आणखीही एक वेगळं जग आहे, ज्या जगात माझ्याशिवाय तुझं जगणं किती कठीण आहे हे सांगणारे व्हॉट्सॲप संदेश तू मला पाठवायचास. तू दारूकडे कसा वळलास, ते सांगणारे. पण आता मी असतानाही तू दारूकडे वळतोस असं दिसतय. तुला माझा आवाज ऐकल्याशिवाय चैन पडत नाही असे संदेश तू मला पाठवतोस.''

त्यानं एक झटकून टाकल्यासारखा आवाज केला, हसू आणि रेकणे याच्या मधला आवाज होता तो. ''हं, आता या क्षणी तरी मला तुझा आवाज ऐकल्याखेरीज करमत नाही, असं मुळीच नाही.''

तिनं तिचे शूज काढले. पण त्यापलीकडे कोणताही कपडा त्याच्या समोर काढणं तिला अवघड, नव्हे अशक्य वाटायला लागलं.

''आणि माझ्या पिण्याबद्दल बोलणं बंद कर आता.''

''इतर कोणाबरोबरच्या संबंधांसाठी तुझ्या पिण्याचं निमित्त तू पुढं करणार असशील तर मी त्याबद्दल बोलत राहणारच.''

“मी एक खेड्यातला श्रीमंत माणूस आहे.” तो उपहासानं म्हणाला. “खेड्यातली श्रीमंत माणसं हेच करतात. गंमत-जंमत करत, मजा-मस्ती करत आणि आम्ही विकतो त्या पेयांचा आस्वाद घेत आयुष्य घालवतात.”

“अरे देवा! हा असं केव्हापासून बोलायला लागला? की हा नेहमीच असं बोलत होता?”

“ब्लडी हेल, डॅन.”

त्याला काही पर्वा आहे, हे दाखवण्याची तसदीही त्यानं घेतली नाही. तो ज्या जगात होता त्याबद्दल काही कृतज्ञता वाटत असल्याचेही त्यानं दर्शवलं नाही. ते जग, ज्या जगाच्या असण्याची शक्यता नाकारल्यामुळे तिला इतकं अपराधी वाटत होतं. त्यानं त्याचा फोन घेण्यासाठी हात लांबवला, तेव्हा त्याचा लॅपटॉप अजूनही दुलईवरच ठेवलेला होता. त्यावर तो खाली-वर करत असताना ती त्याच्याकडे पाहत होती.

तिच्या कल्पनेतलं आयुष्य हे नव्हतं.

...आणि नोरानं तिच्या आरशातल्या प्रतिबिंबाला ‘गुड लक’ म्हटलं. आणि नंतर एका क्षणार्धात ती जीवनमरणाच्या मध्यरेषेवरच्या त्या वाचनगृहाच्या अंतर्भागात कुठेतरी परतलेली होती. मिसेस एल्म थोडंसं दुरून, चेहऱ्यावर एक कुतूहलपूर्ण तिरपं हसू घेऊन, तिच्याकडे रोखून पाहत होती.

“मग कसं काय होतं सगळं?”

नोरानं जीवनमरणाच्या सीमारेषेवर असताना शेवटच्या चिठ्ठीआधी लिहिलेली चिठ्ठी

तुम्ही कधी विचार केलात का, की मी या वळणावर कशी येऊन पोहोचले? हे असं काही होतं की, जणू तुम्ही एका चक्रव्यूहात आहात, आणि पूर्णपणे रस्ता चुकलेले आहात आणि यात दोष पूर्णत: तुमचाच आहे कारण कुठल्या वळणावर वळायचं हे तुम्हीच ठरवलं होतं? की तुम्हाला बाहेर जाण्यासाठी उपयोगी पडले असते असे अनेक मार्ग आहेत हे माहीत आहे, कारण इथून बाहेर ज्यांनी सुटका करून घेतली अशा सगळ्या जणांचे बाहेरून येणारे आवाज तुम्ही ऐकत असता आणि ते मुक्त हसत असतात, स्मितहास्य करत असतात. आणि कधीकधी कुंपणातून तुम्हाला त्यांची झलक पाहायला मिळते. पानांच्या आडून झटकन दिसेनाशा होणाऱ्या आकृती. आणि सुटकेच्या कल्पनेने ते इतके आनंदी दिसत असतात. पण तुम्हाला त्याचा हेवा नाही वाटत. त्यांनी जे केलं ते करण्याची कुवत तुमच्या जवळ नाही म्हणून तुम्हाला तुमचा स्वत:चाच राग येतो? येतो? की हा चक्रव्यूह फक्त माझ्यासाठीच आहे?

ता.क. माझं मांजर मेलं.

बुद्धीबळाचा पट

जीवनमरणाच्या मध्यरेषेवरच्या त्या वाचनगृहातली ती शेल्फं पुन्हा एकदा खूपच अचल झालेली दिसत होती. जणू त्यांची हालचाल होणे ही गोष्ट शक्यतेच्या कोटीतली नव्हतीच. नोराला जाणीव झाली की आत्ता ती वाचनगृहाच्या एका वेगळ्याच भागात होती. म्हणजे वेगळ्या खोलीत नव्हे, कारण दिसताना तर असं दिसत होतं की, ते वाचनगृह म्हणजे दुसर टोक दिसू नये इतकी, लांबच लांब, एकच अखंड खोली होती. नोरा खरोखरीच वाचनगृहाच्या दुसऱ्या भागात होती किंवा नाही, ही सांगणेही कठीण होते कारण तिथली पुस्तकंही हिरवीच दिसत होती, मात्र आधीपेक्षा आत्ता ती एका कॉरीडॉरच्या अधिक जवळ होती. आणि इथून तिला एका शेल्फापलीकडे पहिल्यापेक्षा काहीतरी नवीन दिसत होते. एक डेस्क आणि त्यावरचा संगणक, कॉरीडॉरमधलया खांबांच्या मधल्या जागेत एखादं तात्पुरतं ऑफिस उभं केलेलं असावं, तसं.

मिसेस एल्म त्या डेस्कपाशी उभी नव्हती. ती नोरा जिथं होती; तिथं, बरोबर तिच्या समोर एका बुटक्या लाकडी स्टुलावर बसलेली होती, आणि ती बुद्धीबळ खेळत होती.

''मी कल्पना केली होती, त्यापेक्षा ते वेगळं होतं,'' नोरा म्हणाली.

''आपल्याला कशामुळे आनंद मिळेल याची नेमकी कल्पना करता येणं जरा तसं अवघडच असतं, नाही का?'' पटावरचा काळा उंट हलवून एक पांढरं प्यादं मारता मारता तिनं विचारलं. विचारताना तिचा चेहरा अगदी कोरा होता.

मिसेस एल्मनं १८०° कोनात पट फिरवला. बहुधा तीच दोन्ही बाजूंनी खेळतीय असं दिसत होतं.

'हो,' नोरा म्हणाली, ''खरं आहे. पण तिचं पुढं काय होतं? म्हणजे *माझं?* तिचा शेवट काय होतो?''

''मला कसं माहीत असेल? मला फक्त आजचं माहीत असतं. मला आजच्याविषयी खूप काही माहीत असतं पण उद्या काय घडणार आहे याबद्दल मला काही माहीत नसतं.''

''पण ती म्हणजे मी तिथं बाथरूममध्ये असेन आणि मी तिथं कशी पोहोचले हे तिला कळणारच नाही.''

''आणि असं झालं नाही कधी का की तू एखाद्या खोलीत गेलीस आणि मग तुला प्रश्न पडला की आपण इथं का आलो आहोत? आत्ता एखादी गोष्ट

केली आणि पुढच्या क्षणाला तेच आठवेनासं झाल, असं कधी नाही झालं का तुझ्या बरोबर की क्षणभर डोक्यातून सगळं पूर्णपणे पुसलं गेलंय किंवा एका क्षणी तू करत असलेल्या गोष्टीचा संदर्भच आठवेनासा झालाय?''

''हो, पण त्या आयुष्यात मी तिथं अर्धा तास होते.''

''आणि ती दुसरी तू, तिला त्यातलं काहीच माहीत असणार नाही. तिला फक्त तू आत्ता जे केलंस आणि म्हटलंस ते आठवेल, ते तिनंच केलं आणि म्हटलं असल्यासारखं.''

नोरानं एक मोठा उसासा सोडला. ''डॅन असा नव्हता.''

''लोक बदलतात,'' मिसेस एल्म म्हणाल्या, त्यांची नजर मात्र अजूनही पटावरच होती. तिचं लक्ष एक उंटाच्या सोंगटीवर रेंगाळलं.

नोरानं पुन्हा थोडा विचार केला. ''किंवा कदाचित असं असेल की तो तसाच होता आणि मलाच कळला नाही.''

'मग?' तिच्याकडं पाहत विचारात पडलेल्या मिसेस एल्मनं विचारलं. ''तुझा काय विचार आहे?''

''असं वाटतंय की मला अजूनसुद्धा मरायची इच्छा आहे. खूप दिवसांपासून मला मरायचं होतं. मी काळजीपूर्वक विचार केलाय की एक सपशेल अपयशी व्यक्ती म्हणून जगताना मला जेवढ्या वेदना होतील त्या मी मेले म्हणून इतरांना झालेल्या दु:खापेक्षा कितीतरी पटींनी जास्त असतील. खरं म्हणजे त्यांना ती एक प्रकारची सुटकाच वाटेल, याची मला खात्री आहे. माझा कोणालाच काही उपयोग नाही. माझ्या कामातही मी फार काही चांगली नव्हते. मी सगळ्यांची निराशा केली. प्रामाणिकपणे सांगायचं झालं तर, हवेत कार्बन सोडणारं एक अस्तित्व एवढाच माझ्या जगण्याचा अर्थ; व्यर्थ आहे माझं आयुष्य. मी लोकांना दुखवते. माझं म्हणण्यासारखं कोणीच उरलं नाही. अगदी व्होल्ट्ससुद्धा नाही. मी त्या मांजराची नीट काळजी घेऊ शकले नाही म्हणून तो मेला. मला मरायचंय. माझं आयुष्य म्हणजे अनर्थ आहे आणि ते मला संपवायचं आहे. जगण्याला आवश्यक काही गुणच नाहीत माझ्यात. या सगळ्यातून जाणं निरर्थक आहे. कारण मी इतर आयुष्यांमध्येही दु:खी असावं असंच माझं विधिलिखित आहे. माझं असंच आहे. मी स्वत:चं छान असं काहीच निर्माण करत नाही. मी स्वत:ची कीव करण्यातच बुडून गेलीय. मला मरण हवं आहे.''

मिसेस एल्मनं नोराचा कसून अंदाज घेतला, जणू काही त्या आधीच वाचलेल्या एखाद्या पुस्तकातला एखादा उतारा, त्यात नवा अर्थ गवसल्यासारखं वाटत असल्याप्रमाणे, पुन्हा वाचत होत्या. ''हवं आहे,'' त्या तिला ठाशीव स्वरात म्हणाल्या, ''हे गंमतशीर शब्द आहेत. काहीतरी कमी असल्याची जाणीव त्यातून स्पष्ट होते. कधीकधी जे नाहीये असं वाटतं त्याची जागा दुसऱ्या कशाने भरून निघाली, तर काहीतरी कमी असल्याची आधीची जाणीव पूर्णपणे निघून

जाते. कदाचित असं असू शकतं की तुझी समस्या 'हवं आहे' यापेक्षा 'अभाव आहे' या शब्दांशी अधिक निगडित आहे. कदाचित असं एखादं आयुष्य असू शकतं, जे खरोखरीच जगण्याची इच्छा तुला असू शकते.''

''मला असं वाटलं होतं की तेच ते आयुष्य होतं. डॅनबरोबरचं आयुष्य. पण नाही, ते तसं नव्हतं.''

''नाही, ते तसं नव्हतं. पण ते आयुष्य म्हणजे तुझ्या अनंत संभाव्य आयुष्यांमधलं एक आयुष्य होतं. केवळ एक आयुष्य हा अनंत संभाव्य आयुष्यांमधला अगदीच नगण्य हिस्सा आहे.''

''मी जगू शकले असते अशा माझ्या प्रत्येक संभाव्य आयुष्यात मी असणारच आहे. म्हणून खरं पाहता प्रत्येक आयुष्य संभाव्य आहे, असं नाही म्हणता येणार.'' मिसेस एल्मचं लक्ष नव्हतं. त्यांनी विचारलं, ''आता मला सांग, तुला कुठं जायची इच्छा आहे?''

''कुठंच नाही, प्लीज.''

''तुला *पश्चात्तापांचे पुस्तक* पुन्हा एकदा पाहायचं आहे का?''

नोरानं नाक मुरडलं आणि एक मिनिटभर ती डोकं हलवत राहिली. अति खेदामुळं गुदमरल्याच्या भावनेची तिला आठवण झाली. 'नाही.'

''तुझ्या मांजराचं काय? नाव काय होतं त्याचं?''

'''व्हॉल्टेअर'. जरा दिखाऊपणा वाटावं असं नाव होतं ते आणि तो दिखाऊ नव्हता, म्हणून मी त्याला मी व्होल्ट्स म्हणायची, छोटंस नाव. कधीकधी लहर लागली तर व्होल्टसी, अर्थातच, असं क्वचितच व्हायचं. मला साधं एका मांजराचं नावही निश्चित नाही ठेवता आलं.''

''बरं, तू मला म्हणालीस की तू मांजर नीट पाळू शकली नाहीस. तू त्या बाबतीत आणखी वेगळं काय करू शकली असतीस?''

नोरानं विचार केला. तिला असं खरोखरी जाणवत होतं की मिसेस एल्म तिच्या बरोबर एक प्रकारचा खेळ खेळत होत्या. पण तिला तिच्या मांजराला पुन्हा भेटायचं होतं आणि केवळ त्या नावाचं मांजर नव्हे. खरं म्हणजे इतर कशाहीपेक्षा ते जास्त हवं होतं.

''ठीक आहे. ज्या आयुष्यात मी व्हॉल्टेअरला घरात ठेवून सांभाळत होते, ते आयुष्य पाहायला मला आवडेल. *माझा* व्हॉल्टेअर. मला ते आयुष्य आवडेल, ज्या आयुष्यात मी स्वत:चा जीव घेण्याचा प्रयत्न केला नाही, ज्या आयुष्यात मी माझ्या मांजराची चांगली काळजी घेणारी मांजर-मालक होते आणि त्याला आदल्या रात्री रस्त्यावर जाण्यासाठी मोकळे सोडले नव्हते. मला थोडा वेळ का होईना, मला ते आयुष्य हवं. त्या आयुष्याचं अस्तित्व आहे, आहे ना?''

‘जगणं’ हा शिकण्याचा एकच मार्ग

नोरानं अवतीभोवती पाहिलं आणि तिला ती स्वत:च्या बिछान्यात झोपली असल्याचं दिसलं. रात्रीचे १२ वाजून १ मिनिट झालं होतं. तिनं तिचा लाइट लावला. हे तिचं खरं आयुष्य होतं पण आता ते चांगलं असणार होतं, कारण या आयुष्यात व्हॉल्टेअर जिवंत असणार होता. तिचा खरोखरीचा व्हॉल्टेअर.

पण तो कुठे होता?

‘व्होल्ट्स?’

पण तो कुठं आहे?

‘व्होल्ट्स?’

ती पलंगावरून खाली उतरली.

‘व्होल्ट्स?’

तिनं तिच्या फ्लॅटमध्ये सगळीकडं पाहिलं आणि तो कुठेच सापडला नाही. खिडकीवर पावसाचा टपटप आवाज सुरू होता. हा तपशील तेवढा बदलला नव्हता. नैराश्यावरच्या तिच्या औषधांचा डबा बाहेर स्वयंपाकघराच्या ओट्यावर होता. इलेक्ट्रिक पियानो भिंतीच्या कडेला मूकपणे उभा होता.

‘व्होल्टसी?’

तिथं तिनं लावलेली रोपं होती. युक्का[४५] आणि निवडुंगाच्या जातीतल्या रोपांच्या तीन छोट्या कुंड्या, तिच्या पुस्तकांनी भरलेली शेल्फ. तीच पुस्तकं, तत्त्वज्ञानाची पुस्तकं आणि कादंबऱ्यांचा मिश्र संग्रह, न केलेल्या योगासनांची महिती देणारी पुस्तकं, रॉकस्टार्सची चरित्रं आणि सर्वसामान्य लोकांसाठी काढलेल्या विज्ञान-पुस्तकांच्या आवृत्ती. मुखपृष्ठावर शार्कचं चित्र असलेलं एक जुनं *नॅशनल जिओग्राफिक* आणि रायन बेलेच्या मुलाखतीसाठी म्हणून खास विकत घेतलेला पाच महिन्यांपूर्वीचा *एले* मासिकाचा एक अंक. त्या संग्रहात बराच काळ काही भर पडली नव्हती.

मांजराच्या खाण्याने भरलेला एक वाडगा तिथं होता.

तिनं त्याला हाका मारत सगळीकडं शोधलं. जेव्हा ती बेडरूममध्ये गेली आणि पलंगाखाली पाहिलं तेव्हा मात्र तो तिला तिथं दिसला.

‘व्होल्ट्स!’

---

४५ घायपातासारखी वनस्पती.

व्होल्टस काहीच हालचाल करत नव्हता.

तिचे हात त्याच्यापर्यंत पोहोचतील इतके लांब नव्हते म्हणून तिनं पलंग हलवला.

''व्होल्टसी. इकडं ये, व्होल्टसी,'' तिनं हळू आवाजात हाक मारली.

पण ज्या क्षणी तिनं त्याच्या थंड पडलेल्या शरीराला हात लावला त्या क्षणी तिला कळलं होतं, आणि तिचं मन दुःखानं आणि गोंधळानं भरून गेलं. त्या क्षणी तिला दिसलं की ती जीवनमरणाच्या मध्यरेषेवरच्या वाचनगृहात पोहोचली होती. मिसेस एल्म तिच्या समोर होत्या. या वेळेस त्या एका आरामशीर खुर्चीत बसलेल्या होत्या आणि एक पुस्तक वाचण्यात पूर्णपणे गढून गेलेल्या होत्या.

''मला काही कळत नाही,'' नोरा त्यांना म्हणाली.

मिसेस एल्मनं त्या वाचत असलेल्या पानावरून नजर हलवली नाही. ''खूप गोष्टी अशा असू शकतील ज्या तुला कळणार नाहीत.''

''मी ज्या आयुष्यात व्हॉल्टेअर जिवंत असेल असं आयुष्य मागितलं होतं.''

''खरं म्हणजे तू तसं मागितलं नव्हतं.''

'काय?'

त्यांनी पुस्तक खाली ठेवलं. ''त्याला तू घरातच ठेवलेलं असेल, असं आयुष्य मागितलं होतंस. ती अगदीच वेगळी गोष्ट आहे.''

''हो का?''

''हो. पूर्णपणे ते तसंच आहे. हे पाहा, तो ज्या आयुष्यात अजूनही जिवंत असलेलं आयुष्य मागितलं असतंस, तर मला नाही म्हणावं लागलं असतं.''

''पण का?''

''कारण ते अस्तित्वातच नाही.''

''मला वाटलं होतं प्रत्येक आयुष्याला अस्तित्व आहे.''

''*प्रत्येक संभाव्य* आयुष्य. हे पाहा, इथं असं दिसतंय की व्हॉल्टेअरला हृदयाचा एक गंभीर आजार[४६] होता. त्याची ही स्थिती जन्मापासून होती. लहान असतानाच त्याचं हृदय बंद पडणं, हेच त्याच्या नशिबात होतं.''

''पण त्याला एका गाडीनं ठोकरलं होतं.''

''नोरा, रस्त्यावर मरण येणं आणि गाडीची ठोकर बसून मरणं यांत फरक आहे. तुझ्या इतर कोणत्याही आयुष्यापेक्षा, तुझ्या मूळ आयुष्यातला व्हॉल्टेअर

---

४६ Restrictive cardiomayopathy - हृदयाच्या काठिण्यामुळे हृदयातून होणारे रक्ताचे अभिसरण अपुरे असणे.

जास्त जगला. त्याला अपवाद फक्त तू आत्ताच पाहिलेल्या आयुष्याचा. त्या आयुष्यात त्याचा मृत्यू फक्त तीन तासांपूर्वी झाला. त्याच्या आयुष्याची पहिली काही वर्षं अवघड गेली हे खरं असलं तरी तुझ्या बरोबर असतानाचं वर्ष हा त्याच्या आयुष्याचा सर्वोत्तम काळ होता. व्हॉल्टेअरची अनेक आयुष्यं अत्यंत वाईट होती. विश्वास ठेव माझ्यावर.''

''एक क्षणाआधी तुम्हाला त्याचं नावही माहीत नव्हतं. आता तुम्हाला हेही माहीत आहे की त्याला हृदयाचा विकार होता.''

''मला त्याचं नाव माहीत होतं. आणि एक क्षणापूर्वी नाही. त्याच क्षणी मला कळलं होतं. तुझं घड्याळ बघ.''

''तुम्ही खोटं का बोललात?''

''मी खोटं बोलत नव्हते. मी तुला विचारलं की तुझ्या मांजराचं नाव काय होतं. मी असं कधीच म्हटलं नाही की मला तुझ्या मांजराचं नाव काय होतं ते माहीत नाही. तुला यातला फरक लक्षात येतोय नं? तू त्याचं नाव उच्चारावं, म्हणजे तुझ्या भावना जाग्या होतील एवढाच माझा उद्देश होता.''

चिडचिडीमुळं नोरा आता तापली होती. ''ते तर आणखी वाईट आहे. व्होल्ट्स मेलेला आहे हे तुम्हाला *माहीत* असूनही तुम्ही मला त्या आयुष्यात पाठवलंत. आणि व्होल्ट्स मेला होता. त्यामुळं बदललं काहीच नाही.''

मिसेस एल्मचे डोळे पुन्हा चमकले. ''फक्त तुझ्याशिवाय.''

''काय म्हणायचंय तुम्हाला?''

''आता तू स्वत:ला आता एक वाईट मांजर-मालक समजत नाहीस. त्याची जितकी काळजी घेता येणं शक्य होतं, तेवढी तू घेतलीस. तू त्याच्यावर जेवढं प्रेम केलंस, तेवढच प्रेम त्यानं तुझ्यावर केलं आणि कदाचित तू त्याला मेलेलं पाहावंस ही त्याची इच्छा नव्हती. तूच पाहा, मांजरांना *समजतं*. त्यांना त्यांचं आयुष्य संपत आलं हे समजतं. तो बाहेर गेला, कारण त्याचा मृत्यू जवळ आला होता आणि ते त्याला माहीत होतं.''

नोरानं हे पचवण्याचा प्रयत्न केला. आता तिनं विचार केला, तिच्या मांजराच्या अंगावर काही मोडतोड झाल्याच्या कसल्याच खुणा नव्हत्या. ॲशनं घाईघाईनं काढलेल्या निष्कर्षाप्रमाणेच तिनंही तसंच निष्कर्ष काढला होता. रस्त्यावर मरून पडलेलं मांजर *म्हणजे* रस्त्यावरच्या घटनाच त्याला जबाबदार. आणि एखादा सर्जन असं समजत असेल तर कोणीही सर्वसामान्य माणूससुद्धा तसाच विचार करणार नं. दोन अधिक दोन म्हणजे गाडीनं केलेला अपघातच असणार.

''बिचारा व्होल्ट्स,'' नोरा दु:खी स्वरात पुटपुटली.

आपण शिकवत असलेला धडा नीट समजला आहे हे पाहून हसणाऱ्या शिक्षिकेप्रमाणं मिसेस एल्मनं हलकंस स्मित केलं.

''त्यानं तुझ्यावर प्रेम केलं, नोरा. कोणालाही जितकी काळजी घेता येणं शक्य होतं, तितकी त्याची काळजी तू घेतलीस. जा व *पश्चात्तापांचे पुस्तक* उघड आणि त्यातलं शेवटचं पान पाहा.''

नोराला जमिनीवर पडलेलं ते पुस्तक दिसलं. ती त्या पुस्तकाच्या बाजूला वाकली.

''मला हे पुस्तक पुन्हा उघडायचं नाही.''

''चिंता करू नको. या वेळेला काही धोका नाही. फक्त शेवटचं पानच पाहा.''

तिनं शेवटचं पान उघडलं तेव्हा तिला तिचा तिथं लिहिलेला शेवटचा पश्चात्ताप 'मी व्हॉल्टेअरची काळजी नीट घेतली नाही', हळूहळू पुसट होत जाताना दिसला. धुक्यामध्ये विरत जाणाऱ्या अनोळखी लोकांप्रमाणे एकेक अक्षर हळूहळू अदृश्य होत होतं.

नोरानं आणखी काही वाईट घडतंय अशी शंका येण्याच्या आधीच ते पान पटकन मिटून टाकलं.

''मग आता तुझ्या लक्षात आलं का की कधीकधी आपल्याला वाटणाऱ्या पश्चात्तापाला वास्तवाचा मुळीच आधार नसतो. कधीकधी आपल्याला झालेले पश्चात्ताप हे फक्त...'' त्या योग्य शब्द आठवत राहिल्या आणि तो त्यांना मिळाला. ''शेणानं भरलेल्या टोपलीसारखा असतो.''

मिसेस एल्मनं कधी 'शेण' हा शब्द उच्चारला होता का हे आठवण्यासाठी, नोरानं तिचे शाळेतले दिवस आठवण्याचा प्रयत्न केला. तिची नक्की खात्री होती की त्यांनी ते कधीच केलं नव्हतं.

''पण मला अजूनही समजत नाही की तुम्हाला व्होल्ट्सच्या मृत्यूची माहिती असतानाही तुम्ही मला त्या आयुष्यात का पाठवलेत. तुम्ही मला त्याबद्दल तोंडी सांगू शकला असतात. मी वाईट मांजर-मालक नव्हते, एवढंच तुम्ही मला सांगू शकला असतात. तुम्ही तसं का नाही केलंत?''

''कारण, नोरा काही वेळा तो क्षण प्रत्यक्ष 'जगणं' हाच एक शिकण्याचा मार्ग असू शकतो.''

''ऐकायला कठीण वाटतं.''

'बस,' मिसेस एल्मनं तिला सांगितलं. ''व्यवस्थित बस. तू असं जमिनीवर ओणवी होउन बसणं ठीक नव्हे.'' आणि नोरा वळली तेव्हा तिच्यामागं याआधी तिला न दिसलेली एक खुर्ची दिसली. एक पुरातन खुर्ची, महोगनी लाकडाची

आणि बटणे लावलेल्या चामड्याचं आच्छादन असलेली. कदाचित एडवर्डियन[४७] शैलीची, एका हातावर पुस्तकासाठी पितळी स्टँड असलेली. ''थोडा वेळ विश्रांती घे.''

नोरा खुर्चीत बसली. तिनं तिच्या घड्याळात नीट पाहिले. तिनं स्वत:साठी कितीही वेळ दिला तरी घड्याळाचे काटे आज जीवनमरणाच्या मध्यरेषेवर, बारावरच थांबले होते.

''मला अजूनही हे पटत नाहीये. दु:खानं भरलेलं एक आयुष्य पुरे आहे की. आणखी तसलीच आयुष्यं पाहण्याचा धोका कशासाठी पत्करायचा?''

''ठीक आहे.'' मिसेस एल्मनं खांदे उडवले.

'काय?'

''मग आपण काही करू या नको. तू या वाचनगृहातच या पुस्तकांसोबत राहा आणि शेल्फवरच्या त्या सगळ्या पुस्तकातली आयुष्यं त्यांना तू कधी निवडशील म्हणून वाट पाहत तशीच राहू देत.''

मिसेस एल्म काहीतरी खेळ खेळत आहेत, असं नोराला जाणवलं, पण तिनं त्याची दखल घेतली नाही.

'ठीक.'

मग नोरा तिथंच उभी राहिली आणि मिसेस एल्मनं पुन्हा तिचं पुस्तक उघडलं.

नोराला वाटलं, मिसेस एल्म कोणत्याही आयुष्यात प्रत्यक्ष न शिरता सगळी आयुष्य वाचू शकत होत्या, हे अन्याय्य आहे असं नोराला वाटत होतं.

थोडा वेळ तसाच गेला.

पण अर्थातच प्रत्यक्षात वेळ पुढं सरकलेली नव्हती.

तहान-भुकेची किंवा श्रमांची जाणीव न होता, नोरा अनंत काळापर्यंत तिथंच राहू शकत होती. पण तिला कंटाळा येतोय असं दिसत होतं.

काळ एके ठिकाणी थांबला होता, तिला वेढून असणाऱ्या इतर आयुष्यांबद्दलची नोराची उत्सुकता हळूहळू वाढू लागली होती. वाचनगृहात थांबायचं आणि शेल्फांमध्ये स्थिरावलेल्या त्या इतर आयुष्यांबद्दलची तिची उत्सुकता हळूहळू न वाढणं आणि शेल्फांवरची पुस्तकं खाली न काढणं तिला जवळजवळ अशक्यच होतं

''तुम्ही तुम्हाला माहीत असलेलं एखादं चांगलं आयुष्य मला का देऊ शकत नाही?'' तिनं अचानक विचारलं.

---

४७ इंग्लंडचा राजा, सातवा एडवर्ड याचा काळ (विसावे शतक).

''या वाचनगृहातलं काम अशा पद्धतीनं नाही चालत.''

नोरानं आणखी एक प्रश्न विचारला.

''नक्कीच आता बहुतेक आयुष्यांमध्ये मी झोपलेली असेन, हो नं?''

''बऱ्याच आयुष्यांत, हो.''

''मग काय घडेल?''

''तू झोपशील आणि संबंधित आयुष्यात जागी असशील. काळजी करण्यासारखं काही नाही त्यात. पण तुला भीती वाटत असेल तर तू दुसऱ्या काळातलं एखादं आयुष्य निवडू शकतेस.''

''तुमच्या बोलण्याचा नेमका अर्थ काय आहे?''

''हं. आत्ता सगळीकडेच रात्र नाही, बरोबर?''

'काय?'

''तुम्ही राहू शकता अशी *अनंत* विश्वे असण्याची शक्यता आहे. तुला असं वाटतं का ती सगळीच ग्रीनविच वेळेनुसार चालतात?''

''नक्कीच नाही,'' नोरा म्हणाली. तिच्या लक्षात आलं की तिचा धीर संपण्याच्या बेताला आला होता आणि दुसरं आयुष्य पहायला तिचं मन तयार होत होतं. तिच्या मनात कुबड असलेल्या देवमाशाचा विचार आला. तिच्या मनात तिनं पाठवलेल्या पण प्रतिसाद न मिळालेल्या संदेशांचा विचार आला. ''मी इझ्झीबरोबर ऑस्ट्रेलियाला जायला हवं होतं. ते आयुष्य अनुभवायला मला आवडेल.''

''फारच चांगली निवड आहे.''

''काय? हे फार चांगलं आयुष्य आहे?''

''आऽहे, मी असं नाही म्हटलं. मला एवढंच वाटतंय की तुझी निवड सुधारतेय.''

''म्हणजे ते वाईट आयुष्य आहे?''

''मी तसंही म्हटलं नाही.''

आणि शेल्फं पुन्हा हलू लागली, आणि काही सेकंदांत थांबली.

''हं, हो, हे इथं आहे,'' मिसेस एल्म खालून दुसऱ्या शेल्फमधलं पुस्तक काढता काढता म्हणाल्या. त्यांना ते पुस्तक लगेच ओळखता आलं, हे जरा विचित्र वाटण्याजोगं होतं. कारण ते हुबेहूब भोवतालच्या बाकी पुस्तकांसारखंच दिसत होतं.

त्यांनी ते पुस्तक प्रेमानं नोराच्या हातात दिलं, जणू काही ती वाढदिवसाची भेट असावी.

''हे घे. काय करायचं ते तुला माहीत आहे.''

नोरा जरा बिचकली.

"यात जर मी मेलेली असेन तर?"

"माफ कर. काय म्हणालीस?"

"म्हणजे दुसऱ्या आयुष्यात. अशीही आयुष्यं असतील ना की ज्यांमध्ये मी आजच्या आधीच मेले असेन."

मिसेस एल्म बुचकळ्यात पडल्यासारख्या दिसल्या. "तुला तेच तर हवं होतं ना?"

"बरोबर आहे, हो, पण...."

"तू आजच्या आधी अगणित वेळा मेली आहेस, हो. गाडीचा अपघात होउन, औषधांचे अति सेवन करून, पाण्यात बुडून, जिवावर बेतलेल्या विषबाधेमुळे, सफरचंद खाताना गुदमरून. बिस्कीट खाताना गुदमरून, मांसाहारी बर्गर खाताना गुदमरून, तुला जो जो काही आजार होणं शक्य होतं तो तो आजार... शक्य असेल त्या सगळ्या प्रकारांनी, शक्य असेल अशा अनेक वेळांना तुझा मृत्यू झाला आहे."

"म्हणजे मी कोणतंही पुस्तक उघडू शकते आणि माझा मृत्यू होऊ शकतो?"

"नाही, तत्क्षणी नाही होणार. जसं व्हॉल्टेअरच्या बाबतीत, जी आयुष्यं इथं अस्तित्वात आहेत, ती जिवंत आयुष्यं आहेत. म्हणजे तुझ्या त्या आयुष्यांमध्ये मृत्यू होऊ शकतो, पण तुम्ही त्या आयुष्यात प्रवेश केलेला असल्याशिवाय नाही; कारण हे मध्यरात्रीचे वाचनगृह मेलेल्या आत्म्यांसंबंधीचे नाही. हे काही मृत शरीरांचे वाचनगृह नाही. हे वाचनगृह संभाव्यतांसंबंधीचे आहे. आणि मृत्यू हा संभाव्यतांच्या विरोधी आहे. समजतंय ना तुला?"

"हं, बहुतेक."

...आणि नोरानं तिला दिलेल्या पुस्तकाकडं लक्ष देऊन पाहिलं. सुरूच्या झाडांसारख्या हिरव्या रंगाचं. गुळगुळीत, आणि पुन्हा तरंच **माय लाइफ,** असं मोठ्या अक्षरांतलं निराशाजनक शीर्षक कोरलेलं.

तिनं ते उघडलं आणि तिला एक कोरं पान दिसलं, म्हणून ते पान उलटून ती पुढच्या पानावर गेली. या वेळेला काय घडेल याचा विचार तिच्या मनात घोळत होता. **"पोहण्याचा तलाव नेहमीपेक्षा जरा जास्तच गजबजलेला होता..."**

...आणि त्या क्षणी ती तिथं होती.

आग

तिचा श्वास कोंडल्यासारखा झाला होता. गोंगाट आणि पाणी. तिचं तोंड उघडं होतं आणि तिला श्वास घेता येत नव्हता. खाऱ्या पाण्याची तीव्र चव आणि होणारी हुळहुळ.

तिनं पोहण्याच्या तलावाच्या तळाला पायांनी स्पर्श करण्याचा प्रयत्न केला पण ती तलावात तिच्या उंचीपेक्षा खोल पाण्यात होती, त्यामुळं तिनं चटकन ब्रेस्टस्ट्रोकचा पवित्रा घेतला.

पोहण्याचा तलाव पण खाऱ्या पाण्याचा. उघड्यावरचा, समुद्रकिनारी बांधलेला. किनाऱ्यावर बाहेर डोकावणाऱ्या खडकातून कोरून काढलेला. थोडी पलीकडे तिला समुद्र दिसत होता. डोक्यावर सूर्य तळपत होता. पाणी थंड होतं, पण तिच्या डोक्यावर आलेलं ऊन लक्षात घेता, ते थंड पाणी हवंस वाटत होतं.

कोणे एके काळी ती बेडफोर्डशायरमधली चौदा वर्षांची एक सर्वोत्तम तरणपटू होती.

तिच्या वयोगटातल्या राष्ट्रीय पातळीवरील दोन चॅम्पियन स्पर्धा तिनं जिंकल्या होत्या. फ्रीस्टाइल ४०० मीटर. फ्रीस्टाइल २०० मीटर. तिचे डॅड तिला तिथल्या तलावावर रोज घेऊन जायचे. कधीकधी शाळेच्या वेळेआधी तर कधीकधी नंतरसुद्धा. पण मग जेव्हा तिच्या भावाने 'निर्वाणा'त गिटार वाजवायला सुरुवात केली तेव्हा तिनं पोहण्यातल्या अंतराऐवजी पियानोच्या स्वरांची निवड केली, आणि स्वतःची स्वतःच फक्त चॉपिन[४८] शिकली नाही तर 'लेट इट बी' आणि 'रेनी डेज अँड मंडेज' ही क्लासिकल गीतेही शिकून घेतली. तिच्या भावाच्या कल्पनेतल 'द लॅबिरिंथ' अजून मनातही उमटलं नव्हतं त्याच्या आधीपासूनच तिनं स्वतःच्या संगीतरचना बांधायला सुरुवात केली होती.

खरं म्हणजे तिनं पोहणंसुद्धा पूर्णपणे सोडलं नव्हतं, फक्त तिनं त्याभोवती असलेल्या दबावाचा निरोप घेतला होता.

ती तलावाच्या कडेला आली. ती थांबली आणि तिनं भोवताली पाहिलं. तिला खालच्या बाजूला, थोड्या अंतरावर अर्धवर्तुळाकृती वळण घेणारं आणि वाळूवर येऊन धडकणाऱ्या समुद्राचं स्वागत करणारं बीच दिसत होतं. बीचच्या

४८ एकोणिसाव्या शतकातला पोलिश संगीतकार आणि पियानोवादक.

पलीकडे गवताच्या पट्ट्याने झाकलेली जमीन होती. एक पार्क, पामच्या झाडांमुळे रमणीय दिसणारं आणि कुत्र्यांना फिरायला घेऊन जाणारे दूरवर दिसणारे लोक.

त्यापलीकडे घरं, फारसे उंच नसलेले अपार्टमेंट ब्लॉक्स आणि रस्त्यावरून पुढे सरकणारी वाहने. तिनं बायरन बेची[४९] चित्रं पहिली होती परंतु प्रत्यक्षात ते वेगळं दिसत होतं. या जागेवर, ती जिथे कुठे होती, त्या चित्रातल्यापेक्षा अधिक इमारती दिसत होत्या. अजूनही प्रामुख्याने सर्फिंगसाठी असलेली, पण अधिक शहरी जागा.

तिनं तिचं लक्ष पुन्हा पोहण्याच्या तलावाकडे वळवलं आणि तिला एक माणूस त्याच्या डोळ्यावरचा गॉगल नीट करता करता, तिच्याकडे पाहून हसताना दिसला. ती त्याला ओळखत होती का? काही लक्षात येत नसल्यामुळं त्याच्याकडे पाहून तिनं सौजन्य म्हणून परतीचं एक अगदी छोटंसं स्मित केलं. एखाद्या पर्यटकाच्या हातात अपरिचित चलन असावे आणि नेमकी किती बक्षिसी द्यावी ते त्याला कळू नये, अशी तिची स्थिती झाली होती.

त्यानंतर पोहण्याची टोपी घातलेली एक वयस्कर स्त्री तिच्याकडं पाहून हसली आणि वेगानं तिच्या दिशेनं आली.

पोहण्यात खंड पडू न देता, ती म्हणाली, ''मॉर्निंग, नोरा.''

या अभिवादनामुळं एक गोष्ट स्पष्ट होत होती की नोरा या जागी नेमानं येणाऱ्यांपैकी होती.

'मॉर्निंग,' नोरा म्हणाली.

अवघडलेलं वाटावं असं संभाषण टाळण्यासाठी ती समुद्राकडे पाहत राहिली. दूरवर ठिपक्यांच्या आकाराचे काही सर्फर्स मोठमोठ्या निळ्याशार लाटांना भिडण्यासाठी त्यांच्या सर्फिंग बोर्ड्सवर आडवं पडून पोहत होते.

तिच्या ऑस्ट्रेलियातल्या आयुष्याची ही सुरुवात आशादायक होती. तिनं तिच्या मनगटी घड्याळाकडं निरखून पाहिलं. ते कॅसिओ कंपनीचं स्वस्तातलं दिसणारं नारिंगी रंगाचं घड्याळ होतं. त्या घड्याळाकडे पाहून छान वाटत होतं आणि ते तिच्या आनंदी आयुष्याचं सूचक आहे, अशी तिला आशा वाटत होती. सकाळचे नऊ वाजून गेल्याला थोडाच वेळ झाला होता. तिच्या घड्याळाजवळ प्लॅस्टिकचा एक मनगटी पट्टा होता आणि त्याला एक किल्ली लटकलेली होती.

म्हणजे या जागेतला तिचा हा रोजचा कार्यक्रम होता तर. बीचलगत असलेल्या पोहण्याच्या एका उघड्या तलावामध्ये. एकटीच होती का ती इथं, तिच्या काही लक्षात येत नव्हतं. तिनं इझ्झी दिसेल या आशेनं तलावात सगळीकडं नजर टाकली, पण तिथं कुणीच नव्हतं.

---

४९ बीचसाठी प्रसिद्ध असलेले ऑस्ट्रेलियातील शहर.

ती अजून थोडा वेळ पोहली.

तिला आधीपासून पोहण्यातलं सर्वांत जास्त काही आवडत होतं ते म्हणजे पाण्यात डुबकी मारून पाण्याखाली दिसेनासं होणं. पाण्याखाली तिचं मन इतकं एकाग्र झालेलं असे की तिच्या मनात दुसरा कसलाही विचार येतच नसे. शाळा किंवा घर याबद्दलची कसलीही काळजी शिल्लक राहत नसे. पोहण्याच्या कलेचा संबंध तिच्या मते इतर कोणत्याही कलेप्रमाणे शुद्धतेशी असतो. जितके क्रियाशील तुम्ही असाल तितके बाकीच्या साऱ्या गोष्टींकडे तुमचे लक्ष जात नाही. एक प्रकारे तुम्हाला स्वत:चं भान राहत नाही तर तुम्ही करत असलेल्या गोष्टीशी तुम्ही एकजीव होऊन जाता.

पण जेव्हा दंड आणि छाती दुखत असल्याचे नोराला जाणवले तेव्हा मात्र तिला चित्त एकाग्र करणं अवघड होऊ लागलं. तिच्या लक्षात आलं की ती बराच वेळ पोहत होती आणि बहुतेक तलावाच्या बाहेर येणं भाग होतं. तिला एक पाटी दिसली. *ब्रोन्टे बीच स्विमिग पूल.* डॅन त्याच्या सुट्टीच्या काळात ऑस्ट्रेलियाला जाऊन आला होता आणि या बीचबद्दल तो बोलत होता, ते तिला पुसतसे आठवले. ब्रोन्टे बीच हे नाव तिच्या लक्षात राहिलं होतं कारण ते सोपं होतं. तिला जेन एअर सर्फबोर्डवर दिसली.

तिला शंका होती पण ती शंका आता पक्की झाली.

ब्रोन्टे बीच सिडनीमध्ये होतं. पण ते नक्कीच बायरन बेचा भाग नव्हतं.

म्हणजे त्यातून दोन शक्यता दिसत होत्या. एक तर या आयुष्यात इझ्झी बायरन बेमध्ये नव्हती. किंवा दुसरी शक्यता अशी की नोरा इझ्झीबरोबर नव्हती.

तिनं पाहिलं की तिच्या सर्व अंगावर हलकीशी सावळी कांती चढली होती.

अर्थातच, या सगळ्यात पंचाईत अशी झाली होती की तिला तिचे कपडे कुठं ठेवले आहेत हे आठवत नव्हतं. पण मग तिला तो प्लॅस्टिक मनगटी पट्टा आणि त्याला लटकणारी किल्ली आठवली.

५७. तिच्या लॉकरचा नंबर होता ५७. तिनं कपडे बदलण्याच्या खोल्या शोधल्या आणि तिचा बसका आणि चौरस आकाराचा लॉकर उघडला. तिनं पाहिलं की या आयुष्यात तिची कपड्यांची आणि घड्याळांची निवड अधिक रंगीबेरंगी होती. तिच्या जवळ अननसाची चित्रं छापलेला एक टी-शर्ट होता. खूप सारे अननस. आणि जीनची गुलाबी तोकडी पॅन्ट. आणि बिनबंदांचे बूट.

'कोण आहे मी?' तिला प्रश्न पडला होता. *'मुलांच्या टीव्हीवर कार्यक्रम सादर करणारी निवेदिका?'*

सनब्लॉक क्रीम. जास्वंदीच्या रंगाचा लिपबाम. बाकीचा काही विशेष मेकअप नाही. जेव्हा तिनं टी-शर्ट चढवला तेव्हा तिला तिच्या दंडावर एकदोन खुणा

दिसल्या. जखमेचे व्रण. क्षणभर तिला वाटून गेलं की, त्या जखमा तिनं स्वत:च स्वत:ला तर केलेल्या नव्हत्या नं? खांद्याच्या थोडसं खाली दंडावर एक गोंदणही होतं. एक फिनिक्स पक्षी आणि आगीच्या ज्वाळा. अतिशय वाईट गोंदण होत ते. या आयुष्यात तिची अभिरुची विशेष चांगली नव्हती, हे उघड होतं. पण अभिरुचीचा आणि आनंदाचा काही संबंध असतो हे कोणी आणि केव्हा सांगितलं?

तिनं कपडे केले आणि तिच्या तोकड्या पॅन्टच्या खिशातून फोन बाहेर काढला.

मद्यगृहात वास्तव्य असलेल्या तिच्या विवाहित आयुष्यातल्या फोनपेक्षा हा फोन थोडा जुन्या मॉडेलचा होता. नशिबानं तो फोन उघडण्यासाठी फक्त अंगठ्याचा ठसा पुरेसा होता.

ती कपडे बदलायच्या खोलीतून बाहेर आली आणि बीचच्या बाजूनं जाणाऱ्या पदपथावरून चालू लागली. त्या दिवशी छान ऊन पडलं होतं. एप्रिलमधल्या निरभ्र आकाशात सूर्य दिमाखानं प्रकाशत असला की आयुष्य बहुतेक आपोआपच छान होत असावं. सगळं कसं छान स्पष्ट, जास्त रंगीबेरंगी आणि जिवंत वाटत होतं; इंग्लंडमध्ये वाटायचं त्यापेक्षा जास्त.

तिला एक पोपट दिसला. आकाशाचा निळा आणि केळ्याचा पिवळा रंग लेऊन आलेला मॅकॉव एका बाकाच्या वरच्या कडेवर बसलेला. एक-दोन पर्यटक त्याचे छायाचित्र काढण्यात गुंतले होते.

सर्फिंग करण्यासाठी आलेला, हातात नारिंगी रंगाची स्मूदी घेऊन जात असलेला एक सायकलस्वार तिच्याकडे पाहून चक्क हसला आणि ''गुड डे'' म्हणाला.

हे नक्कीच बेडफोर्ड नव्हतं.

नोराला तिच्या चेहऱ्याच्या स्नायूंमध्ये काहीतरी हालचाल झाल्याचे जाणले. ती 'हे असं असू शकतं का?' असा विचार करत हसत होती. आणि अगदी सहजपणे, तिनं *हसून* प्रतिसाद द्यावा अशी कोणाची अपेक्षा होती म्हणून नव्हे.

आणि तिला एका छोट्या भिंतीवर रंगवलेली अक्षरं दिसली, **'हे जग जळतं आहे आणि एकच पृथ्वी – एकच संधी.'** आणि तिचं हसू मावळलं. काही झालं तरी वेगळं आयुष्य याचा अर्थ परक्या ग्रहावरचं आयुष्य असा तर होत नव्हता.

ती कुठं राहत होती, काय करत होती, पोहण्याच्या तलावातून बाहेर पडल्यावर तिनं कुठं जाणं अपेक्षित होतं या सगळ्याची तिला यत्किंचितही कल्पना नव्हती, पण त्यामुळेच कसलंच बंधन पण नव्हतं. अगदी स्वत:कडूनही कसल्याच अपेक्षा नसलेलं जीवन. चालता चालता तिनं स्वत:चच नाव गुगलवर टाकलं आणि त्याच्यापुढे सिडनी असं लिहिलं, हेतू हा की त्यातून काही माहिती मिळते का ते पाहावं.

गुगलवर काय माहिती आली आहे ते पाहण्याअगोदर तिनं वर पाहिलं आणि तिला दिसलं की पदपथावरून चालणारा एक जण हसत हसत तिच्या दिशेनं चालत येत होता. तो थोडा बुटका, उन्हानं थोडा काळवंडलेला होता, त्याची नजर मायाळू होती. त्यानं विरळ झालेल्या लांब केसांचं पोनीटेल बांधलेलं होतं. त्यानं घातलेल्या शर्टची बटणं खाली-वर लावलेली होती.

''हाय, नोरा.''

'हाय,' ती गोंधळली आहे हे न दिसू देण्याचा प्रयत्न करत नोरा म्हणाली.

''आज किती वाजता सुरुवात केलीस तू?''

ती या प्रश्नाचं उत्तर कशी देऊ शकणार होती? ''अं. अं. श्शी. मी विसरले पूर्णपणे.''

तो हसला, माहीत असल्यासारखं किंचित हसू, जणू काही असं विसरणं हे तिचं नेहमीचच होतं.

''मी यादीत पाहिलं होतं. मला वाटतं अकरा वाजता असावं.''

''सकाळचे अकरा?''

त्याचे मायाळू डोळे हासले. ''काय ओढतेयस तू? मला पण दे थोडंसं.''

''छे:! काहीच नाही,'' ती बोलताना थोडी ताठरली. ''मी काहीच ओढत नाहीये. मी फक्त नाश्ता घ्यायचं टाळलं.''

''ठीक आहे भेटू या, आज दुपारी...[५०]''

''हो. त्या तिथं... कुठं म्हणालात?''

तो कपाळावर आठ्या घालत हसला आणि चालत राहिला. कदाचित ती सिडनीच्या बाहेरच्या एखाद्या पर्यटकांना देवमासे दाखवायला घेऊन जाणाऱ्या बोटीवर काम करत होती. कदाचित इझ्झीपण तेच करत होती.

नोराला ती (किंवा त्या दोघी) कुठं राहत होत्या, याची काहीच कल्पना नव्हती आणि गुगलवरही काहीच कळत नव्हतं, पण समुद्रापासून आतल्या बाजूला जाणं बरोबर आहे, असं तिला वाटत होतं. कदाचित ती इथंच राहणारी होती, स्थानिक होती. कदाचित ती इथं नेमानं येत-जात होती. कदाचित तलावाच्या कॅफेच्या बाहेर कुलूप लावून ठेवलेल्या सायकलींमधली एक सायकल तिची होती. तिनं तिच्या छोट्या पर्समध्ये हात फिरवून त्यात सायकलची किल्ली मिळते का ते पाहिलं, पण त्यात फक्त घरचीच किल्ली होती. गाडीची नाही आणि सायकलचीही किल्ली नव्हती. म्हणजे बस किंवा चालत जाणं, हे दोनच पर्याय

---

५० Arvo – Australian word for afternoon

होते. घराच्या किल्लीवर तर काहीच माहिती नव्हती. ती बाकावर बसली. तिच्या मानेवर मागून सूर्याचा ताप जाणवत होता. तिनं फोनमधले संदेश तपासले.

त्यामध्ये ती ओळखत नसलेल्या लोकांची नावं होती.

एमी. रॉड्री. बेल्ला. ल्यूसी पी. केमला. ल्यूक. ल्यूसी एम.

"कोण आहेत हे लोक?"

आणि ज्याची तशी काहीच मदत होणार नव्हती असा आणखी एक नंबर, 'काम' आणि त्यावर एक संदेश होता :

'कुठं आहेस तू?'

त्यातलं एक नाव तिला माहीत होतं.

डॅन.

त्यानं पाठवलेल्या अगदी ताजा संदेश तिनं पाहिलं आणि तिला धक्का बसला.

> "हे नॉर! ऑझ तुला चांगलं वागवत असेल अशी आशा करतो. हे कदाचित तुला महत्त्वाचं वाटणार नाही किंवा अस्वस्थ करणारं वाटेल, पण मी काही झालं तरी तुला सांगणारच आहे. काल रात्री मला आपल्या मद्यगृहाचं स्वप्न पडलं. इतकं छान स्वप्न होतं ते.
>
> "आपण दोघे खूप आनंदात होतो! जाऊ दे. विचित्र वाटत असेल तर विसर. मला सांगायचं हे आहे की, ओळख पाहू मी मेमध्ये कुठं चाललोय? ऑस्ट्रेलिया. दहा वर्षांनंतर पहिल्यांदा चाललोय. कामासाठी येतोय. MCA[51] बरोबर काम करतोय. तू असशील तर तुला भेटून गप्पा मारायला आणि कॉफी घ्यायला खूप आवडेल."
>
> –डॅन किसेस.

हे इतके विचित्र होते की ती तिला हसूच येणार होते. पण त्याऐवजी ती खोकली. (नंतर विचार करताना तिला असं वाटलं की कदाचित या आयुष्यात तिची तब्येत तितकीशी बरी नसावी.) तिला एक प्रश्न सतावत होता की जगात असे कीती डॅन असतील ज्यांना स्वप्नात पाहिलेल्या गोष्टी प्रत्यक्षात मिळाल्यानंतर नकोशा झाल्या असतील. आणि इतरांच्या मनात सुखाच्या फसव्या कल्पना भरवणारे असे किती जण असतील?

इन्स्टाग्राम हे एकच समाजमाध्यम तिला इथं उपलब्ध होतं आणि त्यावर ती फक्त कवितांची छायाचित्रे टाकताना दिसत होती.

ती वाचण्यासाठी थोडं थांबली.

---

51 Maritime and Coastguard agency, UK

जाळ

'एकेक हिस्सा तिच्या अस्तित्वाचा
रंगरूप त्यांचे बदलून गेले
कण न् कण खरवडून काढला
शाळेतल्या मैदानावरल्या अपमानित करणाऱ्या हसण्यानं
केव्हाच दृष्टीआड झालेले वडीलधारे
त्यांच्या सल्ल्यातली ती नाकारल्याची जाणीव
आणि मित्र जे गेले निघून
काळाच्याही पलीकडे.
तिनं गोळा केले जमिनीवर विखुरलेले सगळे तुकडे.
गळून पडलेल्या काटक्यांसारखे.
मोळी बांधली तिनं केलं त्यांचं जळण.
पेटवला **जाळ** केलं त्यांचं समर्पण.
भगभगीत झाला **जाळ** त्याचा उजेड फार
चटका अवघ्या जन्माला.'

या ओळी मनाला फार टोचणी लावणाऱ्या होत्या, पण सरतेशेवटी ती फक्त एक कविता होती. काही ईमेल्स पाहताना तिला शार्लटला पाठवलेलं एक ईमेल सापडलं. शार्लट एका केली बँडमध्ये[५२] बासरी वाजवायची. विनोद हा सहजस्वभाव असणारी शार्लट स्कॉटलंडमध्ये जाण्यापूर्वी नोराची स्ट्रिंग थिअरीमधली एकुलती एक मैत्रीण होती.

''हाय शार्ल,

कशी आहेस? सगळं व्यवस्थित आणि मस्त आहे नं?

तुझा वाढदिवस छान झाला ही फारच आनंदाची गोष्ट आहे. मला वाईट वाटतंय की मी तिथं हजर नव्हते. सिडनीत सध्या स्वच्छ सूर्यप्रकाश आहे आणि सगळं छान आहे. एकदाची नवीन जागेत राहायला गेले. नवीन जागा ब्रोन्टे बीचच्या अगदी जवळ आहे. खूप सुंदर आहे. आसपास खूप कॅफे आहेत. हे सगळंच भुरळ घालणारं आहे.

मला नवीन नोकरीपण लागलीय. मी रोज सकाळी बीचला लागून असलेल्या खाऱ्या पाण्याच्या तलावात पोहायला जाते आणि रोज सकाळी

५२ Ceilidh band Scottish band/social gathering with folk dance and music.

मी ऑस्ट्रेलियन वाइनचा एक ग्लास घेते. आयुष्य चांगलं चाललंय!''

पत्ता :

२/२९ डार्लिंग स्ट्रीट

ब्रॉन्ट

NSW २०२४ ऑस्ट्रेलिया

नोरा, प्रेमपूर्वक.

काहीतरी बिनसलं होतं. एखाद्या बऱ्याच काळ दुरावलेल्या काकी-मामीला लिहावं तसा ओढूनताणून आणलेल्या उत्साही स्वरात हे सारं काही लिहिलेलं होतं. *'खूप सुंदर आहे. आसपास खूप कॅफे आहेत.'* जणू काही एखाद्या पर्यटन स्थळाची माहिती लिहिलेली होती. शार्लटशी, खरं सांगायचं तर कोणाशीच ती अशा पद्धतीनं कधी बोलत नसे.

तिनं जे लिहिलेलं होतं त्यात इझ्झीचाही काही उल्लेख नव्हता. *'एकदाची नवीन जागेत राहायला गेले.'* म्हणजे *'आम्ही'* की *'मी'?* नक्की कोण नवीन जागेत राहायला गेलं होतं? शार्लटला इझ्झीसंबंधी माहीत होतं मग तिचा उल्लेख का नव्हता बरं केलेला?

असो. तिला ते लवकरच कळणार होतं. वीस मिनिटांनंतर ती खरोखरीच तिच्या अपार्टमेंटच्या प्रवेशद्वारात उभी होती, तिथं ठेवलेल्या कचऱ्याच्या चार पिशव्यांकडं पाहत होती. बैठकीची खोली छोटी आणि उदासवाणी वाटत होती. सोफा मळका आणि जुना होता. त्या जागेत थोडा कुबट वास येत होता.

भिंतीवर एक पोस्टर लावलेलं होतं, *एंजल* नावाच्या व्हिडिओ गेमचे. कॉफी टेबलावर धूम्रपानासाठी वापरतात तसले 'व्हेप' पेन होते. त्यावर चरसच्या पुडीचा कागद चिकटलेला होता. घरात एक बाई पडद्याकडं पाहत होती, गेम्स कन्सोलनं पडद्यावरच्या झोंबींच्या डोक्यात गोळ्या झाडत होती.

त्या बाईचे केस आखूड निळे होते आणि एका क्षणापुरते नोराला ती इझ्झीच आही की काय असं वाटलं.

'हाय', नोरा म्हणाली.

त्या बाईनं वळून पाहिलं. ती इझ्झी नव्हती. तिचे डोळे धुंद होते आणि नजर शून्य होती. जणू काही ज्या धुंद झोंबीना ती गोळ्या झाडत होती, त्यांचीच बाधा तिला झाली होती. कदाचित ती एक अत्यंत सभ्य व्यक्ती असेलही; पण नोराला आतापर्यंत भेटलेल्या कुणासारखीच ती नव्हती. ती नोराकडे पाहून हसली.

''हेऽऽ ती नवीन कविता जमतेय का मनासारखी?''

''हो. छान जुळून येतेय. थँक्स.''

नोरानं फ्लॅटमध्ये एक चक्कर मारली तेव्हा ती जरा भांबावलेलीच होती. तिनं अंदाजानंच एक दार उघडलं आणि तिनं पाहिलं की ती बाथरूम होती. तिला काही टॉयलेट वापरायचं नव्हतं पण तिला विचार करायला थोडी सवड हवी होती. म्हणून तिनं बाथरूमचं दार बंद केलं, हात धुतले आणि ती बेसिनमधून घड्याळाच्या उलट दिशेनं फिरत खाली जाणाऱ्या पाण्याकडं पाहत राहिली.

तिनं शॉवरकडे पाहिलं. विद्यार्थ्यांच्या घरात सहसा असतो तसा तिथला पिवळसर रंगाचा पडदा अस्वच्छ होता. तिला ही जागा विद्यार्थ्यांच्या राहण्याच्या जागेचीच आठवण करून देत होती. विद्यार्थ्यांचे घर. तिचं वय पस्तीस वर्षांचं होतं आणि या आयुष्यात ती विद्यार्थ्यांसारखी राहत होती. तिला बेसिनच्या बाजूला नैराश्यावरची काही औषधं – फ्लुऑक्झिटिन – दिसली आणि तिनं तो बॉक्स उचलला. त्यावर जे लिहिलं होतं ते तिनं वाचलं, *प्रिस्क्रिप्शन फॉर एन सीड*. तिनं स्वत:च्या दंडाकडे पाहिलं आणि तिला ते व्रण पुन्हा दिसले. स्वत:च्याच अंगावरच्या खुणांमुळे एखाद्या रहस्याचा उलगडा व्हावा, हे तसं जरा विचित्रच होतं.

जमिनीवर कचऱ्याच्या टोपलीच्या बाजूला *नॅशनल जॉग्रफिकचा* एक अंक पडला होता. तोच पण मुखपृष्ठावर काळं छिद्र पडलेला, ती दुसऱ्या जन्मात, जगाच्या दुसऱ्या भागात, कालच वाचत असलेला अंक. तो तिचा अंक होता याची तिला जाणीव झाली कारण हे गृहीत होतं की तिला ते मासिक वाचायला नेहमीच आवडायचं. आणि ती ते नेहमी – अगदी अलीकडे सुद्धा – मनात आलं की विकत घ्यायची कारण ऑनलाइन आवृत्तीतली छायाचित्रे कधीच मूळ छायाचित्राला न्याय देणारी नसतात.

अकरा वर्षांची असताना एकदा ती तिच्या वडिलांच्या अंकामधली 'स्वालबार्ड' या आर्क्टिक समुद्रातल्या द्वीपसमूहाची छायाचित्रे पाहत होती. तेव्हा ते इतकं मोठं, एकाकी आणि साद घालणारं वाटलं होतं. ती मनातल्या मनात नवल करत होती की, उन्हाळ्यामध्ये तिथं राहून लेखातल्या शास्त्रज्ञ-शोधक यांच्याप्रमाणे, काहीतरी भूशास्त्रीय संशोधन करत तिथं राहायला कसं वाटेल. तिनं ती चित्रं कापून ठेवली होती. केव्हातरी तिनं ती तिच्या बेडरूममधल्या फलकावर टाचणीनं लावून ठेवली होती. आणि बरीच वर्षं तिनं शास्त्र आणि भूगोल या विषयांवर खूप मेहनत घेतली होती. हेतू हा की त्या लेखातल्या शास्त्रज्ञांप्रमाणे तिला उन्हाळ्यात बर्फाच्छादित पर्वत, दोन डोंगरांच्या सुळक्यांमध्ये घुसलेला समुद्र आणि डोक्यावरून उडत जाणारे पफीन पक्षी यांचा अनुभव घेत रहायला मिळावं.

पण तिच्या वडिलांच्या मृत्यूनंतर आणि नीत्शेचं *बियॉन्ड गुड अँड एव्हिल* वाचल्यानंतर तिनं ठरवून टाकलं की – अ) एक तर एकदम जाणवू लागलेली

तिची आंतरिक मन:स्थितीची तीव्रता लक्षात घेता तत्त्वज्ञान हा विषयच तिच्यासाठी योग्य आहे, ब) दुसरं एकूणच तिला शास्त्रज्ञ होण्यापेक्षा रॉक स्टारच व्हायचं होतं.

बाथरूममधून बाहेर आल्यानंतर, ती पुन्हा तिच्या त्या रहस्यमय फ्लॅटमेटकडे गेली.

ती सोफ्यावर बसली आणि जे काही चाललं होतं ते पाहण्यासाठी थोडी थांबली.

गेममधल्या 'स्त्री अवताराच्या' डोक्यात गोळी घुसली होती.

''मर, मूर्ख कुठली,'' नोराच्या फ्लॅटमेट बाईनं विचित्र आनंदात पडद्याकडे पाहत दात खाल्ले.

त्या बाईनं ते *व्हेप* पेन उचललं. या बाईला ती कशी ओळखते, याचा विचार नोरा करत होती. तिनं असं गृहीत धरलं होतं की त्या दोघी त्या फ्लॅटमध्ये एकत्र राहत होत्या.

''तू जे काही म्हणालीस त्याबद्दल मी विचार करत होते.''

''मी काय म्हटलं?'' नोरानं विचारलं.

''मांजर सांभाळण्याबद्दल. तुला आठवतंय ना की, तुला ते मांजर सांभाळायची इच्छा होती?''

''हो, हो. नक्कीच. मला आठवतंय.''

''एकदम झकमारी कल्पना आहे, दोस्त.''

'खरंच?'

'मांजर.'

''त्यांचं काय?''

''त्यांच्यावर परोपजीवी सूक्ष्म जंतू असतात. टॉक्सोप्लाज-की काहीतरी.''

नोराला हे माहीत होतं. ती सोळा-सतरा वर्षांची असल्यापासून, जेव्हापासून ती बेडफोर्ड ॲनिमल रेस्क्यू सेंटरमध्ये तिचा 'कार्यानुभव' पूर्ण करण्यासाठी जात होती. 'टॉक्सोप्लाज्मॉसिस', नोरा म्हणाली

'तेच, तेच! हं म्हणजे मी ते पॉडकास्ट ऐकत होते... आणि असं सांगतात की एक आंतरराष्ट्रीय गट आहे, करोडपतींचा, ज्यांनी मांजरांना त्याची लागण मुद्दाम घडवून आणली. म्हणजे त्यांच्या मार्फत जगभर ही लागण पसरेल आणि माणसं आणखी आणखी निर्बुद्ध होत जातील. म्हणजे, बघ हं. *ही मांजरं जिथं पाहावं तिथं* असतात. मी जारडशी यासंबंधी बोलत होते तर जारडनं मला विचारलं, ''ज्योज्यो काय ओढतेयस तू?'' मी आपलं त्याला म्हटलं, ''तू जो

माल मला दिलायस तोच.'' आणि तो म्हणाला, 'हं, मला कल्पना आहे.' त्यानंतर त्यानं मला नाकतोड्यांबद्दल सांगितलं.''

'नाकतोडे?'

''हो नं! तू ऐकलंयस का नाकतोड्यांबद्दल?'' ज्योज्योनं विचारलं.

''त्यांचं काय?''

''ते सर्व स्वत:लाच मारून टाकताहेत. कारण हे सूक्ष्म परजीवी जंतू त्यांच्या आत वाढत असतात. ते एखाद्या पूर्ण विकसित पाणकिड्यांसारखे होतात आणि नाकतोड्यांच्या मेंदूवर ताबा मिळवतात. मग नाकतोड्यांना वाटू लागतं की, अरे, मला खरंच पाणी आवडतं की– आणि म्हणून ते थेट पाण्यात सूर मारतात आणि मरतात. आणि हे सतत घडतच असतं. गुगलवर पाहा. 'नाकतोड्यांची आत्महत्या'. शोध गुगलवर. असो. मुद्दा हा आहे की श्रीमंत मंडळी आपल्याला मांजरांचा उपयोग करून मारतायत आणि आपण त्यांना जवळ करता कामा नये.''

नोराला हे आयुष्य तिनं कल्पना केलेल्या आयुष्यापेक्षा काही तरी भलतेच आहे, असं वाटणं स्वाभाविक होतं. तिच्या मनातल्या चित्रात ती आणि इझ्झी बायरन बेच्या जवळ बोटीवर होत्या आणि कुबड असलेल्या देवमाशाच्या भव्यतेबद्दल विचार करताना भारून गेलेल्या दिसत होत्या. प्रत्यक्षात मात्र ती इथं होती, या मादक पदार्थांच्या वासानं कोंदटलेल्या सिडनीमधल्या टिचभर अपार्टमेंटमध्ये, इथं, कारस्थानाचं गणित मांडून तिला मांजराजवळही जाऊ न देणाऱ्या या फ्लॅटमेटसोबत.

''इझ्झीचं काय झालं?''

नोराला जाणवलं की तिनं अचानक हा प्रश्न मोठ्यांदा विचारला होता.

ज्योज्यो आता गोंधळलेली दिसत होती. ''इझ्झी? तुझी जुनी मैत्रीण इझ्झी?''

'हो.'

''ती इझ्झी, जी आता जिवंत नाही?''

हे शब्द तिच्या कानावर इतक्या वेगानं कानांवर पडले की तिनं ते नीट ऐकलेही नाहीत.

''अं, काय?''

''ती कार अपघातात गेलेली मुलगी?''

'काय?'

ज्योज्योच्या चेहऱ्यावरच्या धुराच्या वलयांमधूनही तिच्या मनातला गोंधळ स्पष्ट दिसत होता. ''नोरा, तू ठीक आहेस ना?'' तिनं तिच्या हातातलं धुरकांडं नोरासमोर धरलं. ''एक झुरका घ्यायचाय?''

''नाही, मी ठीक आहे. थँक्स.''

ज्योज्योनं चक् आवाज केला. ''यानं फरक पडतो.''

नोरानं तिचा फोन उचलला आणि नेटवर जाऊन तिनं 'इझाबेल हीर्श' असं टाइप केलं आणि मग 'न्यूज'वर क्लिक केलं.

तिथं ते स्पष्ट होतं इझ्झीच्या हसऱ्या फोटोवर ढळढळीत मथळा होता.

'नॉर्थ साउथ वेल्समधल्या रस्त्यावर झालेल्या टकरीत झाला ब्रिटिश महिलेचा मृत्यू.'

काल रात्री कार अपघातात जखमी झालेल्या, एक ३३ वर्षें वयाची महिला आणि इतर तीन जण यांना कॉफ्स हार्बरच्या दक्षिण विभागात इस्पितळात दाखल करण्यात आले. महिला चालक चालवत असलेली एक टोयोटा कोरोल्ला आणि विरुद्ध दिशेनं येणारी दुसरी कार यांची पॅसिफिक हमरस्त्यावर टक्कर झाली

महिला कारचालक ब्रिटिश नागरिक असून तिचे नाव इझाबेल हीर्श असे असून, अपघातस्थळी रात्री नऊच्या थोडं आधी तिचा मृत्यू झाला. टोयोटामध्ये ती एकटीच होती.

तिची फ्लॅटमेट, नोरा सीड हिच्या सांगण्यानुसार तिचा वाढदिवस साजरा करण्यासाठी इझाबेल ब्रिसबेनहून बायरन बेला परतण्यासाठी कार चालवत निघाली होती. इझाबेलनं नुकतंच बायरन बेमधील 'देवमासे निरीक्षण सहलीं'साठी काम करायला सुरुवात केली होती.

''मी पूर्णपणे उद्ध्वस्त झाले आहे,'' नोराने सांगितले. ''आम्ही फक्त एक महिन्यापूर्वीच एकत्र ऑस्ट्रेलियाला आलो होतो आणि इथे जितका काळ राहणे शक्य होईल तितके राहायचे असे इझ्झीने ठरवले होते. ती स्वत:च जणू रसरसलेल्या ऊर्जेचा एक स्रोत होती. मला तिच्याशिवाय असलेल्या जगाची कल्पनाही करवत नाही. तिच्या नव्या नोकरीबद्दल ती अत्यंत उत्साहात होती. तिच्या जाण्याचे दु:ख कमालीचे असह्य आणि समजण्यापलीकडचे आहे.''

दुसऱ्या कारमधील सर्वच प्रवासी जखमी झाले आहेत आणि त्या कारचा चालक, ख्रिस डेल याला हवाई रुग्णवाहिकेतून बारिंगा[५३] येथील इस्पितळात नेण्यात आले.

या अपघाताचे कोणी प्रत्यक्षदर्शी साक्षीदार आहेत का, याचा शोध न्यू साउथ वेल्स पोलीस घेत आहेत. अशा साक्षीदारांनी अपघाताच्या चौकशीत मदत करण्यासाठी पुढे यावे, असे आवाहन त्यांच्यातर्फे करण्यात आले आहे.

---

५३ बारिंगा हे ऑस्ट्रेलियाच्या सनशाइन कोस्टच्या परिसरात नव्याने विकसित झालेले एक उपनगर आहे.

''अरे देवा,'' ती स्वत:शीच पुटपुटली. तिला गरगरत होतं. ''ओऽह, इझ्झी.''

तिच्या इतर कोणत्याही किंवा बहुतेक आयुष्यांमध्ये इझ्झी मेलेली नव्हती, हे तिला माहीत होतं. पण या आयुष्यात मात्र तिचा मृत्यू खरा होता. तिच्या मृत्यूचं तिला झालेलं दु:खही तिला खरोखरीच जाणवत होतं. ती दु:खाची भावना नोराच्या परिचयाची होती आणि भयावह तर होतीच पण त्याला अपराधीपणाच्या जाणिवेची किनारही होती.

यातलं काहीही आत जिरण्यासाठी सवड मिळण्याआधीच मोबाइल वाजला. तो नंबर 'वर्क' या नावाने नोंदलेला होता.

एक पुरुषाचा आवाज. सावकाश लांबवून बोललेल्या स्वरात. ''कुठे आहेस तू?''

'काय?'

''तू इथे अर्ध्या तासापूर्वी पोहोचणे अपेक्षित होते.''

'कुठं?'

''फेरीचा थांबा. तिकीट विकणे हे तुझे काम आहे. हा नंबर बरोबर आहे ना? मी नोरा सीडशी बोलतोय?''

तिथून हळूहळू अदृश्य होत जाताना, ''हे आयुष्य पण तसलंच दिसतंय,'' असा विचार मनात येऊन नोरानं उसासा टाकला.

फिश टँक

जेव्हा नोरा वाचनगृहात अवतरली तेव्हा मिसेस एल्म – ती धूर्त डोळ्यांची ग्रंथपाल – तिच्या बुद्धीबळाच्या पटापाशी येऊन बसलेली होती. नोरा माघारी आली तेव्हा तिनं मान वर करून नोराकडं पाहिलही नाही.

"हं, फारच भयंकर होतं नाही ते आयुष्य."

मिसेस एल्म तिरकस हसली. "आता कळलं असेल ना तुला?"

"काय कळलं असेल मला?"

"हो म्हणजे, तुम्हाला निवड करता येते पण त्या निवडीचे परिणाम नाही निवडता येत. पण तरी मी आधी जे म्हटलं होतं तेच आताही म्हणते. तुझी निवड चांगली होती. फक्त त्याचा परिणाम जसा व्हावा अशी इच्छा होती, तसा तो झाला नाही."

नोरानं मिसेस एल्मच्या चेहऱ्याचा अंदाज घेण्याचा प्रयत्न केला. "तिला या सगळ्यात *मजा* तर येत नव्हती ना?"

"मी तिथं का राहिले?" नोरानं विचारलं. "तिच्या मृत्यूनंतर लगेच घरी परत का नाही आले?"

मिसेस एल्मनं खांदे उडवले. "तू अडकलीस तिथं. तू दुःखात होतीस. तुला नैराश्य आलं होतं. नैराश्याची अवस्था कशी असते, तुला माहीत आहे."

हे नोराला बरोबर समजलं. तिनं कुठंतरी एका संशोधनाबद्दल वाचलं होतं ते तिला आठवलं. माशांचं संशोधन. लोकांना माहीत नसतं पण मासे आपल्याला वाटतं त्यापेक्षा माणसाच्या खूप जवळचे असतात.

माशांना नैराश्य येतं. त्या संशोधनात त्यांनी झेब्रा माशांवर काही चाचण्या केल्या. त्यांनी त्यासाठी एक फिश टँक निवडला आणि त्याच्या एका बाजूला तळाजवळ आडवी रेषा मारली. नैराश्य आलेले मासे त्या रेषेच्या खाली राहिले. पण त्याच माशांना प्रोझॅक नावाचं नैराश्यरोधक औषध दिलं तर मात्र ते नव्याने उसळी मारून त्या रेषेच्या वर येतात, त्यांच्या टँकच्या अगदी वरपर्यंत.

माशांसमोर हालचाल करण्यासाठी उत्तेजन देणारं काही कारण नसेल तर ते निष्क्रिय होतात. त्यांच्यासाठी *काही उरतच नाही.* नुसतं टँकमध्ये तरंगत राहण्यातून त्यांना काहीच ओळखीचे वाटेनसं होतं.

कदाचित नोरासाठी, इझ्झीच्या जाण्यानंतर ऑस्ट्रेलिया हा असाच एक रिकामा फिश टँक ठरला होता. तिच्यापुढे आखलेल्या रेषेच्या वर येऊन पोहण्यासाठी कसलेही प्रोत्साहनच नव्हते. आणि कदाचित तिला वर येण्यासाठी पुरेसे प्रोझॅक किंवा फ्लुओक्झेटाइन मिळाले नव्हते. म्हणून तिला ऑस्ट्रेलियाबाहेर पडणे भाग पडेपर्यंत ती ज्योज्योबरोबर त्या फ्लॅटमध्ये राहणार होती.

''कदाचित आत्महत्या करणं म्हणजेसुद्धा फारच *हालचाल* झाली असती. कदाचित तुमच्या आयुष्याच्या काही पुस्तकांमध्ये तुम्ही फक्त इकडून तिकडे तरंगत राहता आणि दुसऱ्या कशाशीच अपेक्षा करत नाही, अगदी काहीच बदलण्याचा प्रयत्न करत नाही.''

'हो', नोरा आता मोठ्याने म्हणाली. ''कदाचित मी एके ठिकाणीच अडकले, कदाचित प्रत्येकच आयुष्यात मी अडकून राहिले. म्हणजे मला असं म्हणायचंय की कदाचित मी अशीच आहे. स्टारफिश हा कोणत्याही आयुष्यात स्टारफिशच राहतो. असं कोणत्याही आयुष्यात कधी होत नाही की एखादा स्टारफिश अवकाश अभियांत्रिकीचा प्रोफेसर झालाय. आणि माझं कोणतंही एखादं आयुष्य असं नसावंच बहुतेक की ज्यामध्ये मी एकाच ठिकाणी अडकून पडलेली नव्हते.''

''अं, मला असं वाटतंय की तू इथं चुकते आहेस.''

''ठीक आहे तर मग. मला त्या आयुष्यात जाऊन पाहायला आवडेल जिथं मी एकाच ठिकाणी अडकून पडलेले नव्हते. कसं आयुष्य असेल बरं ते?''

'' ते तुम्ही मला सांगणार असाल नं?''

मिसेस एल्मनं प्यादं मारण्यासाठी एक वजीर हलवला आणि मग पट वळवून दुसरी बाजू स्वत:कडे वळवली. ''मला वाटतं मी फक्त एक ग्रंथपाल आहे.''

''ग्रंथपालांजवळ ज्ञान असतं. ते तुम्हाला योग्य पुस्तक शोधायला मदत करतात. योग्य दुनिया. ते तुमच्यासाठी उत्तम जागा शोधतात. जणू काही ते ज्याचा गाभा असीमित आहे असे सर्च इंजीन असतात.''

''अगदी बरोबर. पण तुला स्वत:ला काय हवंसं वाटतं हे तुलाही माहीत असायला हवं, त्या रूपकात्मक शोधचौकटीत नेमकं काय टाइप करायला हवं ते. आणि कधीकधी काही गोष्टी स्पष्ट होण्यासाठी त्या अजमावूनच पाहाव्या लागतात.''

''माझ्या जवळ त्यासाठी लागणारी ताकद नाही. मला नाही वाटत की मी ते करू शकेन.''

''कोणतीही गोष्ट जाणून घेण्यासाठी एकच मार्ग असतो, तो म्हणजे ती गोष्ट प्रत्यक्ष जगणे.''

''हो, हे तुम्ही सततच म्हणत असता.''

नोरानं एक मोठा उसासा टाकला. तिला विशेष वाटले की त्या वाचनगृहात ती उसासा टाकू शकत होती. तिला ती खरोखरी जिवंत आहे असं वाटत होतं. तिला हे नैसर्गिक वाटत होतं. आणि हे विशेष होतं, कारण तिला माहीत होतं की ती ज्या जागेत होती ती जागा मुळीच नैसर्गिक नव्हती. आणि तिचं खरंखुरं भौतिक शरीर इथं नव्हतं. असूच शकणार नव्हतं. आणि तरीही तिच्या सगळ्या इच्छा आणि हेतूंचा विचार केला तर ते तिथं होतंसुद्धा. त्या अर्थी ती तिथं प्रत्यक्ष असल्यासारखीच होती. ती तिथल्या जमिनीवर उभी होती, जणू ती अजूनही गुरुत्वाकर्षणाच्या प्रभावाखाली होती.

''ठीक आहे,'' ती म्हणाली. ''ज्या आयुष्यात मी यशस्वी झाले, ते आयुष्य मला पाहायला आवडेल.''

मिसेस एल्मनं नाराजी दर्शवत चुकचुक केलं. ''तुझ्यासारख्या खूप वाचन असलेल्या मुलीची शब्दांची निवड मात्र अचूक नाहीये.''

'सॉरी.'

''यश म्हणजे तुझ्या दृष्टीनं नेमकं काय गं? पैसा?''

''नाही. म्हणजे, कदाचित हो. पण ते काही यशाचं व्यवच्छेदक लक्षण आहे, असं नाही म्हणता येणार.''

''हो का? मग यश म्हणजे काय बरं?''

नोराला यश म्हणजे काय हे निश्चित सांगता येणार नव्हतं कारण ती अयशस्वी आहे, असंच कितीतरी काळ तिला वाटत आलं होतं.

मिसेस एल्म शांतपणे हसल्या. ''तुला पुन्हा एकदा *पश्चात्तापांचे पुस्तक* पाहायचे आहे का? तुझ्या कल्पनेतल्या यशापासून तुला दूर ठेवणाऱ्या चुकीच्या निर्णयांबद्दल तुला पुन्हा एकदा विचार करावासा वाटतोय का?''

एखाद्या कुत्र्यानं मानेवरचं पाणी झटकून टाकण्यासाठी जोरानं मान हलवावी, तशी नोरानं चटकन मान हलवली. पुन्हा एकदा तिच्या चुका आणि तिनं निवडलेली चुकीची वळणं यांची न संपणारी लांबलचक यादी ऐकायची नव्हती. ती आधीच नैराश्यानं ग्रासलेली होती. इतकंच नाही तर तिला कशाकशाचा खेद वाटतो, हेही तिला नेमकं माहीत होतं. खेदामुळे मनावर पडलेले व्रण सहज मिटत नाहीत. ते व्रण म्हणजे काही डास चावण्याइतकी साधी गोष्ट नव्हे. त्या व्रणांमुळे होणारा त्रास हा कायमस्वरूपी असतो.

''नाही, तुला वाटतंय ते काही बरोबर नाही.'' मिसेस एल्मला जणू काही तिचं मन वाचता येत होतं. खरं म्हणजे तुझा खेद तुझ्या मांजराबद्दल तुला वाटणाऱ्या जिव्हाळ्याबद्दल नाहीये. किंवा इझ्झीबरोबर ऑस्ट्रेलियाला न गेल्याचाही नाही.''

नोरानं मान हलवली. मिसेस एल्मच्या बोलण्यात तथ्य होतं.

तिच्या मनात ब्रॉन्टे बीचवरच्या तलावात पोहण्याविषयीचा विचार आला. त्या जन्मात नेहमीची वाटलेली ही गोष्ट आता विचित्र वाटली, तरी तेव्हा ती किती छान वाटली होती.

''तू अगदी लहान होतीस तेव्हापासून तुला पोहण्यासाठी उत्तेजन मिळाले होते,'' मिसेस एल्म म्हणाल्या.

'हो.'

''तुला तलावावर घेऊन जाण्यात तुझ्या वडिलांना कायमच आनंद असायचा.''

''त्यांना आनंद देणाऱ्या थोड्या गोष्टींमधली ती एक होती,'' हे म्हणताना नोरा हळवी झाली होती.

तिच्यासाठी पोहणं ही गोष्ट तिच्या वडिलांकडून होणाऱ्या कौतुकाची पावती होती. पाण्यामध्ये असताना शब्दांची गरज पडत नाही या गोष्टीमुळे तिला खूप छान वाटायचं कारण तो अनुभव, तिच्या आईवडिलांच्या एकमेकांवर ओरडण्याच्या अनुभवापेक्षा अगदी वेगळा असायचा.

''तू पोहणं का बरं सोडलंस?''

''ज्या क्षणी मी पोहण्याच्या शर्यती जिंकायला लागले, त्या क्षणी मला प्रसिद्धी मिळू लागली, लोकांचे *लक्ष* माझ्याकडं वेधू लागलं. आणि मला ते नको होतं. नुसतं लक्ष वेधलं जात होतं असं नाही तर स्विमसूटमध्ये असताना लोक मला पाहत होते. तेही अशा वयात की जेव्हा तुम्ही तुमच्या शरीराबद्दल फारच जागरूक असता. कोणीतरी म्हणालं की माझे खांदे पुरुषी आहेत. खरं म्हणजे ते मूर्खपणाचंच होतं पण अशा प्रकारच्या मूर्खपणाच्या गोष्टी अनेक असतात आणि त्या वयात त्या सगळ्याच महत्त्वाच्या वाटतात. किशोर वयात मला अज्ञात राहण्यात आनंद वाटला असता. लोक मला 'मासोळी' म्हणायचे. ते माझ्या कौतुकपोटी तसं म्हणायचे, असं मुळीच नाही. माझा स्वभाव संकोची होता. म्हणून तर खेळण्याच्या मैदानापेक्षा मला ग्रंथालयात असणं अधिक आवडायचं. ही गोष्ट क्षुल्लक वाटू शकते पण मला ग्रंथालयात असण्याचा खूप उपयोग झाला. म्हणजे तिथं मला हवी असलेली मोकळीक मिळाली.''

''गोष्ट छोटी आहे म्हणून त्याचं महत्त्व कमी आहे, असं कधीच मानायचं नसतं,'' मिसेस एल्म म्हणाल्या. ''तू हे नेहमीच लक्षात ठेवायला हवंस.''

नोरा तो काळ आठवू लागली. किशोर वयातला तिचा संकोची स्वभाव आणि तिला मिळालेली प्रसिद्धी या दोन गोष्टींचे एकत्र असणे, ही एक समस्याच होती. पण तिला त्यासाठी इतर कोणी छळत असल्याचं दिसलं नव्हतं. कदाचित

तिच्या भावाला सगळे जण ओळखत होते, हे त्याचं कारण असावं. आणि ज्यो गुंड म्हणण्यासारखा नसला तरी तो थंड डोक्याचा आणि लोकप्रिय होता. त्यामुळे शाळेतल्या गुंडगिरीच्या उपद्व्यापापासून त्याच्या जवळच्या, विशेषत: रक्ताच्या नात्यांच्या माणसांना दूर ठेवण्यासाठी तो सक्षम होता.

ती स्थानिक आणि राष्ट्रीय स्पर्धांमधून जिंकत होती तोपर्यंत ठीक होतं, पण ती पंधरा वर्षांची झाली आणि हे सर्व तिला नकोसं वाटू लागलं. रोजचा पोहण्याचा सराव, फेऱ्यांमागून फेऱ्या, फेऱ्यांमागून फेऱ्या.

''मला ते सोडून देणं भाग होतं.''

मिसेस एल्मनं मान डोलवली. ''आणि मग तुझं तुझ्या वडिलांशी असलेलं प्रेमाचं नातं उसवत गेलं म्हणजे जवजवळ फाटलंच.''

''जवळजवळ तसंच.''

तिनं वडिलांचा चेहरा डोळ्यांसमोर आणला. एका रविवारच्या सकाळी रिमझिम पाऊस पडत होता, तेव्हा बेडफोर्ड लिझर सेंटरच्या बाहेर उभं असताना तिनं त्यांना सांगितलं होतं की यापुढे कोणत्याही पोहण्याच्या स्पर्धेत भाग घेण्याची तिला इच्छा नाही, तेव्हाचा त्यांचा चेहरा. त्यांच्या चेहऱ्यावरची ती निराशा आणि दाटून आलेलं वैफल्य.

''पण तुला आयुष्यात खूप यश मिळालं असतं,'' ते म्हणाले होते. बरोबर. तिला आता ते आठवलं. ''तू कधी पॉप-स्टार होशील, न होशील पण हे *खरोखरचे* आहे. ते अगदी तुझ्या समोर आहे. तू न चुकता सराव करत राहशील तर ऑलिंपिकपर्यंत नक्की पोहोचशील. मला माहीत आहे.''

वडिलांच्या या बोलण्यावर तेव्हा तिला राग आला होता. त्यांना असं वाटलं होतं का की आनंदी आयुष्यापर्यंत एका अत्यंत छोट्या गल्लीतून पोहोचता येणं शक्य होतं आणि तिच्यासाठी त्यांनी तोच मार्ग ठरवून टाकला होता. जणू काही तिच्या स्वत:च्या आयुष्याबद्दलचे तिचे निर्णय हे आपोआपच चुकीचे ठरत होते.

खेद ही भावना किती वेदना देऊ शकते आणि हाताशी आलेलं स्वप्न हातातून निसटताना पाहून तिच्या वडिलांना किती यातना झाल्या असतील, हे तिला पंधरा वर्षांच्या वयात नीटपणे कळणारं नव्हतं.

हे खरं होतं की नोराच्या वडिलांना समजून घेणं कठीणच होतं.

पोहण्याखेरीज कोणतीही इतर गोष्ट असेल जी करण्याची इच्छा नोराला असेल किंवा नोराला ज्या गोष्टी योग्य वाटत असतील त्या सर्व गोष्टींना ते नावेच ठेवायचे. तेवढच नाही, नुसतं त्यांच्या समोर उभं राहायचं तरी नोराला काहीतरी फार मोठ्ठा पण न कळणारा गुन्हा केल्यासारखं वाटायचं. जेव्हापासून लिगामेन्ट तुटून झालेल्या जखमेमुळे त्यांच्या रग्बीच्या कारकिर्दीवर पाणी पडले, तेव्हापासून

त्यांना सगळे जगच आपल्या विरुद्ध आहे, असं वाटायला लागलं होतं आणि नोराला असं *वाटायचं* की त्यांच्या दृष्टीनं तीसुद्धा त्या जगाचाच हिस्सा होती. तिची अशी समजूत झाली होती की तिनं ज्या क्षणी कारपार्कमध्ये तिचा निर्णय त्यांना सांगितला होता, त्या क्षणापासून त्यांच्या डाव्या गुडघ्याचं दुखणं आणि ती यांचं जणू काही एक समीकरणच तयार झालं होतं. ती त्यांची चालतीबोलती जखम बनली होती.

कदाचित हे असं घडणार याची जाणीव त्यांना झाली होती. कदाचित एका खेदातून पुढच्या दुसऱ्या खेदाचा उगम होईल, हेही त्यांना जाणवलं होतं. आणि ध्यानीमनी नसताना तिचं स्वत:चं अस्तित्वच खेदांची एक साखळी बनून समोर उभं राहिलं होतं. पश्चात्तापांचं एक संपूर्ण पुस्तक.

''ठीक आहे, मिसेस एल्म. ज्या आयुष्यात मी माझ्या वडिलांच्या अपेक्षा पूर्ण केल्या, ते आयुष्य मला पाहायचं आहे. ज्यामध्ये, मला जितकी कठीण मेहनत करणं शक्य होती, तितकी मेहनत मी केली; ज्यात मी सकाळी पाचला सुरुवात करून रात्री नऊला थांबताना कधीच कण्हलेकुथले नाही; ज्यात मी न चुकता रोज पोहत होते आणि माघार घेण्याचा विचार कधी केला नाही; ज्यात मी संगीत किंवा माझ्या अपूर्ण कादंबऱ्या पूर्ण करण्याच्या विचारांमुळे मूळ मार्गापासून भरकटले नाही; ज्यात मी फ्रीस्टाइल पोहण्यासाठी बाकी सर्व गोष्टींचा बळी दिला; ज्यात मी बाजूला सरले नाही; ज्यात ऑलिंपिकपर्यंत पोहोचण्यासाठी जे जे करणे योग्य होते, ते ते सर्व केले; मला *त्या* आयुष्यात घेऊन जा.''

नोराच्या या छोट्याशा भाषणाकडे मिसेस एल्मचं लक्ष नाही असं वाटत होतं. नोरा बोलत असताना त्या कपाळाला आठ्या घालून बुद्धीबळाच्या पटाकडे पाहत कोणती खेळी खेळायची याचा विचार करत होत्या.

''हत्ती माझी आवडती सोंगटी आहे,'' त्या म्हणाल्या. ''तुम्हाला वाटत राहते की हत्तीकडे विशेष लक्ष देण्याची गरज नाही. तो आपली सरळ चाल चालतो. तुम्ही वजीर, घोडे, उंट यांच्यावर नजर ठेवून असता कारण त्यांची चाल चकवा देणारी असते. असं असलं तरी हत्तीच तुम्हाला चकवतो. सरळ दिसणारे बरेचदा तसेच असतात असं नाही.''

नोराच्या लक्षात आलं की कदाचित मिसेस एल्म फक्त बुद्धीबळाबद्दल बोलत नव्हत्या. कारण पुस्तकांची शेल्फं आता हलायला लागली होतीं. एखाद्या आगगाडीसारखी, एकदम वेगात.

''हे जे आयुष्य बघायचं असं तू म्हणालीस, ते थोडं तुझ्या पबच्या स्वप्नापेक्षा आणि ऑस्ट्रेलियाच्या धाडसी जीवनापेक्षा थोडं लांबचं आहे. ती आयुष्यं जरा जवळची होती. या आयुष्यातले पर्याय खूप वेगळ्या प्रकारचे

आहेत, आधीच्या काळातले आहेत. आणि म्हणून त्याचे पुस्तकपण जरा दूरवर आहे. तुझ्या लक्षात येतंय ना?''

''हो माझ्या लक्षात येतंय.''

''ग्रंथालयांचा कारभार पद्धतशीर असावा लागतो.''

तेवढ्यात पुस्तकं समोर आली. ''आलीच पुस्तकं.''

या वेळेला मिसेस एल्म उठून उभ्या राहिल्या नाहीत. त्यांनी फक्त डावा हात वर केला आणि पुस्तक हवेतून त्यांच्या हातात आले.

''हे तुम्ही कसं केलं?''

''मला काहीच ठाऊक नाही. हे पाहा, तुला हव्या असलेल्या आयुष्याचं पुस्तक. तुला आता इथून जावं लागेल.''

नोरानं पुस्तक हातात घेतलं. हलकं, छानसं, लिंबू रंगाचं. तिनं पहिलं पान उलटलं. आणि या वेळेला आपल्याला काहीच वाटत नाहीये याची तिला जाणीव झाली.

जीवन आणि मृत्यूच्या सीमारेषेवर असताना नोरानं लिहिलेली शेवटची चिठ्ठी

''मला माझ्या मांजराची आठवण येते. मी थकून गेले आहे.''

यशस्वी आयुष्य

तिला गाढ झोप लागलेली होती.

गाढ झोप, स्वप्नांविरहित, काहीच नसलेली, आणि आता त्या फोनच्या एका घंटेमुळे तिला जाग आली होती आणि ती कुठं आहे ते तिला समजत नव्हतं.

किती वाजलेत ते तिनं फोनमध्ये पाहिलं, सकाळचे ६.३० झाले होते. फोनच्या दिव्यामुळे बिछान्याच्या बाजूला असलेले दिव्याचे बटण तिला दिसले. ते दाबल्यानंतर तिच्या लक्षात आलं की ती एका हॉटेलच्या खोलीत होती. ती खोली फारशी सजावट नसलेली, निळ्या रंगाची आणि उद्योग जगताच्या पठडीत बसेल इतपत आरामशीर होती. खोलीच्या भिंतीवर सेझानच्या[५४] शैलीशी साम्य सांगणारं, सफरचंदाचं किंवा नाशपतीच असेल, फ्रेम केलेलं, एक चांगल्यापैकी चित्र होतं.

पलंगाच्या बाजूलाच अर्धी रिकामी झालेली, एक काचेची, सिलिंडरच्या आकाराची बाटली होती. आणि एक न फोडलेले शॉर्टब्रेड बिस्किटांचे[५५] न फोडलेले पुडके होते. काही छापील कागदही होते. कसलेतरी वेळापत्रक असावे.

तिनं ते पाहिलं.

नोरा सीड, पाहुण्या वक्त्या, यांच्यासाठी कार्यक्रमपत्रिका
गलिव्हर संशोधन यशप्रेरणा
वसंत ऋतू परिषद

सकाळी ८.४५ प्रिया नवलुरी यांच्याशी भेट (गलिव्हर संशोधन) आणि रोरी लॉन्गफोर्ड (सेलिब्रिटी स्पीकर्स) आणि जे, इंटरकॉन्टिनेन्टल हॉटेलच्या लॉबीमध्ये.

सकाळी ९.०० आवाज चाचणी

सकाळी ९.०५ तांत्रिक बाबी चाचणी

सकाळी ९.३० नोरा व्हीआयपी विभागात थांबतील किंवा पहिल्या वक्त्यांच्या व्याख्यानाला मुख्य सभागृहात (जेपी ब्लीथ)

---

५४ पोल सेझान हा एक फ्रेंच चित्रकार होता. एकोणिसाव्या-विसाव्या शतकात दृक-प्रत्ययवादी चित्रशैलीत जे बदल घडून आले त्यात त्याचा खूप मोलाचा वाटा होता.

५५ बेकिंग पावडर न वापरता केलेली बिस्किटे.

सभागृह, 'मीटाइम ॲप' चे शोधक आणि 'युवर लाइफ, युवर टर्म्स' या पुस्तकाचे लेखक) हजर राहतील.

सकाळी १०.१५ नोरा यांचे व्याख्यान

सकाळी १०.४५ प्रेक्षकांची प्रश्नोत्तरे

सकाळी ११.०० भेटीगाठी

सकाळी ११.३० समाप्ती

नोरा सीड ओबीई[५६]

यशप्रेरक.

म्हणजे ती या आयुष्यात यशस्वी ठरली होती. व्वा, हे फारच छान होते. हा 'जे' आणि लॉबीमध्ये तिने ज्यांना भेटणे अपेक्षित होते ते कोण असतील याचा विचार ती करत होती. त्यानंतर तिने ते कागद खाली ठेवले आणि ती अंथरुणातून बाहेर आली. अजून तिच्या जवळ खूप वेळ होता. मग ती सकाळी ६.३० वाजता का उठली होती? कदाचित ती रोज सकाळी पोहायला जात होती. तेच कारण असावं. तिनं एक बटण दाबलं आणि त्याबरोबर व्हर्रर असा हलकासा आवाज करत कर्टन्स स्लाइड उघडले आणि समोर पाणी आणि गगनचुंबी इमारती आणि '०२' क्रमांकाच्या रिंगणाचा पांढरा घुमट यांचं दृश्य दिसू लागलं. एवढ्या नेमक्या कोनातून एवढं नेमकेपणानं दिसणारं हे असं दृश्य तिनं याआधी कधीच पाहिलं नव्हतं. लंडन. कॅनरी व्हॉर्फ.[५७] जवळजवळ वीस मजल्यांइतक्या उंचीवरून.

ती बाथरूममध्ये गेली. पिवळसर रंगाच्या टाइल्स, शॉवर घेण्यासाठी असलेले प्रशस्त क्यूबिकल, मऊमऊ पांढरे टॉवेल्स आणि तिच्या लक्षात आले की रोज सकाळी उठल्यानंतर तिला जेवढं कंटाळवाणं वाटायचं तेवढं या क्षणी वाटत नव्हतं. अर्धी भिंत व्यापून टाकणारा एक आरसा तिथं होता. स्वत:कडे पाहताना तिनं श्वास रोखला. आणि मग ती हसली. ती खरं वाटू नये इतकी निरोगी दिसत होती. आणि सशक्त. आणि या आयुष्यातली तिची नाइट ड्रेसची आवड जरा भडकच होती (गडद पिवळ्या आणि हिरव्या चौकड्यांचा पायजमा).

बाथरूम चांगलंच मोठं होतं. इतकं मोठं की खाली झोपून पुश-अप्स काढता आल्या असत्या, गुडघे न वाकवता एक दमात दहा थोडासुद्धा दम न लागता.

मग तिनं प्लॅन्क करायला सुरुवात केली. पहिल्यांदा एका हाताने. मग दुसऱ्या हाताने, हातात एवढीशी सुद्धा थरथर न होता. त्यानंतर तिनं काही बरपीज केल्या.

---

५६ 'ऑफिसर ऑफ द ऑर्डर ऑफ द ब्रिटिश एंपायर'

५७ व्यापार-उद्योग केंद्रित असलेला लंडनमधील मध्यवर्ती भाग.

थोडंसुद्धा अवघड नाही गेलं.

मस्तच.

दगडासारखं घट्ट असलेल्या तिच्या पोटावर तिनं थापटून पाहिलं. तिच्या मूळ आयुष्यात, त्या चढ्या रस्त्यावर चालताना तिला किती दम लागायचा. म्हणजे तसं पाहिलं तर ही अगदी कालपर्यंतची परिस्थिती होती.

तिच्या किशोर वयानंतर तिला एवढं तंदुरुस्त असल्याचं कधी जाणवलंच नव्हतं. खरं पाहिलं तर तिला एवढं निरोगी पहिल्यांदाच वाटलं होतं. अधिक सशक्त, नक्कीच.

फेसबुकवर 'इझाबेल हिर्श' हे नाव शोधताना तिला कळलं की तिची जिवलग मैत्रीण जिवंत होती, अजून ऑस्ट्रेलियातच राहत होती आणि त्याचा नोराला खूप आनंद झाला. नोराला याचीही फिकीर वाटली नाही की नोरा आणि इझाबेल या आयुष्यात समाज माध्यमावर एकमेकींच्या मित्र-यादीत नव्हत्या. तसंच होतं, कारण या आयुष्यात नोरा ब्रिस्टल विद्यापीठात गेलीच नाही, अशी शक्यता खूपच होती. आणि जरी ती गेली असली तरी तिनं इझाबेलनं घेतलेला अभ्यासक्रम घेतला नसता. या आयुष्यात तरी कोणी 'इझाबेल हिर्श' आणि 'नोरा सीड' भेटल्याच नाहीत. असे असले, तरी ती नोराच्या मूळ आयुष्यात होती आणि त्या आयुष्यात ती जे करत होती तेच आताही करत होती, या गोष्टीची जाणीव नोराला थोडं जमिनीवर आणण्यास पुरेशी होती.

तिनं डॅनचे काय चाललं आहे, तेही पाहिलं. त्यानं जिना नावाच्या एका स्पिन[५८] क्लासमधल्या प्रशिक्षक मुलीशी लग्न केलं होतं आणि तो आनंदी असल्याचं दिसत तरी होतं. 'जिना लॉर्ड' (पूर्वाश्रमीची 'शार्प'). त्यांनी सिसिलीमध्ये लग्न केलं होतं.

त्यानंतर नोरानं गुगलवर 'नोरा सीड' हे नाव टाकून पाहिलं.

तिच्या विकिपीडियाच्या पानावर (विकिपीडियावर तिच्या नावाचं पान होतं चक्क) लिहिलं होतं की तिनं खरोखरीच ऑलिंपिक गाठलं होतं. एकदा नाही तर दोनदा. आणि हेही लिहिलं होतं की फ्रीस्टाइल पोहण्यात तिनं विशेष प्रावीण्य मिळवलं होतं. तिनं ८०० मीटर फ्रीस्टाइल पोहण्यात सुवर्णपदक मिळवलं होतं आणि तेसुद्धा विश्वास बसू नये एवढ्या कमी वेळात, ८ मिनिटं आणि ५ सेकंदांत ते अंतर पार करून. शिवाय ४०० मीटर अंतरासाठी रौप्य पदक मिळवलं होतं.

ती २२ वर्षांची असतानाची ही गोष्ट होती. २६ वर्षांची असताना तिनं आणखी एक रौप्य पदक मिळवलं होतं, ४ x१०० मीटरच्या रिले शर्यतीमध्ये. पुढे तर आणखी असं लिहिलं होतं की काही काळ महिलांच्या ४०० मीटर

---

५८ खोलीच्या आत सायकलवर केलेला व्यायाम

पोहण्याच्या जागतिक चॅम्पिअन होण्याच्या शर्यतीतल्या वेळेचे रेकॉर्ड तिच्या नावावर होते. हे म्हणजे एक अद्भुतच होते. त्यानंतर ती आंतरराष्ट्रीय स्पर्धांमधून निवृत्त झाली.

अठ्ठाविसाव्या वर्षी ती निवृत्त झालेली होती.

ती आता बीबीसीसाठी पोहण्याच्या स्पर्धांचे वृत्तांकन करू लागली होती. ती दूरदर्शनवरही 'अ क्वेश्चन ऑफ स्पोर्ट' या कार्यक्रमात झळकली होती. तिनं *सिंक ऑर स्विम* या नावानं तिचं आत्मचरित्र लिहिलं होतं. ग्रेट ब्रिटन ऑलिंपिक स्विमिंग टीमसाठी ती मधूनमधून साहाय्यक प्रशिक्षक म्हणून काम करत असे आणि अजूनही रोज दोन तास पोहत असे.

ती 'मेरी क्युरी कॅन्सर केअर' नावाच्या संस्थेला मोठ्या प्रमाणावर देणगी देत असे आणि तिनं मरीन कॉन्झर्व्हेशन सोसायटीच्या निधी संकलनासाठी ब्रायटन पियरपाशी स्विमॅथॉनचे संयोजन केले होते. व्यावसायिक पोहण्यातून निवृत्ती घेतल्यानंतर तिनं ब्रिटिश खाडी दोनदा पोहून पार केली होती.

'TED टॉक'वर तिनं दिलेलं एक व्याख्यान चित्रित केलेलं होतं. ते खेळामध्ये दम टिकवून ठेवण्याची ताकद, प्रशिक्षण आणि चैतन्य या गोष्टींना किती महत्त्व आहे, ते सांगितले होते. दहा लाखांहूनही अधिक लोकांनी ते व्याख्यान ऐकले होते. नोरानं स्वत:चंच ते व्याख्यान ऐकायला सुरुवात केल्यानंतर तिला असं वाटल की ती दुसरीच कुणी व्यक्ती होती. या स्त्रीमध्ये आत्मविश्वास होता, रंगमंचावरचा तिचा वावर हुकमी होता, तिचं उभं राहणं ताठ होतं, बोलत असताना तिचा चेहरा नैसर्गिक हास्याने उजळून निघत होता, ती प्रेक्षकांनाही हसवत होती आणि नेमक्या क्षणी प्रेक्षकांकडून टाळ्या आणि कौतुक कसे मिळवायचे, याची कलाही तिला अवगत होती.

आपण अशा असू शकतो, याची नोरानं कधी कल्पनाच केलेली नव्हती आणि ही नोरा हे सर्व कसं काय करू शकत होती, ते तिनं आठवणीत साठवण्याचा प्रयत्न केला, पण तिच्या लगेचच लक्षात आलं की ते काही शक्य नव्हतं.

''ज्यांचा दम टिकून राहतो असे लोक इतर लोकांपेक्षा काही फार वेगळे नसतात,'' ती सांगत होती. ''फरक असला तर इतकाच असतो की त्यांचे ध्येय पक्के असते आणि ते गाठण्याचा त्यांचा निर्णयही पक्का असतो. आपल्या ध्येयापासून भरकटायला लावणाऱ्या अनेक गोष्टींनी हे आयुष्य भरलेलं आहे. अशा परिस्थितीत आपण आपल्या ध्येयापासून दूर जाऊ नये म्हणून दम टिकवून ठेवण्याची ताकद आवश्यक आहे. जेव्हा शरीर आणि मनाची ताकद पणाला लागलेली असते तेव्हा हाती घेतलेल्या कामापासून न ढळण्याची शक्ती यातून मिळते, जेव्हा तुमची मान खाली असते आणि तुम्ही इकडेतिकडे कुठेही न

पाहता, तुम्हाला कोणी मागून येऊन पाठीमागे तर नाही ना टाकणार अशी काळजी न करत तुमच्या लेनमधून पोहत असता...''

''अरेच्चा, कोण *होती* ही व्यक्ती?''

नोरानं तो व्हिडिओ थोडा पुढे नेला, त्यातली नोरा अजूनही त्याच आत्मविश्वासानं बोलत होती जणू आत्मनिर्भर जोन ऑफ आर्कच.

''तुम्ही जे नाही आहात ते बनण्याचे ध्येय बाळगलेत तर तुम्ही कधीही अयशस्वीच व्हाल. तुम्ही मुळात जे आणि जसे आहात, तेच बना. तुम्ही जे आहात, जसे आहात तसेच दिसण्याचा, वागण्याचा आणि त्याप्रमाणेच विचार करण्याचा निश्चय करा. तुमच्या खऱ्या स्वरूपाला धरून असेल असेच तुमचे अस्तित्व घडवण्याचा ध्यास घ्या. स्व-रूपाला आपलेसे करा. त्याचा स्वीकार करा. स्व-रूपावर प्रेम करा. त्यासाठी लागेल ती मेहनत करा. आणि लोक जेव्हा त्यावर हसतील, थट्टा उडवतील, उपहास करतील तेव्हा त्याकडे यत्किंचितही लक्ष देऊ नका. तुमच्या मागे केली जाणारी निंदा ही बहुतेक वेळा तुमच्याबद्दलची छुपी असूया असते. तुमचे डोके खाली ठेवा. तुमचा दम टिकवून ठेवा. पोहत राहा...''

''पोहत राहा,'' नोरा तिच्या या दुसऱ्या रूपाचा प्रतिध्वनी असल्यासारखी पुटपुटली आणि मनातल्या मनात हॉटेलमध्ये पोहण्याचा तलाव असेल का याचा विचार करू लागली.

तो व्हिडिओ दिसायचा थांबला आणि एका सेकंदानंतर तिचा फोन वाजू लागला.

फोनच्या स्क्रीनवर एक नाव झळकलं, 'नादिया.'

तिच्या मूळ आयुष्यात तिला कोणी नादिया ठाऊक नव्हती. तिला याचीही कल्पना नव्हती की ते नाव पाहिल्यानंतर या आयुष्यातल्या नोराला आनंद होणं अपेक्षित होतं की भीतीनं गळाठून जाणं.

ते माहीत करून घेण्याचा एकच मार्ग होता.

'हॅलो?'

'स्वीटहार्ट,' एक अनोळखी आवाज ऐकू आला. असा आवाज की जो जवळचा वाटत होता पण त्यात पूर्ण माया नव्हती. तिच्या बोलण्यात थोडा हेल होता. कदाचित रशियन. ''तू ठीक आहेस, अशी आशा करते.''

''हाय नादिया, धन्यवाद. मी छान आहे. मी इथं, या हॉटेलमध्ये उतरले आहे. परिषदेची तयारी करते आहे.'' आनंदी दिसण्याचा प्रयत्न करत ती म्हणाली.

''हो, खरंच की, परिषद. एका व्याख्यानासाठी पंधरा हजार पौंड. चांगलं आहे.''

हे जरा विचित्रच वाटत होतं. पण तिला याचंही आश्चर्य वाटत होतं की नादियाला – ती नादिया जी कोणी होती – हे कसं काय माहीत होतं.

''अरे हो.''

''आम्हाला ज्योनं सांगितलं.''

'ज्यो?'

''हो. बरं, ऐक, तुझ्या वडिलांच्या वाढदिवसाबद्दल मला तुझ्याशी बोलायचं आहे.''

'काय?'

''मला माहितीय की तू आमच्याकडे आलीस आणि त्यांना भेटलीस तर त्यांना खूप आनंद होईल.''

नोराच्या सगळ्या अंगातून एक थंड शिरशिरी गेली आणि तिचं अवसान गळून गेलं. जणू काही तिनं भूतच पाहिलं होतं.

तिला तिच्या वडिलांचा अंत्यविधी आठवला, तिच्या भावाला तिनं मारलेली मिठी आणि एकमेकांच्या खांद्यावर डोकं ठेवून त्यांचं रडणं तिला आठवलं.

''माझे डॅड?''

माझे डॅड, माझे स्वर्गीय डॅड.

''बागेतून 'ते' आत्ताच घरात आलेत. तुला त्यांच्या बरोबर बोलायला आवडेल का?''

ही विशेष गोष्ट होती, दुनिया इकडची तिकडं करून टाकणारी. त्यात काही वेगळं नाही, नेहमीचंच आही अशा सहज स्वरात नादिया बोलत होती.

'काय?'

''तुला तुझ्या डॅडबरोबर काही बोलायचं आहे का?''

तिला भानावर यायला एक क्षण लागला. अचानक तिला गडबडल्यासारखं झालं.

'मी?'

तिच्या तोंडून शब्द फुटत नव्हता. श्वासही नीट घेता येत नव्हता. काय बोलावं, तिला कळत नव्हतं. सगळंच खोटं वाटत होतं. हे म्हणजे पुन्हा एकदा भूतकाळात घुसल्यासारखं होतं. जणू काही ती दोन दशकांच्या खोल दरीत पडली होती.

आता विचार करायला सवड नव्हती कारण तिच्या कानावर नादियाचे शब्द पडले, ''आलेच पाहा ते...''

नोरानं फोन जवळजवळ ठेवलाच होता. कदाचित तिनं तो ठेवायला हवा होता. पण तिनं तसं केलं नाही. आपल्याला आपल्या वडिलांचा आवाज पुन्हा ऐकणं ही तिची आंतरिक इच्छा असू शकते हे तिला आता जाणवलं होतं.

तिला त्यांचा श्वास आधी ऐकू आला.

आणि मग, ''हाय नोरा, कशी आहेस?''

अगदी तसंच. सहज, कोणत्याही एकाच गोष्टीवर बोट न ठेवणारं, रोजचच. तो त्यांचाच होता, त्यांचा आवाज. त्यांचा भरदार आवाज, जो नेहमीच त्यांच्या तुटक बोलण्यातून ऐकायला मिळायचा. पण आता त्या आवाजाचा भरदारपणा थोडा उणावला होता. आता जसा असणं अपेक्षित होतं, त्यापेक्षा पंधरा वर्षांनी अधिक वयस्कर.

'डॅड,' ती म्हणाली. जे घडतंय त्यातून सावरायला कठीण जात असल्यामुळे ती दबक्या आवाजात कुजबुजली. ''तुम्ही आहात?''

''नोरा ठीक आहेस ना? तुझी फोन लाइन ठीक आहे ना? आपण फेसटाइमवर बोलू या का?''

फेसटाइम. त्यांचा चेहरा पाहायला मिळेल. नाही नाही. ते म्हणजे फारच होईल. हेच मुळात फार होतं. फेसटाइमचा शोध लागल्यानंतरच्या काळातही तिचे डॅड जिवंत आहेत, अशा आयुष्याच्या शक्यतेची कल्पना करणं, खरंच हे फार होतं, विचारशक्तीच्या पलीकडचं होतं. तिचे डॅड लँडलाइनच्या काळातले होते. जेव्हा ते वारले तेव्हा ईमेल, टेक्स्ट मेसेज यांसारख्या संकल्पना नुकत्याच कुठे परिचयाच्या होऊ लागल्या होत्या आणि तिचे डॅड त्या समजून घेण्याचा प्रयत्न करत होते.

'नाही,' ती म्हणाली, ''मीच बोलत होते. माझं लक्ष नव्हतं. मी जरा लांब अंतरावर आहे. सॉरी. कसे आहात तुम्ही?''

''मी छान आहे. काल आम्ही सॅलीला घेऊन प्राण्यांच्या डॉक्टरांकडे गेलो होतो.''

तिनं गृहीत धरलं की सॅली म्हणजे एक कुत्री असावी. तिच्या आईवडिलांनी कधीच कुत्रं पाळलं नव्हतं, किंवा इतर कुठलाही प्राणी. नोरा लहान असताना तिनं कुत्रं किंवा मांजर पाळावं म्हणून खूप विनवण्या केल्या होत्या, पण तिचे डॅड नेहमी म्हणायचे की पाळीव प्राणी घरात असेल तर तुम्ही बांधले जाता.

''काय झालं होतं तिला?'' नोरानं तिच्या आवाजात सहजता आणण्याचा प्रयत्न करत म्हटलं.

''काही नाही, परत तिचे कान. तिचं कानाचं दुखणं पुन्हा पुन्हा येत राहतं.''

''हो, हो खरंय,'' ती म्हणाली, जणू काही तिला सॅली आणि तिचं कानाचं दुखणं तिला माहीतच होतं. ''बिच्चारी सॅली... मी तुमच्यावर खूप प्रेम करते, डॅड. आणि मला तुम्हाला हे सांगायचं आहे की –''

''नोरा, तू ठीक आहेस ना? तू जरा थोडी... भावूक झाल्यासारखी वाटतेयस.''

''मी तुम्हाला कधीच नीटसं नाही सांगितलं... म्हणजे सांगत नाही. मला तुम्हाला हे सांगायचंय की मी तुमच्यावर प्रेम करते. तुम्ही एक चांगले वडील आहात. आणि माझ्या दुसऱ्या आयुष्यात ते आयुष्य ज्यात मी पोहणं सोडून दिलं मला त्याचा अतिशय खेद आहे.''

'नोराऽऽऽ!'

तिला त्यांना काही विचारताना अवघडल्यासारखे होत होते, पण तिला माहीत करून घ्यायचेच होते. एखाद्या झऱ्यातून पाणी उसळून बाहेर यावे, तसे तिला पडलेले प्रश्न अनावर झाले होते.

''तुम्ही ठीक आहात ना, डॅड?''

''मी का बरं ठीक असणार नाही?''

''असंच. तुमच्या लक्षात आहे ना... तुम्हाला तुमची छाती दुखली की काळजी वाटायची.''

''माझी तब्येत सुधारली आणि त्यानंतर पुन्हा माझ्या छातीत दुखलेलं नाही. खूप वर्षांपूर्वीची गोष्ट आहे ही. तुला आठवतंय का, माझी आरोग्याची जादूची छडी? ऑलिंपिकच्या खेळाडूंसोबत राहिलं की तब्येतीसाठी छान असतं. त्यामुळं मी पुन्हा रग्बी खेळायला लागलो. पिणं सोडलं त्यालासुद्धा सोळा वर्षं होत आली. डॉक्टर म्हणतात की माझे कोलेस्टेरॉल आणि रक्तदाब आता कमी आहे.''

''हो, अर्थातच... मला आठवते आहे नं, आरोग्याची जादूची छडी.'' आणि मग आणखी एक प्रश्न तिच्या मनात आला. पण तो कसा विचारावा, हे तिला समजत नव्हतं. त्यामुळं तिनं तो प्रश्न सरळच विचारला.

''तुम्ही आता पुन्हा नादियाबरोबर केव्हापासून आहात?''

''तुला विस्मरण किंवा तसंच काही झालं आहे का?''

''नाही. म्हणजे हो, कदाचित. अलीकडे मी आयुष्याबद्दलचा विचार जरा जास्तच करायला लागले आहे.''

''म्हणजे आता तू काय तत्त्वज्ञ झालीयस का?''

''हो. मी अभ्यास केलाय त्याचा.''

'केव्हा?'

''त्याची काळजी सोडा. तुम्ही आणि नादिया केव्हा भेटलात तेच मला आठवत नाहीये.''

तिला फोनवर एक अवघडलेला उसासा ऐकू आला. त्यांच्या आवाजात अनिच्छा जाणवत होती. ''तुला माहितीय आम्ही कसे भेटलो ते... पण हे तू आता का उकरून काढतेयस? तुझी थेरपिस्ट या सगळ्याला पुन्हा तोंड फोडते आहे का? कारण त्याबद्दलचे माझे मत तुला माहीत आहे.''

माझी थेरपिस्ट आहे.

''सॉरी, डॅड.''

''ठीक आहे.''

''मला फक्त तुम्ही ठीक आहात ना, एवढंच हवं होतं.''

''अर्थात मी ठीक आहे. माझी मुलगी एक ऑलिंपिक चॅम्पिअन आहे आणि मला माझ्यावर प्रेम करणारी जोडीदार मिळाली आहे. आणि तू आता पुन्हा सावरते आहेस, म्हणजे मला तुझी मन:स्थिती असं म्हणायचंय. पोर्तुगालच्या हकिकतीनंतर.''

पोर्तुगालमध्ये काय घडलं होतं ते नोराला जाणून घ्यायचं होतं, पण त्याआधी तिला आणखी एका प्रश्नाचं उत्तर हवं होतं.

''आणि आईचं काय? ती तुमच्या आयुष्यात प्रेमाची नव्हती का?''

''एके काळी ती माझं प्रेमच होती नोरा. पण परिस्थिती बदलते, नोरा. सोड ते. तू आता मोठी आहेस.''

'मी...'

''नोरानं तिचा फोन स्पीकरवर टाकला. तिचं विकिपीडियाचं पान तिनं पुनः उघडलं. तिथं स्पष्ट दिसत होतं की तिच्या वडिलांचं नादिया वॉन्को हिच्या बरोबर प्रेमप्रकरण होतं त्यामुळे तिच्या आईवडिलांचा घटस्फोट झाला होता. नादिया येगोर वॉन्को या युक्रेनी जलतरणपटूची आई होती. आणि या आयुष्यातील कालरेषेनुसार तिची आई २०११मध्येच वारली होती.

हे सगळं घडू शकलं होतं कारण या आयुष्यात नोरानं कधीच बेडफोर्डमधल्या त्या कार पार्कमध्ये बसून आपल्या वडिलांना स्पर्धात्मक जलतरणपटू न होण्याचा तिचा निर्णय सांगितला नव्हता.

तिला पुन्हा एकदा तसंच वाटायला लागलं. तिचं अस्तित्व विरळ होऊ लागल्यासारखं. तिच्या लक्षात आलं की हे आयुष्य तिच्यासाठी नव्हतं आणि ती जणू काही पुन्हा वाचनगृहात परतण्यासाठी अदृश्य व्हायला लागली होती. पण प्रत्यक्षात ती अदृश्य झाली नाही. तिनं तिच्या वडिलांचा निरोप घेतला. फोन व्यवस्थित बंद केला आणि तिच्या स्वत:बद्दल पुढे वाचायला सुरुवात केली.

जरी ती स्कॉट रिचर्ड्स या ऑलिंपिक पदक-विजेत्या अमेरिकन पाणबुड्याबरोबर ती तीन वर्षे कॅलिफोर्नियामध्ये, 'ला होया, सॅन दिएगो' इथं राहत होती, हे खरे असले तरी ती आता एकटीच होती. आता ती लंडनच्या पश्चिम भागात राहत होती.

विकिपिडियावरचे पान वाचून संपल्यानंतर तिनं फोन खाली ठेवला आणि बाहेर जाऊन तिथं पोहण्याचा तलाव आहे का हे शोधायचं ठरवलं. या आयुष्यात तिनं जे केलं असतं ते तिला करावंस वाटत होतं, म्हणजे ती पोहणार होती. कदाचित पाण्यात पडल्यानंतर तिला व्याख्यानात काय बोलावं हे सुचलं असतं.

जरी त्या दिवशी तिला तिच्या मृत वडिलांबरोबर बोलण्याच्या अनुभवानंतर एक प्रकारचे स्फुरण मिळाल्यासारखे आणि शांत वाटले होते, तरी त्या दिवसाचं पोहणं नेहमीपेक्षा फारच वेगळं होतं. सगळा तलाव तिच्यासाठी मोकळा होता. ती या टोकाहून त्या टोकापर्यंत ब्रेस्टस्ट्रोकने सहजपणे पोहत सुळ्कन जात होती. इतकं तंदुरुस्त आणि सशक्त असण्याचा, पाण्यावर इतकी हुकमत असण्याचा तो अनुभव तिला अधिक सक्षम वाटायला लावणारा होता, ज्यामुळे काही वेळ तिला वडिलांची काळजी वाटायची थांबली आणि ज्या व्याख्यानाची तिची अजून तयारी झाली नव्हती त्याचीही काळजी वाटेनाशी झाली.

पण पोहताना हळूहळू तिच्या मनःस्थितीत थोडा बदल व्हायला लागला. तिला ती वर्षे आठवली जेव्हा तिच्या वडिलांची सरशी झाली आणि तिच्या आईची हार. त्याचा विचार तिच्या मनात जसजसा घोळू लागला तसतशी तिची चीड अधिकाधिक वाढत गेली आणि त्यामुळे तिचा पोहण्याचा वेग अधिकाधिक वाढत गेला. तिला नेहमी असं वाटत आलं होतं की घटस्फोट घेणे हे तिच्या आईवडिलांना अपमानास्पद वाटले असावे, म्हणून ते मनातल्या मनात कुढत राहिले आणि त्याचा राग ते मुलांवर, विशेषतः नोरावर काढत राहिले. पोहणं हा एकच कौतुक मिळवण्याचा मार्ग तिच्यासाठी खुला होता.

इथं, या आयुष्यात तिनं ज्यामुळे वडील आनंदी राहिले असते तोच मार्ग निवडला होता. त्यासाठी तिची स्वतःची नाती; तिचं स्वतःचं संगीतावरचं प्रेम; तिची स्वतःची स्वप्नं ज्यांमध्ये पदकांना विशेष स्थान नव्हतं; तिचं स्वतःचं *आयुष्य* या सगळ्यांना तिनं तिलांजली दिली होती. आणि या सगळ्याची परतफेड तिच्या वडिलांनी तिच्या आईला सोडून देऊन, या नादिया नावाच्या बाईबरोबरच्या प्रेमप्रकरणाने केली होती. आणि एवढे करून वर ते तिच्या बरोबरच आखडून बोलत होते.

''मरू दे त्यांना. किंवा कमीतकमी या आयुष्यात असलेल्या त्यांच्या या रूपाला.''

ती ब्रेस्टस्ट्रोकवरून फ्रीस्टाइलवर आली आणि पोहता पोहता तिला स्पष्ट जाणीव झाली की आईवडिलांनी जसं करायला हवं तसं निखळ, निरपेक्ष प्रेम तिचे आईवडील तिच्यावर करू शकले नाहीत, यात तिचा काहीच दोष नव्हता. तिचा दोष हा नव्हता की तिच्या आईला फक्त तिच्यातले दोषच दिसायचे, अगदी तिचे दोन्ही कान एकसारखे नाहीत इथंपासून. नाही. या सगळ्याचं मूळ याहीपेक्षा आधीचं होतं. पहिली समस्या ही होती की नोरानं अशा काळात जन्म घेण्याचं धाडस केलं होतं, जेव्हा तिच्या आईवडिलांचं परस्पर नातं तुटण्याच्या बेतात होतं. तिच्या आईला नैराश्यानं ग्रासलं होतं आणि वडील दारूच्या आहारी गेले होते.

तिनं आणखी तीस फेऱ्या केल्या आणि तिचं मन बरंच शांत झालं. तिला सगळे बंध गळून पडल्याची भावना जाणवू लागली, फक्त ती आणि पाणी.

पण जेव्हा ती पाण्यातून बाहेर आली तेव्हा मात्र ती तिच्या खोलीत परत गेली आणि तिथं असलेला तिचा एकच एक स्वच्छ आणि उत्तम सूट (नेव्ही ब्लू रंगाचा) होता तो तिनं परिधान केला आणि ती तिच्या उघड्या सूटकेसकडे पाहत राहिली. त्या सूटकेसमधून न संपणारा एकटेपणा बाहेर येतोय असं तिला वाटत राहिलं. त्यात तिचं स्वत:चंच पुस्तक होतं. त्याच्या मुखपृष्ठावर असलेल्या चित्रातून ती थोडीही चलबिचल नसलेल्या निश्चयी नजरेने रोखून पाहत होती आणि तिने टीम ग्रेट ब्रिटनचा स्विमसूट घातला होता. तिनं ते उचललं. त्यावर छोट्या अक्षरात छापलेलं होतं, 'सहलेखिका : अमांडा सॅन्ड्स'.

तिनं इंटरनेटवर वाचलं अमांडा सॅन्ड्स ही अनेक नावाजलेल्या क्रीडापटूंच्या पुस्तकांची 'घोस्ट रायटर' म्हणून काम करत असे.

मग तिनं तिच्या घड्याळाकडं पाहिलं. लॉबीत पोहोचायला हवं होतं, वेळ झाली होती.

लॉबीमध्ये तिची वाट पाहत स्मार्ट पोशाख केलेले तिघे जण उभे होते. त्यातल्या दोघांना तिनं ओळखलं नव्हतं. मात्र त्यातल्या एकाला ती निश्चितच चांगलं ओळखत होती. त्यानं सूट घातला होता आणि आयुष्याच्या या आवृत्तीत त्याने स्वच्छ दाढी केली होती, कडेला भांग पडला होता आणि तो बिझनेसमन दिसत होता, पण तरीही तो तोच होता, 'ज्यो'. त्याच्या भुवया तशाच जाड होत्या. ''ती तुमच्यातली इटालिअन अनुवांशिकता आहे.'' असं त्यांची आई म्हणायची.

'ज्यो?'

विशेष म्हणजे त्याने तिच्याकडे पाहून स्मित केले. एक मोठे, भावाने करावे तसे, साधे सरळ स्मित.

"शुभ प्रभात, सिस," तो म्हणाला. तिने दिलेल्या दीर्घ आलिंगनामुळे त्याला आश्चर्य वाटले होते आणि त्याच्या बोलण्यात अवघडलेपणा आला होता.

जेव्हा तो बहिणीच्या आलिंगनातून मोकळा झाला तेव्हा त्याने तिला बाकीच्या दोघांची ओळख करून दिली.

"ही प्रिया, गलिव्हर रिसर्चमध्ये काम करते. अर्थातच त्यांनीच ही परिषद आयोजित केली आहे. हा रोरी. उघड आहे की हा सेलेब्रिटी स्पीकर्सबरोबर काम करतो."

"हाय, प्रिया!" नोरा म्हणाली. "हाय, रोरी. तुम्हां दोघांना भेटून खूप छान वाटले."

"हो, खरं आहे," प्रिया हसत म्हणाली. "तुला भेटून आम्हाला खूप आनंद झालाय."

"तू हे असं म्हणते आहेस की जणू याआधी आपण भेटलोच नाही आहोत," मोठ्याने हसत रोरी म्हणाला.

नोरानं माघार घेत म्हटलं, "हो रोरी मला माहीत आहे, आपण भेटलो आहोत ते. मी थोडी गंमत केली. तुला माहीत आहे माझी विनोदाची पद्धत."

"तुला विनोद करता येतो?"

"चांगला विनोद, रोरी!"

"ठीक आहे," तिच्याकडे पाहत आणि हसत तिचा भाऊ म्हणाला. "तुला ही जागा पाहायची आहे का?"

तिला हसू आल्यावाचून राहिले नाही. हा तिचा भाऊ होता. ज्याला ती दोन वर्षांत भेटली नव्हती आणि येत्या काळातही त्यांच्यामध्ये कधी सलोखा होईल असं वाटत नव्हतं, तो तिचा भाऊ, निरोगी आणि आनंदी दिसत होता आणि त्याला ती खरोखरीच आवडते आहे असं दिसत होतं. "ही जागा?"

"हो. सभागृह. जिथं तुझं व्याख्यान होणार आहे."

"सगळी तयारी झाली आहे," प्रियानं माहिती पुरवली.

"सालं, भयंकर मोठं आहे हे, सभागृह," कॉफीचा कागदी कप हातातल्या हातात फिरवत रोरी कौतुकाने म्हणाला.

नोरा तयार झाली आणि तिला निळ्या रंगाच्या सभागृहात नेण्यात आलं. त्या विस्तीर्ण सभागृहात एक मोठा, रुंद मंच होता आणि जवळपास हजारेक रिकाम्या खुर्च्या होत्या. काळ्या पोशाखातला एक तंत्रज्ञ तिच्याकडं आला आणि त्यानं विचारलं : "तुम्हाला माइक कोणत्या प्रकारचा आवडेल? कोटावर लावायचा, की हेडसेट, की हातातला?"

'सॉरी?'

''तुम्हाला तिथं बोलताना कोणत्या प्रकारचा माइक आवडेल?''

''असं होय!''

'हेडसेट,' नोराच्या वतीनं तिचा भाऊ बोलला.

''हो, हेडसेट,'' नोरा म्हणाली.

''आता माझ्या मनात एकदम कार्डिफमध्ये माइकचा जो काय घोटाळा झाला होता त्याचा विचार आला.''

''हो नं, अगदीच. कसला वैताग आला होता.''

प्रियाला काहीतरी विचारायचं होतं, त्यामुळे ती नोराकडे पाहून स्मित करत होती. ''मला असं वाटतं आहे की तुम्ही काही स्लाइडस वगैरे बहुतेक दाखवणार नसाल? बरोबर?''

''अं, मी...''

तिचा भाऊ आणि रोरी जरा साशंक होऊन तिच्याकडे पाहत होते.

या प्रश्नाचं उत्तर तिला ठाऊक असायलाच हवं होतं आणि तिला ते माहीत नव्हतं.

'हो,' ती म्हणाली, आणि मग तिनं तिच्या भावाच्या चेहऱ्यावरचे भाव न्याहाळले, ''मी ... नाही. हो मी दाखवणार नाही. मी कोणत्याही स्लाइड्स वगैरे दाखवणार नाही.''

आणि मग ते सगळे तिचं काहीतरी चुकतंय अशा नजरेने तिच्याकडे पाहू लागले, पण तिनं हसून वेळ मारून नेली.

पेपरमिंट चहा

दहा मिनिटांनंतर ती तथाकथित 'व्हीआयपी लाउंजमध्ये तिच्या भावाबरोबर बसली होती. ती जागा प्रत्यक्षात एक छोटीसी कोंदट खोली होती. तिथं काही खुर्च्या आणि काही वर्तमानपत्रे ठेवलेलं एक टेबल होतं. सूट घातलेली एक-दोन मध्यमवयीन मंडळी तिथं लॅपटॉपमध्ये काहीतरी टाइप करत बसली होती.

आतापर्यंत तिला साधारण अंदाज आला होता की तिचा भाऊ तिचा व्यवस्थापक आहे. तिनं व्यावसायिक पोहणं सोडल्यानंतरच्या सात वर्षांच्या काळात तोच तिचा व्यवस्थापक होता.

"तू या सगळ्या व्यवस्थेवर समाधानी आहेस ना?" तिच्या भावानं विचारलं. त्यानं आत्ताच कॉफी मशीनच्या इथून दोन कप आणले होते. त्यानं एका पाकिटातली टीबॅग काढली. पेपरमिंट. त्यानं कॉफी मशीनमधून कपात गरम पाणी आणले होते, त्यात त्यानं ती टीबॅग टाकली.

त्यानंतर त्यानं तो कप नोराच्या हातात दिला.

तिनं पेपरमिंट चहा आयुष्यभरात कधीच घेतलेला नव्हता. "हे माझ्यासाठी आहे?"

"हं, हो. त्यांच्याकडे फक्त हाच हर्बल चहा होता."

त्यानं स्वत:साठी कॉफी घेतली. मनोमन तिला कॉफी हवी होती. कदाचित या आयुष्यात ती कॉफी पीत नसावी.

"तुझ्यासाठी हे सगळं ठीक आहे ना?"

"काय सगळं ठीक आहे का," नोराला समजत नव्हतं.

"आजचं तुझं व्याख्यान."

"हां, अं, हो, हो. किती वेळाचं आहे?"

"चाळीस मिनिटं."

'ठीक.'

"खूपच पैसे आहेत यात. मी ते दहापेक्षा आणखी वाढवलेत."

"तू खूपच छान केलंस."

"अरे, मला अजूनही माझे वीस टक्के मिळतात. यात काही माझा त्याग नाही."

नोरा त्यांचा एकत्रित इतिहास उलगडण्याचा प्रयत्न करत होती. तिला काय केल्यानं समजलं असतं की ते दोघे इथं बरोबर का बसले होते, आणि त्यांचं कसं काय पटत होतं. कदाचित पैसा हे त्यामागचं कारण असावं, पण तिचा भाऊ कधीच पैशाच्या मागे नव्हता. आणि हो, म्हणजे जेव्हा नोरानं त्या रेकॉर्ड कंपनीच्या कराराकडे पाठ फिरवली होती तेव्हा तो अर्थातच चिडला होता, कारण ते त्याला आयुष्यभर 'द लॅबिरिंथ'मध्ये गिटारिस्ट म्हणून राहायचं होतं आणि रॉक स्टार व्हायचं होतं.

हातात धरून टीबॅग काही वेळा कपातल्या पाण्यात बुडवल्यानंतर, नोरानं ती कपात ठेवली. ''आपली आयुष्यं वेगळी घडू शकली असती, असं तुझ्या मनात कधी येतं का रे? म्हणजे बघ हं, समजा जर मी कायम पोहणं केलं नसतं तर?''

''नाही. असा काही खास विचार मी केला नाही.''

''म्हणजे मला असं म्हणायचं होतं की, तुला काय वाटतं, तू माझा मॅनेजर नसतास तर तू कोणतं काम निवडल असतंस?''

''तुला माहीत आहे का, मी इतर काही लोकांचं व्यवस्थापनही पाहतो.''

''हो, हो, अर्थात ते मला माहीत आहे. उघड आहे.''

''मला वाटतं, खरं म्हणजे मी तुझ्याशिवाय इतर कुणाचं काम केलं नसतं. म्हणजे तू पहिली होतीस. नंतर तू माझी ओळख काईशी करून दिलीस, आणि मग नताली. आणि नंतर एली, म्हणून...''

तिनं मान हलवली, जणू काही काई, नताली आणि एली या कोण होत्या ते तिला माहीतच होतं.

''कुणाला माहीत? किंवा मी कदाचित अजूनही मँचेस्टरमध्येच असेन, मला माहीत नाही.''

'मँचेस्टर?'

''हो. तुला आठवतंय मला तिथं किती आवडायचं त्या विद्यापीठात.''

या सगळ्याबद्दल आश्चर्य वाटल्याचं दिसलं नसतं तरच नवल होतं, या वास्तवाचं की हा भाऊ ज्याच्या बरोबर ती आत्ता बसली होती, आणि काम करत होती तो भाऊ विद्यापीठात जाऊन शिकला होता. तिच्या मूळ आयुष्यात तिच्या भावाने 'ए' लेव्हल्स पूर्ण करून इतिहास विषयाच्या प्रवेशासाठी मँचेस्टरला अर्ज केला होता, पण त्याला आवश्यक तितके गुण मिळाले नाहीत, कारण कदाचित दररोज रात्री रविबरोबर नशा करण्यात तो गुंग राहत असे. आणि त्यानंतर त्यानं ठरवून टाकलं की त्याला विद्यापीठात जायचंच नाहीये.

त्यांनी थोड्या आणखी गप्पा मारल्या.

एक क्षणी तो त्याच्या फोनवर बोलण्यात गुंतून गेला.

नोरानं पाहिलं की त्याच्या फोनच्या स्क्रीनसेव्हरवर एका प्रसन्न, देखण्या आणि हसऱ्या माणसाचं चित्र होत. या माणसाला याआधी तिनं कधीच पाहिलं नव्हतं. तिला तिच्या भावाच्या बोटावर लग्नाची अंगठी दिसली पण तिनं ती दिसून न दिसल्यासारखं केलं.

"मग तुझं वैवाहिक आयुष्य कसं चाललंय?"

ज्यो हसला. ते अगदी मनापासूनचे हसू होते. त्याला असं हसताना तिनं बरीच वर्षं पाहिलं नव्हतं. तिच्या मूळ आयुष्यात ज्यो प्रेमाच्या बाबतीत थोडा कमनशिबी होता. तो समलिंगी आहे, हे तिला तो किशोर वयीन असल्यापासून माहीत होते, पण तो बावीस वर्षांचा होईपर्यंत त्यानं ते उघड केलेलं नव्हतं. आणि त्याच्या वाट्याला सुखी किंवा दीर्घ कालीन नात्याचा अनुभव आला नव्हता. आपलं स्वत:चं आयुष्य आपल्या भावाचं आयुष्य यथार्थ बनवू शकलं असतं या कल्पनेनं तिला अपराधी वाटलं.

"तुला इवान महिती आहे? इवानचा इवान."

नोरा हसली, जणू काही तिला इवान कोण आणि कसा होता हे तिला माहीत होतं. "हो तो छान आहे आणि तुम्हा दोघांसाठी मी खूप खूश आहे."

तो हसला. "आम्ही लग्न केल्याला पाच वर्षं झाली आणि तू असं बोलतेयस की आम्ही आताच भेटलो आहोत."

"नाही, मी आपलं असंच, कळलं ना तुला, कधीकधी मला वाटतं की तू नशीबवान आहेस. इतक्या प्रेमात. आणि आनंदी."

"त्याला एक कुत्रा आणायचाय." तो हसला. "आमच्यातला त्याबद्दल वाद सुरू आहे. म्हणजे माझी कुत्रा आणायला ना नाही. पण मला एखादा बचावकार्यासाठी प्रशिक्षित असणारा कुत्रा आणायचाय. आणि हो, मला ते फालतू माल्टिपू[५९] किंवा बिचॉन[६०] वगैरे नको. मला लांडगा हवा. म्हणजे कळलं का तुला, अस्सल कुत्रा."

नोराला व्हॉल्टेअर आठवला. "प्राण्यांची सोबत चांगली असते..."

"हो. तुला अजूनही कुत्रा पाळायचाय?"

"हो, माझी इच्छा आहे. मांजरपण चालेल."

"मांजरं अजिबात आज्ञाधारक नसतात," तो म्हणाला. तिच्या आठवणीतला भाऊ असं बोलायचा. "कुत्र्यांना त्यांची जागा माहीत असते."

"बंडखोरी हा स्वातंत्र्याचा खरा पाया असतो. गुलाम आज्ञाधारक असतात."

---

५९ माल्टीज आणि पूडल जातीच्या छोट्या कुत्र्यांपासून तयार झालेली संकरीत जात.

६० छोट्या कुत्र्यांची एक जात

तो गोंधळलेला दिसला. ''हे कुठून आलं? कोणाचं वचन आहे का?''

''हो. हेन्री डेव्हिड थोरो. तुला माहितीय, माझा आवडता तत्त्वज्ञ.''

''तू केव्हापासून तत्त्वज्ञानामध्ये आहेस?''

बरोबरच होतं. या आयुष्यात तिनं कधीच तत्त्वज्ञानाची पदवी घेतली नव्हती. तिच्या मूळ आयुष्यातली ती ब्रिस्टलमधल्या कुबट वासाच्या फ्लॅटमध्ये बसून थोरो, लाओ त्सु आणि सार्त्र यांची पुस्तकं वाचत होती पण आताच्या आयुष्यातली ती बीजिंगमधल्या ऑलिंपिकच्या व्यासपीठावर उभी राहत होती. आश्चर्य म्हणजे मूळ आयुष्यातल्या ऑलिंपिकपर्यंत न पोहोचलेल्या स्वत:बद्दल तिला जितकं वाईट वाटत होतं तितकंच तिला या आयुष्यातल्या थोरोच्या वॉल्डेनमधल्या साध्या सौंदर्याच्या, किंवा मार्कस ऑरेलीयसच्या निर्लोभी तत्त्वचिंतनाच्या कधीच प्रेमात न पडलेल्या स्वत:बद्दल, वाईट वाटत होतं.

''ओऽह, मला माहीत नाही... मी आपलं इंटरनेटवर काही थोडं पाहिलं होतं.''

''अरे वा! कूल. चेक करू या. तुला त्यातलं काही तुझ्या व्याख्यानात टाकता येईल.''

नोराला शरमल्यासारखे झाले. ''अं, मी आज काहीतरी वेगळं करण्याचा विचार करतेय. मी कदाचित थोडं सुधारून घेईन.''

मजकुरात सुधारणा करत राहणे, हेच कौशल्य तर ती अमलात आणत होती.

''मी काल रात्री ग्रीनलंडवरचा एक माहितीपट पाहिला. मला तेव्हाची आठवण झाली जेव्हा तुला आर्क्टिकबद्दलचे वेड होते आणि तू पोलर बेअर आणि त्याबरोबरच्या सगळ्या चित्रांची कात्रण ठेवायचीस.'

''हो, मिसेस एल्म म्हणायच्या की आर्क्टिक प्रदेशावर संशोधन करण्याचा उत्तम मार्ग म्हणजे भूशास्त्रज्ञ होणे. म्हणून मला भूशास्त्रज्ञ व्हायचं होतं.''

''मिसेस एल्म,'' तो हळू आवाजात म्हणाला, ''हे ओळखीचं वाटतं.''

''शाळेतल्या ग्रंथपाल.''

''हां, बरोबर आठवलं. तू त्या ग्रंथालयातच असायचीस, नाही का?''

'जवळजवळ.'

''विचार कर. जर तू या पोहण्यात अडकली नसतीस तर तू या क्षणी ग्रीनलंडमध्ये असतीस.''

'स्वालबार्ड,' ती म्हणाली.

'सॉरी?'

''तो एक नॉर्वेजियन द्वीपसमूह आहे. आर्क्टिक समुद्रात उत्तरेला.''

''ओके. म्हणजे नॉर्वे. तू तिथं असतीस.''

''कदाचित. किंवा कदाचित अजूनही बेडफोर्डमध्येच असते. फरशी पुसत. बेकार म्हणून. भाडं भरण्याचीही ताकद नसलेली.''

''वेडपटपणा करू नकोस. तू नेहमीच काहीतरी मोठ्ठं करत आलीयस.''

ती तिच्या मोठ्या भावाच्या भोळेपणावर हसली. ''काही आयुष्यांमध्ये कदाचित तुझं-माझं पटणारही नाही.''

'काहीतरीच.'

''तसं असेल तर बरं.''

ज्यो थोडा अवघडलेला दिसला आणि त्याला विषय बदलायचा आहे हे स्पष्ट दिसत होतं

''ए, ओळख पाहू, आज मी कोणाला भेटलो असेन?''

नोरानं खांदे उडवले, तिला आशा होती की तिला माहीत असलेलं कोणीतरी असेल.

''रवि. तुला रवि आठवतोय?''

तिच्या डोळ्यांसमोर रवि आला, आदल्या दिवशी वर्तमानपत्राच्या दुकानात भेटलेला आणि तिथं तिच्यावर तोंडसुख घेणारा. ''हो, हो रवि.''

''हो, त्याची अचानक भेट झाली होती.''

'बेडफोर्डमध्ये?'

''हॅऽ! देवा, नाही. तिथं तर मी अनेक वर्षांत गेलेलो नाही. नाही. तो मला ब्लॅकफायर स्टेशनपाशी भेटला होता. अगदी अचानक. त्याला मी बहुतेक *कमीतकमी* दहा वर्षांत तरी भेटलो नव्हतो. त्याला पबमध्ये जायचं होतं. मी त्याला सांगितलं की मी आता दारूला स्पर्श करत नाही आणि मग माझ्यावर त्याला सांगायची वेळ आली की कधीकाळी मला दारूचे व्यसन लागले होते. आणि त्याबरोबरच्या इतर सगळ्या गोष्टी. हेही की अनेक वर्षांमध्ये मी वाइनच्या ग्लासला हात लावलेला नाही किंवा मादक पदार्थांचा एखादा झुरकाही घेतलेला नाही.'' नोरानं तो काही धक्कादायक बोलतोय असं न दर्शवता मान हलवली. ''आई गेल्यानंतर माझं सगळं आयुष्य बिघडून गेलं आणि तो 'कोण तू' अशा पद्धतीनं माझ्याशी वागू लागला. पण चांगला होता तो. कूल. आता तो छायाचित्रकार म्हणून काम करतो. फावल्या वेळात तो संगीतही करतो. रॉक संगीत नव्हे. बहुधा डीजेचे काम करत असावा. आठवते? काही वर्षांपूर्वी माझा आणि त्याचा बँड होता, द लॅबिरिंथिस?''

आता मोघमपणा राखणं सोईचं ठरत होतं. ''खरंच की. द लॅबिरिंथिस. अर्थात. भूतकाळातली सर्वात मोठी गोष्ट.''

''हो. माझ्या लक्षात आलंय की त्याला ते दिवस परत यायला हवेत. म्हणजे आपण अगदीच टाकाऊ होतो आणि मला गाता येत नव्हतं तरी.''

''तुझं काय? द लॅबिरिंथिस खूप मोठ्ठ झालं असतं तर काय झालं असतं असा विचार केलायस कधी तू?''

तो थोडासा खेदानंच हसला. ''मला माहीत नाही काही झालं असतं का.''

''कदाचित तुम्हाला आणखी एका माणसाची गरज होती. तुझ्यासाठी आईबाबांनी आणलेला कीबोर्ड मी वाजवत असे.''

''खरंच. तू वाजवत होतीस? तुला त्यासाठी वेळ केव्हा मिळायचा?''

संगीताशिवाय असलेलं आयुष्य. तिच्या आवडीची पुस्तकं न वाचताच घालवलेलं आयुष्य.

पण असंही हे आयुष्य, ज्यामध्ये तिचं तिच्या भावाबरोबरोबर पटवून घेत होती. असं आयुष्य ज्यामध्ये तिला तिच्या भावाची निराशा करावी लागली नव्हती.

''काही असो, येऊन भेटण्याची रविला इच्छा होती. मधला हरवलेला काळ भरून काढायचा होता. तो इथं जवळच, भुयारी रेल्वेचे एक स्टेशन सोडून राहतो. तो भेटायला येण्याचा प्रयत्न करणार आहे. त्याला गप्पा मारायच्या आहेत.''

''काय? ओऽह. म्हणजे...मला वाटतं त्यानं येऊ नये.''

'का?'

''खरं म्हणजे मला तो कधी आवडलाच नाही.''

ज्योने कपाळाला आठ्या घातल्या. ''खरंच? तू तसं कधी म्हटल्याचं मला आठवत नाही... तो ठीक आहे. एक चांगला माणूस आहे. पूर्वी थोडा वाया गेलेला होता, कदाचित. पण आता तो बऱ्यापैकी सावरलेला दिसतोय...''

नोराला नक्की काय ते कळत नव्हतं. 'ज्यो?'

'हं.'

''आई केव्हा गेली तुला माहितीय?''

'हो.'

''मी कुठे होते?''

''काय म्हणायचंय तुला? आज तुला बरं वाटतंय ना, सिस? नव्या गोळ्यांचा उपयोग होतोय ना तुला?''

'गोळ्या?'

तिनं तिच्या बॅगेत पाहिलं आणि चाचपायला सुरुवात केली. तिला बॅगेत एक नैराश्यरोधक गोळ्यांची डबी दिसली. तिचे जणू हृदयच थांबले.

''मला फक्त एवढं माहीत करून घ्यायचं होतं की मी आई जाण्यापूर्वी तिला नेमानं भेटायची का?''

ज्योच्या कपाळावर आठ्या पडल्या. अजूनही त्याच्यात फारसा बदल झालेला नव्हता. अजूनही त्याला त्याच्या बहिणीच्या मनातलं सगळं समजत नव्हतं. अजूनही वास्तवापासून दूर पळणारा ज्यो. ''तुला माहीत आहे, आपण तिथं नव्हतो. सगळंच खूप अचानक झालं. ती किती आजारी आहे, ते तिनं आपल्याला कधी सांगितलंच नाही. आपल्याला काळजी वाटू नये म्हणून. किंवा कदाचित आपण तिला पिण्यासाठी मज्जाव केला असता, म्हणूनही असेल.''

''पिण्यासाठी? आई पीत होती?''

ज्योची काळजी वाढली. ''सिस तुला विस्मरण झालंय का?'' जेव्हापासून नादिया आपल्या आयुष्यात आली, तेव्हापासून आई रोज एक जिनची बाटली संपवत होती.''

''हो. अर्थात. मला आठवतंय.''

''शिवाय तुझ्या युरोपिअन स्पर्धा जवळ येत होत्या आणि त्यात बाधा येऊ नये अशी तिची इच्छा होती...''

''जीझस. मी तिथं असायला हवं होतं. आपल्या दोघांपैकी एकानंतरी तिथं असायला हवं होतं, ज्यो. आपण दोघंही...''

ज्योचा चेहरा एकाएकी गोठल्यासारखा झाला. ''तुला आईबद्दल एवढी जवळीक कधीच वाटली नव्हती. मग हे अचानक असं...''

''माझी-तिची जवळीक झाली होती. म्हणजे, झाली असती. मी...''

''तू मला घाबरवतेयस. तुझं वागणं तुझ्यासारखं नाहीये.''

नोरानं मान हलवली. ''हो, मी... मी फक्त... हो, मला वाटतं तुझं बरोबर आहे... मला वाटतं त्या गोळ्यांमुळं असं होतंय...''

तिला तिची आई आठवली. तिच्या शेवटच्या महिन्यांमध्ये ती म्हणायची : ''मला माहीत नाही की तुझ्याशिवाय मी काय केलं असतं.'' ती ज्योलाही कदाचित तेच म्हणाली असती. पण या आयुष्यात दोघेही तिच्या जवळ नव्हते.

तेवढ्यात प्रिया खोलीत आली. हसत, तिचा फोन आणि एक कसलातरी स्मरणफलक हातात घेऊन.

''वेळ झाली,'' ती म्हणाली.

आयुष्यरूपी वृक्ष

पाच मिनिटांनी नोरानं हॉटेलच्या विशाल सभागृहात प्रवेश केला होता. दिवसातला पहिला वक्ता त्याच्या सादरीकरणातून कोणते निष्कर्ष मांडतो आहे, याकडे सर्वांचे लक्ष होते. *झिरो टू हिरो* या पुस्तकाचा लेखक. दुसऱ्या एका आयुष्यात डॅनच्या बिछान्याच्या बाजूला तिनं ते पुस्तक पाहिलं होतं. पण नोराचं त्या वक्त्याच्या बोलण्याकडे लक्ष नव्हतं. ती तिच्यासाठी खास राखीव असलेल्या आसनावर बसली होती. तिच्या आईबद्दलच्या विचारांनी ती फारच अस्वस्थ झाली होती. तिच्या स्वत:च्या व्याख्यानाच्या विचारानं तिला भीतीही वाटत होती. त्यामुळं मिनेस्ट्रोन सूपमध्ये तरंगणाऱ्या पावाचा तुकडा उचलावा तसं एखादा एखादा तरंगत आलेला शब्द किंवा वाक्य तेवढं तिला मधूनमधून ऐकू येत होतं. 'फारसं माहीत नसलेलं वास्तव', 'महत्त्वाकांक्षा', 'तुम्हाला ऐकून आश्चर्य वाटेल, अशी गोष्ट म्हणजे,' 'मला जर ते करता आले,' 'जोराचे दणके'.

या सभागृहात श्वास कोंडत होता. परफ्यूमचा संमिश्र गंध आणि नवीन गालिचाचा उग्र वास.

ती अस्वस्थ न होण्याचा प्रयत्न करत राहिली.

भावाच्या बाजूला वळून ती कुजबुजली, ''मला नाही वाटत, मी हे करू शकेन.''

'काय?'

''मला वाटतं की मला पॅनिक अटॅक येतोय.''

त्यानं तिच्याकडे हसत हसत पाहिलं, पण त्याच्या नजरेत मात्र एक करारीपणा होता, जो तिनं आधी पाहिला होता. दुसऱ्या आयुष्यात, जेव्हा तिला असा पॅनिक अटॅक आला होता. त्यांच्या सुरुवातीच्या दिवसात ते बेडफोर्डच्या पबमध्ये द लॅबिरिंथसाठी कार्यक्रम करत असत, तेव्हा. ''तू करशील सगळं व्यवस्थित.''

''मी करू शकेन की नाही मला माहीत नाही. माझं डोकं कोरं झालंय.''

''तू त्याचा फार विचार करतेयस.''

''मला घाबरल्यासारखं होतंय. मला कसलाही विचार करता येणं शक्य नाही.''

''सावध हो. आम्हाला अडचणीत टाकू नकोस.''

'आम्हाला अडचणीत टाकू नकोस.'

'पण –'

तिनं संगीताचा विचार करण्याचा प्रयत्न केला.

शांत होण्यासाठी संगीताचा विचार करणं या उपायाचा तिला कायमच उपयोग होत आला होता.

तिला एक धून आठवली. तिच्या मनात असलेलं गाणं होतं, 'ब्युटिफुल स्काय', हे लक्षात आल्यावर तिला मनातल्या मनात थोडं शरमल्यासारखं झालं. एक आनंदी, आशा जागवणारं गाणं. असं गाणं तिनं फार वर्षांत गायलं नव्हतं. *'अंबर गडद होत जातं, निळ्यावर काळं चढत जातं, पण ताऱ्यांना त्याची काय तमा? प्रकाशानं त्यांच्या...' (अंबर झळकतं).*

पण तेव्हा तिच्या शेजारी बसलेली, स्मार्ट पोशाखातली, तीव्र वासाचे परफ्यूम लावलेली, एक बाई थोडंसं तिच्याकडे झुकत म्हणाली, "तुझ्या बरोबर जे झालं त्याचं फार वाईट वाटतं बघ. ते पोर्तुगालमध्ये जे घडलं ते..."

"काय घडलं?"

त्याच क्षणी प्रेक्षकांनी वाजवलेल्या टाळ्यांच्या गजरात त्या बाईनं दिलेलं उत्तर बुडून गेलं.

'काय?' तिनं परत विचारलं

पण आता उशीर झाला होता. नोराला व्यासपीठावर येण्यासाठी आमंत्रित केलं गेलं होतं आणि तिचा भाऊ तिला कोपरानं खुणावत होता.

तिचा भाऊ तिला जवळजवळ ओरडून सांगत होता : "तुला ते बोलावतायत. तुला जायला हवंय."

ती न कळत व्यासपीठावर असलेल्या लेक्टर्नकडे जाऊ लागली. त्यामागे तिचा विजयी, हसरा चेहरा आणि गळ्यात घातलेलं पदक असं दृश्य पडद्यावर दिसत होतं.

इतर लोक आपल्याकडे पाहताहेत, ही कल्पना तिला कधीच सोसली नव्हती.

'हॅलो,' ध्वनिक्षेपकासमोर येऊन ती दबलेल्या आवाजात म्हणाली. "मला आज येथे येऊन आनंद झाला..."

हजारेक चेहऱ्यांचे डोळे अपेक्षेने तिच्याकडे पाहू लागले.

इतक्या मोठ्या संख्येने उपस्थित असलेल्या लोकांशी अशी एकाच वेळी ती कधीच बोलली नव्हती. अगदी 'द लॅबिरिंथ'साठी काम करत असतानाही, त्यांना शंभरेक लोकांपेक्षा जास्त लोकांपुढे सदरीकरणाचा पसंग आला नव्हता. तेव्हासुद्धा दोन गाण्यांच्या मधले निवेदनसुद्धा ती शक्य तितक्या कमीतकमी शब्दांत करायची. स्ट्रिंग थिअरीत काम करत होती तेव्हा तिला ग्राहकांबरोबर

बोलण्यात अडचण नसायची, पण कर्मचाऱ्यांच्या बैठकीत मात्र ती क्वचितच बोलत असे. त्या सभांमध्ये खोलीत पाचांपेक्षा जास्त लोक कधीच नसायचे तरीही. विद्यापीठातल्या दिवसांतही इझ्झी तिचं सादरीकरण अगदी सहजपणे सादर करायची, तेच नोरा मात्र काही आठवडे त्याची चिंता करत असायची.

ज्यो आणि रोरी तिच्याकडे गोंधळलेल्या नजरेनं बघत होते.

नोरानं TED टॉकवर बोलणारी जी नोरा पाहिली होती, ती नोरा ही नव्हती आणि ती तशी कधी होती, याबद्दलच तिला शंका होती. तिनं जे जे काही केलं होतं, ते तिनं केलंच नव्हतं, असं वाटण्यासारखी.

''हॅलो, माझं नाव नोरा सीड आहे.''

हे काही तिनं विनोदानं म्हटलं नव्हतं. तरीही संपूर्ण संभागृहानं हसून दाद दिली. तिनं स्वत:ची ओळख करून देण्याची काही गरजच नव्हती.

''आयुष्य विचित्र असतं.'' तिनं बोलायला सुरुवात केली. ''ते आपण एकाच वेळी अनेक अंगांनी जगत असतो. तरीही एका सरळ रेषेत. पण...पण हे आयुष्याचं समग्र चित्र नाही. कारण आयुष्य म्हणजे फक्त आपण केलेल्या गोष्टींपुरत नसतं, तर ते न केलेल्या गोष्टींबाबतही असतं. आणि आपल्या आयुष्यातला प्रत्येक क्षण... हे एक स्वतंत्र वळण असतं.''

अचल स्तब्धता.

''विचार करा. आपण आपल्या आयुष्याची सुरुवात कशी करतो, विचार करा... जणू आधीच ठरवून दिल्याप्रमाणे. एखादी जमिनीत पेरलेली बी असावी तसं. आणि मग आपण मोठे होऊ लागतो... वाढत जातो... आणि सुरुवातीला आपण एखाद्या खोडासारखे असतो...''

संपूर्ण स्तब्धता.

पण मग, तो वृक्ष...तो वृक्ष जो आपल्या आयुष्याचा वृक्ष आहे, त्याला फांद्या फुटतात. त्या सगळ्या फांद्या, ज्या खोडापासून वेगवेगळ्या उंचीवर फुटतात त्या सगळ्यांचा विचार करा. आणि त्या फांद्याना फुटणाऱ्या नव्या फांद्या ज्या खोडापासून लांबवर विरुद्ध दिशेला वाढतात, त्यांचा विचार करा. त्या फांद्या ज्या स्वतंत्र फांद्या बनतात आणि त्यांच्या टोकाला येणारे फुटवे, त्यांचा विचार करा. आणि ते सगळे फुटवे, प्रत्येकाचे शेवटचे टोक वेगळ्या ठिकाणी असलेले, त्यांचा विचार करा. सगळे काही एकाच बिंदुतून फुटलेले पण तरीही वेगवेगळ्या स्थानांवर स्थिरावलेले. प्रत्येक आयुष्य तसेच आहे, पण फार व्यापक स्तरावरचे. प्रत्येक दिवसाच्या प्रत्येक सेकंदाला नव्या फांद्या फुटत असतात. आणि आपल्याला – प्रत्येकाला वाटते की ही एक अखंड, एका रेषेत वाढत जाणारी साखळी आहे. प्रत्येक फुटव्याचा त्याचा त्याचा एकच प्रवास असतो. पण बाकी फुटवेही असतात. तसेच इतर 'आजही'

असतात. इतरही आयुष्यही असतात, जी तुमच्या आयुष्यात आधीच्या काळात तुम्ही वेगळ्या दिशेनं गेला असतात तर वेगळी बनली असती. हा आयुष्याचा वृक्ष असतो. अनेक धर्मांनी आणि पुराणांनी आयुष्याच्या वृक्षावर भाष्य केलेलं आहे. याचे वर्णन बौद्ध, ज्यू, ख्रिश्चन या सर्व धर्मांमध्ये केलेलं दिसतं. वृक्ष हे एक रूपक मानून त्यावर अनेक तत्त्वज्ञ आणि लेखक यांनी चर्चा केलेली आहे. सिल्व्हिया प्लॅथ[६१] हिच्या म्हणण्याप्रमाणे अस्तित्व हे अंजिराच्या वृक्षाप्रमाणे असतं आणि ती जगू शकली असती असं प्रत्येक आयुष्य आनंदी विवाहितेचं आयुष्य, यशस्वी कवयित्रीचं आयुष्य ही त्या वृक्षाची रसाळ अंजिरं आहेत, पण तिला त्या अंजिरांचा रस चाखण्याचा अवसर मिळाला नाही आणि त्यामुळे ती फळं तिच्या डोळ्यांसमोर नासली. या अशा न जगता आलेल्या आयुष्यांचा विचार तुम्हाला वेडं बनवू शकतो.

''उदाहरणार्थ, माझ्या बहुतेक आयुष्यांमध्ये मी अशी या मंचावर तुमच्याशी 'यश' या विषयावर बोलत उभी नाहीये... बहुतेक आयुष्यांमध्ये मी सुवर्ण पदकाची विजेती नाहीये.'' मिसेस एल्मनं तिला जीवनमरणाच्या मध्यरेषेवरच्या वाचनगृहात एक गोष्ट सांगितली होती ती तिला आठवली. ''एक लक्षात घे, आपण एक गोष्ट वेगळ्या तऱ्हेनं करणं याचा अर्थ बहुतेक वेळा प्रत्येक गोष्ट वेगळ्या तऱ्हेनं करणं असाच होतो. कितीही प्रयत्न करा... एकदा केलेली कृती माघारी फिरवता येत नाही.''

आता लोक लक्ष देऊन ऐकायला लागले होते. त्यांनाही त्यांच्या आयुष्यात एका मिसेस एल्मची आवश्यकता होती, हे नक्की.

''जगणं हा शिकण्याचा एकमेव मार्ग आहे.''

पुढची वीस मिनिटं ती अशाच पद्धतीनं बोलत राहिली, मिसेस एल्मनं तिला काय काय सांगितलं होतं त्यातलं शक्य तितकं सगळं आठवत. आणि मग तिनं खाली स्वत:च्या हाताकडं पाहिलं, लेक्टर्नच्या लाइटच्या प्रकाशात त्यांच्यावर पांढरी चमक आली होती.

तिच्या नजरेला हातावर एक फुगलेली, बारीकशी गुलाबी रेषा दिसली, तिला माहीत होतं ती रेषा म्हणजे स्वत:च केलेल्या जखमेचा व्रण होता आणि त्यामुळे तिच्या विचारांचा प्रवाह खुंटल्यासारखा झाला. म्हणजे खरं तर तिच्या मनात नवीन विचारांचा प्रवाह सुरू झाला.

''आणि...आणि त्याचं असं आहे... त्याचं असं आहे... आपल्याला यशाचा जो मार्ग खात्रीचा वाटत असतो, तो खरं म्हणजे तो तसा नसतो. कारण खूपदा यशाबद्दलची आपली कल्पना मूर्खासारख्या कोणत्यातरी बाह्य गोष्टी साध्य करण्याभोवती गुंफलेली असते ऑलिंपिकचं एखादं पदक, आदर्श नवरा, उत्तम

६१ सिल्विया प्लॅथ एक अमेरिकन कवयित्री आणि कादंबरीकार होती.

पगार. आणि हे सगळे निकष पूर्ण करण्याची धडपड करून आपल्याला तिथं पोहोचावं लागतं. प्रत्यक्षात मात्र यश ही काही असे निकष लावून मोजण्याची गोष्ट नाही. हे सगळं... फिजूल, खरं म्हणजे...''

प्रेक्षक आता निश्चितच अस्वस्थ झाले होते. उघड होतं की त्यांना अपेक्षित असलेलं हे व्याख्यान नव्हतं. तिनं प्रेक्षकांकडे एक नजर टाकली आणि तिला एकच चेहरा दिसला जो तिच्याकडे पाहून स्मित करत होता. त्यानं निळ्या रंगाचा स्मार्ट शर्ट घातला होता आणि बेडफोर्डमध्ये असताना असायचे त्यापेक्षा त्याचे केस खूपच बारीक कापलेले होते त्यामुळे एक सेकंद तिनं त्याला ओळखलं नाही, तो रवि होता हे चटकन तिच्या लक्षात आलं नाही. या रविचं वागणं मैत्रीपूर्ण होतं, पण तिला त्या रविचं मनातलं चित्र मनातून झटकता येत नव्हतं. तो रवि, जो वर्तमानपत्राच्या दुकानातून एक मासिक घेणं परवडत नाही म्हणून वाईट वाटून दुकानातून तडतडत निघून गेला होता आणि त्यासाठी त्यानं तिला दोषी ठरवलं होतं.

''हे पाहा, मला माहीत आहे की TED टॉकवर मी 'यशाचा मार्ग' या विषयावर बोलावं अशी तुमची अपेक्षा होती. पण यश हा एक भ्रम आहे, हे सत्य आहे. हा पूर्णत: एक भ्रम आहे. म्हणजे हो, अशा काही गोष्टी आहेत, ज्यांवर आपण विजय मिळवू शकतो. माझंच उदाहरण घ्या, मला मंचावर येऊन बोलण्याची अत्यंत भीती आहे, आणि तरी मी इथं आहे, या व्यासपीठावर! आणि कोणीतरी मला नुकतंच असं सांगितलं, त्यांनी असं सांगितलं की माझी समस्या मंचाची भीती ही नाहीचंय. माझी समस्या आहे, *आयुष्य जगण्याची भीती*. आणि तुम्हाला माहीत आहे का, काय ते? त्यांचं बरोबर आहे. कारण आयुष्य भीतिदायक आहे आणि ते तसं असण्याला कारण आहे, आणि ते कारण म्हणजे आपल्या वाट्याला जगण्यासाठी आयुष्याची कोणती फांदी येते, याला काहीच महत्त्व नसतं, आपण नेहमीच एक सडलेला वृक्ष असतो. मला माझ्या आयुष्यात अनेक गोष्टी करायच्या होत्या. सगळं काही. पण तुमचं आयुष्यच नासलेलं असेल, तर काही करा, ते नासकंच राहतं. त्याचा ओलसरपणा निरुपयोगी झालेलं सगळंच नासवतो...''

हवालदिल होऊन ज्यो मानेभोवती हवेत हात फिरवून ''थांब आता,'' असं खुणावत होता.

''असो. मनात प्रेम असू द्या... प्रेम असू द्या. मला असं वाटतंय की मी आता चालले आहे, म्हणून मला एवढंच म्हणायचय की माझं माझ्या भावावर, ज्योवर प्रेम आहे. मी तुझ्यावर प्रेम करते, माझ्या भावा, आणि या सभागृहातल्या प्रत्येकावर प्रेम करते, आणि इथं येण्यानं फार छान वाटलं.''

...आणि ज्या क्षणी तिनं म्हटलं की इथं येण्यानं फार छान वाटलं, त्या क्षणी तिचं तिथलं असणं संपलं होतं.

सिस्टिम एरर

ती पुन्हा जीवनमरणाच्या मध्यरेषेवरच्या वाचनगृहात परत आली होती.

पण या वेळेला ती पुस्तकांच्या शेल्फांपासून लांब होती. एका रुंद मार्गिकेमध्ये बनवलेले कामचलाऊ ऑफिस तिला ओझरते दिसले होते.

टेबलावर जेमतेम काही सुटे कागद असलेले ट्रे आणि काही खोकी ठेवलेली होती, आणि संगणक. पिवळसर रंगाचा, खोक्यासारखा जुनापुराणा दिसणारा हा संगणक टेबलावर कागदांच्या बाजूला ठेवलेला होता. पूर्वी शाळेच्या ग्रंथालयात मिसेस एल्म वापरायच्या त्या प्रकारचा हा संगणक होता. त्या आता संगणकाच्या कीबोर्डवर काम करत होत्या, अत्यंत गडबडीनं काहीतरी टाइप करत होत्या, नोरा त्यांच्या मागे उभी असताना त्यांची नजर मात्र मॉनिटरवर खिळलेली होती.

छतावरून लोंबकळणारे बल्ब, तेच वायरला लटकलेले उघडे बल्ब जोरात उघडझाप करत होते.

''माझे डॅड माझ्यामुळे जिवंत होते. पण त्यांचं प्रेमप्रकरणही होतं आणि माझी आई लवकर गेली, आणि मी माझ्या भावाबरोबर चांगलं वागत होते कारण मला त्याच्या पदरात निराशा घालायची नव्हती, पण तो तोच भाऊ होता, खरंच, आणि त्या आयुष्यात तो माझ्या बरोबर चांगलं वागत होता कारण मी त्याला पैसे मिळवायला मदत करत होते आणि... आणि... ऑलिंपिकचं स्वप्न ही माझी कल्पना नव्हती. मी तीच होते. आणि पोर्तुगालमध्ये काहीतरी घडलं होतं. मी बहुतेक आत्महत्या करण्याचा प्रयत्न केला होता किंवा तसंच काहीतरी... आणखी काही आयुष्यं आहेत का इथलं सारं फक्त इथल्या बदलणाऱ्या सामानाचा भाग आहेत?''

पण मिसेस एल्म ऐकत नव्हत्या. नोराला टेबलावर काहीतरी दिसलं. एक जुनं नारिंगी रंगाचं फाउंटन पेन. नेमकं तसंच, जसं शाळेत असताना नोराजवळ होतं.

''हॅलो? मिसेस एल्म, माझं बोलणं तुम्हाला ऐकू येतंय का?''

काहीतरी गडबड होती.

ग्रंथपाल बाईंचा चेहरा काळजीनं आक्रसला होता. त्यांनी संगणकावर दिसणारी अक्षर स्वत:शीच वाचली. 'सिस्टिम एरर.'

''मिसेस एल्म? हॅलो? यू-हू! मी तुम्हाला दिसतेय का?''

तिनं त्यांच्या खांद्यावर थोपटलं. त्याचा उपयोग झाला.

संगणकापासून बाजूला होताना मिसेस एल्मच्या चेहऱ्यावर एकदम सुटल्याचे भाव उमटले. ''ओऽह नोरा, तू आलीस?''

''मी येईन असं तुम्हाला वाटलं नव्हतं का? ते आयुष्य मला जगावं असं वाटेल असं वाटलं होतं का तुम्हाला?''

त्यांनी प्रत्यक्षात फारशी हालचाल न करता मान थोडी हलवली, ''नाही तसं नाही. एवढंच की ते जरा डळमळीत दिसत होतं.''

''काय डळमळीत दिसलं?''

''तिकडून इकडं येणं.''

''तिकडून इकडं येणं?''

''पुस्तकातून इथेपर्यंत येणं. तू निवडलेल्या आयुष्यातून इथं परत येणं. काहीतरी बिघडलेलं आहे, असं दिसतंय. सगळ्या सिस्टिममध्येच काहीतरी बिघाड झालाय. माझ्या कुवतीपलीकडचा. काहीतरी बाहेरचा.''

''तुम्हाला म्हणायचंय, माझ्या खऱ्या आयुष्यात?''

त्यांनी पुन्हा संगणकावर नजर रोखली. ''हो. लक्षात घे. मध्यरात्रीचे वाचनगृह अस्तित्वात आहे कारण तू आहेस. तुझ्या मूळ आयुष्यात.''

''म्हणजे मी मरते आहे?''

मिसेस एल्म हताश झाल्यासारख्या दिसल्या. ''ती एक शक्यता आहे. म्हणजे असं म्हणता येईल की अशी एक शक्यता आहे की आपण तुझ्या संभाव्य आयुष्यांच्या शेवटापाशी पोहोचण्याच्या बेतात आहोत.''

नोराच्या मनात आलं की किती छान वाटलं होतं त्या तलावात पोहताना. कसं चैतन्यानं भरलेलं आणि जिवंत. आणि तिच्या आत अचानक काहीतरी घडलं. काहीतरी न कळणारं. पोटात ओढल्यासारखं. एक शारीरिक रूपांतर. तिच्यातला एक आंतरिक बदल. अचानक तिला मृत्यूची कल्पना त्रास देऊ लागली. तत्क्षणी डोक्यावरच्या लाइट्सची उघडझाप थांबली आणि ते पूर्ण उजेडाने प्रकाशू लागले.

मिसेस एल्मनं टाळी वाजवली आणि संगणकावरची नवीन माहिती आत्मसात करायला सुरुवात केली.

''अरे वा! परत सुरू झालं. हे चांगलं झालं. अडचण गेली. सिस्टिम परत सुरू झाली. मला वाटतं त्याचं श्रेय *तुला* आहे.''

'काय?'

''हं, म्हणजे संगणक म्हणतोय की समस्येच्या मूळ कारणाचं तात्पुरतं निवारण झालेलं आहे. आणि ते मूळ कारण तू आहेस. तू या सिस्टिमची होस्ट आहेस.'' आणि मिसेस एल्म हसल्या. नोराच्या डोळ्यांची उघडझाप झाली.

जेव्हा तिनं पुन्हा डोळे नीट उघडून पाहिलं तेव्हा ती आणि मिसेस एल्म दोघीही वाचनगृहाच्या वेगळ्याच भागात उभ्या होत्या. पुन्हा एकदा त्या पुस्तकांच्या शेल्फांच्या मध्ये. ताठलेल्या, अवघडलेल्या अवस्थेत उभ्या होत्या. एकमेकींकडे तोंड करून.

''ठीक. आता जरा श्वास घे,'' मिसेस एल्म एक खोल उसासा टाकता टाकता म्हणाल्या. त्या स्वत:शीच बोलताहेत, हे उघड होतं.

''माझी आई वेगळ्या वेगळ्या आयुष्यांत वेगळ्या वेगळ्या दिवशी वारली. मला आता असं आयुष्य हवंय ज्यात ती अजून जिवंत आहे. असं आयुष्य अस्तित्वात आहे का?''

मिसेस एल्मचं लक्ष नोराकडे वळलं.

''कदाचित असू शकतं.''

'छान.'

''पण तुला तिथं जाता येणार नाही.''

''का नाही?''

''कारण हे वाचनगृह तुझ्या निर्णयासंबंधीचं आहे. कालच्या तुझ्या अनुभवापलीकडे, ती जिवंत असेल अशा आयुष्याचा आणखी कोणताही पर्याय तुझ्यासाठी खुला नाही. मला माफ कर.''

नोराच्या डोक्यावरचा एकच लाइट उघडझाप करत होता. त्याखेरीज बाकीचं वाचनगृह् पूर्णपणे स्तब्ध होतं.

''तुला दुसऱ्या एखाद्या गोष्टीचा विचार करायला हवा नोरा. तुझ्या आता पाहिलेल्या आयुष्यातली कोणती गोष्ट तुला चांगली वाटली?''

नोरानं मान हलवली. ''पोहणं. मला पोहणं आवडलं. पण त्या आयुष्यात मी आनंदी होते असं मला वाटत नाही. माझ्या कोणत्याच आयुष्यात मी आनंदी होते की नव्हते तेच मला कळत नाही.''

''आनंद हे तुझं ध्येय आहे का?''

''मला माहीत नाही. मला वाटतं की मला माझं आयुष्य अर्थपूर्ण असायला हवं. मला काहीतरी चांगलं करायचं आहे.''

''कधीकाळी तुला भूशास्त्रज्ञ व्हायचं होतं,'' मिसेस एल्मना आठवत होतं.

'हो.'

''तू त्याबद्दल बोलायचीस. तू म्हणाली होतीस की तुला आर्क्टिकमध्ये रस आहे, म्हणून मी तुला हिमनदीशास्त्रज्ञ हो, असं सुचवलं होतं.''

''मला आठवतंय, मला ते ऐकलं तेव्हा फारच आवडलं होतं. पण माझी आई आणि डॅड यांना मात्र ती कल्पना अजिबातच आवडली नव्हती.''

'का?'

''मला नक्की माहीत नाही. त्यांनी पोहण्याला प्रोत्साहन दिलं. म्हणजे डॅडने तरी. ज्या कशातही अभ्यासाचा प्रश्न होता, त्या बाबत त्यांची प्रतिक्रिया मजेशीर असायची.''

नोराच्या पोटात विषाद दाटून आला. ती जेव्हापासून जन्माला आली होती, तेव्हापासूनच तिच्या आईवडिलांनी तिला तिच्या भावापेक्षा वेगळी वागणूक दिली होती.

''पोहण्याव्यतिरिक्त उरलेल्या गोष्टींचा पाठपुरावा फक्त ज्योने करावा, असं त्यांना वाटायचं,'' ती मिसेस एल्मना म्हणाली. ''मला दुसरीकडे जावं लागेल, अशी कोणतीच गोष्ट ती मला करू द्यायची नाही. डॅडप्रमाणे, मी पोहायला जावं असा आग्रहही तिनं कधी धरला नाही. पण असं आयुष्य नक्कीच असावं ज्यात मी माझ्या आईचं ऐकलं नाही आणि ज्यामध्ये मी आता आर्क्टिकमध्ये काम करणारी संशोधक आहे. सगळ्यापासून खूप दूर. एक निश्चित ध्येय असलेली. आपल्या पृथ्वीच्या कल्याणासाठी काम करणारी. हवामानाच्या बदलाच्या परिणामांचा अभ्यास करणारी. आघाडीवर राहून काम करणारी.''

''मग तुझ्यासाठी मी ते आयुष्य शोधू का?''

नोरानं एक उसासा टाकला. तिला नेमकं काय हवं होतं, याची तिला कल्पना नव्हती. पण आर्क्टिक भूप्रदेश किमान काहीतरी वेगळेपण असणारा होता.

''ठीक आहे. चालेल.''

स्वालबार्ड

तिला जाग आली तेव्हा ती एका बोटीवरच्या छोट्याशा केबिनमधल्या तिच्या छोट्याशा अंथरुणात होती. तिला ती बोट आहे हे कळले कारण ती डोलत होती, आणि खरं म्हणजे त्या सावकाश डोलण्यामुळेच तिला जाग आली होती. केबिनमध्ये कमीतकमी आणि गरजेपुरतंच सामान होतं. तिनं एक जाड फ्लीस[६२] स्वेटर आणि लॉन्ग जॉन्स[६३] घातलेल्या होत्या. ब्लँकेट दूर करताना तिला तिचं डोकं दुखत असल्याची जाणीव झाली. तिच्या तोंडाला एवढी कोरड पडली होती की तिला तिचे आत ओढले गेलेले गाल दातांना चिकटलेत असं वाटत होतं. तिला आलेला खोकला छातीतून येत होता आणि तिचं शरीर एखाद्या ऑलिंपिक तरणपटूचं आहे असं तिला वाटतच नव्हतं, उलट ते त्याच्या जवळपासही कुठे नाही, असंच वाटत होतं. तिच्या बोटाला तंबाखूचा वास येत होता. ती उठून बसली आणि समोरच्या पलंगावर तिला एक फिकट सोनेरी केसांची, सुदृढ, हवेमुळं राकट झालेली बाई दिसली.

''गुड मॉरन[६४], नोरा.''

ती हसली. आणि मनातल्या मनात तिनं आशा केली की ही बाई जी कुठली स्कॅन्डेनेव्हियन भाषा बोलत होती ती तिला स्वत:ला कधीच बोलता यायला नको.

''गुड मॉर्निंग.''

त्या बाईच्या पलंगाच्या बाजूला जमिनीवर तिला एक व्होडकाची बाटली आणि एक मग दिसला. कुत्र्यांची चित्रं असलेलं एक कॅलेंडर (एप्रिल महिना : स्प्रिंगर स्पॅनिएलचं चित्र असलेलं) दोन पलंगांच्या मधल्या ड्रॉवर्सवर उलटं पडलं होतं. त्यावर असलेली तीन पुस्तकं, सगळी इंग्लिशमध्ये होती. त्या बाईच्या सर्वांत जवळ असलेल्या पुस्तकावर नाव होतं, *प्रिन्सिपल्स ऑफ ग्लेशियर मेकॅनिक्स*. नोराच्या बाजूला असलेल्या दोन पुस्तकांवर लिहिलं होतं : *अ नॅचरॅलिस्ट्स गाइड टू द आर्क्टिक* आणि *द सागा ऑफ द वोल्संग्ज : द नॉर्स एपिक ऑफ सायगर्द द ड्रॅगन स्लेअर* या पुस्तकाची पेंग्विन क्लासिक आवृत्ती. तिला आणखीही काही

---

६२ कृत्रिम लोकर.

६३ कपड्यांच्या आतली घट्ट घोट्यापर्यंत येणारी उबदार पँट.

६४ गुड मॉर्निंग (नॉर्वेजियन /स्कॅन्डेनेव्हियन)

गोष्टी जाणवल्या. तिथं फारच थंडी होती. खरोखरीची थंडी. अशी थंडी जी जाळते, ज्यामुळे तुमची हातापायांची बोटं आखडतात आणि गाल कडक होतात. आतल्या बाजूनेसुद्धा. गरम अंतर्वस्त्रांचे एकावर एक चढवलेले थर. हीटरच्या लालेलाल तापलेल्या दोन इलेक्ट्रिकच्या ट्यूब्ज. प्रत्येक उच्छ्वासाचा झालेला ढग.

''नोरा, तुझं इथलं काम कशा प्रकारचं आहे?'' त्या बाईनं जड आवाजात हेल असलेल्या इंग्लिशमध्ये विचारलं.

''हा प्रश्न जरा धोक्याचा होता, विशेषत: जेव्हा 'इथलं' म्हणजे नेमकं कुठलं हेच तुम्हाला माहीत नसतं.''

''तत्त्वज्ञानासाठी सकाळची ही वेळ जरा लवकरची आहे, नाही का?'' नोरा संकोचत हसली.

तिला बोटीच्या पोर्टहोलमधून समुद्रातून वर येणारी बर्फाची एक भिंत दिसली. म्हणजे ती पृथ्वीच्या उत्तर टोकाला किंवा दक्षिण टोकाला होती. ती नक्कीच कुठेतरी पृथ्वीच्या एका टोकाला होती.

ती बाई अजूनही नोराकडे रोखून पाहत होती. त्या दोघींमध्ये मैत्री होती की नव्हती हे नोराला माहीत नव्हते. ती बाई आक्रमक, थेट स्वभावाची आणि गावंढळ वाटत होती, कदाचित तिच्या बरोबर राहण्यात मजा आली असती.

''मी तत्त्वज्ञानासंबंधी काही म्हणतच नाहीये. मी तू हिमनगांसंबंधीच्या संशोधनात का आलीस, असंही मी तुला विचारात नाहीये. कदाचित अप्रत्यक्षरीत्या या प्रश्नाचा तोच अर्थ असेल. तू सगळं जग सोडून शक्य तितक्या दूर येण्याचा निर्णय का घेतलास? हे तू मला कधीच सांगितलं नाहीस.''

''मला माहीत नाही,'' नोरा म्हणाली, ''मला थंडी आवडते.''

''ही *अशी* थंडी कोणालाच आवडत नाही. हां, कोणाला क्लेश करून घेण्यातच आनंद मिळत असेल तर गोष्ट वेगळी.''

तिच्या बोलण्यात तथ्य होतं. नोरानं हात लांबवून अंथरुणाच्या दुसऱ्या टोकाला असलेला स्वेटर घेऊन अंगावर आधीच असलेल्या स्वेटरवर चढवला. स्वेटर चढवता चढवता तिला व्होडकाच्या बाटलीच्या बाजूला गळ्यात अडकवायचं लॅमिनेट केलेलं ओळखपत्र दिसलं.

इन्ग्रिड स्करबेक
प्रोफेसर (भूशास्त्र)
आंतरराष्ट्रीय ध्रुवीय संशोधन संस्था

''इन्ग्रिड, मला माहीत नाही. मला वाटतं मला हिमनद्या आवडतात. मला त्यांचा अभ्यास करायचाय. त्या का वितळतात.''

इन्ग्रिडच्या उंचावलेल्या भुवयांवरून तिला अंदाज आला की तिचं उत्तर एखाद्या हिमनदीतज्ज्ञाला साजेसं नव्हतं.

''तुझ्याबद्दल काय?'' तिनं आशेनं विचारलं.

इन्ग्रिडनं एक सुस्कारा टाकला. हाताचा तळवा अंगठ्याने चोळत ती म्हणाली, ''पेरच्या मृत्यूनंतर मला ऑस्लोमध्ये एकटीनं राहणं शक्य नव्हतं. एवढी सारी माणसं, पण त्यात तो नव्हता, समजू शकतेस ना मी काय म्हणतेय ते. आम्ही जायचो ते विद्यापीठातलं कॉफी शॉप. आम्ही दोघं तिथं बसत असू; एकत्र, पण शांत. त्या शांततेत आनंद होता. अशा आमच्या म्हणून असलेल्या जागा, तिथं जाण्याचं टाळणं अवघड होतं. आम्ही सगळीकडे चालत फिरायचो. कुठंही गेलं तरी तिथल्या रस्त्यावर त्याच्या आत्मा रेंगळतोय असं वाटायचं, त्याच्या आठवणी छळायच्या... मी त्याच्या आठवणींना हुसकावून लावण्याचा प्रयत्न केला. दुःख एखाद्या कुलहीनासारख असतं. मी तिथं आणखी राहिले असते तर मी साऱ्या मानवजातीचाच द्वेष करायला लागले असते. म्हणून स्वालबार्डमध्ये संशोधकाचे पद जाहीर झाले, मला असं वाटलं की हे हे माझ्याच सुटकेसाठी घडतं आहे... मला कुठेतरी अशा ठिकाणी जायचं होतं जिथं त्याचं पाऊल कधीच पडलं नव्हतं. मला कुठेतरी अशा ठिकाणी जायचं होतं जिथं त्याची सावली नसेल. पण खरं हे आहे की हा उपाय फक्त अंशतः उपयोगी ठरला. जागा या जागा असतात आणि आठवणी या आठवणीच असतात आणि आयुष्य हे सालं आयुष्यच असतं.''

नोरा हे सगळं मुकाट्यानं ऐकत होती. इन्ग्रिड जे बोलत होती ते तिच्यासाठी नव्हतंच, तिला जवळच्या वाटणाऱ्या एखाद्या व्यक्तीशी ती बोलत असल्यासारखी बोलत होती, आणि नोरा अनोळखी होती. हे जरा विचित्र होतं. चुकीचं. तिला वाटते एखाद्या हेराच्या कामातला हा सर्वांत कठीण भाग असला पाहिजे. लोक त्यांच्या भावना तुमच्याकडे सोपवतात, चुकीच्या गुंतवणुकीप्रमाणे. तुम्हाला असं वाटत राहतं की तुम्ही लोकांचं काहीतरी लुबाडता आहात.

इन्ग्रिड हसली आणि नोराच्या विचारांची साखळी तुटली. ''असो. काल रात्रीसाठी थँक्स... छान गप्पा झाल्या. या बोटीवर खूप येडपट माणसं आहेत आणि तू येडपट नाहीयेस.''

''ओऽह. थँक्स. तू पण तशी नाहीयेस.''

त्याच वेळेस नोराला खोलीच्या दुसऱ्या टोकाला, भिंतीवरल्या खुंट्यांच्या खाली टेकवून ठेवलेली बंदूक दिसली, मोठी रायफल, विटकरी रंगाची जडशीळ मूठ असलेली.

ती बंदूक बघून, का कोण जाणे, पण नोराला बरं वाटलं होतं. तिला असं जाणवलं की तिच्या आतल्या त्या अकरा वर्षांच्या छोट्या मुलीला अभिमान वाटत होता. *हा एक धाडसी अनुभव होता.*

ह्यूगो लेफवर

ठणकणारं डोकं आणि हँगओव्हर बरोबर घेऊन नोरा कसलीही सजावट नसलेल्या लाकडी पॅसेजमधून एका छोट्या जेवणाच्या खोलीत पोहोचली. ती खोली खारवलेल्या हेरींग माशांच्या वासानं भरली होती. तिथं काही संशोधक शास्त्रज्ञ ब्रेकफास्ट करत होते.

तिनं स्वत:साठी एक ब्लॅक कॉफी, रायचा शिळा आणि सुका ब्रेड घेतला व जाऊन खुर्चीवर बसली.

तिच्या आसपास सगळ्या बाजूंनी तिला भीती वाटावी असा पण तरीही सुंदर दिसणारा, तिनं कधीही न पाहिलेला नजारा होता. मोठाले खडक स्वच्छ पांढरेशुभ्र करून ठेवलेले असावेत अशी बर्फाची बेटं धुक्यामधून डोकावत होती. नोरानं मोजले, जेवणाच्या खोलीत आणखी सतरा लोक होते. अकरा पुरुष आणि सहा स्त्रिया. नोरा एकटीच बसली होती पण पाच मिनिटांच्या आत तिच्या टेबलापाशी एक माणूस येऊन बसला.

खोलीतल्या इतरांप्रमाणेच त्याने पारका[६५] जॅकेट घातले होते, पण ते त्याला साजत नव्हते. असं वाटत होतं की त्याची जागा समुद्राकाठीच्या, भरपूर सूर्यप्रकाश आहे अशा एखाद्या ठिकाणी होती. तिथं डिझायनर शॉर्ट्स आणि गुलाबी पोलो शर्ट घालून हिंडणं त्याला शोभलं असतं. त्यानं नोराकडे पाहून स्मित केले. तिनं त्या स्मिताचा अर्थ लावत त्यांच्यातले नाते काय आहे ते शोधण्याचा प्रयत्न केला. त्यानं तिच्याकडे थोडा वेळ निरखून पाहिले. मग त्याने त्याची खुर्ची तिच्या समोर बसता येईल अशी हलवली. ती त्यानं गळ्यात आयडेंटिटी कार्ड घातले आहे का, ते पाहत होती. त्याचं नाव तिला माहीत असण्याची शक्यता कितपत आहे, त्याचा विचार करत होती.

''मी ह्यूगो''. तो म्हणाला आणि तिला सुटल्यासारखे झाले. 'ह्यूगो लेफवर. तू नोरा आहेस. बरोबर?''

'बरोबर.'

''मी तुला स्वालबार्डमध्ये, रिसर्च सेंटरमध्ये पाहिले आहे. पण आपण एकमेकांशी कधी बोललो नाही. असो. मला तुला एवढेच सांगायचे होते की मी तुझा 'हिमनगांची स्पंदने' हा लेख वाचला आहे आणि तो वाचून मी थक्क झालो.''

६५ अतिशय उबदार असलेले जॅकेट.

'खरंच?'

''हो. म्हणजे या कल्पनेचं मला फारच आकर्षण वाटत आलंय. ही स्पंदनं फक्त इथल्या हिमनगांतच आढळतात आणि इतरत्र नाही, असं का बरं असेल. हे किती विचित्र आहे.''

''आयुष्य अशा विचित्र गोष्टींनी भरलेलं आहे.''

हे संभाषण जितकं मोहात पाडणारं होतं तितकंच धोक्याचंही होतं. नोरानं एक हलकंसं स्मित केलं आणि खिडकीबाहेर पाहायला सुरुवात केली. बर्फाची वाटणारी बेटं ही खरोखरीची बेटं आहेत, हे तिच्या लक्षात यायला लागलं. बर्फाच्या रेषा ओढलेल्या छोट्या टेकड्या, खडकाळ मैदानं आणि त्यांच्या पलीकडे तिला तिच्या केबिनच्या पोर्टहोलमधून दिसणाऱ्या हिमनद्या. तिला आता त्यांच्या आकाराचा बऱ्यापैकी अंदाज येत होता. त्यांची टोकं जरी ढगांच्या आड लपलेली असली तरी त्यांचा इतर भाग धुक्यामध्ये दडलेला नव्हता. हे फारच आश्चर्यकारक होतं.

तुम्हाला टीव्हीवर किंवा एखाद्या मासिकात जेव्हा हिमनगाचं चित्र दिसतं तेव्हा तुम्हाला एक पांढराशुभ्र वैशिष्ट्यविहीन आकार दिसतो. पण इथल्या हिमनगांत एखाद्या पर्वताप्रमाणे विविध प्रकारचे पोत दिसत होते. आणि त्यामध्ये पांढऱ्या रंगाच्या अगणित छटा होत्या, जणू काही नजरेसाठी रंगांनी नटलेली भली मोठी मेजवानीच! शुभ्र पांढरा, निळसर पांढरा, मोरपिशी पांढरा, सोनसळी पांढरा, चंदेरी पांढरा, पारदर्शक पांढरा, चमकदार जिवंतपणा असलेला आणि मनात ठसणारा. पुढ्यातल्या ब्रेकफास्टपेक्षा मनाला नक्कीच भावणारा.

''उदास वाटायला लावणारं आहे नं?''

'काय?'

''हेच की दिवस संपतच नाही.''

त्याचं हे निरीक्षण ऐकताना तिला काही फारसं बरं वाटलं नाही. ''कोणत्या अर्थानं?''

उत्तर देण्याआधी तो एक सेकंद थांबला.

''हा कधीही न संपणारा प्रकाश,'' तो कुरकुरीत क्रॅकरचा तुकडा तोंडात टाकण्याआधी म्हणाला. ''एप्रिलनंतर जणू काही आपण एका न संपणाऱ्या दिवसामध्ये जगत असतो... मला ती भावना अजिबात आवडत नाही.''

''मला सांग त्याबद्दल.''

''त्यांनी पोर्टहोल्ससाठी पडदे द्यायला हवेत असं तुम्हाला वाटत राहतं. या बोटीवर आल्यापासून मी जवळजवळ झोपलोच नाहीये.''

नोरानं मान डोलावली. ''आणि किती दिवस झाले त्याला?''

तो हसला. छान होते ते हसणे. तोंड न उघडता. सुसंस्कृत. हसू म्हणावे की नाही, असे वाटण्याजोगे.

''मी काल रात्री इन्ग्रिडबरोबर खूप व्होडका घेतली. व्होडकानं माझं स्मरण हिरावून घेतलं.''

''तुला नक्की खात्री आहे का, हे व्होडकामुळेच झालंय?''

''नाही तर आणखी कशामुळे असू शकेल?''

त्याची नजर चौकस होती, आणि त्यामुळे नोराला काही न करता अपराधी वाटायला पुरेशी होती.

तिनं नजर वर करून जरा दूर बसलेल्या इन्ग्रिडकडे पाहिलं. ती कॉफी पीत तिच्या लॅपटॉपवर टाइप करत होती. नोराला वाटलं ती आत्ता इथं माझ्या जवळ बसलेली असती तर बरं झालं असतं.

''हं, काल आपली इथली तिसरी रात्र होती.'' ह्यूगो म्हणाला. आपण रविवारपासून द्वीपसमूहाला वळसा घालतोय. हा रविवार. त्या दिवशी आपण लॉन्गायिरबायन[६६] सोडलं.

नोरानं 'मला हे सगळं आधीच ठाऊक आहे,' अशा अर्थाचा चेहरा केला. ''रविवार कधी येणारच नाही असं वाटतं.''

बोट वळतेय, असं वाटलं. नोराला तिच्या खुर्चीत थोडं झुकणं भाग पडलं.

''वीस वर्षांपूर्वी स्वालबार्डमध्ये एप्रिल महिन्यात असं इतकं पाणी नसायचं. आता बघा. भूमध्य समुद्रात बोटीतून फिरतोय असं वाटतंय.''

नोरा तिच्या हसण्यात अधिक नैसर्गिकपणा आणण्याचा प्रयत्न करत म्हणाली, ''अगदीच असं नाही.''

''ते काही असो. मी ऐकलं की तुला आज मिळालेलं काम काही फारसं बरं नव्हतं?''

नोरानं चेहरा निर्विकार ठेवण्याचा प्रयत्न केला, जे करणं फारसं अवघड नव्हतं. 'खरंच?'

''तू *स्पॉटर* आहेस, हो ना?''

तो नेमकं कशाबद्दल बोलत होता, याची नोराला काहीच कल्पना नव्हती, पण तिला त्याच्या चमकणाऱ्या डोळ्यांची भीती वाटत होती.

'हो', तिनं उत्तर दिलं, ''हो, मी आहे, मी स्पॉटर आहे.''

आश्चर्यानं ह्युगोचे डोळे विस्फारले. किंवा आश्चर्य वाटल्याचं ते नाटक होतं. नेमकं काय ते सांगणं कठीण होतं.

---

६६ लॉन्गायिरबायन हे नॉर्वेमध्ये असून जगातले सर्वांत उत्तरेकडे असलेले ठिकाण आहे.

'स्पॉटर?'

'हो?'

नोराला स्पॉटरचे नेमके काम काय असते, ते समजून घेण्याची फारच निकड होती, पण ती ते तसं विचारू शकत नव्हती.

''ठीक. तुझे भले होवो.'' तिला नजरेनं अजमावण्याचा प्रयत्न करत ह्यूगो म्हणाला.

'धन्यवाद,' बाहेर आर्क्टिकवरच्या करकरीत प्रकाशाकडे आणि फक्त मासिकांमधूनच पाहिलेल्या त्या भूमिकडे एकटक पाहत नोरा म्हणाली. ''मी आव्हान स्वीकारायला तयार आहे.''

गोल गोल चालत राहणे

एक तासानंतर नोरा एका विस्तीर्ण बर्फाच्छादित खडकावर होती. बेट म्हणावं इतका काही तो मोठा नव्हता. बेट म्हणावं तर ते इतकं छोटं आणि वसती करण्यास अयोग्य होतं की त्याला नावच नव्हतं. त्यापेक्षा थोडं मोठं असलेलं एक बेट 'बेअर आयलंड' बर्फासारख्या त्या थंड पाण्यात नाव अपशकुनी वाटणारं पलीकडच्या बाजूला दिसत होतं. ती एका बोटीपाशी उभी होती. ही बोट, 'लान्स' नव्हती ज्यावर तिनं ब्रेकफास्ट केला होता. लान्स[६७] समुद्रामध्ये दूर अंतरावर उभी होती. ही बोट एक स्वयंचलित छोटी डिंगी होती. रून नावाच्या धिप्पाड माणसाने ती एकट्याने पाण्यातून इथंपर्यंत आणली होती. रून या स्कॅन्डिनेव्हियन नावाच्या माणसाचे इंग्लिश उच्चार मात्र वेस्ट-कोस्ट अमेरिकन पद्धतीचे होते.

तिच्या पायापाशी एक फ्लुरोसंट पिवळ्या रंगाची रकसॅक होती आणि जमिनीवर तिची विंचेस्टर रायफल होती, जी तिनं केबिनच्या भिंतीवर टेकवून ठेवलेली पाहिली होतीं. ती तिची गन होती. या आयुष्यात तिच्याकडे तिच्या मालकीची बंदूक होती. त्या बंदुकीच्या जवळ एक पातेलं आणि त्यात एक डाव होता. तिच्या दुसऱ्या हातातही एक बंदूक होती, तुलनेनं ते निरुपद्रवी होत एक सिग्नल देण्यासाठी असलेलं पिस्तूल, बार काढण्यासाठी तयार ठेवलेलं.

आता 'स्पॉटिंग' म्हणजे तिला नेमकं काय करावं लागत होतं ते तिच्या लक्षात आलं होतं. बाकीचे नऊ शास्त्रज्ञ जेव्हा हवामानाचा वेध घेत या खडकाळ बेटावर पाहणी करत होते, तेव्हा तिला ध्रुवीय अस्वलांचा माग घेण्याचं काम होतं. अर्थातच, हे माग घेण्याचं काम खरोखरीचं होतं. तिला एखादं अस्वल दिसलं तर तिनं ताबडतोब बंदुकीचा बार काढायचा होता. त्यामुळे दोन हेतू साधणार होते - अस्वलाला घाबरवून पळवून लावणे आणि इतरांना सावध करणे.

त्यामुळे धोका पूर्णपणे टळेल, असं मुळीच नव्हतं. मनुष्यप्राणी हा प्रथिने मिळवण्याचा एक रुचकर मार्ग होता आणि अस्वलं घाबरट असल्याचं कुणाच्या ऐकिवात नव्हतं, विशेषत: सध्याच्या काळात जेव्हा त्यांच्या वस्तीच्या जागांच्या आणि अन्नाच्या स्रोतांच्या झालेल्या आकुंचनामुळे त्यांचे अस्तित्व धोक्यात आले होते आणि ती बेफाम झाली होती.

---

६७ 'लान्स' - नॉर्वेची आर्क्टिक संशोधनासाठी नेमलेली बोट.

''तू जसा बार उडवशील तसं लगेच त्या भांड्यावर डाव आपटून आवाज करायला लाग,'' टीममधला सर्वांत ज्येष्ठ, पीटर जो टीमचा क्षेत्रप्रमुख होता. गुळगुळीत दाढी असलेला, नाकीडोळी नीटस असलेल्या पीटरचं वागणं नेहमीच सर्वेसर्वा असल्यासारखं होतं. ''भांडं वेड्यासारखं वाजव आणि किंचाळायला सुरुवात कर. त्यांची ऐकण्याची शक्ती अत्यंत तीव्र असते. ती या बाबतीत मांजरांसारखी असतात. दहापैकी नऊ वेळा, ती आवाजाला घाबरून पळ काढतात.''

''आणि ती उरलेली एक वेळ?''

त्याने रायफलकडे खाली पाहिले, ''त्याने तुला संपवण्याआधी तू त्याला संपव.''

बंदूक जवळ असणाऱ्यांत नोरा एकटीच नव्हती. त्यातल्या प्रत्येकाकडे बंदूक होती. ते सशस्त्र शास्त्रज्ञ होते. असो. पीटर हसला आणि इन्ग्रिडने तिची पाठ थोपटली.

''मी खरंच आशा करते,'' इन्ग्रिड किंचाळल्यासारखं हसत म्हणाली, ''की तूच त्यांचं भक्ष्य बनणार नाहीस. मला तुझं नसणं फार जाचेल. जोपर्यंत तुझी पाळी सुरू नाही तोपर्यंत तुला फारसा धोका नाही.''

''जीझस! काय?''

''त्यांना रक्ताचा वास एक मैलावरूनसुद्धा येतो.''

आणखी एका व्यक्तीनं जी कपड्यात इतकी गुंडाळलेली होती की ती कोण हे तिला माहीत असतं तरी ओळखणं अशक्य होतं, तिने तोंड गुंडाळलेलं असल्यामुळे दुरून आल्यासारख्या आवाजात शुभेच्छा दिल्या.

''आम्ही पाच तासांत परत येतो...'' पीटर तिला म्हणाला. तो पुन्हा हसला, आणि नोरा आशा करत राहिली की तो गमतीगमतीत असं वागला असेल. ''ऊब राहावी म्हणून गोल गोल फिरत राहा.''

आणि मग तिला तिथं सोडून ते निघाले, खडकाळ मैदानावरून चालत, धुक्यात दिसेनासे झाले.

पहिला एक तास फारसं काही घडलं नाही. नोरा गोल गोल चालत राहिली. उजव्या पायावरून डाव्या पायावर उड्या मारत राहिली. धुकं जरा विरळ झालं आणि तिनं तिथल्या भूप्रदेशाकडे निरखून पाहायला सुरुवात केली. ती आता वाचनगृहात का नाही, याचा विचार करत राहिली. काही झाले तरी हे सगळे *निरर्थक* होते. आत्ता या क्षणी कुठेतरी असं आयुष्य असणारच आहे की ज्यामध्ये ती पोहण्याच्या तलावाच्या बाजूला सूर्यप्रकाशात बसली असेल. अशी आयुष्यं ज्यात ती संगीत करत होती, किंवा लॅव्हेंडरचा सुगंध असलेल्या गरम पाण्याच्या

टबमध्ये पहुडली होती, किंवा तिसऱ्या डेटिंगच्या दिवशी मस्त सेक्स करत होती, किंवा मेक्सिकोच्या समुद्रकिनाऱ्यावर पुस्तक वाचत होती, किंवा एखाद्या मिशलीन तारांकित रेस्टॉरंटमध्ये जेवत होती, किंवा पॅरिसमधल्या रस्त्यांवर मजेत फिरत होती, किंवा रोममधल्या रस्त्यांवर हरवली होती, किंवा क्योटोजवळच्या एका मंदिराकडे अत्यंत शांत मनाने पाहत होती, किंवा जोडीदाराबरोबरच्या आनंदी नात्याच्या उबदार कोशात असल्याचा अनुभव घेत होती.

बहुतेक आयुष्यांमध्ये, ती किमान भौतिक *गरजांबाबत* समाधानी असावी. आणि तरीही तिला इथं काहीतरी नवीन जाणवत होतं. किंवा असं म्हणता येईल की इथं काहीतरी जुनं होतं, जे तिनं फार पूर्वी गाडून टाकलं होतं. त्या हिमनगांनी व्यापलेल्या प्रदेशात तिला ठळकपणे जाणवत होतं ते हे की ती इतर काही असण्याआधी प्रथम या पृथ्वीवर राहणारी एक जिवंत मानवी व्यक्ती होती. तिला जाणीव झाली होती की तिनं आयुष्यात जे काही केलं होतं, त्यातल्या जवळजवळ प्रत्येक गोष्टीनं – तिनं जे काही खरेदी केलं, ज्यासाठी काम केलं, जे काही वापरलं – तिला एका मूलभूत जाणिवेपासून दूर नेलं होतं. ती जाणीव म्हणजे – ती काय किंवा सर्व मनुष्यजात काय, पृथ्वीवरच्या नव्वद लाख प्राणी प्रजातींमधली फक्त एक प्रजाती होते.

''एखाद्याने आत्मविश्वासाने...'' थोरोनं त्याच्या *वॉल्डेनमध्ये* लिहिलं आहे, ''त्याच्या स्वप्नांच्या दिशेनं पाऊल टाकले, आणि त्याच्या कल्पनेतले आयुष्य प्रत्यक्षात उतरवण्यासाठी कष्ट घेतले, तर त्याला असे यश मिळेल, की ज्याची अपेक्षा त्याने जागेपणी कधी केली नव्हती.'' त्यानं असंही निरीक्षण नोंदवले आहे की या यशाचे श्रेय काही अंशी एकटे असण्याचेही असते. ''सोबत करण्यासाठी एकांताइतका उत्तम सोबती मला कधी भेटला नाही.''

...आणि त्या क्षणी नोराच्या मनामध्ये अशाच प्रकारची भावना होती. जरी तिचं आत्ताचं एकटेपण एक तासाचंच होतं, तरी अशा प्रकारचा एकांत तिच्या वाट्याला कधीच आला नव्हता, आणि तोसुद्धा अशा निर्जन ठिकाणी.

रात्रीच्या प्रहरात आणि आत्महत्येचा विचार मनात उचल घेत होता अशा वेळी, तिला असं वाटायचं की तिचा एकटेपणा ही तिची समस्या होती. पण ते तसं होतं कारण तो एकटेपणा म्हणजे खऱ्या अर्थी एकांत नव्हता. गजबजलेल्या शहरात एकटं पडल्याच्या भावनेनं पिडलेल्या माणसाचं मन कोणाशीतरी संपर्क असावा, कोणाशीतरी दुवा जुळलेला असावा म्हणून तळमळत असतं कारण त्याला वाटत असतं की व्यक्तीव्यक्तींमधलं नातं हेच प्रत्येक गोष्टीच्या मुळाशी असतं. पण इथल्या अस्पर्श सृष्टीमध्ये (थोरो त्याला 'निसर्गाचा पोषक रस' म्हणतो) एकांतानं एक अनोखं रूप धारण केलं होतं. एकांत हाच एक दुवा बनला

होता. ती स्वत: आणि जग यांच्यातला दुवा. आणि ती आणि तिचं स्वत:चं अंतरंग यांच्यातला दुवा.

तिला ॲशबरोबरचं एक संभाषण आठवलं. उंच, थोडा अवघडलेला, क्यूट आणि प्रत्येक वेळी त्याच्या गिटारसाठी त्याला गाण्याच्या नव्या पुस्तकाची गरज असायची.

त्यांचं ते बोलणं दुकानात नाही, तर हॉस्पिटलमध्ये झालं होतं. तेव्हा तिची आई आजारी होती. तिला ओव्हरीचा कॅन्सर झाल्याचं कळल्यानंतर तिच्यावर शस्त्रक्रिया करण्याची गरज होती. नोरा तिला कन्सल्टंट्सना दाखवण्यासाठी बेडफोर्ड जनरल हॉस्पिटलमध्ये घेऊन गेली होती, आणि त्या काही आठवड्यांत तिनं तिच्या आईचा हात इतक्या वेळा हातात घेतला की तितका तिनं त्यांच्या तोपर्यंतच्या आयुष्यात क्वचितच धरला असेल.

तिच्या आईचं ऑपरेशन सुरू असताना नोरा हॉस्पिटलच्या कॅन्टीनमध्ये वाट पाहत बसली होती. तेव्हा ॲश तिथं आला, सर्जनच्या कपड्यात आणि त्यानं तिला ओळखलं. स्ट्रिंग थिअरीमध्ये तो अनेकदा तिच्याशी बोलला होता. त्यानं तिला काळजीत असलेलं पाहिलं आणि तो तिच्याशी बोलण्यासाठी पुढे झाला.

तो त्या हॉस्पिटलमध्ये जनरल सर्जन म्हणून काम करत होता. तिनं त्याला त्याच्या कामासंबंधी खूप सारे प्रश्न विचारले (त्या दिवशी त्यानं एक ॲपेन्डिक्स आणि एक पित्तनलिका काढली होती). तिनं त्याला ऑपरेशननंतर बरे होण्यासाठी किती वेळ लागतो आणि ऑपरेशनला किती वेळ लागतो, याचीही चौकशी केली होती. त्यानं दिलेल्या उत्तरांनी तिला खूपच धीर आला होता. त्यांचं संभाषण बऱ्याच वेळ चाललं आणि अनेक विषयांवर त्यांच बोलणं झालं. ते बोलणं तिची त्या क्षणाची गरज होती, हे त्याच्या लक्षात आलं होतं. त्यानं तिला गुगलवर रोगांच्या लक्षणांबद्दल फार वाचन न करण्याचा सल्ला दिला होता. आणि त्यावरून त्यांचं संभाषण समाजमाध्यमांच्या विषयाकडे वळलं होतं. त्याचा असा विश्वास होता की लोक समाजमाध्यमांच्या जितके आहारी जातील, समाज तितका एकाकी होत जाईल.

''म्हणूनच आजकाल प्रत्येक जण बाकीच्यांचा द्वेष करत असतो,'' त्यानं त्याचं मत सांगितलं. ''कारण ते 'मित्र नसलेल्या' मित्रांचं न सोसणारं ओझं वागवत असतात. तू कधी 'डनबार संख्या' असं काही ऐकलं आहेस का?''

आणि तेव्हा त्यानं तिला ऑक्सफोर्ड विद्यापीठातल्या रॉजर डनबार याच्याबद्दल सांगितले होते. त्याने असं शोधून काढलं होतं की मानवी व्यक्तीच्या मेंदूची रचना अशी असते की एका व्यक्तीची घनिष्ठ ओळख जास्तीतजास्त

दीडशे व्यक्तींबरोबर असू शकते. कारण आदिम मानवाच्या शिकारी टोळ्यांच्या सदस्यांची संख्या अधिकात अधिक तेवढीच असायची.

''आणि ते 'डुम्सडे बुक'[६८]'' ॲश तिला त्या कँटीनमधल्या भगभगीत प्रकाशात बसलेलं असताना म्हणाला होता, ''त्या पुस्तकात पाहिलं तर इंग्लंड प्रांतांमधली सरासरी लोकसंख्या दीडशे इतकीच होती. त्याला अपवाद होतां फक्त केन्ट प्रांताचा. तिथली लोकसंख्या फक्त शंभर इतकीच होती. मी केन्टचा आहे. आमच्यामध्ये एकलकोंडेपणाचा गुण आनुवंशिक आहे.''

''मी केन्टला गेले होते.'' नोरानं उत्तर दिलं ''तू म्हणतोस, ते मलाही जाणवलं होतं. पण मला तुझं स्पष्टीकरण आवडलं. तासाभरात मी तेवढ्या लोकांशी इन्स्टाग्रामवर संपर्क साधू शकते.''

''तेच म्हणतो मी. हे आरोग्यासाठी चांगलं नाही. आपल्या मेंदूंना ते झेपत नाही. म्हणून तर, आता आपण भूतकाळात कधी नव्हतो, इतके प्रत्यक्ष संवादासाठी भुकेले असतो. आणि... म्हणून तर मी माझी सायमन आणि गारफंकलच्या[६९] गाण्यांची स्वर-पुस्तके ऑनलाइन मागवत नाही!''

तिला त्या आठवणीनं हसू आलं आणि पाणी उसळल्याच्या मोठ्या आवाजानं, तिला एकदम आर्क्टिक प्रदेशाच्या वास्तवाचे भान आले.

तिच्यापासून अवघ्या काही मीटर अंतरावर, ती ज्या खडकाळ बेटावर उभी होती त्यात आणि बेअर आयलंडच्या मध्ये तिला आणखी एक खडक किंवा खंडकांचा एक समूह समुद्रातून वर येताना दिसला. समुद्राच्या किनाऱ्यावरच्या फेसातून काहीतरी अवजड, खडकावर काहीतरी प्रचंड वजनी ओले आघात करत होते. तिचं पूर्ण शरीर कापत होतं, ती बंदुकीचा बार काढण्याच्या तयारीतच होती, पण तिला दिसलं ते अस्वल नव्हतं, एक वॉलरस होता. तो लठ्ठ, तपकिरी रंगाचा, सुरकुतलेलल्या अंगाचा प्राणी सरपटत बर्फावर सरकला आणि मग थांबून तिच्याकडं पाहू लागला. ती (किंवा तो) म्हातारी (वॉलरस काय म्हातारा दिसणार असा विचार केला तरी) दिसत होती. त्याला तिच्याकडे असं रोखून पाहताना काही संकोच वाटत नव्हता, आणि तो तसा कितीही वेळ थांबू शकला असता. नोराला भीती वाटली. तिला वॉलरसांबद्दल फक्त दोनच गोष्टी माहीत होत्या : ते हिंसक असू शकतात, आणि ते कधीच फार काळ एकट्याने वावरत नाहीत.

पाण्यामधून केव्हाही खडकावर येण्यासाठी असे अजून बरेच वॉलरस कदाचित पाण्यात थांबलेले होते.

---

६८ Domesday Book, जमिनी, जमिनींचे मालक यांच्या सर्वेक्षणाचा वृत्तान्त. (Encyclopedia Brittanica <https://www.britannica.com/topic/Domesday-Book>)

६९ १९६०च्या दशकातली अमेरिकन संगीतकार-गायक जोडी.

बंदुकीचा आवाज काढावा की नाही याबद्दल तिचा निश्चय होत नव्हता.

वॉलरस जिथं होता तिथंच थांबला होता, त्या अंधुक प्रकाशात त्याचं स्वत:चंच भूत असल्यासारखा दिसत होता, पण हळूहळू तो धुक्यात दिसेनासा झाला. काही मिनिटे गेली. नोराच्या अंगावर एकावर एक, कपड्यांचे सात थर होते, पण तिला तिच्या पापण्या कडक होत आहेत असं वाटत होतं. असं वाटत होतं की तिनं जर पापण्या जास्त वेळ मिटल्या असत्या तर त्या गोठून गेल्या असत्या. तिला मधूनमधून इतरांचे हवेबरोबर आलेले आवाज ऐकू येत होते आणि थोडा वेळ तिचे सहकारी परत आलेत असं वाटण्याइतके जवळही आलेले तिला दिसले होते. बर्फाचे नमुने तपासण्यासाठी जमिनीवर वाकलेल्या सहकाऱ्यांच्या, धुक्यात दिसणाऱ्या छायारेखा. ते त्यासाठी जी उपकरणे वापरत होते, ती तिला मुळीच समजणारी नव्हती. पण मग पुन्हा ते दिसेनासे झाले. तिनं तिच्या रकसॅकमधला एक प्रोटिन-बार खाल्ला. तो गार आणि चिक्कीसारखा कडक होता. तिनं तिचा फोन पाहिला पण सिग्नल नव्हता.

सर्वत्र प्रचंड शांतता होती.

त्या शांततेनं तिला जगात इतर ठिकाणी किती आवाज भरलेला असतो याची जाणीव झाली. इथं प्रत्येक आवाजाला अर्थ होता. तुम्हाला कसलाही आवाज आला तरी त्याच्याकडे लक्ष न देऊन चाललंच नसतं.

ती तोंडातला घास चावत असताना पुन्हा एकदा खडकावर काहीतरी आपटल्याचा आवाज आला. पण या वेळेला तो वेगळ्या दिशेनं आला होता. धुकं आणि अंधुक प्रकाश यांच्या संमिश्र वातावरणामुळे स्पष्ट दिसत नव्हतं. पण तो वॉलरस नव्हता. जेव्हा तिच्या दिशेनं येणारी, त्याची छायारेखा मोठी मोठी होऊ लागली, तसं तिच्या स्पष्टपणे लक्षात आलं की तो वॉलरस नव्हता. वॉलरसपेक्षा मोठी आणि कोणत्याही मानवी व्यक्तीपेक्षा खूपच मोठी आकृती.

अति भयानक संकट कसं आलं, कुठून आलं?

"*आता मेले,*" नोरा त्या गारठ्यात पुटपुटली.

खरोखरी गरज असताना वाचनगृह न सापडण्याची भयंकर निराशा

धुकं विरळ झालं आणि त्यातून एक प्रचंड मोठं पांढरं अस्वल मागच्या दोन पायांवर ताठ उभं असलेलं दिसलं. ते आता चारी पायांवर उभं राहून नोराच्या दिशेनं आश्चर्यकारक वेगानं आणि भीतिदायक डौलानं चालत येत होतं. नोरानं यत्किंचितही हालचाल केली नाही. भीतीनं तिचं मन थिजलं होतं. पायाखालच्या पर्माफ्रॉस्टइतकीच ती अचल उभी होती.

'मेले.'

''मेले मेले.''

''मेले मेले मेले मेले.''

''मेले मेले मेले मेले मेले.''

पण सरतेशेवटी जगण्याची ऊर्मी प्रबळ झाली आणि नोरानं सिग्नलवाली बंदूक उचलली व चालवली. त्यातून निघालेली आग एखाद्या इवल्याशा कॉमेटसारखी बाहेर पडली आणि पाण्यात दिसेनाशी झाली, त्याचा विरत गेलेला प्रकाश स्वत:बरोबर तिची आशाही घेऊन गेला. ते अस्वल अजूनही तिच्या दिशेने येतच होते. ती तिच्या गुडघ्यांवर वाकली आणि तिनं भांड्यावर जोरजोरानं डाव बडवायला सुरुवात केली आणि फुप्फुसं ताणून ओरडायला सुरुवात केली.

''अस्वल! अस्वल! अस्वल!''

ते अस्वल थांबलं, एक क्षणभर. आता ते पुन्हा चालायला लागलं होतं.

भांड्यावर डाव आपटून केलेला नाद काहीच उपयोगाचा नव्हता. अस्वल जवळ आलं होतं. ती विचार करत होती, थोड्या अंतरावर असलेल्या रायफलपर्यंत तिला पोहोचता येईल का. भुरभुरलेल्या बर्फाखाली झाकलेल्या खडकावर शस्त्रासारख्या नख्या रुतवत पुढे पुढे येत असलेल्या त्या अस्वलाचे भले मोठे पंजे असलेले पाय तिला दिसले. त्याचं डोकं खाली झुकलेलं होतं आणि डोळे मात्र थेट तिच्यावर रोखलेले होते.

'वाचनगृह!' नोरा किंचाळली. ''मिसेस एल्म! कृपा करून मला परत पाठवा! हे आयुष्य चुकीचं आहे! हो खरंच, खरंच, चुकीचं आहे! मला परत न्या! कुठं आहे वाचनगृह?! मला वाचनगृह हवंय!''

त्या अस्वलाच्या नजरेत द्वेष नव्हता. त्याच्यासाठी नोरा फक्त भक्ष्य होती. एक मांसाचा गोळा आणि सगळा अहंकार गळून पडायला लावणारी अशी ती भीतीची जाणीव होती. एखाद्या ढोल वाजवणाऱ्याने जलद गतीने टिपेला पोहोचावं तितक्या वेगानं तिचं हृदय धडधडत होतं. जीवनाचा शेवट. आणि आश्चर्याचा कळस म्हणजे त्या क्षणी शेवटी तिला अगदी स्पष्ट साक्षात्कार झाला :

तिला मरायचं नव्हतं.

आणि तीच समस्या होती. मृत्यू समोर असताना आयुष्य अधिक आकर्षक वाटत होतं आणि आयुष्य आकर्षक वाटत असताना ती वाचनगृह कसं काय शोधणार होती? पुन्हा दुसरं पुस्तक अजमावून पाहायचं असेल तर तिला एखाद्या आयुष्यात निराश झालेलं असणं महत्त्वाचं होतं, नुसती भीती वाटून चालणार नव्हतं.

तिथं साक्षात मृत्यू उभा होता. हिंस्र, कशाचीही जाणीव नसलेला, अस्वलाच्या रूपातला, तिच्याकडे त्याच्या काळ्या डोळ्यांनी रोखून पाहत असलेला. आणि आता तिला प्रकर्षानं कळलं होतं की ती मरणासाठी मुळीच तयार नव्हती. भुकेलेलं, जगण्यासाठी धडपडणारं, एक ध्रुवीय अस्वल तिच्या समोर उभं होतं, तेव्हा ही जाणीव भीतीपेक्षाही मोठी झाली आणि तिनं भांड्यावर डाव आपटण्याचा जोर आणि वेग जीव एकवटून वाढवला. जोरात, प्रत्येक आघाताचा नाद स्वतंत्र आणि निनादत उमटणारा, बॅन्ग, बॅन्ग, बॅन्ग.

मी घाबरलेली नाही.

मी घाबरलेली नाही.

मी घाबरलेली नाही.

मी घाबरलेली नाही.

मी घाबरलेली नाही.

मी घाबरलेली नाही.

अस्वल उभं राहिलं आणि रोखून पाहत राहिलं, जसं तो वॉलरस पाहत होता. तिनं रायफलकडे पाहिलं. हो. ती खूपच लांब होती. तिच्यापर्यंत पोहोचून ती कशी चालवायची हे समजेपर्यंत फारच उशीर झाला असता. आणि कोणत्याही परिस्थितीत एका अस्वलाला ती खरंच ठार करू शकली असती का याची तिला शंकाच होती. म्हणून ती डाव बडवत राहिली.

आवाज करता करता नोरानं डोळे मिटले, आणि मनातल्या मनात वाचनगृहात पोहोचण्याची इच्छा करत राहिली. जेव्हा तिनं डोळे उघडले तेव्हा ते अस्वल प्रथम डोकं बुडवून हळूहळू पाण्यात शिरत होतं. ते दिसेनासं झाल्यानंतरसुद्धा ती भांडं वाजवत राहिली. एक मिनिटानंतर तिचे सहकारी धुक्यातून तिच्या नावानं हाका मारत असेलेले तिला ऐकू आले.

बेट

तिला धक्का बसला होता. पण डिंगीमध्ये बसलेल्या इतरांना वाटत होतं, त्यापेक्षा त्याचं कारण जरा वेगळं होतं. तो धक्का मृत्यूचं दर्शन एवढ्या जवळून घडल्याचं नव्हता. तिला खरोखरीच जगण्याची इच्छा आहे, याची जाणीव झाल्यामुळे तिला धक्का बसला होता.

त्यांना वाटेवर जीवसृष्टीच्या खुणा असलेले एक बेट लागले. हिरव्या दगडफुलांनी व्यापलेले खडक, आर्क्टिक वाऱ्याच्या झोतात दाटी करून बसलेले, छोटे ओक, पफीनयांसारख्या समुद्री पक्ष्यांचे थवे. प्रतिकूल परिस्थितीतही तग धरून राहणारी जीवसृष्टी.

नोरा ह्यूगोनं त्याच्या थर्मासमधून ओतलेल्या गरम गरम कॉफीचे घोट हळू हळू घेत राहिली. हातमोज्यांचे तीन तीन जोड हातांवर चढवलेले असूनसुद्धा थंडगार पडलेल्या हातांमध्ये तिनं कॉफीचा मग पकडला होता.

जगणं, जगण्याची अनिवार्य ऊर्मी असणं हा जीवसृष्टीतील प्रत्येक जीवमात्राच्या अस्तित्वाचा नियम आहे.

जेव्हा तुम्ही फार काळ एकाच जागी राहत असता, तेव्हा या जगाचा पसारा किती मोठा आहे, हे विसरलेले असता. तुम्हाला त्याच्या अक्षांश आणि रेखांशांची लांबी किती आहे, याची प्रत्यक्ष कल्पना करता येत नाही. तिला वाटलं की, तसंच व्यक्तीच्या अंतरंगाची खोली जाणणंही तितकंच कठीण असतं.

पण एकदा का तुम्हाला त्याच्या खोलीचा अंदाज आला, कोणत्यातरी मार्गानं ते अंतरंग उलगडता आलं, तर आशा जागी होते, तुम्हाला हवी असो किंवा नको, दगडफूल जसे खडकावर चिकटून राहते, तशी ती आशा तुम्हाला घट्ट चिकटून बसते.

पर्माफ्रॉस्ट

स्वालबार्डचं पृष्ठभागावरील हवेचं तापमान जागतिक तपमानाच्या तुलनेत दुप्पट वेगानं वाढू लागलं होतं. पृथ्वीवरच्या कुठल्याही प्रदेशापेक्षा इथलं हवामान वेगानं बदलत होतं.

भुवयांपर्यंत खाली ओढून जांभळ्या रंगाची लोकरी हॅट घातलेली एक स्त्री तिनं पाहिलेल्या एका दृश्याचं वर्णन करत होती. तिच्या म्हणण्याप्रमाणे तिला एक हिमनग कलंडून त्याचा तळ वर येताना दिसला. असं झालं होतं कारण समुद्रातील पाण्याचे तापमान वाढल्यामुळे त्याची तळाकडची बाजू वितळल्यामुळे त्याची माथ्याकडची बाजू जड झाली होती.

आणखी एक समस्या होती. जमिनीवरचे पर्माफ्रॉस्ट गरम व्हायला लागले होते, त्यामुळे जमीन भुसभुशीत होउन भूस्खलन आणि हिमस्खलनसारख्या घटना होऊ शकल्या असत्या. लाँगयिरबायन या स्वालबोर्डमधल्या सर्वांत मोठ्या शहरातली लाकडी घरं त्यामुळं उद्ध्वस्त होऊ शकली असती. स्थानिक स्मशानात पुरलेली मृत शरीरं उघड्यावर येण्याचा धोका होता तो वेगळाच.

आपल्या ग्रहावर काय घडते आहे याचा शोध घेण्यासाठी हिमनदी आणि हवामान यांतल्या बदलांचा निरीक्षण करून माहिती प्रकाशित करणं आणि पृथ्वीला वाचवणं या हेतूने काम करणाऱ्या शास्त्रज्ञांच्या सोबत असणं ही गोष्ट स्फूर्तिदायक होती.

बोटीवर परतल्यानंतर जेव्हा सर्व जण नोराच्या अस्वलाबरोबर झालेल्या सामन्याबद्दल सहानुभूती व्यक्त करत होते तेव्हा नोरा शांतपणे बसून राहिली होती. हा अनुभव मिळाला म्हणून तिला मनातून कृतज्ञता वाटत होती, हे तिला सांगता येईना. ती फक्त अदबीनं हसून शक्य होईल तितकं संभाषण टाळण्याचा प्रयत्न करत राहिली.

हे आयुष्य जास्त गंभीर होते, त्यामध्ये काहीही तडजोड नव्हती. तिथलं आताचं तापमान उणे सतरा इतकं होतं, आणि ती एका अस्वलाच्या भक्ष्यस्थानी पडेल अशी शक्यता निर्माण झाली होती, आणि तरीही मुळमुळीत जीवन ही तिच्या मूळ आयुष्यातली समस्या होती.

सर्वसामान्यपणा आणि निराशा हेच तिच्या नशिबात लिहिलेलं आहे अशी नोराची कल्पना झाली होती.

खरचं नोराला नेहमीच आतून असं वाटायचं की खंत-खेद-पश्चात्ताप-निराशा यांचा इतका दीर्घ वारसा तिला लाभला होता की त्याचे पडसाद त्यांच्या कुटुंबाच्या प्रत्येक पिढीत उमटलेलेले दिसत होते.

उदाहरणार्थ, तिच्या आईच्या वडिलांचं नाव लोरेंझो कॉन्टे. त्यांनी १९६० मध्ये 'झगमगणाऱ्या'[७०] लंडनला येण्यासाठी पुगलिया[७१] सोडलं होतं.

उजाड झालेल्या ब्रिंदिसी बंदरातून बाहेर पडलेल्या इतर माणसांबरोबर त्यांनीही ब्रिटनला स्थलांतर केलं होतं, ॲड्रियाटिक समुद्रावरचं आयुष्य सोडून 'लंडन ब्रिक कंपनी'त नोकरी करण्यासाठी. वास्तवाचं ज्ञान नसलेल्या लोरेंझोनं त्याच्या लंडनमधल्या मस्त आयुष्याची स्वप्नं रंगवली होती. दिवसा विटा बनवायच्या, आणि संध्याकाळी बीटल्सना भेटायचं आणि नंतर जीन श्रिंप्टन[७२] किंवा मेरियन फेथफुल[७३] बरोबर हातात हात घालून कार्नबी स्ट्रीटवर[७४] फिरायला जायचं. यातली गोम एवढीच होती की नावात लंडन हे नाव असलेली लंडन ब्रिक कंपनी, लंडनमध्ये नव्हतीच मुळी. ती तिथून उत्तरेकडे ६० मैलांवर बेडफोर्डमध्ये होती. बेडफोर्डमध्येसुद्धा माफक शहरी आकर्षण होतं, नाही असं नाही, पण लोरेंझोला आवडला असता असा लंडनचा खास झगमगाट इथं नव्हता. पण त्यानं त्याच्या स्वप्नांबरोबर तडजोड केली आणि तो बेडफोर्डमध्येच स्थायिक झाला. तिथली नोकरी फार काही महान नसली तरी तिथं कामाचा पगार मिळत होता.

लोरेंझोनं पॅट्रिशिया नावाच्या एका स्थानिक इंग्लिश स्त्रीशी विवाह केला. तिच्या पदरीही निराशा पडली होती. अभिनेत्री होण्याचं तिचं स्वप्न सोडून तिला उपनगरात राहणाऱ्या एका विवाहित स्त्रीच्या दैनंदिन जीवनातील नाट्य पत्करणे भाग पडलं होतं आणि तिच्या स्वयंपाकाचं कौशल्य म्हणायचं तर ते तिच्या मृत पुगलियन सासूच्या आणि तिनं केलेल्या तथाकथित प्रसिद्ध स्पॅघेटीच्या पदार्थांच्या तुलनेत कायमच फिकं होत. कारण लोरेंझोच्या नजरेत त्याची आई आणि तिच्या हाताची चव या सर्वश्रेष्ठ होत्या.

लग्नानंतर एक वर्षाच्या आतच त्यांना एक मुलगी झाली नोराची आई. त्यांनी तिचं नाव डोन्ना ठेवलं. डोन्ना सतत भांडणाऱ्या तिच्या आईवडिलांच्या

---

७० स्विंगिंग लंडन – १९६०च्या दशकात लंडन शहर फॅशन आणि सांस्कृतिक घडामोडींमध्ये अग्रणी मानले जायचे. बिगरपरवाना चालणाऱ्या रेडिओ स्टेशन्सवर 'स्विंगिंग लंडन' हे नाव लोकप्रिय झाले होते.

७१ पुगलिया हा इटलीमधला आग्नेयेकडचा ॲड्रियाटिक समुद्राच्या किनाऱ्यावरील प्रदेश आहे.

७२ जीन श्रिंप्टन विसाव्या शतकातली मॉडेल आणि अभिनेत्री 'स्विंगिंग लंडन'चं प्रतीक मानली गेलेली जगातली, पहिली सुपर मॉडेल.

७३ मेरियन फेथफुल – १९६०च्या दशकातली लोकप्रिय गायिका आणि अभिनेत्री.

७४ कार्नबी स्ट्रीट विसाव्या शतकात प्रसिद्ध झालेला लंडनमधला फॅशन स्ट्रीट.

सहवासात मोठी झाली. साहजिकच लग्न करणं अनिवार्य असतं आणि ते दु:खदायक असणं हाच दंडक असतो, अशी समजूत तिच्या मनात घट्ट होत गेली. ती प्रथम एका वकिलाच्या कचेरीत सेक्रेटरी म्हणून नोकरीला लागली आणि नंतर बेडफोर्ड कौन्सिलची संपर्क अधिकारी म्हणून काम पाहू लागली. पण त्यानंतर तिला असा काहीतरी अनुभव आला ज्याची चर्चा कधीच केली गेली नाही; किमान नोराबरोबर तरी नाही. तिला कशाचातरी मानसिक धक्का बसला होता आणि त्यामुळे झटका आला होता. पुढे अनेकदा असे झटके येत राहिले ज्यामुळे तिला नोकरी सोडून घरी बसावं लागलं आणि पुढे त्यातून ती बरी झाली तरी, ती पुन्हा कधीच कामावर गेली नाही.

असं म्हणता येईल की अपयशाचा एक दांडू नोराच्या आईनं तिच्या हवाली केला होता आणि नोरानं तो दीर्घकाळ स्वत:जवळ बाळगला. कदाचित म्हणूनच तिनं अनेक बाबतींत धरसोड केली होती. कारण तिला 'मी हरले आहे,' या समजुतीचा वारसाच मिळाला होता.

हे सगळं नोराला, बोटीनं आर्क्टिक समुद्राच्या पाण्यातून आणि डोक्यावरून उडणाऱ्या सीगल्सच्या थव्यांमधून, इन्ग्रिडच्या म्हणण्याप्रमाणे काळ्या पायाच्या किटीवेक या प्रकारातले सीगल यांनी वाट काढावी, तसं वाटत होतं.

नोराच्या कुटुंबाच्या दोन्ही बाजूंच्या लोकांचा हा विश्वास होता की आयुष्य तुम्हाला न चुकता तोंडघशी पाडतं. नोराचे वडील, जॉफ, यांच्या बाबतीत मात्र आयुष्याचा हा नियम बहुतेक हुकला होता.

लहानाचं मोठं होताना त्यांच्याबरोबर फक्त त्यांची आई होती कारण त्यांचे वडील ते दोन वर्षांचे असतानाच हृदयविकाराच्या झटक्यानं वारले होते. आयुष्याच्या सुरुवातीच्या त्या एवढ्याशा अवधीतल्या पुसट आठवणींमागे त्यांचं अस्तित्व कुठेतरी निर्ममपणे दडले होते. नोराच्या वडिलांची आई ग्रामीण आयर्लंडमध्ये जन्मलेली होती पण शाळेत सफाई कामगार म्हणून काम करण्यासाठी इंग्लंडमध्ये आली होती. पोटापुरतं मिळवायलाच संघर्ष करावा लागत होता, *मौजमजेला* वावच नव्हता.

लहान असताना जॉफला मोठ्या मुलांच्या छळाला खूप तोंड द्याव लागलं होतं पण तो मोठा झाला तसा धिप्पाड आणि बलदंड झाला, त्रास देणाऱ्या मुलांना सहजपणे नामोहरम करू लागला. त्यानं खूप कष्ट घेतले आणि फुटबॉल आणि गोळाफेक या खेळांमध्ये प्रावीण्य मिळवलं, विशेषत: रग्बीमध्ये. तो 'बेडफोर्ड ब्लूज' यूथ संघाचे सर्वोत्कृष्ट खेळाडू होता आणि त्याच्या उत्कर्षाचा तो सर्वोच्च काळ होता. गुडघ्याला झालेल्या दुखापतीत बाहेरच्या बाजूचा स्नायुबंध तुटल्यामुळे त्याचं मैदानात उतरणं बंद झालं. त्यानंतर तो 'शारीरिक शिक्षण' या विषयाचा शिक्षक झाला. जगावरचा राग तो शांतपणे आतल्याआत

जिरवत राहिला. त्यांने कायम दूरवरच्या प्रवासाची स्वप्नं पाहिली पण त्याने प्रत्यक्षात *नॅशनल जॉग्रफिकची* वर्गणी भरण्यापलीकडं आणि कधीतरी ग्रीसमधल्या सायक्लेडस बेटांवर फिरायला जाण्याशिवाय विशेष काही केलं नाही. नोराच्या मनात तिच्या वडिलांची तिथली एक आठवण होती नॅक्सॉसमधल्या अपोलोच्या मंदिराची सूर्यास्ताच्या वेळेचे छायाचित्र काढताना.

कदाचित आयुष्यं तेवढ्यापुरतीच असतात. कदाचित वरवर अतिशय सखोल दिसणारी आणि अर्थपूर्ण दिसणारी आयुष्यंसुद्धा शेवटी सगळी अशीच असतात. निराशा आणि एकसूरीपणा आणि दुखावलेपण आणि वैर यांनी खोलवर लांब व्यापलेली पण मधूनच नवलाई आणि सुंदरतेच्या प्रकाशाच्या झळकत्या रेषांनी सावरलेली. कदाचित आयुष्याचा गाभ्यात तेवढाच अर्थ सामावलेला होता. असं जग जे स्वत:च स्वत:ला साक्षी असतं. कदाचित असं असेल की ती आणि तिचा भाऊ आयुष्यात काही कमावलं नाही म्हणून त्यांचे आईवडील दु:खी झाले असतील, कदाचित तसं नसून त्यांनी काहीतरी करून दाखवावं ही अपेक्षाच सगळ्याच्या मुळाशी असेल. तिला यातलं खरोखरीच काही लक्षात येत नव्हतं. पण आता बोटीवर तिला काहीतरी उमगलं होतं. तिचं तिच्या आईवडिलांवर तिच्या कल्पनेपेक्षाही खूप जास्त प्रेम होतं, आणि त्या क्षणी तिनं त्यांना क्षमा करून टाकली.

लॉन्गायिरबायनमध्ये एक रात्र

लॉन्गयिरबायनच्या छोट्याशा बंदरापर्यंत पोहोचायला दोन तास लागले. ते नॉर्वेमधलं आणि जगातलंही सर्वाधिक उत्तरेकडचं, दोन हजार संख्येचं गाव.

नोराला या गोष्टी तिच्या मूळ आयुष्यातही माहीत होत्या. कारण ती जगातल्या या प्रदेशाच्या कल्पनेनं वयाच्या अकराव्या वर्षापासून भारावलेली होती पण त्याबद्दल तिला तिनं वाचलेल्या नियतकालिकांमधल्या लेखांपलीकडे ज्ञान नव्हते आणि ती अजूनही बोलण्याच्या मन:स्थितीत नव्हती.

परंतु बोटीवरचा परतीचा प्रवास ठीक होता कारण तिची ध्रुवीय अस्वलाशी पडलेली गाठ या विषयापुढे, त्यांनी गोळा केलेले खडक आणि बर्फ आणि वनस्पतींचे नमुने याबद्दल चर्चा करण्याची तिची क्षमता नव्हती किंवा 'स्ट्रिएटेड बॅसॉल्ट बेडरॉक' आणि 'पोस्ट-ग्लेशिअल आयसोटोप्स' अशा संज्ञा तिच्यासाठी अपरिचित होत्या, यातल्या कोणत्याच गोष्टीला महत्त्व नव्हते.

आणि ती अजूनही तिला बसलेल्या धक्क्यातून बाहेर आली *नव्हती*, हे खरं होतं. तो धक्का 'आता मी मरणार' या भावनेचा नव्हता. जेव्हापासून तिनं जीवनमरणाच्या मध्यरेषेवरच्या वाचनगृहात प्रवेश केला होता तेव्हापासून तिचा मृत्यू होणार हे अपेक्षित होतं. खरं म्हणजे, ती *जगणार* आहे, असं तिला वाटणं अनपेक्षित होतं. किंवा तिला पुन्हा एकदा जगण्याची इच्छा होत होती. आता तिला हे आयुष्य अर्थपूर्ण बनवायचं होतं.

स्कॉटिश तत्त्वज्ञ डेव्हिड ह्युम याच्या म्हणण्याप्रमाणे, वैश्विक पातळीवर एका मानवी व्यक्तीचे आयुष्य आणि एका कालव्याचे आयुष्य यांच्यात मानवी व्यक्तीचे आयुष्य अधिक महत्त्वाचे नसते.

पण हा विचार लिहिणं ह्युमला महत्त्वाचं वाटलं असेल तर काहीतरी चांगलं करण्याचं ध्येय असणं नक्कीच महत्त्वाचं असणार. आयुष्याचं त्याच्या सर्व रूपांमध्ये सुरक्षित ठेवण्यासाठी.

नोराला जे समजलं होतं त्याप्रमाणे नोरा आणि तिच्या बरोबरचे शास्त्रज्ञ यांचा हेतू त्या प्रदेशातल्या बर्फ आणि हिमनद्यांच्या वितळण्याचा वेग ठरवणे आणि हवामानाच्या बदलांचा चढता आलेख मोजणे हा होता. पण त्याहीपेक्षा या कामात आणखी काही तरी होतं. पण नोराला जे दिसत होतं त्याप्रमाणे ते जे काही अधिक होतं, ते त्यांच्या कामाच्या गाभ्याशी जोडलेलं होतं.

म्हणजे या आयुष्यात ती पृथ्वीला वाचवण्याच्या किंवा किमान पृथ्वीच्या सातत्याने होणाऱ्या विनाशाची नोंद घेऊन येऊ घातलेल्या पर्यावरणीय आपत्तीपासून लोकांना सावध करण्याच्या कार्यातली तिची छोटीशी भूमिका निभावत होती. ते तसं पाहता वैफल्याच्या भावनेकडे नेणारं होतं पण तिनं विचार केला की ते शेवटी एक चांगलं आणि काहीसं समाधान देणारं कामही होतं. त्याच्यामागे काहीतरी हेतू होता. त्याला काही अर्थ होता.

तिच्या बरोबरच्या इतरांना अस्वलाच्या हकिकतीमुळे तिचं कौतुकही वाटत होतं. नोरा एक प्रकारे हिरोच ठरली होती. ऑलिंपिक जलतरण स्पर्धेमध्ये सुवर्णपदक मिळवणाऱ्या विजेतीच्या पद्धतीची नव्हे, पण तितकंच समाधान वाटेल लावणाऱ्या दुसऱ्या पद्धतीची.

इन्ग्रिडने तिच्या गळ्याभोवती हात टाकला. ''तू तर भांडं घेऊन लढणारी योद्धा ठरलीस. मला वाटतं की तुझ्या शूरपणाची आणि आमच्या क्रांतिकारक शोधांची दखल जेवणाने, एका छान जेवणाने घ्यायला हवी. आणि व्होडका. पीटर, तुझं काय म्हणणं आहे?''

''छान जेवण? लॉन्गयिरबायनमध्ये? इथं असतं का?''

प्रत्यक्षात तिथं चांगलं जेवण होतं.

किनाऱ्यावर परतल्यानंतर ते एका शुभ्र बर्फ असलेल्या दरीच्या एकाकी रस्त्यापासून थोडं दूर असलेल्या, 'ग्रुवेलगेरेट' नावाच्या छान लाकडी केबिनमधल्या जागेत गेले. तिनं आर्क्टिक बिअर घेतली आणि तिथं उपलब्ध असलेलं एकच 'व्हीगन' रेनडिअर आणि हरिणाच्या मांसाचे बर्गर खाऊन सगळ्यांना चकित करून सोडलं. नोरा बहुतेक थकलेली दिसत होती कारण तसं तिच्या काही सहकाऱ्यांनी तिला सांगितलं होतं. पण ते कदाचित एवढ्यामुळेच होतं की तिथं चालू असलेल्या संभाषणात आत्मविश्वासाने भाग घेता येतील अशा फारशा गोष्टी तिच्याजवळ नव्हत्या. गजबजलेल्या चौकात रस्त्याचा एखादी मोकळी आणि सुरक्षित जागा दिसावी म्हणून अस्वस्थपणे वाट पाहणाऱ्या एखाद्या शिकाऊ चालकासारखी तिची अवस्था झाली होती.

ह्यूगो तिथं होता. तो अजूनही तिच्याकडे असं बघत होता की त्याला फ्रान्समधल्या आंतिब किंवा सेंट ट्रोपेज इथं असायला जास्त आवडलं असतं. तो तिच्याकडे रोखून पाहत होता, कोणीतरी आपल्याकडे सारखं पाहतंय असं वाटून, ती संकोचली होती.

त्यांच्या एक मजली निवासाच्या वाटेवर घाईने चालत जाताना नोराला विद्यापीठातल्या विद्यार्थ्यांच्या राहण्यासाठी बांधलेल्या इमारती आठवल्या, पण इथले निवास त्या मानाने छोटे, अधिक नॉर्डिक पद्धतीचे आणि लाकडी आणि

फक्त किमान गरजा भागवणारे होते. ह्यूगो तिच्या बरोबर येण्यासाठी आणि तिच्या बरोबर चालण्यासाठी पळत पळत आला.

''हे गमतीचं आहे.''

''कसली गंमत?''

''कसं सकाळी ब्रेकफास्टच्या वेळेला तुला मी कोण ते माहीत नव्हतं.''

''का? मी कोण ते तुलाही माहीत नव्हतं.''

''अर्थातच, मला माहीत होतं. आपण जवळपास दोन तास गप्पा मारत होतो.''

नोराला ती कुठल्यातरी सापळ्यात अडकतेय असं वाटत होतं. ''आपण गप्पा मारत होतो?''

''मी तुला ब्रेकफास्टच्या वेळेला बारकाईने पाहत होतो. मी आलो तेव्हा माझ्या लक्षात आलं की आज तू वेगळी होतीस.''

''हे विचित्र आहे, ह्यूगो. ब्रेकफास्टच्या वेळेला स्त्रियांकडे बारकाईनं पाहणं.''

''आणि मला काही गोष्टी दिसल्या.''

नोरानं चेहऱ्यावरचा स्कार्फ काढला. ''फारच थंडी आहे. आपण याबद्दल उद्या बोलू या का?''

''माझ्या लक्षात येतंय की तू संभाषणात थोडी सुधारणा करतेयस. पूर्ण दिवस तू जे जे बोलत होतीस ते वरवरच होतं.''

''हे खरं नाही. मी फक्त हललेय. तुला महितीय, ते अस्वल.''

''नाही. ते नाही. मी अस्वल येण्याच्या आधीचं बोलतोय. आणि अस्वल गेल्यानंतर आणि पूर्ण दिवस त्याबद्दल.''

''मला कल्पना नाही तू कशाबद्दल...''

''चेहऱ्यावर एक विशिष्ट प्रकारचा भाव असतो. तो मी इतर काही लोकांच्या चेहऱ्यावर पाहिला आहे. मी तो कुठेही ओळखू शकतो.''

''तू काय बोलतो आहेस ते मला समजत नाहीये.''

''हिमनद्यांमध्ये स्पंदनं का असतात?''

'काय?'

''हा तुझ्या अभ्यासाचा भाग आहे. त्यासाठी तू इथं आली आहेस. होय ना?''

''विज्ञान त्यावर अजून निश्चित भाष्य करत नाही.''

''ठीक आहे. मान्य. मला इथल्या एखाद्या हिमनदीचं नाव सांग. हिमनद्यांना नावं असतात. एकाचं नाव सांग... कॉन्सब्रीन? नॅथोर्स्टब्रीन? काही लक्षात येतय?''

''मला यावर काही नाही बोलायचं.''

''कारण काल तू जी होतीस तीच आज नाहीयेस. आहेस?''

''आपण कोणीच तसे कालचे जसेच्या तसे आज नसतो.'' नोरा जरा तोडूनच बोलली. ''आपल्या मेंदूत बदल होत असतो. त्याला 'न्यूरोप्लास्टिसिटी' म्हणजे 'मेंदूचा बदलण्याचा गुण' असे म्हणतात. ह्यूगो, कृपा करून एका हिमनदी शास्त्रज्ञाला हिमनदीचे पुरुषी स्पष्टीकरण देण्याचं थांबव.''

ह्यूगोनं घेतली आहे असं वाटून तिला थोडं अपराधी वाटलं. एक मिनिट शांततेत गेला. बर्फामध्ये फक्त त्यांच्या पावलांचा आवाजाच काय तो येत राहिला. ते त्यांच्या निवासाच्या अगदी जवळ पोहोचले होते, बाकीचेही त्यांच्या फार मागे नव्हते.

''नोरा, मीही तुझ्यासारखाच आहे. मीही मूळच्या माझ्या नसलेल्या आयुष्यांना भेटी देतो आहे. मी या आयुष्यात आलो, त्याला पाच दिवस झालेत. पण मी माझ्या इतरही अनेक आयुष्यांमध्ये जाऊन आलोय. हे घडण्यासाठी मला एक संधी, एक दुर्मीळ संधी मिळाली होती. मी बराच काळ एका आयुष्यातून दुसऱ्या आयुष्यात फिरतोय.''

इन्ग्रिडनं नोराचा दंड पकडला.

''माझ्याकडे थोडी व्होडका अजून शिल्लक आहे.'' तिनं दारापाशी पोहोचता पोहोचता जाहीर करून टाकलं. तिनं तिचं किल्लीचं कार्ड तिच्या हातमोजा घातलेल्या हातात पकडलं आणि स्कॅनरवर हलकेच आपटलं. दार उघडलं.

'ऐक.' ह्यूगो कट करत असल्यासारखा पुटपुटला, ''तुला आणखी जाणून घ्यायचं असेल तर पाच मिनिटांत मला सामाईक स्वयंपाकघरात भेट.''

...आणि तिच्या हृदयाची वाढलेली धडधड तिला ऐकू यायला लागली पण या वेळेला तिच्या जवळ वाजवून आवाज करण्यासाठी भांडं आणि डाव नव्हता. तिला हे ह्यूगो नावाचं सोंग काही विशेष *आवडलं* नव्हतं, पण तिची उत्सुकता जास्तच चाळवली गेली होती, त्यामुळे तिनं त्याचं म्हणणं ऐकून न घेण्याचाही प्रश्न नव्हता. आणि तो विश्वास ठेवण्यासारखा आहे की नाही हेही तिला अजमावून पहायचं होतं.

''ठीक आहे. मी तिथं येते.''

अपेक्षा

स्वत: जशी आहे तसं स्वत:चं स्वत:ला स्वीकारणं हे नोराला कायमच अवघड वाटत आलं होतं. तिला जेव्हापासून आठवत होतं तेव्हापासून तिला आपण अपूर्ण आहोत असं वाटत आलं होतं. तिच्या आईवडिलांनी त्यांच्या स्वत:च्या असुरक्षिततेच्या भावनेतून तिच्या या अपुरेपणाच्या जाणिवेला खतपाणी घातलं होतं.

आता ती विचार करत होती की ती जर जशी आहे तसा स्वतःचा स्वीकार करू शकली तर ते कसं असेल. तिनं केलेली प्रत्येक चूक. तिच्या शरीरावरील प्रत्येक व्रण. तिचं अपुरं राहिलेलं प्रत्येक स्वप्न किंवा तिनं सोसलेली प्रत्येक वेदना. तिनं दाबलेली प्रत्येक वासना किंवा इच्छा.

तिनं त्यातली प्रत्येक गोष्ट स्वीकारल्याची कल्पना केली. ज्याप्रमाणे तिनं निसर्गाचा सहज स्वीकार केला होता. ज्याप्रमाणे ती हिमनद्यांच्या अस्तित्वाचा किंवा समुद्री पक्ष्यांचा किंवा देवमाशांच्या पाण्यातून बाहेर मारलेल्या उसळ्यांचा विचार सहजपणे करू शकत होती.

तिनं आपण स्वत: निसर्गाचा एक अवचित घडलेला परंतु लक्षणीय आविष्कार आहोत अशी स्वत:शीच कल्पना करून पाहिली. स्वत:च्या कुवतीचा शक्य तितका उपयोग करून राहणाऱ्या संवेदनक्षम सजीवांपैकी ती आणखी एक. आणि अशी कल्पना करता करता तिनं बंधमुक्त असणं म्हणजे कसं याचीसुद्धा कल्पना करून पाहिली.

जीवन आणि मृत्यू व क्वांटम[७५] वेव्ह फंक्शन

ह्यूगोची गोष्ट वेगळी होती. त्याच्यासाठी काही वाचनगृह नव्हते.

''ते एक व्हिडिओचे दुकान आहे.'' स्वस्त दिसणाऱ्या एका कपाटावर कॉफी ठेवली होती. त्या कपाटावर रेलत तो म्हणाला, ''मी जिथं मोठा झालो तिथं म्हणजे लियोनमध्ये[७६] असताना शहराच्या बाहेर असलेल्या व्हिडिओ ल्युमियर – एका व्हिडिओच्या दुकानात जायचो अगदी तसंच, हे दुकान आहे. त्यांनी तिथं सिनेमाचा शोध लावला. असो, त्याचा या विषयाशी काही संबंध नाही : मुद्दा असा आहे की मी निवडलेलं प्रत्येक आयुष्य एका जुन्या व्हिडिओमध्ये साठवलेलं असतं. मी तिथंच, त्या दुकानात ते बघायला सुरू करतो, आणि ज्या क्षणी तो सुरू होतो, त्या क्षणी मी अदृश्य होतो.''

नोराला खुदूखुदू हसू येत होतं पण तिनं ते दाबलं.

''त्यात एवढं हसण्याजोगं काय आहे?'' ह्यूगोला समजलं नाही, तो दुखावला गेला होता.

''काही नाही, काहीसुद्धा नाही. मला फक्त ते थोडं गमतीचं वाटलं. एक व्हिडियोचं दुकान.''

''अस्सं? आणि वाचनगृह, ते अगदी पूर्णपणे पटण्यासारखं आहे का?''

''जास्त पटण्यासारखं आहे, हो. म्हणजे अजूनही तुम्ही पुस्तकांचा उपयोग करू शकता. आजकालच्या दिवसात व्हिडिओ कोण पाहतंय?''

''हं. विचार करण्यासारखं आहे. मला कल्पना नव्हती की दोन आयुष्यांच्या मध्ये आखडूपणा नावाची गोष्टपण असते. तुझ्याकडून शिकायला मिळतंय.

''सॉरी, ह्यूगो. ठीकंय, मी आता तुला शहाण्यासारखा प्रश्न विचारते. तिथं आणखी कुणी असतं का, जे तुला प्रत्येक आयुष्य निवडायला मदत करतं?''

त्यानं मान हलवली. ''हो हो. माझे अंकल फिलिप. त्यांना जाऊन बरीच वर्षं झाली. आणि त्यांनी कधी कुठल्या व्हिडिओच्या दुकानात काम केले नाही. हे जरा अतर्क्य वाटू शकते.''

---

७५ क्वांटम फिज़िक्स किंवा क्वांटम मेकॅनिक्ससाठी मराठीत 'पुंज यामिकी' किंवा 'पुंज भौतिकी' अशा संज्ञा सुचवलेल्या आहेत. पण या अनुवादात कळण्यास सोपे म्हणून क्वांटम भौतिकशास्त्र आणि त्या अनुषंगाने पॅरलल युनिव्हर्ससाठी 'वैश्विक बहुलता' असा शब्दप्रयोग केला आहे.

७६ लियोन – प्रसिद्ध शहर. लुई आणि ऑगस्ट ल्युमियर या दोघा भावांनी सिनेमाचा शोध लावला.

नोरानं त्याला मिसेस एल्मविषयी सांगितलं.

''एक शाळेतली ग्रंथपाल?' ह्यूगोनं थट्टा केली. ''हेसुद्धा फारच गमतीचं आहे.''

''तुझ्या लक्षात येतंय का ते आत्मे आहेत? मार्गदर्शक आत्मे? रक्षणकर्ते देवदूत? काय आहेत ते?''

वैज्ञानिक विभागात बसून अशा प्रकारची चर्चा करणं हे इतकं हास्यास्पद वाटत होतं.

''ते आहेत,'' जणू काही योग्य शब्द हवेतून खुडून घ्यावा, असा आविर्भाव करत ह्यूगो म्हणाला, ''अर्थाचं एक विवेचन.''

''अर्थाचं स्पष्टीकरण?''

''मी आपल्यासारख्या इतरांना भेटलो आहे,'' ह्यूगो म्हणाला. ''म्हणजे असं बघ, मी या अशा अधांतरी आयुष्यात अनेक वर्षं आहे. या 'घसरगुंडीवरचे' इतरही अनेक मला भेटले आहेत. मी त्यांना 'घसरगुंडीवरचे' म्हणतो. आपण... आपण 'घसरगुंडीवरचे' आहोत. आपण आपल्या मूळ आयुष्यात कुठेतरी बेशुद्धावस्थेत, जन्म आणि मृत्यूच्या मध्ये लटकलेल्या अवस्थेत पडलेलो असतो, आणि मग आपण कुठेतरी एका जागी येतो. आणि ते नेहमीच वेगळं असतं. एक वाचनालय, व्हिडिओचं दुकान, कलादालन, कॅसिनो, रेस्टॉरंट... याबद्दल काय वाटतं तुला?''

नोरानं खांदे उडवले. आणि मध्यवर्ती हीटिंगचा आवाज ऐकत ऐकत ती विचार करू लागली. ''हे सगळं निरर्थक आहे? यातलं काहीच खरं नाही?''

''नाही. कारण याची मूळ चौकट कायम तीच असते. म्हणजे यामध्ये नेहमीच आणखी कोणीतरी असतं एक मार्गदर्शक. कायम केवळ एक व्यक्ती. अशा त्या व्यक्तीनं तुम्हाला तुमच्या आयुष्यातल्या महत्त्वाच्या क्षणी कायम मदत केलेली असते. त्याची पार्श्वभूमी कायम भावनात्मक असते. आणि त्यामध्ये सहसा मूळ आयुष्यं किंवा त्याच्या शाखांचा उल्लेख असतो.''

नोराला तिचे डॅड वारले तेव्हाची आठवण जागी झाली. तेव्हा मिसेस एल्मनी तिचं सांत्वन केलं होतं. त्या तिच्या बरोबर थांबल्या होत्या, तिला शांत केलं होतं. तिच्या वाट्याला इतका प्रेमळपणा यापूर्वी कदाचित कोणाकडूनच आला नव्हता.

''आणि त्यांमध्ये कायमच न संपणारे पर्याय असतात.'' ह्यूगो बोलत राहिला. ''न संपणाऱ्या व्हिडिओ टेप्स, किंवा पुस्तकं, किंवा पेंटिंग्ज, किंवा जेवणं... आता मी एक शास्त्रज्ञ आहे. आणि मी वैज्ञानिकाची खूप आयुष्यं जगलो आहे. माझ्या मूळ आयुष्यात मी जीवशास्त्राची पदवी घेतलेली आहे. दुसऱ्या

एका आयुष्यात मी नोबेल पारितोषिक मिळालेला रसायनशास्त्रज्ञ होतो. 'मोठी प्रवाळ भिंत'[७७] वाचवण्यासाठी धडपड करणारा मी एक समुद्री जीवशास्त्रज्ञ होतो. पण माझा सर्वांत आवडता प्रांत होता भौतिकशास्त्र. सुरुवातीला माझ्याबरोबर काय होतंय हे समजण्यासाठी माझ्याजवळ काहीच मार्ग नव्हता – जोपर्यंत मला माझ्या एका आयुष्यात, आपण आता जातोय त्यातून जाणारी एक स्त्री भेटली नव्हती तोपर्यंत. ती तिच्या मूळ आयुष्यात क्वांटम फिजिसिस्ट होती. मॉन्टपेलियर विद्यापीठात प्रोफेसर असलेली डॉमिनिक बिसेट. तिनं मला हे सगळं समजावून सांगितलं. क्वांटम फिजिक्समधलं अनेक विश्वांसंबंधीचं विवेचन. म्हणजे त्याचा अर्थ असा की आपण...''

एक प्रेमळ चेहऱ्याचा, गुलाबी कांतीचा, तांबूस रंगाची दाढी असलेला माणूस कॉफीचा कप धुण्यासाठी स्वयंपाकघरात आला. त्याचं नाव नोराला माहीत नव्हतं. तो त्यांच्याकडं पाहून हसला.

''उद्या भेटू या,'' पायातल्या स्लिपर्सचा फटफट आवाज करत तिथून जाण्यापूर्वी तो म्हणाला. त्याचं मृदू उच्चारण अमेरिकन (किंवा कदाचित कॅनेडियन) होतं.

'हो,' नोरा म्हणाली.

''भेटू या,'' थोड्या दबक्या आवाजात संभाषणाचा धागा पुन्हा पकडत तो म्हणाला. ''वैश्विक कंपनांचा प्रभाव[७८] हे एक सत्य आहे, नोरा. प्रोफेसर बिसेट यांनी हेच सांगितलं.''

'काय?'

ह्यूगोनं एक बोट वर केलं. थोडंसं वैतागून, 'थांब-जरा-एक-मिनिट,' असं सुचवणारं. नोराला ते बोट धरून पिरगळावं असं वाटत होतं पण तिनं स्वतःला आवर घातला. ''एरविन श्रॉडिंजर...''

''ते मांजराचा प्रयोग करणारे.''

''हो, ते मांजरवाले. त्यांनी सांगितलं की क्वांटम फिजिक्समध्ये सर्व पर्यायी शक्यता *एकाच वेळेस* अस्तित्वात असतात. सगळ्या एकत्रपणे. एकाच ठिकाणी. क्वांटम अध्यारोपण.[७९] खोक्यात असलेलं मांजर एकाच क्षणी जिवंत आणि मृत असू शकतं. तुम्ही खोकं उघडून मांजर जिवंत आहे की मृत, हे तपासून पाहू शकता. जेव्हा तुम्ही ते खोकं उघडता, तेव्हा ते मांजर एका अर्थी जिवंत असतं

---

७७ ग्रेट बॅरियर रीफ

७८ द युनिव्हर्सल वेव्ह फंक्शन

७९ अध्यारोपित superimposed. एक अस्थिर झालेला अणू एकाच वेळी स्थिर आणि अस्थिर अशा दोन्ही अवस्थांमध्ये असतो.

आणि मृतही, हे असं घडतं. प्रत्येक विश्व हे दुसऱ्या प्रत्येक विश्वावर अध्यारोपित असतं. एखाद्या ट्रेसिंग कागदावर लाखो चित्रं थोड्याफार फरकानं एकाच चौकटीत बसवलेली असावीत, तसं. क्वांटम फिजिक्समधला बहुवैश्विकतेचा सिद्धान्त असं सुचवतो की एकाच वेळी एकमेकांना समांतर असलेली अनेक विश्वे न संपणाऱ्या संख्येत अस्तित्वात असतात. तुमच्या आयुष्यातल्या प्रत्येक क्षणी तुम्ही एका नव्या विश्वात प्रवेश करता. तुमच्या प्रत्येक निर्णयाच्या बरोबरीने. आणि परंपरेनं असं मानलं गेलं की त्या जगांमध्ये काहीही संपर्क किंवा येणं-जाणं होऊ शकत नाही, जरी ते एकाच अवकाशात घडत असतं तरी, जरी ते आपल्यापासून केवळ काही मिलीमीटरच्या अंतरावर घडत असलं तरी.''

''पण आपलं काय? आपण तर येणं-जाणं करत आहोत.''

''अगदी बरोबर. मी इथं आहे पण मला हेही माहीत आहे की मी इथं नाही. मी रक्तवाहिन्यांच्या विकारानं पॅरिसमधल्या एका इस्पितळातसुद्धा झोपलोय. आणि मी ॲरिझोनामध्ये स्कायडायव्हिंग पण करतोय. आणि दक्षिण भारतात प्रवासही करतोय. आणि लियोनमध्ये मद्याचा आस्वादही घेतोय. आणि 'कोत दि'अझुया'मध्ये[८०] एका विहारनौकेत[८१] पहुडलो आहे.''

''मला माहीत होतं.''

'खरंच?'

तिला वाटलं की तो देखणा होता.

''तू कान्समधल्या क्रॉसेतवर[८२] आरामात फिरत असायला हवंस. ते तुला आर्क्टिकमधल्या धाडसी मोहिमेपेक्षा जास्त साजलं असतं.''

त्यानं त्याच्या हाताची बोटं स्टारफिशसारखी फाकवली. 'पाच दिवस झाले! पाच दिवस मी या आयुष्यात आहे. हा एका आयुष्यातला माझा सर्वांत जास्त अवधी आहे. कदाचित माझ्यासाठी हेच आयुष्य असावं...'

''हं, विचार करण्याजोगं आहे. तुझं आयुष्य फारच थंडगार असेल.''

''आणि कोणाला माहीत? कदाचित तुझ्यासाठीसुद्धा ... मला म्हणायचंय की, जर त्या अस्वलामुळे तुझी त्या वाचनगृहात परत पाठवणी झाली नाही तर मग कदाचित तू कशानेच परत जाणार नाहीस.'' त्याने किटली भरायला सुरुवात केली. ''विज्ञान सांगतं की जन्म आणि मृत्यूच्या मधला, म्हणजे शुभ्र आणि काळा यांच्यामधला जो करडा अवकाश असतो, तो गूढ असतो. असा एक बिंदू

---

८० Côte d' Azur

८१ yacht

८२ Croisette in Cannes. फ्रान्समधल्या कान्स शहरातील समुद्रकाठावरील रस्ता. फ्रान्समधील अनेक उत्सव, आंतरराष्ट्रीय सिने महोत्सवसुद्धा इथं साजरे होतात.

असतो ज्याचं स्वरूप 'ना हे - ना ते' असं असतं. किंवा आपण दोन्ही असतो. जिवंत आणि मृत. आणि त्या दुहेरी अस्तित्वाच्या क्षणी, कधीतरी, फक्त कधीतरी आपण श्रॉडिंजरच्या मांजरामध्ये परिवर्तित होतो. असं मांजर, जे केवळ जिवंत किंवा केवळ मृत असत नाही, वैश्विक कंपनाच्या प्रभावरेषेत प्रत्येक शक्यता क्वांटम शक्यता असते. त्या शक्यतांमध्ये ही शक्यताही असू शकते की आपण इथं लॉन्ग्नियरमध्ये, पहाटे एक वाजता सामाईक स्वयंपाकघरात गप्पा मारत बसलो आहोत...''

नोरा हे सगळं लक्ष देऊन ऐकत होती. तिच्या मनात व्होल्ट्सचा विचार आला, निपचित पडलेला आणि जिवंतपणाची खूण नसलेला, पलंगाखाली पडलेला आणि रस्त्याच्या बाजूला पडलेला.

''पण कधीतरी ते मांजर मेलेलं म्हणजे मेलेलंच असतं.''

'सॉरी?'

''काही नाही. ते फक्त... माझं मांजर मेलं. मी दुसऱ्या आयुष्यात पाहिलं त्यातही ते मेलेलंच दिसलं होतं.''

''हे फारच दुःखाचं आहे. मीपण माझ्या लॅब्रॅडोरच्या बाबतीतही ही परिस्थिती अनुभवलीय. पण महत्त्वाचं हे आहे की आपल्यासारखेच इतरही असतात. मी इतकी आयुष्यं जगलोय, त्यात मी अशा काही लोकांना भेटलोय. कधीकधी तुमच्यासारख्या इतरांना शोधण्यासाठी तुमचं स्वतःचं सत्य मोठ्यानं सांगणं पुरेसं असतं.''

''हे फारच विचित्र आहे की आपल्यासारखी इतर माणसं आहेत... तू काय म्हणतोस त्यांना?''

'घसरगुंडीवरचे?'

''हो. ते.''

''हो, अर्थातच ते शक्य आहे, पण मला वाटतं की आपण दुर्मीळ आहोत. एक गोष्ट मी पाहिलीय की मला भेटलेले बाकीचे साधारण एक डझनभर असतील. सगळे आपल्याच वयोगटातले होते. सगळे त्यांच्या तिशीतले किंवा चाळिशीतले किंवा पन्नाशीतले. खरं तर एक जण एकोणतीस वर्षांचा होता. सगळ्यांना त्यांच्या आयुष्यात घडलेल्या गोष्टी वेगळ्या पद्धतीनं व्यक्त करण्याची तीव्र इच्छा होती. त्यांना अनेक गोष्टींचे पश्चात्ताप होत होते. काहींना वाटत होते की त्यांना मरण आलेलं चाललं असतं पण त्याच वेळेस त्यांना दुसऱ्या रूपात जगण्याची इच्छाही होती.''

''श्रॉडिंजरचं आयुष्य. तुमच्याच मनात दोन्ही, मृत आणि जिवंत.''

''एकदम अचूक! आणि त्या पश्चात्तापांमुळं तुमच्या मेंदूचं जे काय होतं, जे काही, तुम्ही त्याला काय म्हणाल? मेंदूतील रासायनिक क्रिया सुरू झाल्या,

ज्यांच्यामुळे मरायचं की जगायचं याच्यात गोंधळ होऊन आपण अधांतरी परिस्थितीत पोहोचतो.''

किटलीचा आवाज वाढायला लागला होता, नोराच्या विचारांसारखंच पाणी उकळायला लागलं होतं.

''आपल्याला ते वाचनगृह किंवा जे काय असेल ते, तिथं आपल्याला केवळ एकच व्यक्ती असलेली का दिसते?''

ह्यूगोनं खांदे उडवले. ''मी जर धार्मिक असतो तर, मी त्याला देव म्हणालो असतो. आणि देव असा कोणीतरी असतो जो आपल्याला दिसत नाही किंवा समजत नाही आणि मग तो किंवा ती किंवा देवासाठी जे सर्वनाम असेल ते आपल्याला आपल्या आयुष्यात भेटलेल्या एका चांगल्या व्यक्तीची प्रतिमा बनते. आणि जर मी धार्मिक नसतो आणि मी धार्मिक नाही, तर मी म्हणेन की मानवी मेंदूला क्वांटम कंपन प्रभावाची गुंतागुंत झेपत नाही आणि मग मेंदू ती गुंतागुंत त्याला समजेल अशा पद्धतीनं त्याची संगती लावण्याचा किंवा रूपांतर करण्याचा प्रयत्न करतो. वाचनगृहातली ग्रंथपाल. व्हिडिओच्या दुकानातले अंकल. इत्यादी.''

नोरानं अनेक विश्वांबद्दल वाचलं होतं आणि तिला गेस्टाल्ट* मानशास्त्राबद्दलही[८३] थोडंसं माहीत होतं. जेव्हा एखादी मानवी व्यक्ती या 'वृक्ष' म्हणून ओळखल्या जाणाऱ्या सृष्टीच्या पसाऱ्याकडे पाहू लागते, तेव्हा त्या वृक्षाचा अविभाज्य भाग असलेली पाने आणि फांद्या-फुटवे यांच्या अनेक बारकाव्यांनी युक्त असलेल्या समग्र भाराचे त्या व्यक्तीला आकलन होण्यासाठी, त्या वृक्षाकडून येणाऱ्या जगासंबंधीच्या सर्व माहितीचे संकलन आणि सुलभीकरण व्हायला हवे. हे करण्यामध्ये साधारण किती मानवी मेंदू सहभागी झालेले असतात. मानवी व्यक्ती असणे म्हणजे चैतन्याने भरलेल्या जगाच्या अचल प्रतिमा सातत्याने बनवून त्यांच्या आकलनक्षम कथा तयार करणे, ज्यामुळे जगणे सोपे होते.

नोराला माहीत होते, की मानवी व्यक्तींना प्रत्ययाला येणारी *प्रत्येक गोष्ट* हे एक सुलभीकरण असतं. ते त्रैमितिक असतं. ते तसं असणं हा सुलभीकरणाच्या प्रक्रियेचा भाग असतो. मनुष्यजातीला मूलभूत स्वरूपातल्या मर्यादा आहेत, ज्यामुळे माणसे प्राणिमात्रांना सर्वसाधारण चौकटीत बसवतात, ऑटो-पायलट प्रणालीच्या आधाराने जगत राहतात, ज्यात समोरच्या मार्गांची वळणं मनाच्या पटलावर उमटत नाहीत. याच गोष्टीत माणसं आयुष्यात कायमच हरवल्यासारखं का वावरतात, याचं स्पष्टीकरण मिळतं.

---

८३ Gestalt - गेस्टाल्ट. असं काहीतरी जे अनेक स्वतंत्र भागांमध्ये बनलेलं आहे; पण तरीही ते भाग एकत्र करून जे काही बनलेलं आहे, ते त्या भागांपेक्षा पूर्णत: भिन्न आहे. या तत्त्वावर आधारलेलं मानसशास्त्र.

''माणसे घड्याळाच्या एका सेकंदाच्या अंतर्गत असलेली काट्याची टिकटिक कधीच ऐकत नाहीत, त्यासारखेच आहे हे,'' नोरा म्हणाली.

'काय?'

नोरानं पाहिलं की ह्यूगोचं मनगटी घड्याळ तासकाटा-मिनिटकाटा असं जुन्या पद्धतीच होतं. ''तू प्रयत्न कर. प्रयत्न करूनही तू ती टिकटिक ऐकू शकणार नाहीस. मनांना जे झेपत नाही, ते ती पाहत नाहीत.''

ह्यूगोनं स्वत:चं घड्याळ पाहता पाहता मान डोलवली.

'मग', नोरा म्हणाली, ''आपले आणि इतर विश्वांच्या दरम्यानचं जे अस्तित्व आहे, ते एखादं वाचनगृह असण्याची शक्यता कमी आहे, पण तरीही माझ्यासाठी ते अस्तित्व समजून घेण्याचा एक सोपा मार्ग आहे. तिथं माझं गृहीतक असेल. मला तिथं सत्याचं साधंसोपं रूप पहायला मिळतं. ग्रंथपाल हे फक्त एक मेंदूने निर्माण केलेलं रूपक आहे. हे सगळं असं आहे.''

''हे सगळं गुंग करून टाकणारं आहे, असं नाही का वाटत?'' ह्यूगो म्हणाला.

नोरानं एक सुस्कारा सोडला. ''याआधी पाहिलेल्या आयुष्यात मी माझ्या मृत वडिलांशी बोलले.''

ह्यूगोनं कॉफीच्या बरणीतून दाणेदार कॉफी पूड चमचात भरून घेतली आणि दोन मग्जमध्ये घातली.

''आणि मी तेव्हा कॉफी नाही प्याले. मी पेपरमिंट चहा प्याले.''

''छे:, हे मात्र वाईट आहे.''

'नाही ते चालण्यासारखं होतं.'

''आणखीही एक मजेशीर गोष्ट आहे.'' ह्यूगो म्हणाला. ''आपल्या या संभाषणात तू किंवा मी, कोणीही कोणत्याही क्षणी गायब होऊ शकतो.''

''तू असं होताना पाहिलंय का?'' नोरा ह्यूगोच्या हातून मग घेताना म्हणाली.

''हो. कधीतरी भेटलोय. ते जरा विचित्र असतं पण इतर कोणाच्या लक्षात येत नाही. अशा व्यक्तींना त्यांच्या शेवटच्या दिवशीची ठळक आठवण नसते. पण तुला आश्चर्य वाटेल. तू जर त्या वाचनगृहात आता या क्षणी परत गेलीस आणि मी जरी अजूनही इथे स्वयंपाकघरात तुझ्याशी बोलत उभा असतो तर तू असं काही तरी म्हणाली असतीस, 'माझं मन आत्ता सुन्न झालंय. आपण कशाबद्दल बोलत होतो?' आणि मग काय घडले ते माझ्या लक्षात आलं असतं आणि मी म्हणालो असतो की आपण हिमनद्यांबद्दल बोलत होतो आणि तू माझ्यावर त्याबद्दलच्या माहितीचा वर्षाव केला असतास. आणि मग तुझ्या मेंदूने

रिकाम्या राहिलेल्या जागा भरून काढल्या असत्या आणि तू नुकतेच जे काय घडले होते त्याची एक कथा बनवून सांगितली असतीस.''

''हो, पण त्या अस्वलाचं काय? आज रात्री आपण सगळे जेवायला गेलो होतो त्याचं काय? ही मी, दुसरी मी– तिला आठवेल का मी काय खाल्ले होते?''

''आठवेलच, असं नाही. पण असं होताना मी पाहिलं आहे. मेंदू काय काय साठवू शकतो, ही एक आश्चर्यजनक गोष्ट आहे. आणि जे तो सहजपणे विसरू शकतो तेही.''

''मग मी कशी होते? कालचं विचारते आहे मी.''

त्यानं तिच्या डोळ्यांत पाहिलं, त्याचे डोळे सुरेख होते. एक क्षणभर नोराला एखादा उपग्रह पृथ्वीच्या वलयात ओढला जावा, तसं त्याच्या वलयात ओढलं गेल्यासारखं वाटलं.

''सुरेख, मोहक, बुद्धिमान, सुंदर. आता तू तुझ्या खऱ्या 'तू'सारखी दिसतेस.''

तिनं ते हसण्यावरी घालवलं. ''एवढंपण फ्रेंच नको वागूस.''

अवघडलेली शांतता.

''तुझी किती आयुष्यं झाली?'' ती थोडं थांबून म्हणाली. ''तू किती आयुष्य अनुभवलीयस?''

''खूपच. जवळजवळ तीनशे.''

'तीनशे?'

''माझ्या इतक्या गोष्टी झाल्यायत. पृथ्वीवरच्या प्रत्येक खंडामध्ये. आणि तरी अजूनही मला आवडेल असं आयुष्य मला सापडलेलं नाही. मी आता हेच अस्तित्व कायम असेल, हे मान्य केलंय. मला खरंच जगावंसं असं एकही आयुष्य कधी मिळेल, असं वाटत नाही. मला अतिशय उत्सुकता असते. मला दुसरं आयुष्य जगावं अशी फार ऊर्मी असते. आणि तुला असा चेहरा करण्याची गरज नाही. हे असं वाईट नाहीये. मी या अधांतरी अवस्थेत आनंदी आहे.''

''पण एखाद्या दिवशी ते व्हिडिओचं दुकानच नसेल तर मग काय?'' संगणकापाशी आणि वाचनगृहातल्या उघडझाप करणाऱ्या दिव्यांमुळे घाबऱ्याघुबऱ्या झालेल्या मिसेस एल्मचा विचार नोराच्या डोक्यात डोक्यात आला. ''एखाद्या दिवशी तू गायबच झालास, तर काय? तुला स्थिरावण्यासाठी हवंसं वाटेल असं आयुष्य सापडण्यापूर्वीच असं झालं तर?''

त्यानं खांदे उडवले. ''मग मी मरेन. मी तसाही मेलेलोच आहे आधीच्या आयुष्यामध्ये. मला एक प्रकारे 'घसरगुंडीवरचा' असणं आवडतं. मला अपूर्ण असणं आवडतं. मृत्यू हा एक पर्याय म्हणून राखून ठेवणं आवडतं. कधीही स्थिर होण्याची वेळच न येणं मला आवडतं.''

''मला वाटतं माझी परिस्थिती वेगळी आहे. मला वाटतं माझा मृत्यू जास्त जवळ आहे. मला स्थिर व्हावं असं वाटण्याजोगं आयुष्य जर लवकरच सापडलं नाही, तर मी कायमचीच गेलेली असेन.''

तिनं गेल्या वेळी आयुष्य बदलताना आलेली समस्या सांगितली.

''अस्सं. ठीक आहे. ते कदाचित वाईट असेल. पण कदाचित नाही. तुला आता कळलंय ना की इथं न संपणाऱ्या शक्यता आहेत? मी असं म्हणतो की बहुवैश्विकता म्हणजे फक्त काही विश्वं असं नाही. ही काही हाताच्या बोटांवर मोजता येण्यासारख्या विश्वांची गोष्ट नाही. ही खूप साऱ्या विश्वांचीही गोष्ट नाही. ही लक्ष, कोटी, अब्ज इतक्या विश्वांचीही गोष्ट नाही. ब्रह्मांडातल्या अनंत विश्वांसंबंधीची गोष्ट आहे ही. त्यांच्या तुझ्यासह असणाऱ्या अस्तित्वाची. कोणत्याही जगामध्ये तू तूच असणे संभव आहे, ते जग कसेही असले तरी. तुझी तुला मर्यादा पडते ती तुझ्या कल्पनाशक्तीची. तुला ज्या ज्या गोष्टींचा खेद आहे, तो खूप कल्पक रीतीने पुसून टाकणे शक्य आहे. मी किशोर वयाचा असताना मला कराव्याशा वाटणाऱ्या ज्या गोष्टी करता आल्या नाहीत, त्याबद्दलचा खेद मी एकदा पुसून टाकला होता. मला एरोस्पेस इंजिनिअरिंग करून अंतराळवीर व्हायचे होते म्हणून एका आयुष्यात मी अंतराळवीर झालो. मी अंतराळात गेलो नाही. पण थोड्या वेळाकरता, मी तिथं जाऊन आल्याचं श्रेय मिळवलं. तुला लक्षात घ्यायला हवं की ही एक संधी आहे, दुर्मीळ संधी, आपण केलेली चूक सुधारण्याची, जे हवं ते आयुष्य जगण्याची. कोणतही आयुष्य. मोठी स्वप्नं पाहायची... तुम्हाला हवे ते तुम्ही होऊ शकता. कारण कोणत्यातरी आयुष्यात तुम्ही ते असता.''

तिनं कॉफीचा घोट घेतला. ''मला समजतंय.''

''पण तू आयुष्याचा अर्थ शोधत बसलीस तर आयुष्य जगायचे राहूनच जाईल,'' तो सुजाणपणे म्हणाला.

''तू कामूचे वचन उद्धृत करतोयस.''

''तू मला बरोबर पकडलंस.''

तो तिच्याकडे रोखून पाहत होता. नोराला आता त्याच्या आवेगाचे ओझे होत नव्हते, पण तिला स्वत:च्याच आवेगाची थोडी चिंता वाटत होती. ''मी तत्त्वज्ञानाची विद्यार्थिनी होते,'' ती आवाजात शक्य तेवढी अलिप्तता ठेवत आणि त्याची नजर चुकवत म्हणाली.

तो आता तिच्या निकट आला होता. ह्यूगोमध्ये काहीतरी नकोसं वाटायला लावणारं होतं आणि त्याच वेळेला आकर्षण वाटायला लावणारंही काहीतरी होतं. त्याच्या व्यक्तित्वात एक प्रकारच्या अहंकारपूर्ण असभ्यतेचा भास होता,

ज्यामुळे त्याच्या तोंडात मारावेसे वाटायचे नाही तर चुंबन तरी घ्यावेसे वाटायचे. नेमके काय ते परिस्थितीवर अवलंबून.

''एका आयुष्यात आपण दोघे, दीर्घ काळ एकमेकांच्या खूप जवळ होतो आणि नवराबायको होतो...'' तो म्हणाला.

''बहुतेक आयुष्यांमध्ये माझी-तुझी ओळखही नव्हती,'' तिनं त्याला प्रत्युत्तर दिलं, थेट त्याच्या डोळ्यांत बघत.

''ते फारच वाईट होतं.''

''मला नाही तसं वाटत.''

'खरंच?'

'खरंच,' ती हसली.

''आपण खास होतो, नोरा. आपण थोड्या निवडक माणसांपैकी होतो. सर्वसाधारण माणसांना समजण्याच्या पलीकडे.''

''कोणी कुणाला समजू शकत नाही. कोणी खास नसतं.''

''मी अजून या आयुष्यात थांबलो आहे, ते फक्त तुझ्यासाठी...''

ती पुढे झुकली आणि तिनं त्याचं चुंबन घेतलं.

'मला जर काही व्हायला लागलं तर, मला तिथं जायचंय'

ती फारच सुखद भावना होती. दोन्ही, चुंबनाची आणि या जाणिवेची की ते करण्याची धिटाई तिच्यामध्ये होती. जे जे घडण्याची शक्यता होती ते कुठेतरी, कुठल्यातरी आयुष्यात घडत होतं, या जाणिवेमुळं तिला निर्णय घेण्याच्या दडपणातून सुटका झाल्यासारखं वाटत होतं. ते फक्त वैश्विक कंपनाच्या प्रभावाचे वास्तव होते. तिनं स्वत:च्या मनाशी विचार केला की जे काही घडत होतं त्याचं स्पष्टीकरण क्वांटम फिजिक्समध्ये शोधता येईल.

''माझ्या खोलीत दुसरं कुणी नाहीये,'' तो म्हणाला.

ती आता न घाबरता त्याच्या नजरेला नजर देऊन पाहत होती. जणू काही त्या ध्रुवीय अस्वलाशी झालेल्या सामन्यामुळे तिला पूर्वी कधीही जाणवलं नव्हतं असं बळ बहाल केलेलं होतं. ''ठीकंय, ह्यूगो, कदाचित तू माझी सवय मोडू शकशील.''

पण प्रत्यक्ष संभोगाचा अनुभव मात्र तिच्यासाठी निराशाजनक होता. त्याच्या मध्येच तिला कामूचं एक वचन आठवलं.

''मला खरोखरी काय हवं आहे त्या बाबत मी कदाचित ठाम नसेन, पण मला काय नको आहे याबद्दल मात्र मी नि:संशयपणे ठाम होतो.''

त्यांच्या या रात्रीच्या भेटीच्या वेळी तिला अस्तित्ववादी तत्त्वज्ञानाची, किंबहुना या विशिष्ट वचनाची आठवण व्हावी, हे चिन्ह काही फारसं बरं नव्हतं. पण कामूने आणखीही काही म्हटले होते, नाही का? ''मला काही होणार असेल, तर माझे तिथे असणे गरजेचे आहे?''

ह्यूगो एक विचित्र माणूस आहे, या निष्कर्षाला ती पोहोचली. संभाषणात इतकी आत्मीयता निर्माण करू शकणारा आणि मनाला हात घालू शकणारा माणूस प्रत्यक्ष जवळिकीच्या क्षणी मात्र अतिशय दूरस्थ होता. तो जितकी आयुष्यं जगला होता, तितकी आयुष्यं जर कुणी जगला असेल, तर कदाचित तुमचं जवळिकीचं नातं फक्त स्वत:शीच असू शकतं. तिला असं वाटलं की ती कदाचित तिथं नव्हतीच.

आणि काही क्षणांनंतर ती तिथं खरंच नव्हती.

देव आणि इतर ग्रंथपाल

''कोण आहात तुम्ही?''

''तुला माझं नाव माहीत आहे. मी मिसेस एल्म. लुईझ इझाबेल एल्म.''

''तुम्ही देव आहात का?''

त्या हसल्या. ''मी जी आहे ती आहे.''

''म्हणजे कोण?''

''मी ग्रंथपाल.''

''पण तुम्ही खऱ्या नाही आहात. तुम्ही तर केवळ...एक यांत्रिक रचना आहात.''

''आपण सगळेच तसे आहोत, नाही का?''

''तसं नव्हे. तुम्ही माझं मन आणि बहुवैश्विकता यांच्यातील अनाकलनीय परस्परक्रियांचं फलित आहात, किंवा क्वांटम कंपन प्रभावाचं सुलभीकरण होऊन तयार झालेलं काहीतरी, किंवा तसंच जे काही असेल ते.''

नोराच्या बोलण्यातून जे काही सूचित होत होतं त्यामुळे मिसेस एल्म अस्वस्थ झाल्यासारख्या दिसल्या. ''काय झालं?''

नोरा पिवळसर तपकिरी दगडी जमिनीकडे पाहत असताना तिच्या डोळ्यांसमोर ते ध्रुवीय अस्वल आले. ''मी जवळजवळ मेले होते.''

''आणि लक्षात ठेव, तू एखाद्या आयुष्यात खरंच मेलीस, तर तुला इथं कधीच परत येता येणार नाही.''

''हे बरोबर नाही.''

''या वाचनगृहाचे नियम अत्यंत कडक आहेत. इथली पुस्तकं मौल्यवान आहेत. त्यांची काळजी घ्यायला हवी.''

''ही वेगळी आयुष्यं आहेत. माझी वेगळी रूपं. ही मी, मी नाही.''

''हो. पण जेव्हा तू ते आयुष्य जगत असतेस, तेव्हा त्याचे परिणाम तुला भोगावे लागतात.''

''हं, अगदी प्रामाणिकपणे सांगायचं झालं, तर मला वाटतं हे अगदीच वाईट आहे.''

ग्रंथपाल ओठ मुरडून हसल्या. ''अरे वा! हे मजेशीर आहे.''

''काय मजेशीर आहे?''

''हेच की मृत्यूकडे पाहण्याची तुझी दृष्टी पूर्णपणे बदलली आहे.''

'काय?'

''तुला मरायचे होते आणि आता तुला आता मरायचे नाही.''

नोराच्या लक्षात आले की मिसेस एल्मच्या बोलण्यात तथ्य होतं, पण ते अर्धवट होतं. ''हं, मला अजूनही असं वाटतं की माझं खरं आयुष्य जगण्यात काही अर्थ नाही. खरं म्हणजे आताच्या अनुभवामुळे मला ते जास्तच पटलं आहे.''

मिसेस एल्मनं मान हलवली. ''मला नाही वाटत की तुला खरंच तसं वाटत आहे.''

''मला तसंच वाटतं आहे, म्हणूनच मी तसं बोलले.''

''नाही. *पश्चात्तापाचे पुस्तक* आता खूपच हलके लागत आहे. त्याच्यामध्ये आता बरीच कोरी जागा आहे... असं दिसतंय की जे विचार तुझे स्वत:चे नव्हते, ते तुझे स्वत:चे असल्यासारखे बोलण्यात तू तुझे सगळे आयुष्य घालवले आहेस. हा तुझ्यासाठी असलेल्या अडसरांपैकी एक अडसर आहे.''

'अडसर?'

''हो. ते खूप आहेत तुझ्या बाबतीत. ते अडसर तुला सत्याकडे डोळे उघडून पाहण्यापासून थांबवतात.''

''कशा स्वरूपाचे अडसर?''

''तुझ्या स्वत:बद्दलचे. आणि तुला आता खरंच प्रयत्न करायला हवेत. सत्य पाहण्याचे. कारण ते महत्त्वाचे आहे.''

''मला वाटलं होतं की निवड करण्यासाठी असलेली आयुष्यं कधीच संपणार नाहीत.''

''तुला असं आयुष्य निवडायला हवं की ज्यामध्ये तू अंतर्यामी आनंदी असशील. नाही तर लवकरच एकही पर्याय नाही, अशी स्थिती येईल.''

''मला कोणीतरी असं भेटलं होतं, जो हे दीर्घ काळ करतो आहे आणि तरीही त्याला त्याचं समाधान होईल असं आयुष्य सापडलेलं नाही...''

''हो. ह्यूगोची स्थिती खास आहे, तशी तुझी असेलच असं नाही.''

''ह्यूगो? तुम्हाला कसं काय...''

पण मग तिला आठवलं की मिसेस एल्मना जेवढं माहीत असणं तिला अपेक्षित होतं, त्यापेक्षा त्यांना कितीतरी अधिक माहीत होतं.

''तुला फार काळजीपूर्वक पर्याय निवडायला हवा.'' त्या बोलत राहिल्या. ''एक दिवस हे वाचनगृह कदाचित नसेलच आणि तुझे अस्तित्व कायमचं संपलेलं असेल.''

''अजून किती आयुष्य माझी आहेत?''

''हा काही जादूचा दिवा नाही आणि मी काही जादूचा राक्षस नाही. आयुष्यांची एक ठरावीक संख्या नाही. ते एकच असू शकते, शंभर असू शकतात. पण जोपर्यंत हे मध्यरात्रीचं वाचनगृह अस्तित्वात आहे म्हणजे जोपर्यंत इथं मध्यरात्र आहे तोपर्यंत तुझ्या जवळची आयुष्यं न संपणारी आहेत. कारण जोपर्यंत इथली *मध्यरात्र* ढळत नाही तोपर्यंत तुझं आयुष्य, तुझं मूळ आयुष्य अधांतरी, जन्म आणि मृत्यूच्या मध्यरेषेवर आहे. इथली मध्यरात्र ढळली तर काहीतरी खूप...'' त्या जरा सौम्य शब्दाच्या शोधात थांबल्या.... ''निर्णायक घडेल. असे काहीतरी जे या मध्यरात्रीच्या वाचनगृहाला जमीनदोस्त करेल आणि आपल्यालाही संपवेल. आणि म्हणून काही धाडस करण्यापेक्षा मी सावधगिरीने निर्णय घेईन. मला कोणत्या आयुष्यात असायचे आहे याचा विचार अत्यंत लक्ष देऊन करेन. तू निश्चितच खूप काही शिकली आहेस, हे मी सांगू शकते. ज्यात राहावे असे आयुष्य मिळाले तर ते जगण्यात आनंद असतो, हे आता तुला पटले आहे, असे दिसते. पण ते जगण्याचा अनुभव घेऊन होईपर्यंत तुझ्यासाठी त्याचे प्रवेशद्वार म्हणजे हे वाचनगृह बंद पडून चालणार नाही.''

त्या दोघी बराच वेळ काही बोलल्या नाहीत. नोरा पुस्तकांकडे पाहत होती. सगळ्या संभाव्यता अजमावत होती. शांतपणे आणि सावकाश, ती पुस्तकांच्या रांगांमधून चालत होती, प्रत्येक पुस्तकाच्या मुखपृष्ठाच्या आत काय आहे याचा विचार करत होती, आणि आशा करत होती की पुस्तकाच्या हिरव्या कडांवर काहीतरी ओळखीची खूण दिसेल.

''मग, तुला कोणते पुस्तक खुणावते आहे?'' तिच्या पाठीमागून मिसेस एल्मचा आवाज आला.

स्वयंपाकघरात असताना ह्यूगो जे बोलला होता, ते तिला आठवलं.

''*मोठी स्वप्नं* पाहा.''

ग्रंथपाल आता तिच्याकडे रोखून पाहत होती. ''नोरा सीड कोण आहे? आणि तिला काय हवे आहे?''

नोरानं तिला आनंद देणारं, तिच्या हृदयाच्या सर्वांत जवळचं काय आहे याचा विचार केला, ती गोष्ट म्हणजे संगीत होतं. हो, ती अजूनही पियानो वाजवायची आणि कधीकधी कीबोर्डही. पण तिनं संगीतरचना करणं सोडून दिलं होतं. तिनं *गाणं* सोडून दिलं होतं. तिला सुरुवातीचे पबमधल्या कार्यक्रमांमध्ये 'ब्यूटिफुल स्काय' वाजवतानाचे दिवस आठवले. तिचा भाऊ मंचावर तिच्या आणि रवि व एल्ला यांच्या मागे मागे उगाचच फिरायचा, ते तिला आठवलं.

आता नेमकं कोणतं पुस्तक मागायचं ते तिला पक्कं कळलं होतं.

प्रसिद्धीच्या झोतात

ती घामाने थबथबली होती. हे तिचं पहिलं निरीक्षण होतं. तिच्या शरीरातून ॲड्रेनॅलीनचा ओघ वाहत होता आणि तिचे कपडे तिच्या अंगाला चिकटले होते. तिच्या अवतीभोवती लोक होते, त्यातल्या एकदोघांकडे गिटार होते. तिला आवाज ऐकू येत होता. प्रचंड मोठा, मानवी आवाजाचा कोलाहल, *सावकाश* लय पकडणाऱ्या, आकाराला येत असलेल्या आयुष्याचा गर्जनेसारखा आवाज. उद्घोषात परिवर्तित होणारा.

तिच्या पुढ्यात एक स्त्री होती, टॉवेलनं तिचा चेहरा पुसत होती.

'थँक्स,' नोरा हसत म्हणाली.

ती स्त्री थोडी चमकल्यासारखी दिसत होती, जणू काही तिच्याशी आता देवच बोलला होता. हातात ड्रमस्टिक्स पकडलेल्या एका माणसाला तिनं ओळखलं. तो रवि होता. त्याने पांढरट-सोनेरी रंगात केस रंगवले होते आणि त्यानं निळ्या रंगाचा तंग सूट घातला होता, त्याच्या आतून शर्टाच्या ऐवजी त्याची उघडी छाती दिसत होती. कालच त्याला बेडफोर्डच्या वृत्तपत्रवाल्याच्या दुकानातल्या मासिकांकडे पाहताना बघितलं होतं. त्यापेक्षा हा कोणीतरी वेगळाच माणूस वाटत होता. किंवा इंटरकॉन्टिनेन्टल हॉटेलमध्ये बसून, तिचं चक्रावून टाकणारं व्याख्यान ऐकणारा, निळ्या शर्टातला, एखाद्या कंपनीत काम करत असल्यासारखा दिसणारा रविसुद्धा हा रवि नव्हता.

'रवि,' ती म्हणाली, ''तू कमाल दिसतोयस.''

'काय?'

त्या कोलाहलात ती काय म्हणाली, ते त्याला ऐकू गेले नव्हते, पण आता ती वेगळाच प्रश्न विचारत होती.

''ज्यो कुठे आहे?'' तिनं जोरात ओरडून विचारले.

क्षणभर रवि गोंधळल्यासारखा दिसला, खरं तर घाबरलेला, आणि काहीतरी भयंकर ऐकायला मिळणार, असं वाटून नोरानं मनाची तयारी केली. पण तसं काही झालं नाही.

''नेहमीचंच, मला वाटतं. परदेशी प्रेसच्या पुढे पुढे करत असेल.''

काय चाललंय याची नोराला काहीच कल्पना नव्हती. तो अजूनही संगीत पथकाचा सदस्य होता पण तरीही मंचावर काहीतरी सादर करण्याइतका महत्त्वाचा

नव्हता. आणि जर तो बँडमध्ये *नव्हता*, तर ज्या कारणाने त्याने बँड सोडला होता, ते कारण इतकं सबळ नव्हतं की तो बँडमधून पूर्णच हद्दपार व्हावा. रवि जे म्हणाला आणि ज्या पद्धतीने म्हणाला त्यावरून ज्यो अजूनही बँडमध्ये होता. मात्र एल्ला तिथे नव्हती. एक पीळदार शरीयष्टीचा, टक्कल केलेला आणि अंगावर गोंदून घेतलेला माणूस बेस वाजवत होता. तिला अजून जाणून घ्यायचे होते. पण त्यासाठी ही वेळ निश्चितच योग्य नव्हती.

रविने हवेत हात फिरवून नोराला काहीतरी दाखवले, त्या दिशेने पाहिल्यानंतर तिला एक भव्य रंगमंच दिसला.

तिला भरून आले. तिच्या नेमक्या भावना काय आहेत, हे या क्षणी तिला समजत नव्हते.

''आणखी गाण्यांची मागणी होतेय,'' रवि म्हणाला.

नोरा विचार करत होती. तिने रंगमंचावर *काही* सादर करण्याला दीर्घ काळ उलटला होता. आणि तेसुद्धा एका पबच्या तळघरात फक्त बारा अरसिक श्रोत्यांच्या पुढे केले होते.

रविने तिच्याकडे झुकून विचारले, ''नोरा ठीक आहेस ना तू?''

ते तिला तुटक वाटले. ज्या पद्धतीने त्याने तिचे नाव उच्चारले त्यात तिला तीच चीड जाणवत होती, जी तिला त्या एका अगदी वेगळ्या असलेल्या आयुष्यात, अवचित झालेल्या कालच्या भेटीत जाणवली होती.

'हो,' मोठ्या आवाजात, जवळजवळ ओरडून ती म्हणाली, ''अर्थात. फक्त मला आणखी काय सादर करावे, याची कल्पना येत नाहीये.''

रविने खांदे उडवले, ''हे तर नेहमीचंच आहे.''

''हं. बरोबर आहे.'' नोराने विचार करायचं प्रयत्न केला. तिने रंगमंचाकडे पाहिले. तिथे एका प्रचंड मोठ्या व्हिडिओ स्क्रीनवर मोठ्या आकारातली 'द लॅबिरिंथ' ही अक्षरे कल्लोळ करणाऱ्या प्रेक्षकांच्या नजरेसमोर गोल गोल फिरत झळकत होती. तिच्या मनात विचार आला, ''वा, *आम्ही आता मोठे झालो आहोत.* खूप मोठ्या मैदानावर कार्यक्रम होण्याइतके मोठे.'' तिला एक कीबोर्ड आणि ती बसत असे ते स्टूल दिसले. ज्यांची नावे तिला माहीत नव्हती, असे तिचे बँडमधले सोबती तिला पुन्हा एकदा रंगमंचाकडे जाण्याच्या तयारीत असलेले दिसले.

''मला सांग, आपण कुठे आहोत?'' तिने गर्दीच्या आवाजापेक्षाही मोठ्या आवाजात विचारले. ''मला काही कळत नाहीये.''

बेस वाजवणाऱ्या तो टक्कल केलेला माणूस म्हणाला : ''सान पावलो.''

''आपण ब्राझीलमध्ये आहोत?''

त्यांनी तिच्याकडे असे काही पाहिले की जणू काही तिला वेडच लागले असावे.

''तू गेले चार दिवस कुठे गेली होतीस?''

''ब्युटिफुल स्काय,'' नोरा म्हणाली, तिला जाणवले की अजूनही तिला बहुतेक सर्व शब्द आठवत होते. ''तेच गाणं सादर करू या आपण.''

'पुन्हा?' रवि हसला, त्याचा चेहरा घामामुळे चकाकत होता. ''आपण ते दहा मिनिटांपूर्वीच गायलंय.''

''ठीक आहे, ऐक'' नोरा म्हणाली. आता ती आणखी गाण्यांची मागणी करणाऱ्या श्रोत्यांच्या कोलाहलापेक्षाही वरच्या पट्टीत ओरडून बोलत होती. ''मी विचार करत होते, की आपण काहीतरी वेगळं करू या. मिक्स तयार करू या. मी विचार करत होते की नेहमीच्या गाण्याला रुळलेल्या गाण्याला वेगळ्या स्वरूपात सादर करणे आपल्याला शक्य होईल का.''

''आपण 'हाऊल' गायला हवे,'' गळ्यात मोरपिशी निळ्या रंगाचे गिटार अडकवलेली, प्रमुख साथ करणारी, बँडमधली दुसरी एक सदस्य म्हणाली. ''आपण नेहमीच 'हाऊल' सादर करतो.''

नोराने आयुष्यात कधी 'हाऊल' ऐकलेले नव्हते.

''हो, मला माहीत आहे,'' ती खोटे बोलली, ''पण आपण ते मिक्स करू या. जे त्यांना अपेक्षित नाही असं काहीतरी करू या. त्यांना चकित करू या.''

''नोरा, तू जरा जास्तच विचार करतेयस, या बाबतीत,'' रवि म्हणाला.

''मला दुसऱ्या कोणत्या पद्धतीनं विचार नाही करता येत.''

रविने खांदे उडवले. ''मग काय करायचंय आपण?''

नोरा विचारात पडली. तिच्या डोक्यात ॲशचा विचार आला त्याच्या 'सायमन अँड गारफंकल गिटार सॉन्गबुक'चा विचार. ''आपण 'ब्रिज ओव्हर ट्रबल्ड वॉटर' सादर करू या.''

रविचा विश्वासच बसत नव्हता. 'काय?'

''मला वाटतं आपण ते करायला हवं. त्यामुळे लोक चकित होतील.''

''मला ते गाणं खूप आवडतं.'' बँडमधली ती दुसरी स्त्री म्हणाली. ''आणि ते मला माहीतसुद्धा आहे.''

''ते सगळ्यांना माहीत आहे, इमानी,'' रवि उडवून लावण्याच्या आविर्भावात म्हणाला.

'तेच,' रॉक स्टारला साजेल असा ताठा आवाजात आणण्याचा प्रयत्न करत नोरा म्हणाली, ''करू या आपण.''

आकाशगंगा

नोरा रंगमंचावर चालत आली.

सुरुवातीला तिला श्रोत्यांचे चेहरे दिसत नव्हते, कारण दिवे तिच्या दिशेने वळवलेले होते, आणि त्यांच्या प्रखर प्रकाशापलीकडे सगळा अंधारच दिसत होता. त्याला अपवाद होता तो फक्त कॅमेऱ्यांचे चमकणारे फ्लॅश आणि मोबाइलमधले टॉर्च यांच्या दिपवून टाकणाऱ्या आकाशगंगेसारख्या लख्ख प्रकाशाच्या पट्ट्याचा.

असे असले तरी ती त्यांचा आवाज ऐकत होती.

जेव्हा खूप सारी माणसे एकत्र येऊन त्यांच्यात एकतानता निर्माण होते, तेव्हा ते काहीतरी अभूतपूर्व असते. जमावाच्या त्या कोलाहलामुळे तिला तिच्यामध्ये एखाद्या वेगळ्याच प्राण्याचा संचार झाल्यासारखे वाटत होते. सुरुवातीला तिला ते एक प्रकारचे आव्हान वाटत होते, जणू काही तिची अवस्था नऊ किंवा अधिक फणे असलेल्या हायड्रा[८४] नावाच्या राक्षसी पाणसर्पाचे आव्हान पेलणाऱ्या हर्क्युलिससारखी झाली होती. परंतु हर्क्युलिसला ठार करणे हा हायड्राचा उद्देश होता. तर श्रोत्यांच्या जमावाचा कोलाहल हा पूर्णपणे बळ देणारा होता, आणि त्यातल्या ताकदीच्या जाणिवेने तिच्यामध्येही बळ संचारले.

त्या क्षणी तिला कळले की तिला माहीत होते त्यापेक्षाही कितीतरी अधिक पटींनी काहीतरी करून दाखवण्याची क्षमता तिच्यात होती.

---

८४ हायड्रा या राक्षसी पाणसर्पाचे वैशिष्ट्य असे होते की त्याचा एक फणा कापला की त्या जागी दोन फणे यायचे.

निरंकुश आणि उन्मुक्त

ती कीबोर्डजवळ गेली, स्टुलावर बसली आणि तिने ध्वनिक्षेपक थोडा जवळ ओढला.

''थँक यू, सान पावलो,'' ती म्हणाली. ''वुई लव्ह यू.''

आणि ब्राझीलनेही गर्जना करून जबाब दिला.

तिला त्यातले सामर्थ्य जाणवले. हे प्रसिद्ध असण्याचे सामर्थ्य होते. तिने समाजमाध्यमांवर पाहिलेल्या पॉप आयकॉनसारखे, त्यांच्या एका शब्दाला लाखो लाइक्स आणि शेअर्स मिळतात, तसेच. प्रसिद्धीचा उच्चांक, जो जिथे पोहोचल्यानंतर हिरो, किंवा प्रतिभाशाली किंवा देवपदावर आरूढ होण्यासाठी फारसे प्रयत्न करावे लागत नाहीत. पण त्याची दुसरी बाजू अशी की असे मिळालेले पद फारच डळमळीत असते. ते जितके चुटकीसरशी मिळते तितकेच चुटकीसरशी जातेही, आणि तुम्हाला केव्हा सैतानाच्या किंवा खलनायकाच्या, किंवा निव्वळ मूर्खाच्या गादीवर बसवले जाते, ते कळतही नाही.

तिचे हृदय जोरात धडधडत होते, जणू काही तिला आता समतोल साधत दोरीवरून चालायचे होते.

हळूहळू आता तिला गर्दीतले चेहरे दिसायला लागले होते, हजारोंनी, प्रकाशात दृश्यमान होऊ लागलेले. छोटे छोटे आणि अनोळखी, कपड्यांनी झाकलेली शरीरे मात्र दिसत नव्हती. ती वीस हजार बिनशरीराची डोकी पाहत होती.

तिचे तोंड कोरडे पडले होते. तिच्या तोंडातून शब्द उमटत नव्हता. अशा अवस्थेत आपण कशा गाणार आहोत, हा प्रश्न तिला पडला होता. डॅनसाठी गात असताना, तिच्या गाण्यामुळे कळवळल्याचा त्याने केलेला खोटा खोटा अभिनय तिला आठवला.

गर्दीचा कोलाहल थांबला.

आता गाणे सुरू करायला हवे होते. वेळ झाली होती.

''इकडे लक्ष द्या,'' ती म्हणाली. ''गाणे सादर करत आहोत, जे कदाचित तुम्ही यापूर्वी ऐकले असेल.''

तिचे हे विधान अत्यंत वेडेपणाचे होते, हे तिच्या लक्षात आले. त्यांनी या कार्यक्रमाच्या तिकीटांसाठी पैसे मोजले होते कारण त्यांनी त्यातली बरीच गाणी आधी ऐकली असण्याची शक्यता होती.

''हे गाणं मी आणि माझा भाऊ, आमच्यासाठी फारच मोलाचं आहे.''

श्रोत्यांमध्ये आधीच उधाण यायला सुरुवात झाली होती. ते ओरडत होते, साद घालत होते, टाळ्या वाजवत होते आणि घुमत होते. त्यांचा प्रतिसाद अभूतपूर्व होता. त्या क्षणी तिला क्लिओपात्रासारखे वाटत होते. कमालीची घाबरलेली क्लिओपात्रा.

तिने तिची बोटे पियानोवर ई-फ्लॅट मेजरवर ठेवली, क्षणभर अजिबात लव नसलेल्या तिच्या हातावरच्या गोंदणाकडे लक्ष गेले आणि तिचे चित्त विचलित झाले. त्या गोंदणाची सुंदर अक्षरे कोनात मोडलेल्या सुलेखन शैलीत काढलेली होती. ते हेन्री डेव्हिड थोरोचे एक वचन होते. *सर्व चांगल्या गोष्टी निरंकुश आणि उन्मुक्त असतात.* तिने डोळे मिटून घेतले आणि गाणे संपेपर्यंत ते न उघडण्याचे मनोमन ठरवून टाकले.

चॉपिनला त्याचे सादरीकरण अंधारात करायला का आवडायचे हे तिला कळले. तसे सादरीकरण करणे हे अधिक सोपे होते.

'निरंकुश,' ती स्वत:शी विचार करू लागली. *'उन्मुक्त.'*

ती जशी गाऊ लागली, तसेतसे तिला चैतन्य जाणवू लागले. ऑलिंपिक चॅम्पिअन ही ओळख घेऊन पोहताना तिला जे चैतन्य जाणवत असे त्याहीपेक्षा जास्त.

तिला आश्चर्य वाटत होते की आतपर्यंत श्रोत्यांच्या अशा समुदायापुढे गाण्याची एवढी भीती तिला का वाटत होती. फार छान वाटणारी भावना होती ही.

गाणे संपल्यानंतर ते अजूनही रंगमंचावरच होते, तेव्हा रवि तिच्याकडे आला. ''यार, गाणं कमाल, कमाल होतं,'' तो तिच्या कानात ओरडला.

''हो का. छान.'' ती म्हणाली.

''आता हे विसरू या आणि 'हाऊल' सादर करू या.''

तिने मन हलवली, आणि माइक घेऊन ती बोलू लागली, घाईघाईने, इतर कुणालाही बोलण्याची संधी न देता. ''थँक यू, तुम्ही सगळे आलात त्याबद्दल. मला मनापासून आशा आहे की तुम्हां सर्वांसाठी ही संध्याकाळ आनंदाची होती. सुखरूप घरी जा.''

''सुखरूप घरी जा?'' कोचमधून हॉटेलमध्ये परतत असताना रवि म्हणाला. तो याआधी इतका उखडलेला पाहिल्याचे तिला आठवत नव्हते. तो दु:खी दिसत होता.

''त्यात काय चूक होतं?'' ती मोठ्याने म्हणाली.

“ती तुझी नेहमीची पद्धत नव्हती.”

“खरंच नव्हती का?”

“हो, शिकागोपेक्षा थोडं वेगळंच होतं.”

“का? शिकागोत मी काय केलं?”

रवि हसला. “तुझ्या मेंदूवर शस्त्रक्रिया केलीय का?”

तिने तिच्या फोनवर नजर टाकली. या आयुष्यात तिच्याकडे फोनचे अत्याधुनिक मॉडेल होते. इझ्झीकडून संदेश आला होता.

ती डॅनबरोबरच्या आयुष्यात असताना इझ्झीकडून जो संदेश आला होता, तसाच हा संदेश होता. पण या वेळेला त्यामध्ये फक्त एका देवमाशाचे छायाचित्र होते. खरे म्हणजे हे छायाचित्र कदाचित थोडे वेगळे असावे. या आयुष्यातही इझ्झी तिची मैत्रीण होती आणि मग तिच्या मूळ आयुष्यात मात्र राहिली नव्हती, असे का? ही गोष्ट लक्ष वेधून घेणारी होती. काही झाले तरी तिला एक गोष्ट निश्चितपणे माहीत होती की या आयुष्यात तिचे डॅनशी लग्न झालेले नव्हते. तिने तिचा हात पहिला आणि जेव्हा तिला तिच्या बोटावर लग्नाची अंगठी दिसली नाही तेव्हा तिला हायसे झाले.

नोराने गृहीत धरले की हे असे होते कारण इझ्झीने ऑस्ट्रेलियाला जाण्याचा निर्णय *घेण्यापूर्वी* ती स्वत: ‘द लॅबिरिंथ’मधून आधीच प्रसिद्धीच्या शिखरावर पोहोचली होती. त्यामुळे नोराचा तिच्या बरोबर न जाण्याचा निर्णय सहज समजण्याजोगा होता. किंवा इझ्झीला नोरासारखी सुप्रसिद्ध व्यक्ती आपली मैत्रीण आहे, ही गोष्ट अभिमानाची वाटत असावी.

इझ्झीने देवमाशाच्या त्या छायाचित्राखाली काहीतरी लिहिले होते.

‘सर्व चांगल्या गोष्टी निरंकुश आणि उन्मुक्त असतात.’

तिला नोराच्या हातावरच्या गोंदणाची माहिती असावी.

आता तिच्याकडून आणखी एक संदेश आला होता.

– ‘ब्राझील तुम्ही गाजवले असणारच. मला खात्री आहे, तू धमाल उडवली असणार. आणि ब्रिस्बेनच्या तिकिटांचा प्रश्न सोडवल्याबद्दल लाख लाख धन्यवाद. आम्हा गोल्ड कोस्टर्सच्या[८५] भाषेत सांगायचे तर आम्ही तरंगतो आहोत.’ इझ्झीने संदेशाखाली देवमासे, बदाम, धन्यवाद देणारे हात, एक माइक आणि काही स्वरचिन्हे यांच्या इमोजी टाकल्या होत्या.

नोराने तिचे इन्स्टाग्राम पाहिले. त्यावर अकरा कोटी, तीन लक्ष लोक तिच्या इन्स्टाग्रामला नेमाने भेट देत होते, असे तिच्या लक्षात आले.

---

८५ गोल्ड कोस्टर्स – ‘गोल्ड कोस्ट’ – ऑस्ट्रेलियाच्या पूर्व किनाऱ्यावरील, ब्रिस्बेनच्या दक्षिणेकडे असणारे एक पर्यटन स्थळ, तेथील लोक.

आणि *आईशपथ!* तिचे सौन्दर्य जीवघेणे दिसत होते. तिच्या नैसर्गिक काळ्या रंगाच्या केसांमध्ये थोडी पांढरट झाक असलेली एक बट दिसत होती. भडक मेकअप. आणि टोचलेला ओठ. ती थकलेली दिसत होती पण तिच्या मते तो प्रवासाचा परिणाम होता. चेहऱ्यावरच्या त्या थकव्यामुळे सुद्धा ती काहीशी मोहक वाटत होती. 'कूल' बिली आयलिश[८६] इतकीच मोहक, जणू तिची मावशीच.

तिने एक सेल्फी घेतला. त्यामध्ये, ती जरी अगदी तिच्या मुद्दाम प्रसिद्धीला देण्यासाठी काढलेल्या कलापूर्ण छायाचित्रांसारखी दिसत नव्हती, तरी तिला कधीही वाटले नव्हते इतकी ती 'कूल' दिसत होती. तिच्या ऑस्ट्रेलियातील आयुष्यात ती तिच्या कविता ऑनलाइन प्रसिद्ध करायची तसेच ती या आयुष्यातही करत होती. मात्र फरक असा होता की या आयुष्यात प्रत्येक कवितेला पाच लाखांच्या जवळपास लाइक्स मिळालेले असायचे. एका कवितेचे नावसुद्धा 'फायर' होते, पण ही वेगळी होती.

तिच्या आत एक आग होती.
तिला माहीत नव्हते की ही आग तिला आतून ऊब देणारी होती की जाळणारी.
आणि तिला जाणीव झाली की आगीला कसलाही हेतू नसतो.
तो फक्त तिच्या असण्याला असू शकतो.
त्यातील सामर्थ्य सर्वस्वी तिचे होते.

तिच्या जवळ एक बाई बसलेली होती. ती काही बँडमध्ये नव्हती, पण तिच्या आविर्भावातून ती महत्त्वाची असल्याचे जाणवत होते. तिचे वय साधारण पन्नाशीच्या आसपास असावे. कदाचित ती व्यवस्थापक असावी. कदाचित ती रेकॉर्डिंग कंपनीत काम करत असावी. तिच्या भोवती एखाद्या शिस्तप्रिय आईचे वलय होते. पण तिने स्मितहास्य करून संभाषणाला सुरुवात केली.

''प्रतिभेचा आविष्कार,'' ती म्हणाली. ''द सायमन अँड गारफंकलवाली गोष्ट. तुम्ही दक्षिण अमेरिकेत एक नवीन प्रवाह सुरू करता आहात.''

'कूल.'

''तुझ्या अकाउंट्समधून मी त्याबद्दल लिहिले आहे.''

ती हे अशा पद्धतीने म्हणाली की तिने जे काही केले होते ते योग्यच अगदीच योग्य होते. ''ओहो. बरं. ठीक.''

---

८६ 'कूल दिसणारी' म्हणून प्रसिद्ध असलेली लोकप्रिय तरुण अमेरिकन गायिका.

"आज रात्री हॉटेलमध्ये प्रेसच्या संदर्भातल्या एक-दोन गोष्टी पाहायला हव्यात. आणि मग उद्या आपल्याला लवकरच निघायचे... पहिली गोष्ट म्हणजे आपण फ्लाइटने रिओ[८७] येथे जाणार आहोत, तिथे प्रेसबरोबर आठ तास. हे सगळं हॉटेलमध्ये."

'रिओ?'

"तू या आठवड्याच्या टुरच्या वेळापत्रकाचा धावता आढावा घेते आहेस, होय ना?"

"हो, तसंच थोडंसं. तू मला पुन्हा आठवण करशील ना?"

ती थोडी गंमत वाटून हसली, जणू काही नोराला टुरचे वेळापत्रक ठाऊक नसणे, हा तिच्या स्वभावाचाच एक भाग होता. "नक्की. उद्या रिओ. दोन रात्री. तिथून ब्राझीलमधली शेवटची रात्र पोर्ट ॲलिग्रे, मग सॅन्टिॲगो, चिली, ब्युनोस आयरिस, मग लिमा. आणि तो दक्षिण अमेरिकेतला शेवटचा मुक्काम.

मग पुढच्या आठवड्यात अशिया टुरची सुरुवात. जपान, हॉन्कॉन्ग, फिलिपिन्स, तैवान.

"पेरू? आपण लोकप्रिय आहोत पेरूमध्ये?"

"नोरा, तू याआधी गेली होतीस पेरूला, आठवतंय? गेल्या वर्षी. ते वेडे झाले होते. पंधरा हजार लोक. सगळेच्या सगळे. त्याच जागी आहे. रेसकोर्स."

"रेसकोर्स. नक्की. हो. मला आठवतंय. चांगली झाली ती रात्र. खरंच... छान."

तिला जाणीव झाली की आयुष्यही कदाचित तसंच असावं. एक मोठं रेसकोर्स. पण तिला हे नेमके समजत नव्हते की त्या तुलनेत ती त्या रेसकोर्सवर धावणारा घोडा होती की जॉकी.

रविने त्या स्त्रीच्या खांद्यावर चापटी मारली. "जोआना, उद्या पॉडकास्टची वेळ काय आहे?"

"अरे देवा! खरं म्हणजे आज रात्रीची आहे वेळ. सॉरी. सांगायला विसरले. पण त्यांना नोराशी नुसतं बोलायचं आहे. त्यामुळे तुम्हाला हवं असेल तर ते रात्री लवकर करता येईल."

रविने वैतागून खांदे उडवले. "नक्कीच. हो."

जोआनाने एक सुस्कारा सोडला. "मेसेंजरचे शूटिंग करू नकोस. जरी तुला त्याने कधी थांबवले नाही."

नोरा तिच्या भावाचा विचार करत होती, पण जोआना आणि रविमधला तणाव लक्षात घेता, ज्या गोष्टीची माहिती तिला असणे अपेक्षित होते, त्याबद्दल

---

८७ रिओ डी जानिरो, ब्राझील.

त्यांना काही विचारणे तिला चुकीचे वाटले. त्यामुळे चार लेन्सच्या हायवेवरून धावणाऱ्या त्या कोचच्या बाहेर ती खिडकीतून पाहत राहिली. अंधारात रोखून पाहणाऱ्या लाल डोळ्यांप्रमाणे दिसणारे गाड्यांचे चमकणारे टेललॅम्प, आणि लॉऱ्या आणि मोटरबाइक्स. अंधारलेल्या ओलसर आभाळाच्या पार्श्वभूमीवर छोटे छोटे उजेडाचे चौकोन वागवणाऱ्या दूरवरच्या गगनचुंबी इमारती. बाजूला आणि हायवेच्या मध्यावर दोन दिशांना वाहणारी रहदारी विभागणारी, सैन्याच्या शिस्तीने ओळीने उभी असलेली, सावल्यांसारखी दिसणारी झाडे.

उद्या संध्याकाळपर्यंत जर ती या आयुष्यात राहिली असती तर तिने पूर्ण कार्यक्रमामध्ये गाणी गावीत अशी तिच्याकडून अपेक्षा केली गेली असती. त्यातली बहुतेक तिला माहीत नसलेली नसण्याची शक्यता होती. तिला समजत नव्हते की ठरलेल्या यादीतली किती गाणी ती पटकन शिकू शकली असती.

तिचा फोन वाजला. व्हिडिओ कॉल. कोणी रायन कॉल करत होता.

जोआनाने नाव पाहिले आणि ती तिरकस हसली. ''तुला तो कॉल घ्यायला हवा.''

तिला रायन म्हणजे कोण याची काहीही माहिती नव्हती आणि स्क्रीनवर दिसणारे चित्रही खूप धुरकट होते, तरीही तिने तो कॉल घेतला.

पण आता तो तिथे होता. तिने त्याचा चेहरा सिनेमांमध्ये आणि कल्पनेमध्ये अनेकदा पाहिला होता.

''हे बेब. एक मैत्रिणीला फोन करतोय, बाकी काही नाही. आपण अजून मित्र आहोत. आहोत ना?''

तिलाही तो आवाज माहीत होता.

अमेरिकन, राकट, आकर्षक. सुप्रसिद्ध.

जोआना कोचमध्ये बसलेल्या दुसऱ्या कोणाशी तरी कुजबुजताना ऐकू आले: ''ती फोनवर आहे, रायन बेलेबरोबर.''

रायन बेले

रायन बेले

रायन बेले जसा असणे अपेक्षित होता तसा. तिच्या कल्पनाविश्वातल्या रायन बेलेच्या चित्रात वेस्ट हॉलीवुडमध्ये गरम पाण्याच्या टबमधून निघणाऱ्या वाफेच्या पडद्याआडून त्या दोघांनी प्लेटो आणि हायडेगर यांच्याबद्दल गप्पा मारल्या होत्या.

''नोरा? तुझे लक्ष आहे ना? तू घाबरलेली दिसते आहेस.''

''अं, हो. मी आहे... हो. मी आहे... मी जरा... मी इथं आहे... बसमध्ये ... मोठी प्रवासीबस... हो. हाय.''

''मी कुठे आहे, ओळख पाहू.''

काय बोलावे हे तिला कळत नव्हते. 'हॉट टब' हे काही योग्य उत्तर असू शकत नव्हते. ''मला प्रामाणिकपणे माहीत नाही.''

त्याने त्याचा फोन एका मोठ्या आणि ऐश्वर्यसंपन्न दिसणाऱ्या बंगल्याच्या सभोवार फिरवला, चकचकीत सामानसुमानाने परिपूर्ण, टेराकोट्टाच्या फरशा आणि आतमध्ये दोघांसाठी असलेला छपरी भव्य पलंग, मच्छरदाणीसाहित.

''नयारित, मेक्सिको.'' मेक्सिकोचा उच्चार अशुद्ध स्पॅनिशमध्ये, 'एक्स', 'ह' सारखा उच्चारत, तो म्हणाला. चित्रपटांमध्ये दिसणाऱ्या रायन बेलेपेक्षा इथे तो थोडा वेगळा दिसत होता. थोडा स्थूल. थोडा कमी तेजस्वी. कदाचित प्यालेला. ''शूटिंगच्या ठिकाणावर आहे. मी *सलून २*चे शूटिंग करतोय.''

''*लास्ट चान्स सलून २?* अरे, मला त्याचा पहिला भाग बघण्याची फारच इच्छा आहे.''

जणू काही तिने फार मोठा विनोद केलाय, असे तो हसला.

''अजूनही नेहमीसारखी तशीच कोरडी आहेस, नोनो.''

'नोनो?'

''कासा दे मितामध्ये राहिलो होतो,'' तो बोलत होता. ''आठवतंय? आपला तिथला वीक-एंड? त्यांनी मला त्याच व्हिलामध्ये ठेवलंय. तुला आठवतंय? तुझ्या आठवणींच्या सन्मानार्थ मी मेसकल मार्गरिता[८८] घेतोय. तू कुठे आहेस?''

---

८८ एक कॉकटेल

''ब्राझील. आमचा काल सान पावलोमध्ये कार्यक्रम केला.''

''अरे व्वा. त्याच ठिकाणी. कूल. हो, कूल.''

''कार्यक्रम खरंच फार छान झाला.'' ती म्हणाली.

''तू फारच औपचारिक बोलते आहेस.''

नोराला माहीत होतं की जवळजवळ अर्ध्या बसचे कान तिच्याकडे लागले आहेत. रवि बिअरची बाटली संपवता संपवता तिच्याकडे एकटक पाहत होता.

''मी जरा... तुला माहीत आहे ना... बसमध्ये आहे ते... आजूबाजूला लोक आहेत.''

'लोक,' तो असा सुस्कारला की वाटावं त्याला खरं म्हणजे शिवीच हासडायची होती. ''हे लोक नेहमीच आजूबाजूला असतात. तीच साली एक समस्या आहे. पण ऐक, मी अलीकडे खूप विचार करतोय. तू जिमी फॅलनबद्दल जे काही म्हणालीस त्या संदर्भात...''

त्याचे प्रत्येक वाक्य तिला रस्त्यात सुसाट सुटलेल्या प्राण्यासारखे वाटत नाहीये, असे दाखवण्याचा प्रयत्न नोरा करत राहिली.

''काय म्हणाले होते मी?''

''तुला आठवतंय, जे काही घडलं ते कसं न कळत घडलं. मी आणि तू. कसं तुझ्या मनात काही कडवटपणा नव्हता. मला तुझ्या त्या बोलण्याबद्दल फक्त धन्यवाद द्यायचे होते. कारण मला माहीत आहे की मी एक घृणा वाटावी असा माणूस आहे. मला माहीत आहे ते. पण मी प्रयत्न करतो आहे, ते सुधारण्यासाठी. मी ज्याच्याकडून उपचार घेतो आहे तो मानसोपचारतज्ज्ञ फार चांगला आहे.''

''हे फारच चांगले आहे.''

''नोरा, मला तुझी खूप आठवण येते. आपण एकत्र खूप चांगला वेळ घालवला. पण आयुष्यात नुसता उत्तम सेक्स मिळून भागत नाही, त्यापेक्षा अधिक काहीतरी असते.''

'हो,' नोरा तिच्या कल्पनांना आवर घालत म्हणाली. ''अगदी बरोबर.''

''आपले सगळे अत्युत्तम होते. पण ते संपवण्याचा तुझा निर्णय बरोबर होता. वैश्विक पातळीवर विचार करता तुझे म्हणणे योग्य होते. त्या पातळीवर *नाकारणं* नसतं आणि *परत फिरणंही.* तुला माहितीय, मी खूप विचार करतोय. ब्रह्मांडाबद्दल. मी सावरायचा प्रयत्न करतोय. आणि ब्रह्मांड मला सांगतंय मी घातलेला सगळा गोंधळ निस्तरायला हवा. हे स्थिरावणं आहे गं. आपल्यामध्ये जे काही होतं ते फारच आवेगानं भारलेलं होतं आणि आपली आयुष्यंही आवेगपूर्ण आहेत आणि हे डार्विनने सांगितलेल्या वेगाच्या तिसऱ्या नियमासारखं आहे. क्रियेचा परिणाम प्रतिक्रिया असते. त्याला चालना देणारं काहीतरी असावं

लागतं. तुला ते कळलं. आणि आता आपण दोन स्वतंत्र रेणू आहोत, आसमंतात फिरणारे, एके दिवशी शॅटो मॉरमॉन्टमध्ये[८९] पुन्हा एकत्र येण्यासाठी...''

तिला कळत नव्हते, काय बोलावे. ''मला वाटतं तो न्यूटनने सांगितलाय.''

'काय?'

''गतीचा तिसरा नियम.''

त्याने मान तिरकी केली, एखाद्या गोंधळलेल्या कुत्र्यासारखी. 'काय?

''जाऊ दे. काही फरक पडत नाही.''

त्याने एक सुस्कारा सोडला.

''ते काही असो, हे मार्गरिता मी संपवणार आहे. कारण मला आता एका प्रशिक्षण आहे. मेस्कल, कळलं. टकीला नव्हे. मी प्यालेल्या अवस्थेत असून चालणार नाही. हा एमएमएवाला[९०] माणूस. तो अत्यंत कडक आहे.''

'ओके.'

''आणि नोनो...''

'काय?'

''तू ते मला ज्या खास नावाने बोलवायचीस, त्या नावाने पुन्हा बोलवशील?''

'अं...'

''तुला माहीत आहे कोणतं ते.''

''अर्थात. हो. अगदीच.'' ते काय असेल हे आठवायचा ती प्रयत्न करत होती. *राय – राय? राय ब्रेड? प्लेटो?*

''मला नाही आठवू शकत.''

'लोक?'

तिने आजूबाजूला बघण्याचे नाटक केले. ''बरोब्बर. लोक. आणि तुला माहीत आहे, आता आपण वेगळे होऊन आपापली आयुष्यं जगतो आहोत, ते जरा... वाईट दिसलं असतं.''

तो उदासवाणे हसू हसला. ''ऐक, एलएमधल्या शेवटच्या कार्यक्रमाला मी येईन. स्टेपल्स सेंटर[९१], पहिली रांग. तू मला थांबवू शकणार नाहीस, कळलं?''

''किती गोड?''

---

८९ लॉस एंजेलिस, कॅलिफोर्निया येथील एक हॉटेल, खास कलाकारांसाठी आणि इतर सुप्रतिष्ठित लोकांसाठी बांधलेले, त्यांना निवांतपणा आणि मोकळेपणा मिळावा म्हणून.

९० MMA – Mixed Martial Arts

९१ लॉस एंजेलिसमधले क्रीडा आणि मनोरंजन केंद्र.

''मित्र कायमचे?''

''मित्र, कायमचे.''

त्यांचं संभाषण संपत आलंय हे लक्षात आलं तेव्हा अचानक नोराला आठवले की तिला काहीतरी विचारायचं आहे.

''तू खरोखरी तत्त्वज्ञान वाचायचास?''

त्याने ढेकर दिली. रायन बेले, ही ज्यात गॅस निर्माण होतो असे मानवी शरीर असलेली, एक मानवी व्यक्ती होती, याचे अचानक भान येणे ही एक धक्कादायक गोष्ट होती.

'काय?'

''तत्त्वज्ञान. बऱ्याच वर्षांपूर्वी तू 'द अथेनियन्स'मध्ये प्लेटोची भूमिका करत होतास, तेव्हा तू एक मुलाखत दिली होतीस आणि म्हटल होतंस की तू तत्त्वज्ञान खूप वाचतोस.''

''मी *आयुष्य* वाचतो आणि आयुष्य हेच एक तत्त्वज्ञान आहे.''

त्याच्या बोलण्याचा नेमका काय अर्थ आहे, हे नोराला काही माहीत नव्हतं, पण या 'ए' ग्रेडच्या सिनेनटाला सोडून दिल्याबद्दल मनातल्या मनात तिला दुसऱ्या आयुष्यातल्या स्वत:च्या या रूपाचा अभिमान वाटला.

''मला वाटतं तू म्हणाला होतास की तेव्हा तू मार्टिन हाइडेगर वाचतोयस.''

''हा मार्टिन हॉट डॉग कोण आहे? ओऽह, कदाचित ती फक्त प्रेससाठी मारलेली थाप होती. तुला माहीत आहे ना, तुम्ही प्रेसच्या तोंडावर काहीही फेकत असता.''

''हो. अर्थात.''

''आदियोस, अमीगा.[१२]''

''आदियोस, रायन.''

त्याने कॉल संपवला आणि जोआना तिच्याकडे पाहून काहीही न बोलत हसत होती.

जोआनाच्या व्यक्तित्वात शिक्षकासारखे आश्वासक आणि शांत-समाधानी वाटावे असे काहीतरी होते. तिने ठरवले की तिच्या या रूपात तिला जोआना आवडली होती. पण मग तिला आठवले की तिला पॉडकास्टवर बोलायचे होते आणि त्यातल्या पन्नास टक्के लोकांची नावेही तिला माहीत नव्हती. किंवा त्यांच्या अलीकडच्या शेवटच्या अल्बमचे नाव. किंवा त्यांचे *कुठलेच* अल्बम.

---

१२ Goodby, my friend.

शहराच्या बाहेर, अतिशय भव्य दिसणाऱ्या एका हॉटेलपाशी त्यांचा कोच थांबला. गडद काचांच्या महागड्या गाड्या. रंगीबेरंगी लाइट गुंडाळून उभी असलेली पामची झाडे. परग्रहावरचे वाटावे असे स्थापत्य.

''पूर्वी हा राजवाडा होता.'' जोआनाने तिला सांगितले. ब्राझीलमधल्या एका अग्रणी स्थपतीने बांधलेला. मी त्याचे नाव विसरले.'' तिने त्याचे नाव शोधले. ''ऑस्कर निमायर,'' एक क्षणभरानंतर ती म्हणाली. ''आधुनिकतावादी. पण त्याच्या नेहमीच्या स्थापत्यापेक्षा ही इमारत जास्त दिमाखदार आहे. ब्राझीलमधलं सर्वोत्कृष्ट हॉटेल...''

आणि मग नोराला लोकांचा एक छोटा समुदाय दिसला, भिकाऱ्यांनी हातात वाडगे घेऊन हात पसरावेत, तसे हातात फोन घेऊन हात पसरून तिच्या आगमनाचे छायाचित्रण करणारे लोक.

तुमच्या जवळ सगळे काही असू शकते आणि त्याचे काहीच अस्तित्व जाणवत नाही.

@NoraLabyrinth, 74.8K Retweets, 485.3K Likes

हनी केक्सने भरलेला चांदीचा ट्रे

बहुवैश्विकतेच्या वास्तवात तिचे हे आयुष्य तिच्या इतर आयुष्यांच्या बरोबरीने अस्तित्वात आहे असा विचार करणे म्हणजे विचारांवर कसलाच अंकुश नसल्यासारखे वाटत होते, एकाच तारेवर छेडलेल्या दोन सुरांसारखे.

एका आयुष्यात नोराला भाडे भरण्यासाठी धडपड करायला लागत होती, तर त्याच वेळेस दुसऱ्या आयुष्यात ती जगभरात जिथे जाईल तिथल्या लोकांमध्ये प्रचंड ऊर्जा निर्माण होत होती, यांवर विश्वास ठेवणे तिला जवळजवळ अशक्य वाटत होते.

ज्यांनी हॉटेलजवळच्या तिच्या बसच्या आगमनाचे चित्रीकरण केले होते असे काही थोडे चाहते, तिची सही मिळेल या आशेने बाहेर थांबले होते. बँडमधल्या इतर कलाकारांचे त्यांना फारसे आकर्षण असावे असे दिसत नव्हते. त्यांची सगळी धडपड फक्त नोराबरोबर दोन शब्द बोलायला मिळावेत, म्हणून होती.

वाळूवर पावलांचा आवाज करत ती त्यांच्यापर्यंत पोहोचत होती, तेव्हा तिचे लक्ष एका मुलीकडे गेले. तिच्या अंगावर गोंदण होते. तिचा पोशाखही असा चित्रविचित्र होता की ती सायबरपंकच्या एखाद्या गेममधल्या, जगाच्या अंतानंतरच्या लढाईतल्या योद्ध्यासारखी दिसत होती. तिची केशभूषा हुबेहूब नोरासारखी होती; अगदी ती पांढरी बटसुद्धा.

'नोरा! नोराऽऽऽह! हाय! आमची लाडकी नोरा, आमची राणी! ब्राझीलला आल्याबद्दल धन्यवाद! तू जिंकलस!'' आणि मग गजर सुरू झाला : 'नोरा! नोरा! नोरा!'

ती जेव्हा वाचता न येणाऱ्या सह्या खरडत होती, एका विशीतल्या माणसाने त्याचा टी-शर्ट काढला आणि तिला खांद्यावर सही करायला सांगितली.

''हे मला गोंदवून घ्यायचं आहे,'' तो म्हणाला.

'खरंच?' स्वत:चे नाव त्या माणसाच्या अंगावर लिहिता लिहिता तिने विचारलं.

''हा माझ्या आयुष्यातला परमोच्च क्षण आहे,'' तो घाईघाईने म्हणाला. 'माझं नाव फ्रांसिस्को आहे.''

एका शार्पी पेनने[१३] त्याच्या त्वचेवर नोराने काहीतरी लिहिणे हा त्याच्या आयुष्यातला परमोच्च क्षण कसा काय असू शकतो, याचं नोराला कोडं पडलं होतं.

''तू माझं आयुष्य वाचवलंस. 'ब्युटिफुल स्काय' माझं आयुष्य वाचवलं. ते गाणं भन्नाट आहे.''

'अरे. अरे व्वा! 'ब्युटिफुल स्काय'? तुला ब्युटिफुल स्काय माहीत आहे?''

तो चाहता वेड लागल्यासारखा हसायला लागला. ''तू फारच विनोदी आहेस! म्हणूनच तू माझी आयडॉल आहेस! तू मला फार आवडतेस! मला विचारतेस 'ब्युटिफुल स्काय' माहीत आहे का? जबरदस्त आहे हे.''

नोराला काय बोलावे ते सुचेना. एकोणीस वर्षांची असताना ब्रिस्टल विद्यापीठात बसून लिहिलेले ते छोटेसे गाणे ब्राझीलमधल्या कुण्या एकाचे आयुष्य बदलून टाकते. भारावून टाकणारे होते हे.

स्पष्टपणे हेच ते आयुष्य होते, ज्यासाठी तिचा जन्म झाला होता. तिला आता पुन्हा त्या वाचनगृहात कधी जावे लागेल का, अशी शंकाही आता तिच्या मनात उरली नव्हती. अशा तऱ्हेने कौतुकाचा विषय बनून राहणे तिला जमणार होते. बेडफोर्डमध्ये राहणे, ७७ नंबरच्या बसमधून जाणे-येणे, खिडकीकडे पाहून उदास गाणी गुणगुणणे यापेक्षा हे छान होते.

तिने सेल्फीसाठी पोज दिली.

एक तरुण मुलगी अगदी रडण्याच्या बेतात होती. तिच्या हातात नोरा रायन बेलीचे चुंबन घेत असतानाचे मोठे छायाचित्र होते.

''जेव्हा तू त्याला सोडलेस तेव्हा मला फारच दु:ख झाले होते!''

''मला कल्पना आहे. हो, ते दु:खकारकच होतं. पण तुला सांगू, गोष्टी घडतात. ते एक... धडा शिकवणारं वळण असतं.''

जोआना तिच्या बाजूला आली आणि तिला शांतपणे वाट दाखवत, हॉटेलकडे घेऊन गेली.

जेव्हा ती हॉटेलच्या दिमाखदार, मोगऱ्याच्या वासाने सुगंधित झालेल्या, सुशोभित (दिव्यांची झुंबरे, फुलांच्या सजावटी) दर्शनी कक्षात पोहोचली, तेव्हा बँडमधले बाकीचे कलाकार आधीच बारमध्ये पोहोचले होते. पण तिचा भाऊ कुठे होता? कदाचित तो प्रसारमाध्यमाच्या लोकांवर छाप पाडण्यात गुंतलेला असावा.

ती बारकडे जाऊ लागली आणि तिच्या लक्षात आले की प्रत्येक जण हॉटेलमधले सेवक, रिसेप्शनिस्ट, पाहुणे तिच्याकडे पाहत होते.

---

१३ 'Sharpie Pen' हा एक ब्रँड आहे.

नोरा तिचा भाऊ कुठे आहे, ही विचारण्याची संधी साधणार एवढ्यात 'द लॅबिरिंथ' असे जुन्या सायन्स-फिक्शन सिनेमात वापरायचे अशा अक्षरांमध्ये छापलेला टी-शर्ट घातलेल्या एका माणसाला बोलावण्यासाठी जोआनाने खूण केली. तो माणूस साधारणपणे चाळिशीतला असावा, पिकू लागलेली दाढी आणि विरळ होऊ लागलेले केस असलेला; पण तो नोरासमोर थोडा अवघडलेला दिसत होता. त्याने नोराशी हस्तांदोलन करताना किंचितसे झुकून तिला अभिवादन केले.

''मी मार्सेलो,'' तो म्हणाला. ''मुलाखतीला मान्यता दिल्याबद्दल धन्यवाद.''

नोराला मार्सेलोच्या मागे आणखी एक माणूस उभा असलेला दिसला. तरुण, कान टोचलेला, गोंदून घेतलेला आणि चेहऱ्यावर मोठे हसू असलेला. त्याच्या हातात रेकॉर्डिंगचे यंत्र होते.

''बारमध्ये आपण शांत जागा राखून ठेवली होती.'' जोआना म्हणाली. ''पण तिथे लोक आहेत. मला वाटते आपण जर नोराच्या सुइट्मध्ये गेलो तर बरे होईल.''

'छान,' मार्सेलो म्हणाला, ''छान, छान.''

लिफ्टकडे जाता जाता नोराने मागे वळून बारकडे पाहिले आणि तिला बँडमधले इतर सदस्य दिसले. ''तुम्हाला कदाचित इतरांशीसुद्धा बोलायला आवडेल, नाही का?'' ती मार्सेलोला म्हणाली. ''मला आठवत नाहीत अशा अनेक गोष्टी त्यांच्या स्मरणात असतात.''

मार्सेलो हसला आणि मुंडी हलवत नम्रपणे म्हणाला, ''हे असे ठीक आहे. मला वाटतं...''

ते लिफ्ट येण्याची वाट पाहत उभे होते, तेव्हा भोवतालच्या प्रत्येकाची नजर त्यांच्यावरच खिळलेली होती. जोआना नोराच्या बाजूला झुकली.

''तू ठीक आहेस का?''

''नक्कीच आहे. हो. का?''

''माहीत नाही. म्हणजे, तू आज जरा वेगळी दिसतेयस.''

''वेगळी कशी?''

''असंच... वेगळी.''

ते सगळे लिफ्टमध्ये शिरल्यानंतर, नोराने जिला कोचमध्ये पाहिले होते अशा दुसऱ्या एका बाईला जोआनाने बारमधून काही ड्रिंक्स - पॉडकास्टर्ससाठी दोन बिअर, नोरासाठी स्पार्कलिंग मिनरल वॉटर आणि स्वत:साठी काईपिरीन्या हे ब्राझीलियन कॉकटेल - घेऊन यायला सांगितले.

''आणि ते वर सुइट्मध्येच घेऊन ये, माया.''

''कदाचित या आयुष्यात मी दारू पीत नसेन,'' लिफ्टमधून बाहेर पडता पडता आणि तिच्या सुइट्कडे जाणाऱ्या लालसर-गुलाबी रंगाच्या मुलायम गालिचावरून चालताना नोराच्या मनात विचार आला.

आणि मग, आत प्रवेश केल्यानंतर, हे सगळे पूर्णपणे नेहमीसारखेच आहे असे दाखवण्याचा प्रयत्न केला. ही खूपच प्रशस्त असणारी खोली, तिला लागून असलेली आणखी एक प्रशस्त खोली, तिलाच लागून असलेले तितकेच प्रशस्त न्हाणीघर. सुइटमध्ये एक खूप मोठा पुष्पगुच्छ होता, त्यात हॉटेलच्या व्यवस्थापकाची सही असलेली एक चिठ्ठी होती.

तिथल्या महागड्या सामानाकडे पाहताना, 'व्वा!' असा चीत्कार तोंडातून बाहेर पडता पडता तिने दाबला. ते जमिनीपासून छतापर्यंत लहरणारे पडदे, लंब्याचवड्या आकाराचा नवाकोरा पांढरा पलंग, छोट्या सिनेमागृहात असावा असा मोठा टीव्हीचा पडदा, बर्फामध्ये ठेवलेली शॅम्पेनची बाटली, 'ब्राझीलियन हनी केक्स' असे कार्ड असलेला, चांदीचा भरलेला ट्रे.

''मला नाही वाटत तुला यातलं काही चालणार आहे.'' ट्रेमधल्या त्या पक्वान्नाचा तुकडा तोंडात टाकत जोआना म्हणाली. ''तू आता त्या नव्या डाएटवर आहेस. हार्लेने मला तुझ्यावर लक्ष ठेवायला सांगितलंय.''

नोरा जोआनाकडे ती एका केकचा तुकडा खाताना पाहत होती आणि मनात विचार करत होती की एखादा डाएट प्लॅन ज्यामध्ये ब्राझीलियन हनी केकसारख्या स्वादिष्ट गोष्टीचा समावेश नसेल तो कितीसा चांगला म्हणायचा. तिला माहीत नव्हते की हे हार्ले प्रकरण काय होते, पण ते आपल्याला आवडले नाही, हे तिला माहीत होते.

''आणि हो... तुला माहीत असायला पाहिजे म्हणून, लॉस एंजेलिसमध्ये लागलेल्या आगी अजून लागलेल्याच आहेत आणि आता निम्मे कॅलॅबॅसस[९४] रिकामे करताहेत, पण आशा आहे की तुझी जागा जिथे आहे तितक्या उंचीपर्यंत आग पोहोचणार नाही...''

नोराला समजत नव्हतं की लॉस एंजेलिसमध्ये घर आहे म्हणून खूश व्हायचे की त्याला आग लागेल म्हणून काळजी करायची.

त्या दोन पॉडकास्टवाल्यांनी त्यांचे सगळे सामान लावायला काही वेळ घेतला. आणि जोआना तोंडाला लागलेले केकचे काही चुकार कण तिच्या मॅनिक्युअर केलेल्या बोटाने झटकत *ओ सॉम* हे ब्राझीलमधले संगीताचे अत्यंत लोकप्रिय पॉडकास्ट कसे आहे, हे सांगत असताना नोराने बैठकीच्या खोलीतल्या प्रशस्त सोफ्यामध्ये अंग टाकले.

---

९४ कॅलिफोर्नियामधले शहर.

''प्रचंड लोकसमुदाय,'' जोआना उत्साहाने सांगत होती. ''आणि त्यांचा आकडा गगनाला भिडणारा आहे. ही मुलाखत पूर्णपणे उपयोगी येईल.''

आणि पॉडकास्ट सुरु झाल्यावर ती तिथेच थांबली, एखाद्या घारीसारखी नजर ठेवून.

साक्षात्कारांचे पॉडकास्ट

''म्हणजे हे वर्ष तुमच्यासाठी फारच धांदलीचं होतं तर,'' मार्सेलोने विचारले.

''हो ना, अत्यंत वेगवान वाहनावर स्वार झाल्यासारखे वाटत होते.''

''मी तुम्हाला तुमच्या अल्बमबद्दल काही विचारू शकतो का... *पॉटर्सव्हिल.* सगळी गाणी तुम्ही लिहिली आहेत, बरोबर?''

''हो, बहुतेक सगळी.'' नोराने तिच्या हातावरच्या तिळाकडे पाहत अंदाजे उत्तर दिलं.

''ती सर्व तिनेच लिहिलेली आहेत.'' नोराने मध्येच उत्तर दिले.

मार्सेलोने मान हलवली, त्याच वेळेस त्याच्या बरोबर असलेला तो दुसरा माणूस, अजूनही त्याच्या चेहऱ्यावरचे रुंद हास्य कायम ठेवून, लॅपटॉपवरच्या बटणांशी खेळत आवाजाची पट्टी जुळवत होता.

'''फेदर्स' हे गाणं माझ्या आवडीचं आहे.'' ड्रिंक्स आली तेव्हा मार्सेलो म्हणाला.

''तुम्हाला ते आवडतं हे ऐकून चांगलं वाटलं.''

ही मुलाखत कशी थांबवता येईल, यासाठी नोरा काहीतरी बहाणा शोधत होती. डोकं दुखतंय? पोट बिघडलंय?

''पण तुम्ही जे गाणं आधी प्रकाशित करायचं ठरवलंत, ते 'स्टे आउट ऑफ माय लाइफ,' त्याबद्दल मला प्रथम बोलायला आवडेल. तो तुमचा स्वतःचा अनुभव आहे असं वाटतं.''

नोरा बळेबळे हसली. ''खरं तर गाण्याचे शब्द पुरेसे बोलके आहेत.''

''अर्थातच त्याचा संदर्भ कशाशी जुळतो याबद्दल खूप चर्चा आहे... नेगकं कसं सांगू?''

''प्रतिबंधात्मक आदेश?'' जोआनाने मदत करायच्या उद्देशाने म्हटले.

''हो! प्रतिबंधात्मक आदेश.''

'अं,' नोरा दचकून म्हणाली. ''काही असले तरी मला ते सगळे गाण्यातून व्यक्त करायला आवडते. मला त्याबद्दल बोलणे कठीण जाते.''

''हो, मी समजू शकतो. पण तुम्ही तुमच्या अलीकडच्या रोलिंग स्टोन मासिकाच्या मुलाखतीत तुमच्या आधीच्या बॉयफ्रेंडचा ओझरता उल्लेख केला होतात, डॅन लॉर्ड, आणि त्याने तुमचा पाठलाग केल्यानंतर, त्याच्या विरुद्ध

ते... ते... ते... प्रतिबंधात्मक आदेश मिळवणे किती कठीण होते याचा उल्लेख केला होतात... त्याने तुमच्या घरात घुसायचा प्रयत्न केला होता ना? आणि नंतर 'ब्युटिफुल स्काय' हे गीत त्याने लिहिले असे वार्ताहरांना सांगितले होते?''

'जीझस.'

तिला हसावे की रडावे असे झाले होते, पण त्यातले काहीच न करण्यात तिला यश आले.

''मी अजूनही त्याच्या बरोबर राहत होते तेव्हा ते लिहिले होते. पण ते त्याला आवडले नव्हते. त्याला त्याचा रागच होता. त्याला माझे बँडमध्ये असणे आवडत नव्हते. त्याला माझ्या भावाचा राग होता. त्याला रविचा राग होता. आमच्या बँडची पहिल्यापासून सदस्य असलेल्या एल्लाचा त्याला राग होता. असो, डॅन फार मत्सरी होता.''

हे एखाद्या स्वप्नासारखे वाटत होते. एका आयुष्यात, जे त्याला हवे होते, त्यामध्ये डॅन तिच्या बरोबरच्या लग्नाला कंटाळला होता, आणि या आयुष्यात तो तिच्या घरात घुसत होता कारण त्याला तिचे यश सहन होत नव्हते.

''नुसता बैल आहे, तो.'' नोरा म्हणाली. ''मला अशा भयंकर माणसासाठी एखादी पोर्तुगीज शिवी मला माहीत नाही.''

'''कोब्राओ.' त्याचा अर्थ बैल असाच होतो.''

''किंवा गाढव असा होतो,'' तो तरुण मुलगा चेहऱ्यावरची सुरकुती न हलवता बोलला.

''हो. ठीक आहे तो बैल आहे. तो पूर्णपणे वेगळाच निघाला. हे फार विचित्र आहे. आपले आयुष्य बदलले की तुमच्याशी वेगळ्याच पद्धतीने लोक वागू लागतात. प्रसिद्धीची किंमत असावी ही बहुतेक.''

''आणि तुम्ही 'हेन्री डेव्हिड थोरो' या नावाचे एक गीत लिहिले आहे. तत्त्वज्ञाच्या नावाचे शीर्षक असलेली गाणी फारशी सापडत नाहीत...''

''हो, मला कल्पना आहे. त्याचं असं आहे, मी विद्यपीठात तत्त्वज्ञान शिकत असताना तो माझा आवडत तत्त्वज्ञ होता. म्हणून माझे गोंदणसुद्धा त्याच्याच नावाचं आहे. आणि 'इमॅन्युएल कांट' या नावापेक्षा ते जरा जास्त बरं आहे, नाही का.''

आता तिला मजा यायला लागली होती. ज्या आयुष्यासाठीच ती जन्माला आली होती, त्या आयुष्याचा अभिनय करणे वाटले होते तितके अवघड नव्हते.

''आणि अर्थातच 'हाउल'. मनाची एवढी पकड घेणारे. बावीस देशांमध्ये पहिल्या क्रमांकावर असलेले. त्या गाण्याच्या व्हिडिओमध्ये हॉलीवुडच्या अग्रणी कलाकारांनी काम केले आणि त्याला ग्रॅमी अॅवॉर्डही मिळालं. मला वाटतं तुम्ही त्याबद्दल भरभरून बोलला आहात?''

"मला वाटतं, हो?"

जोआना स्वत:साठी आणखी एक हनी केक आणायला गेली.

मार्सेलोने मुलाखत पुढे नेताना एक सौम्य स्मित केले. "मला ते खूप आदिम वाटले होते. म्हणजे ते गाणे. जणू काही त्यात तुम्ही मनातल्या सगळ्या रागाला वाट करून दिली आहे. आणि मग मला कळले की ते तुम्ही त्याच रात्री लिहिलेत, ज्या रात्री तुम्ही तुमच्या आधीच्या व्यवस्थापकाला हाकलून दिले होते. जोआनाच्या आधी. जेव्हा तुम्हाला कळले की तो तुम्हाला खूपच फसवतोय."

"हो नं, ते मुळीच चांगलं नव्हतं," तिने जरा मवाळपणे म्हटले. "ती फार मोठी फसवणूक होती."

"मी 'हाउल'च्या आधी लॅबिरिंथसचा फार मोठा चाहता होतो. पण हाउलमुळे ते पक्के झाले. ते आणि 'लाइटहाउस गर्ल'. "'हाउल'च्या बाबतीत मला वाटायचे की नोरा सीड खरी प्रतिभावान आहे. गाण्याचे शब्द खूप अमूर्त आहेत, पण तुम्ही त्यात तो राग ज्या पद्धतीने व्यक्त केला आहे, त्यात मात्र एकाच वेळी सर्व काही आहे, कमालीचे हळवेपण, भावनेने भरलेलं असणं आणि प्रभावीपण. म्हणजे सुरुवातीच्या 'क्युअर'चे 'द कारपेन्टर्स' आणि 'टेम इम्पाला' यांना बरोबर घेत 'फ्रँक ओशन'बरोबर एकत्रीकरण असा हा प्रवास वाटतो.[९५]

नोराने हे असे एकत्रीकरण ऐकताना कानांना नेमके कसे वाटू शकेल, याची कल्पना करण्याचा प्रयत्न केला, परंतु ते काही तिला जमले नाही.

त्याने गायला सुरुवात केली आणि सगळे जण नवल करू लागले : "सायलेन्स द म्युझिक टू इम्प्रूव्ह द ट्यून / स्टॉप द फेक स्माइल्स अँड हाउल अॅट द मून."

नोराने हसून आणि मान डोलवून दाद दिली, जणू काही तिला ते शब्द पूर्ण परिचयाचे होते. "हो. बरोबर. खरंच, मी आक्रोश करत होते."

मार्सेलोचा चेहरा गंभीर झाला. त्याला तिच्याबद्दल मनापासून वाईट वाटल्याचे दिसत होते. "गेल्या काही वर्षांत तुम्हाला खूप नको ते झेलावे लागले. पाठलाग करणारे, वाईट व्यवस्थापक, खोटे विवाद, न्यायालयातला खटला, प्रकाशन अधिकाराच्या समस्या, रायन बेलेबरोबरच्या नात्यातला त्रासदायक दुरावा, शेवटच्या अल्बमचे जेमतेम स्वागत, टोरंटोमधला तो प्रसंग... तेव्हाचे, जेव्हा पॅरिसमध्येही अति थकव्यामुळे तुम्हाला भोवळ आली, वैयक्तिक दु:खद प्रसंग, इतकी सगळी नाटकं. आणि प्रसारमाध्यमांचे अतिक्रमण. प्रेसला तुमचा एवढा राग का आहे, तुम्हाला काय वाटते?"

---

९५ पाश्चात्त्य सांगीतिक मनोरंजनाच्या क्षेत्रातील प्रसिद्ध नावे.

नोराला गरगरल्यासारखे व्हायला लागले. प्रसिद्धी ही अशी असते का? कायमच कडवट-गोड चव असलेल्या एखाद्या कॉकटेलसारखे, कौतुक आणि अवसानघात यांच्या एकत्रित अनुभवाचे. प्रसिद्धीचे रूळ जेव्हा दिशा बदलून इतस्तत: विखरत असताना तेव्हा अनेक सुप्रसिद्ध व्यक्ती त्या रुळांवरून लांब फेकल्या गेल्या, यात काहीच नवल नाही. हे म्हणजे एकाच दमात चुंबन घेणे आणि थोबाडीत मारणे, यासारखे होते.

''मला... मला माहीत नाही... ते फारच मूर्खपणाचे आहे...''

''म्हणजे मला असे विचारायचे होते की तुम्ही आयुष्यात दुसरा एखादा मार्ग निवडला असतात तर तुमचे आयुष्य कसे असते, असा विचार तुम्ही कधी केला आहे का?''

नोराच्या ग्लासमधल्या मिनरल वॉटरमधल्या वरवर येणाऱ्या बुडबुड्यांकडे पाहत नोरा हे ऐकत होती.

''मला वाटतं की सोपे मार्ग असतात अशी कल्पना करणं सोपं आहे,'' पहिल्यांदाच काहीतरी जाणवून ती म्हणाली. ''पण कदाचित मार्ग कधी सोपे नसतातच. असतात ते फक्त मार्ग. एका आयुष्यात मी विवाहित असेन, तर दुसऱ्या आयुष्यात मी एखाद्या दुकानात नोकरी करत असेन. कॉफीसाठी मला बाहेर घेऊन जाणाऱ्या, कोण्या गोड वाटणाऱ्या माणसाला मी होकार दिला असेल. दुसऱ्या आयुष्यात मी आर्क्टिक प्रदेशात हिमनद्यांवर संशोधन करत असेन. आणखी दुसऱ्या आयुष्यात, मी कदाचित ऑलिंपिकची जलतरण चॅम्पिअन असेन. कोणाला माहीत? प्रत्येक दिवसाच्या प्रत्येक सेकंदाला आपण एका नव्या विश्वात प्रवेश करत असतो. आणि आपण माझं आयुष्य आहे त्यापेक्षा वेगळं असावं, असं वाटून घेण्यात किती वेळ घालवत असतो, सतत दुसऱ्यांशी किंवा स्वत:च्याच वेगळी असू शकतील अशा रूपांशी तुलना करत. प्रत्यक्षात आयुष्य कोणतेही असो त्यात काही चांगले आणि काही वाईट हे असतेच.''

मार्सेलो आणि जोआना व तो दुसरा ब्राझीलियन तिच्याकडे डोळे विस्फारून पाहतच राहिले, पण ती आता सुटली होती, मुक्तपणे.

आयुष्यात घडणाऱ्या गोष्टीमध्ये एक समान धागा असतो... त्यातली लय. एकाच आयुष्यात आपण अडकलेले असतो, तेव्हा दु:खाचा काळ किंवा अनिष्ट घटना किंवा अपयश किंवा भय यांसारख्या गोष्टी, त्या विशिष्ट आयुष्यातली आपल्या जगण्याची जी पठडी असते त्याचाच परिणाम आहे, अशी कल्पना करणे फार सोपे असते. नुसते जगण्याचा नव्हे, तर एका विशिष्ट पद्धतीने जगण्याचा हा परिणाम असतो. म्हणजे मला असे म्हणायचे आहे की, आपल्याला जर समजले असते की दु:खापासून आपल्याला दूर ठेवेल अशी कोणतीही जीवनपद्धती नाही,

तर गोष्टी फार सोप्या झाल्या असत्या. आणि दु:ख हा आनंदाच्या विणीचा अविभाज्य भाग आहे. एकाशिवाय दुसरे असू शकत नाही. अर्थात त्यांची पातळी आणि प्रमाण दरवेळी वेगळेवेगळे असते. पण असे कोणतेही आयुष्य नसते की ज्यात फक्त आणि फक्त आनंदच असतो. आणि तो असतो अशी कल्पना करण्याने तुम्ही वर्तमानात जे आयुष्य जगत असता त्यात अधिकाधिक दु:ख जन्माला येते.''

तिचे बोलून झाले आहे याची खात्री झाल्यावर मार्सेलो म्हणाला, ''फारच उत्तम उत्तर होते हे. पण आज रात्री कार्यक्रमाच्या वेळी तुम्ही आनंदी दिसत होता. जेव्हा तुम्ही 'हाउल'ऐवजी 'ब्रिज ओव्हर ट्रबल्ड वॉटर' सादर केलेत तो क्षण फारच प्रभावी होता. ते 'मी समर्थ आहे' असे सांगणे होते. असे वाटले की तुम्ही आम्हाला, तुमच्या चाहत्यांना सांगत होतात की तुम्ही ठीक आहात. आणि आता, तुमचा दौरा कसा चाललाय?''

''उत्तम, उत्तम आहे. आणि हो, तुम्हाला माहीत आहे का, मी आत्ताच विचार करत होते की मी इथे खूप आनंदात आहे, असा एक संदेश पाठवून देईन. पण मला मधूनच घराची खूप आठवण येते.''

''कुठले घर?'' मार्सेलोने शांतपणे तिरकस हसत विचारले. ''म्हणजे तुम्हाला कोणते घर 'घर' वाटते, लंडनचे, की लॉस एंजेलिसचे, की ॲमाल्फी कोस्टवरचे.[९६]''

असे वाटत होते की या आयुष्यात तिचा वावर इतर कोणत्याही आयुष्यापेक्षा जास्त झाला होता.

''मला नक्की नाही सांगता येणार. मला वाटतं लंडन.''

मार्सेलोने एक दीर्घ श्वास घेतला, जणू काही पुढचा प्रश्न असा होता की ज्याचे उत्तर मिळवताना त्याला त्याची गरज पडणार होती. त्याने त्याची दाढी खाजवली, ''ठीक आहे. पण मला वाटतं की ते तुमच्यासाठी ते तसे कठीणच असेल, मला जे माहीत आहे त्यानुसार त्या फ्लॅटमध्ये तुम्ही आणि तुमचा भाऊ राहता.''

''कठीण का बरे असेल?''

जोआनाने तिच्या कॉकटेलमधून मान वर करून तिच्याकडे कुतूहलाने पाहिले.

मार्सेलोने तिच्याकडे हळव्या नजरेने पाहिले. त्याच्या डोळ्यांत पाणी चमकल्यासारखे दिसले. 'म्हणजे,' बिअरचा एक छोटासा घोट घेऊन तो बोलत

---

९६ इटलीच्या पश्चिम किनाऱ्यावरील बंदर आणि पर्यटन स्थळ.

राहीला. ''तुमचा भाऊ तुमच्या आयुष्याचा फार मोठा हिस्सा होता, बँडचा एवढा मोठा भाग होता.''

एवढ्या छोट्या शब्दात एवढी भीती भरलेली होती. जणू काही पाण्यातून एखादा मोठा दगड अंगावर कोसळावा.

आणखी गाण्यांची फर्माईश आली तेव्हा सादरीकरणाच्या आधी तिने रविला तिच्या भावाबद्दल विचारले होते ते तिला आठवले. तिने रंगमंचावर तिच्या भावाचा उल्लेख केला, तेव्हा श्रोत्यांच्या समुदायातून आलेला प्रतिसाद तिला आठवला.

''तो अजूनही इथे आहे. तो आज रात्री इथे होता.''

''तिला म्हणायचंय की तिला त्याचं अस्तित्व जाणवतं,'' जोआना म्हणाली. ''ते सगळ्यांनाच जाणवतं. त्याचं अस्तित्व लक्ष वेधून घेणारं होतं. कितीही त्रास असला, तरी तो खंबीर होता... ज्या तऱ्हेने दारू, ड्रग्ज आणि एकूणच त्याचं जीवन या सगळ्यांनी शेवटी त्याचा बळी घेतला ते फार दुःखद होते...''

''कशाबद्दल बोलतेयस तू?'' नोराने विचारले. आता ती त्या आयुष्यात असल्याचा अभिनय करत नव्हती. तिला ते मनापासून कळायला हवे होते.

मार्सेलोला तिच्याबद्दल वाटणारी हळहळ त्याच्या चेहऱ्यावर दिसत होती. ''हो. त्याला जाऊन फक्त दोन वर्षं झाली... त्याने प्रमाणाबाहेर घेतलेला...''

नोराचा श्वास घशात अडकला.

ती वाचनगृहात तत्क्षणी परतली नाही. कारण तिला तिच्या भावाच्या मृत्यूचे सत्य स्वीकारता आले नाही. ती उभी राहिली, सुन्न अवस्थेत, लटपटत ती सुइट्च्या बाहेर पडली.

'नोरा?' जोआना कसंनुसं हसली. 'नोरा?'

नोरा लिफ्टमध्ये शिरली आणि खाली बारकडे गेली. रविला भेटायला.

''तू म्हणालास, ज्यो प्रेसच्या लोकांच्या पुढे पुढे करत असेल.''

'काय?'

''तू म्हटलं होतंस. मी तुला विचारले होते की ज्यो काय करतोय आणि तू म्हणालास, 'प्रेसच्या लोकांच्या पुढे पुढे करतोय.'''

त्याने त्याची बिअर खाली ठेवली आणि तिच्याकडे कळत नसल्यासारखे पाहिले. ''आणि मी बरोबरच सांगितलं होतं. ती प्रेसच्या पुढे पुढे करत होती.''

'ती?'

त्याने जोआनाकडे बोट दाखवले, जी भानावर नसल्यासारखी लिफ्टमधून बाहेर येत होती.

‘‘हो. ज्यो. ती प्रेसबरोबर होती.’’

‘नाही,’ ती म्हणाली, ‘‘ज्यो... ज्यो... ज्यो...’’

आणि तो हॉटेलमधला भव्य बार अदृश्य झाला. ते टेबल, ती ड्रिंक्स, जोआना, मार्सेलो, त्याच्या बरोबर असलेला तो आवाज नियंत्रित करणारा माणूस, हॉटेलमधले पाहुणे, रवि, इतर लोक, ती संगमरवरी फरशी, बारमन, वेटर्स, दिव्यांची झुंबरे, फुले, सगळे काही नाहीसे झाले होते.

'हाऊल' (आक्रोश)

हिवाळ्यातलं निष्पर्ण अरण्य
कुठेच नाही थारा
ही पोर पळू पाहतेय
ओळखीच्या साऱ्यापासून

दाटून आलेले तळापासून
वर वर चढते आहे (नाहीच थांबणार ते)

तुझ्या शरीराची भूक त्यांना
तुझा आत्माही हवा त्यांना
खोट्या हसण्याची अडचण नाही
नाचणे, घुमणे हेच सारे काही
लांडग्यांनी घेरलेल्या वर्तुळात तू
ज्वराने जळणाऱ्या स्वप्नातली तू
लांडग्यांनी घेरलेल्या वर्तुळात तू
बेंबीच्या देठापासून किंचाळ तू

आक्रोश रात्रीतून तुझा घुमू दे
तांबडं फुटेतो तुझा आक्रोश घुमू दे
युद्धाची आहे वेळ तुझी, आक्रोश घुमू दे
ठीक कर सगळे, आक्रोश घुमू दे

आक्रोश घुमू दे, आक्रोश घुमू दे

(मायझेव साले)

कायमच नाही लढता येणार
कधीतरी स्वीकारावे लागणार
आयुष्याचे काहीच नसेल होत
कारण तुला विचारावे लागणार

(मोठ्या आवाजात)
लक्षात ठेव
आपण जेव्हा तरुण होतो
उद्याची तेव्हा भीती नव्हती
गेलेल्या दिवसाचे दु:ख नव्हते
आणि आपण फक्त होतो
'आपण'
आणि काळाचं मोजमाप होत
'आत्ता, हा क्षण'
आणि आपणच होतो
जीवन
स्वयंसिद्ध
नव्हतो अधांतरी लोंबकळलेले
काळ सरेल याची भीती नव्हती
भरभरून श्वास घ्यायला हवी तेवढी मुदत होती

ती चांगली वेळ सरली आता
वाईट काळ आला आहे
पण म्हणून आयुष्य संपत नाही
जे सुरू अजून झालेच नाही
चमकणारे तळे आणि बर्फाळलेले पाणी
चमचमते जे जे त्याला मिडास टच
संगीत हे शांतवून तारा नव्याने जुळूदेत
खोटे हसू निमू दे, चंद्राला देखून आरोळी घुमू दे

आक्रोश रात्रीतून तुझा घुमू दे
तांबडं फुटेतो तुझा आक्रोश घुमू दे
युद्धाची आहे वेळ तुझी, आक्रोश घुमू दे

ठीक कर सगळे, आक्रोश घुमू दे

आक्रोश आक्रोश आक्रोश आक्रोश

(ओळी पुन्हा म्हणत हळूहळू स्वर विरतात.)

प्रेम आणि वेदना

''मला मुळीच आवडत नाही... ही पद्धत,'' नोरा दमदार आवाजात मिसेस एल्मना म्हणाली. ''मला हे सगळं थांबायला हवंय.''

''प्लीज शांत राहा,'' मिसेस एल्म हातात पांढरा घोडा धरून पुढच्या चालीवर लक्ष देत म्हणाल्या. ''हे वाचनगृह आहे.''

''आपण दोघीच आहोत इथे!''

''तो मुद्दा नाही. काही झाले तरी हे वाचनगृहच आहे. तुम्ही चर्चमध्ये असता तेव्हा तुम्ही शांत राहता कारण ते चर्च असतं, तिथे माणसं असतात म्हणून नव्हे. वाचनगृहातही तोच नियम लागू होतो.''

''ठीक आहे,'' नोरा हळू आवाजात म्हणाली. ''मला हे आवडत नाही. मला हे थांबायला हवं. मला या वाचनगृहाचे माझे सदस्यत्व रद्द करायचे आहे. मला माझे लायब्ररी कार्ड परत करायचे आहे.''

''तू *स्वतःच* ते लायब्ररी कार्ड आहेस.''

नोरा पुन्हा त्याच मुद्द्याकडे वळली, ''मला हे थांबवायचं आहे.''

''नाही, तुला नाही थांबवायचंय.''

''हो मला थांबवायचंय.''

''मग तू अजून इथे का आहेस?''

''कारण मला पर्याय नाहीये.''

''नोरा माझ्यावर विश्वास ठेव. तुला इथे खरंच थांबायचे नसते तर तू इथे राहिली नसतीस. मी तुला हे सुरुवातीलाच सांगितले होते.''

''मला आवडत नाहीये.''

'का?'

''कारण हे फार वेदनादायी आहे.''

''का बरे वेदनादायी आहे?''

''कारण ते वास्तव आहे. माझ्या एका आयुष्यात माझ्या भावाचा मृत्यू झाला होता.''

ग्रंथपाल बाईंचा चेहरा परत कठोर झाला. ''आणि एका आयुष्यात, त्याच्या एका आयुष्यात तुझा मृत्यू झाला. ते त्याच्यासाठी वेदनादायी असेल का?''

''मला शंका आहे. आजकाल त्याला माझ्याशी काही देणेघेणे नसते. त्याला त्याचे आयुष्य आहे आणि ते अपूर्ण आहे म्हणून तो मला दोष देतो.''

''म्हणजे हे सगळे तुझ्या भावामुळे आहे तर?''

''नाही, हे सगळ्याच गोष्टींमुळे आहे. इतर लोकांना दुखवल्याशिवाय जगणे अशक्य आहे.''

''ते तसे आहे कारण ते तसेच असते.''

''मग जगायचेच कशाला?''

''हं, खरे सांगायचे तर, मरणामुळे लोकांना वेदना होणारच. आता तुला कोणते आयुष्य निवडायचे आहे?''

''मला नाही निवडायचे.''

'काय?'

''मला दुसरे पुस्तक नकोय. मला दुसरे आयुष्य नकोय.''

मिसेस एल्मच्या चेहऱ्याचा रंग उतरला. जसा अनेक वर्षांपूर्वी तिच्या वडीलांबद्दलचा फोन आल्यावर झाला होता तसा.

नोराला तिच्या पायाखाली थोडी थरथर जाणवली. छोटासा भूकंप. तिने आणि मिसेस एल्मने पुस्तके जमिनीवर पडू लागली तशी शेल्फ धरून ठेवली. लाइट उघडझाप करू लागले आणि मग संपूर्ण अंधार झाला.

'नाही,' मिसेस एल्म म्हणाल्या. ''पुन्हा नको.''

''काय होते आहे?''

''तुला माहीत आहे काय होते आहे ते. ही संपूर्ण जागा अस्तित्वात आहे, ती तुझ्या अस्तित्वामुळेच. तू इथल्या ऊर्जेचा स्रोत आहेस. जेव्हा जेव्हा त्या स्रोतामध्ये अडथळा उत्पन्न होईल तेव्हा तेव्हा या वाचनगृहाला धोका निर्माण होतो. तू मूळ आहेस नोरा. तू अत्यंत दुबळ्या क्षणी अंग काढून घेते आहेस. तू असे अंग नाही काढून घेऊ शकत, नोरा. तुला अजून खूप काही करायचे आहे. तुझ्या जवळ अजून संधी आहेत. तुझी अजून कितीतरी रूपे आहेत. तुला आठवते आहे, त्या ध्रुवीय अस्वलाच्या प्रसंगानंतरचे. आठवते आहे, तेव्हा तुला जगण्याची केवढी ऊर्मी जाणवली होती.''

ते ध्रुवीय अस्वल.

ते ध्रुवीय अस्वल.

''त्या वाईट प्रसंगांमध्येसुद्धा एक हेतू दडलेला होता. लक्षात येत नाही का तुझ्या?''

तिला कळले. आयुष्यभर जे खेद बरोबर घेऊन ती जगली ते सर्व व्यर्थ होते.

'हो.'

तो छोटा भूकंप थांबला.

पण तोपर्यंत जमिनीवर सगळीकडे पुस्तके इतस्तत: पसरली होती.

लाइट परत आले होते, मात्र अजूनही त्यांची उघडझाप होत होती.

''मला माफ करा,'' नोरा म्हणाली. ती पुस्तके गोळा करून जागच्या जागी लावण्याचा प्रयत्न करू लागली.

'नको', मिसेस एल्मने तिला फटकारले. ''हात लावू नकोस त्यांना. खाली ठेव ती.''

'सॉरी.'

''आणि सॉरी म्हणणे थांबव. आता तू मला यात मदत करू शकतेस. हे सुरक्षित आहे.''

तिने टेबल उचलून जागेवर ठेवत, मिसेस एल्मला बुद्धीबळाच्या सोंगट्या उचलायला आणि बुद्धीबळाच्या पटावर नवीन डाव मांडायला मदत केली.

''जमिनीवर पडलेल्या या सगळ्या पुस्तकांचं काय? आपण ती सगळी अशीच ठेवणार का?''

''तुला कशाला त्याची काळजी? मला तर वाटले होते की ती तुला डोळ्यांसमोरसुद्धा नको आहेत.''

वैश्विक बहुलतेच्या पसाऱ्यातल्या जटिल बारकाव्यांना सुसूत्रतेत बांधणारी एक यंत्रणा हे मिसेस एल्मचे स्थान असले, तरी आत्ता या क्षणी नवीन डावासाठी सज्ज झालेल्या, अर्धवट रिकाम्या पुस्तकांच्या शेल्फांमध्ये बसलेल्या त्या, दु:खी आणि सुजाण आणि जणू गानबतेचे असीम रूप भासत होत्या.

''मला असे कठोर वागायचे नव्हते,'' मिसेस एल्मने सावरून घेतले.

''ते ठीक आहे.''

''आपण शाळेतल्या ग्रंथालयात जेव्हा बुद्धीबळ खेळायला सुरुवात केली, ते मला आठवतंय,'' त्या म्हणाल्या. ''तू वजीर, किंवा हत्ती सुरुवातीलाच बाहेर काढायचीस आणि मग त्या सोंगट्या मरायच्या. मग तुला वाटायचे की तू डाव हरलीस कारण तुझ्याकडे फक्त प्यादी आणि एक किंवा दोन्ही घोडेच उरलेले असायचे.''

''तुम्ही त्याचा उल्लेख आता का करताय?''

मिसेस एल्मना त्यांच्या स्वेटरवर एक सुटा लोकरीचा धागा दिसला. तो त्यांनी बाहीच्या आत खोचला, मग पुन्हा बाहेर काढला आणि तो तसाच राहू दिला.

''तुला जर खरोखरीच कधी बुद्धीबळाचा डाव जिंकायचा असेल तर तुला एक लक्षात ठेवायला हवे,'' त्या म्हणाल्या, जणू काही नोराजवळ विचार करण्यासाठी त्यापेक्षा महत्त्वाचे दुसरे काही नव्हतेच. ''आणि तुला लक्षात ठेवायला हवे ते हे की, कोणताही डाव संपलेला नसतो जोपर्यंत तो पूर्णपणे संपत नाही. पटावर एक प्यादे जरी शिल्लक असेल तरी डाव संपलेला नसतो. एका बाजूला जर राजा आणि एक प्यादे एवढेच शिल्लक असेल आणि दुसऱ्या बाजूला सगळ्या सोंगट्या शिल्लक असतील तरी डाव शिल्लक असतोच. आणि जरी तुम्ही स्वत:च प्यादे असाल, जे आपण सर्व जणच असतो, तर तुम्हाला हे लक्षात ठेवायला हवे की प्यादे ही एक सर्वांत जादूची सोंगटी आहे. ती लहान आणि दिसेल, सामान्य वाटेल पण ती तशी नसते. कारण प्यादे हे नुसते प्यादे कधीच नसते. प्यादे हा होऊ घातलेला वजीर असतो. तुम्हाला काही करायचे असेल तर ते फक्त पुढे सरकत राहायचे असते. एका चौकोनामागून दुसऱ्या चौकोनात. आणि तुम्ही दुसऱ्या बाजूला पोहोचता आणि सर्व प्रकारच्या सत्तांवर ताबा मिळवता.''

नोरा भोवतालच्या पुस्तकांकडे पाहत राहिली. ''तुम्हाला असे म्हणायचे आहे का माझ्या जवळ खेळण्यासाठी फक्त प्यादीच आहेत?''

''मी असे म्हणतेय की अत्यंत सामान्य दिसणाऱ्या गोष्टी शेवटी तुम्हाला विजय मिळवून देणाऱ्या ठरू शकतात. तुम्ही खेळत राहायला हवे. त्या नदीवरच्या दिवसासारखे. तुला आठवतंय?''

अर्थात, तिला आठवत होते.

काय वय होते तेव्हा तिचे? बहुधा सतरा असावे. कारण ती आता स्पर्धांसाठी पोहत नव्हती. तो काळ तिच्यासाठी चांगला नव्हता कारण तिचे वडील तिच्यावर सतत संतापलेले असायचे आणि तिची आई नैराश्यामुळे आलेल्या मौनावस्थेतून जात होती. तिचा भाऊ आर्ट कॉलेजमधून रविबरोबर आठवड्याच्या सुट्टीसाठी घरी आला होता, त्याच्या मित्राला बेडफोर्डमधली वैभवशाली स्थळे दाखवण्यासाठी. ज्योने नदीकाठावर एक आयत्या वेळेची मेजवानी आयोजित केली होती, गाणे आणि बिअर व भरपूर ड्रग्स आणि ज्योला त्यांच्यात रस नाही म्हणून निराश झालेल्या मुली. नोरालाही आमंत्रण होते. नोरा त्या दिवशी खूप प्याली होती आणि कसे कोण जाणे रविशी पोहण्याच्या संदर्भात गप्पा मारू लागली.

''मग, तू ही नदी पोहून पार करू शकतेस?'' त्याने तिला विचारले.

''हो, नक्कीच करू शकते.''

''नाही, तू नाही करू शकत,'' तेवढ्यात कुणीतरी म्हणाले.

आणि मग एका मूर्ख क्षणी, तिने त्यांचे आव्हान स्वीकारायचे ठरवले. आणि ती काय करते आहे, हे ड्रग्जच्या प्रभावाखाली असलेल्या, झिंगलेल्या तिच्या मोठ्या भावाच्या लक्षात येईपर्यंत फार उशीर झाला होता. तिने नदीत पोहायला सुरुवात केली होती.

हे तिला आठवले आणि वाचनगृहातल्या शेल्फांच्या रांगांच्या शेवटी असणाऱ्या मार्गिकेत दगडाच्या फरशीऐवजी पाणी वाहू लागले होते. आणि तिच्या भोवतीची पुस्तकांची शेल्फं तशीच असली तरी तिच्या पायाखालच्या फरशीतून गवत उगवले होते आणि छताच्या जागी आकाश दिसत होते. पण इतर वेळेला जेव्हा जेव्हा वर्तमानाचा वेगळा पैलू दाखवणाऱ्या आयुष्यात ती अवतरली होती त्यापेक्षा आता वेगळे घडत होते. नेहमीप्रमाणे मिसेस एल्म आणि पुस्तके अदृश्य झाली नव्हती. तिचे अर्धे अस्तित्व वाचनगृहात राहिले होते आणि अर्ध्या अस्तित्वाने आठवणींच्या जगात प्रवेश केला होता.

ती त्या मार्गिकेतल्या नदीत होती, कुणाकडेतरी रोखून पाहत होती. ते तिचे स्वत:चेच, हळूहळू अंधारत जाणाऱ्या उन्हाळी उजेडात दिसत असलेले, तरुण रूप होते.

समदूर

नदीचे पाणी थंडगार होतं आणि त्याला फारच ओढ होती.

ती स्वत:कडे बघत असताना तिला तिच्या खांदे आणि दंडांचे ठणकणे आठवले. त्यांच्यातला तो कडक जडपणा, जणू काही तिने चिलखत घातले होते. त्या सिकॅमोर झाडांच्या गडद छाया तेव्हाइतक्याच दिसत होत्या, जसे नदीचे काठही बरोबर तेवढ्याच अंतरावर दिसत होते. हे तिला आता का आठवावे, ते प्रयत्न करूनही समजत नव्हते. नदीचे घाण झालेले थोडे पाणी गिळल्याचेही तिला आठवले. आणि जिकडून ती आली होती त्या पलीकडच्या तीरावर, शेजारी उभे असलेले तेव्हाचे तरुण भाऊ, मित्र-मैत्रिणी. त्या सगळ्यांना ना तिच्या आताच्या अस्तित्वाची दखल होती, ना सगळ्या दृश्याच्या दोन्ही बाजूंना असलेल्या पुस्तकांच्या शेल्फांची.

तिला आठवले, तिच्या तेव्हाच्या भ्रम झालेल्या अवस्थेतही तिच्या मनात एक शब्द उमटला होता, 'समदूर'. असा शब्द ज्याचे स्थान फक्त वर्गामधल्या बंदिस्त वातावरणात होते. 'समदूर'. केवढा अलिप्त, गणिती स्वरूपाचा शब्द, ज्याचे रूपांतर एका घट्ट चिकटून बसलेल्या विचारात झाले. जेव्हा ती उरलेसुरले बळ एकवटून, आहे त्याच बिंदूवर तरंगत राहण्यासाठी धडपड करत होती, तेव्हा तो शब्द पुन्हा पुन्हा तिच्या मनात उमटत होता, इतर सगळे विसरून जप करावा तसे. समदूर, समदूर, समदूर. ना ऐलतीराजवळ, ना पैलतीराजवळ.

आयुष्याच्या संपूर्ण प्रवासात तिला नेमकी हीच भावना जाणवत राहिली होती.

प्रवाहाच्या मध्यात सापडलेली. कुठल्या बाजूने जावे याची काहीच कल्पना नसताना, फक्त जगण्यासाठी धडपडत, संघर्ष करत. पश्चात्ताप करायची वेळ येऊ नये असा मार्ग कसा निवडायचा, याचा विचार करत.

तिने पलीकडच्या काठाकडे पाहिले. आता तिथल्या पुस्तकांच्या शेल्फांमध्ये भर पडली होती, पण त्यांच्या बरोबर अजूनही एखाद्या चिंताग्रस्त पालकाप्रमाणे पाण्यावर वाकलेली सिकॅमोरची ती मोठी गडद छाया, पानांमधून शीळ घालत वाहणारा वारा तसाच होता.

''पण तू डगमगली नाहीस,'' मिसेस एल्म उद्गारल्या. उघड आहे, त्यांनी तिच्या मनातले विचार ऐकले होते. ''तू तगून राहिलीस.''

स्वप्न, कुणा दुसऱ्याचे

"आयुष्य हे नेहमीच कृतीसंबंधी असते." मिसेस एल्म म्हणाल्या. त्या दोघीही तिच्या भावाला त्याचे मित्र पाण्याच्या काठावरून मागे ओढताना पाहत होत्या. तो तातडीचा फोन करणाऱ्या एका मुलीकडे पाहत होता, जिचे नाव ती खूप पूर्वीच विसरून गेली होती. "आणि जेव्हा गरज होती तेव्हा तू योग्य तेच केलेस. तू पोहून काठावर आलीस. तू सरपटत वर आलीस. तू आतडी बाहेर पडतील की काय असे वाटण्यासारखी खोकत होतीस, तुझे अंग थंड पडले होते पण तरीही कल्पनाही करता येणार नाही असे अडथळे ओलांडून तू नदी पार केलीस. तुला तुझ्या स्वत:मध्येच काहीतरी गवसले होते."

"हो. पाण्यातले जंतू मी अनेक आठवडे आजारी होते. मी ते घाणेरडे पाणी इतके गिळले होते."

"पण तू जिवंत राहिलीस. कारण तुझ्या जवळ आशेचे बळ होते."

"हं, खरे पाहिलं तर दिवसागणिक माझी आशा मावळत होती."

तिने खाली पाहिले तेव्हा जमिनीवरचे गवत कमी होऊन तिथे पुन्हा दगडी फरशी दिसू लागली होती. तिने मागे वळून पाहिले तेव्हा तिला चमकणारे पाणी हळूहळू दूरदूर जाताना शेवटचे दिसले आणि सिकॅमोरचा वृक्ष तिचा भाऊ, मित्र–मैत्रिणी आणि तिचे स्वत:चे तरुण रूप हवेत विरत गेले.

वाचनगृह आता व्यवस्थितपणे वाचनगृहच दिसत होते. सगळी पुस्तके शेल्फांवर आपापल्या जागी लागलेली होती आणि लाइट उघडझाप करायचे थांबले होते.

"केवळ लोकांवर छाप टाकायची म्हणून मी पोहायला तयार झाले, हे अगदी मूर्खपणाचे होते. मला नेहमीच वाटत अले होते की ज्यो माझ्यापेक्षा जास्त चांगला आहे. त्याला मी आवडायला हवी, असे मला वाटायचे."

"तो तुझ्यापेक्षा जास्त चांगला आहे, असे तुला का वाटायचे? तुझे आईवडील तसे म्हणायचे म्हणून?"

नोराला मिसेस एल्मच्या थेट बोलण्याचा राग आला. पण कदाचित तिचा मुद्दा बरोबर होता. "त्यांना मी जे करायला हवे असायचे, तेच मी करायला हवे असे मला वाटायचे कारण मला त्यांना खूश करण्याची इच्छा असायची. ज्योला अर्थातच त्याच्या त्याच्या समस्या होत्या. आणि मला त्या खरं म्हणजे तोपर्यंत

समजायच्या नाहीत, जोपर्यंत मला हे माहीत नव्हते की तो समलिंगी आहे. पण असे म्हटले जाते की भावंडांमधले भांडण हे खरे म्हणजे त्यांच्यामधले नसतेच, ते त्यांच्या आईवडिलांबद्दलच्या भावनांमुळे असते. आणि आणखी एक, मला वाटते मी त्याच्या स्वप्नांना जरा जास्तच खतपाणी घातले.''

''उदाहरणार्थ, संगीत?''

'हो.'

जेव्हा रवि आणि त्याने ठरवले की त्यांना रॉक स्टार व्हायचे होते, मॉम आणि डॅडने त्याला गिटार आणि नंतर पियानो आणून दिला.

''त्याचा अनुभव कसा होता?''

''त्यातलं गिटार ठीक होतं. एका आठवड्यात तो त्यावर 'स्मोक ऑन द वॉटर' वाजवायला लागला होता, पण त्याला पियानोची विशेष आवड नव्हती आणि त्याने ठरवले की त्याची अडगळ आपल्या खोलीत नको.''

''आणि तेव्हा ते तुझ्याकडे आले.'' मिसेस एल्मने विचारलेला हा प्रश्न नव्हता तर ते एक विधान होते. त्यांना ते *माहीत होते*. नक्कीच त्यांना माहीत होते.

'हो.'

''पियानो तुझ्या खोलीत आला आणि तू एखाद्या मित्राचे करावे तसे त्याचे स्वागत केले, आणि निश्चयपूर्वक तो वाजवायला शिकू लागलीस. तू तुला खर्चासाठी मिळालेले पैसे पियानोचे धडे असणारी पुस्तकं, 'मोझार्ट फॉर बिगिनर्स' आणि द *बिटल्स फॉर पियानो* यांवर खर्च केलेस. कारण तुला ते आवडत होते. पण तू ते करत होतीस कारण तुला तुझ्या मोठ्या भावावर छाप टाकायची होती.''

''हे सगळे मी तुला यापूर्वी कधी सांगितले नाही.''

एक तिरकस हसू. ''काळजी करू नकोस. मी पुस्तक वाचलंय.''

''बरोबर, उघड आहे. हो. कळलं तुम्ही काय म्हणता आहात ते.''

''नोरा, तुला कदाचित इतर लोकांच्या तुझ्याबद्दलच्या मताची काळजी करणे थांबवण्याची गरज आहे.'' तिच्याशी अधिक जवळीक आणि तिच्यावर अधिक अधिकार दाखवत मिसेस एल्म कुजबुजल्या. ''तुला परवानगीची आवश्यकता नाही, तुझ्या स्वतःच्या...''

''हो. मला समजले.''

आणि तिला खरोखरीच समजले होते.

वाचनगृहात प्रवेश केल्यापासून ती जी जी आयुष्यं जगली, ती सर्व आयुष्यं ही दुसऱ्या कोणीतरी पाहिलेल्या स्वप्नांशी जोडलेली होती. पबमधले विवाहित आयुष्य हे डॅनचे स्वप्न होते. ऑस्ट्रेलियाची फेरी हे इझ्झीचे स्वप्न होते, आणि

तिथे जाऊ ना शकल्याच्या खंतीमध्ये तिच्या स्वत:च्या दु:खापेक्षा, तिच्या मैत्रिणीसाठी वाटणारा अपराधी भाव जास्त होता. तरणपटू होण्याचे स्वप्न तिच्या वडिलांचे होते. आणि ठीक आहे की आर्क्टिक हा तिच्या आवडीचा विषय होता आणि तरुण असताना ती हिमनदशास्त्रज्ञ झाली, किंबहुना ती आवड शाळेतल्या ग्रंथालयात मिसेस एल्मबरोबरच्या गप्पांमधूनच निर्माण झाली होती. आणि 'द लॅबिरिंथिस', ते तर पहिल्यापासूनच तिच्या भावाचे स्वप्न होते.

कदाचित असे असेल की परिपूर्ण वाटेल असे आयुष्य तिच्यासाठी नव्हतेच, पण कुठेतरी, नक्कीच, असे एखादे आयुष्य असणार न की जे जगण्यालायक असेल. आणि असे जगण्यायोग्य आयुष्य सापडायला हवे असेल, तर त्यासाठी मोठे जाळे वापरायला हवे, हे तिच्या लक्षात आले.

मिसेस एल्मचे बरोबर होते. खेळ अजून संपला नव्हता. कोणत्याही खेळाडूने पटावर सोंगट्या शिल्लक असताना खेळ सोडून द्यायचा नसतो.

तिने पाठ सरळ केली आणि ताठ मानेने उभी राहिली.

''तू तळातल्या किंवा वरच्या कप्प्यांमधून आणखी आयुष्यं निवडायला हवीत. आतापर्यंत तू तुला वाटणाऱ्या खेदांचे निवारण करण्याचा प्रयत्न केलस. वरच्या आणि खालच्या कप्प्यांमधल्या पुस्तकांमध्ये जरा पुढच्या पातळीवरची आयुष्ये आहेत. ज्यांमध्ये तू अजूनही या नाही तर त्या विश्वात जिवंत आहेस. मात्र ती तुझ्या कल्पनेतली किंवा तू ज्यांबद्दल दु:ख करत आहेस किंवा विचार करत आहेस, त्यांपैकी नाहीत. ती अशी आयुष्ये आहेत जी तू जगू शकली असतीस पण तू कधी स्वप्नातही त्यांची कल्पना केली नाहीस.''

''म्हणजे ती दु:खाने भरलेली आहेत?''

''काही तशी असतील, काही नसतील. एवढेच आहे की ती सगळे काही उलगडून दाखवणारी आयुष्यं नाहीत. ती जगण्यासाठी थोडी कल्पनाशक्ती वापरण्याची गरज लागेल. पण मला खात्री आहे ते तू करशील...''

''तुम्ही मला मार्गदर्शन नाही का करणार?''

मिसेस एल्म हसल्या. ''मी तुला कविता वाचून दाखवू शकते. ग्रंथपालांना कविता आवडतात.'' त्यांनी तिला रॉबर्ट फ्रॉस्ट[१७] या कवीच्या ओळी वाचून दाखवल्या. 'दोन वाटा जंगलातून जाणाऱ्या आणि मी, मळलेली वाट नाही निवडली मी, आणि तेच होतं वेगळेपणाचं इंगित, माझ्या...''

''जर जंगलातून दोनापेक्षा जास्त वाटा जात असतील तर?'' जर तिथल्या झाडांपेक्षाही जास्त वाटा असतील तर? निवडण्यासाठी उपलब्ध असलेले पर्याय न संपणारे असतील तर? मग रॉबर्ट फ्रॉस्ट काय करेल?'

१७ एकोणिसाव्या शतकाच्या उत्तरार्धातील अमेरिकन कवी.

ती तत्त्वज्ञानाची पहिल्या वर्षाची विद्यार्थिनी असताना ॲरिस्टॉटल शिकत होती, ते तिला आठवले. आणि 'सर्वोत्तम फलित हा कधीही अपघात नसतो,' हे त्याचे तत्त्व शिकताना आलेले थोडे दडपणही आठवले. सर्वोत्तम फलित हे 'अनेक पर्यायांमधून केलेली सुजाण निवड असते'. आणि आता अनेक पर्यायांमधून योग्य तो निवडण्याचा विशेष हक्क तिला मिळाला होता. सुजाणतेपर्यंत कमी वेळेत पोहोचण्याची ही आडवाट होती, कदाचित आनंद मिळवण्याचीसुद्धा. तिला आता त्याचे ओझे न वाटता, ती एक आनंद मानावी अशी भेट वाटली.

''तो बुद्धीबळाचा पट आपण पुन्हा नीट मांडला, त्याच्याकडे पाहा,'' मिसेस एल्म सौम्य आवाजात म्हणाल्या. ''बघ बरे, तो पट आता खेळ सुरू होण्यापूर्वी, कसा नीट लावलेला, सुरक्षित आणि शांततापूर्ण दिसतोय. तो पट म्हणजे एक सुंदर गोष्ट आहे, पण अनाकर्षक आहे. तिच्यात चैतन्याचा अभाव आहे. पण ज्या क्षणी तुम्ही त्यावर एखादी चाल खेळता त्या क्षणी गोष्टी बदलतात.''

ती बुद्धीबळाच्या टेबलापाशी जाऊन मिसेस एल्मच्या समोर जाऊन बसली. तिने बुद्धीबळाच्या पटाकडे पाहिले आणि एक प्यादे दोन घरे पुढे सरकवले.

मिसेस एल्मने तिच्या बाजूनेही तीच चाल खेळली.

''हा खेळ खेळायला सोपा,'' ती नोराला म्हणाली. ''पण त्यावर प्रभुत्व मिळवायला अवघड आहे. तुम्ही खेळलेली प्रत्येक चाल संभाव्यतांचे एक नवीन जग खुले करत असते.''

नोराने तिचा एक घोडा हलवला. त्यांचा खेळ या पद्धतीने थोडा वेळ चालू राहीला.

मिसेस एल्मचे भाष्य सुरू राहिले. ''खेळाच्या सुरुवातीला काही भिन्न शक्यता असत नाहीत. पट मांडण्याची एकच पद्धत असते. पहिल्या सहा चाली खेळून झाल्या की नव्वद लाख शक्यता असतात. आणि आठ चाली खेळून झाल्या की दोनशे अठ्ठ्याऐंशी कोटी शक्यता असतात. आणि या शक्यता वाढत जातात. बुद्धीबळाच्या खेळामधल्या संभाव्य चालींची संख्या, ज्ञात विश्वातल्या अणूंच्या संख्येहूनही जास्त असते. त्यामुळे खेळ खूप गुंतागुंतीचा होतो. आणि खेळण्याची अमुक एक पद्धतच बरोबर, असे नसते; अशा खूप पद्धती आहेत. आयुष्याप्रमाणेच बुद्धीबळातही प्रत्येक गोष्टीच्या मुळाशी 'संभाव्यता' असते. प्रत्येक आशा, प्रत्येक स्वप्न, प्रत्येक खंत, जगण्याचा प्रत्येक क्षण.''

शेवटी नोरा डाव जिंकली. तिला एक पुसटसा संशय होता की मिसेस एल्मने तिला *मुद्दाम* जिंकू दिले होते. आणि तरीही तिला थोडे बरे वाटत होते.

''ओके-ओके,'' मिसेस एल्म म्हणाल्या. ''मला वाटतं, आता वेळ झाली पुस्तकाची. काय म्हणतेस?''

नोराने पुस्तकाच्या शेल्फांकडे नजर टाकली. फक्त त्यांच्यावरची शीर्षके जरा जास्त स्पष्ट असती तर. फक्त त्यांच्यातल्या एकावर *परफेक्ट लाइफ राइट हिअर* असे लिहिलेले असते तर.

तिचा पहिला विचार होता तो मिसेस एल्मच्या प्रश्नाकडे दुर्लक्ष करण्याचा. पण तिला पुस्तक दिसले की ते उघडण्याचा मोह असायचा. आणि तिच्या लक्षात आले की आयुष्यांच्या बाबतीतही तिचे तसेच होत होते.

मिसेस एल्मनी आधी काहीतरी म्हटले होते तेच पुन्हा म्हटले.

''छोट्या गोष्टींच्या मोठ्या माहात्म्याला कधीच कमी लेखू नका.''

आणि जे घडले त्यावरून हे दिसले की ते उपयोगाचे होते.

''मला एक साधे आयुष्य हवे आहे.'' ती म्हणाली. ''ज्या आयुष्यात मी प्राण्यांसाठी काम केले होते. ज्या आयुष्यात मी प्राणी मदतकेंद्रामध्ये नोकरी करण्याचा निर्णय घेतला होता, जिथल्या कामाचा अनुभव मी शाळेत असतानाच घेतला होता 'स्ट्रिंग थिअरी' मधले काम नाकारून. हो. ते आयुष्य मला मिळू दे.''

एक साधे आयुष्य

या आयुष्यात शिरणे अगदी सोपे होते.

या आयुष्यात तिची झोप चांगली होती, आणि पावणेआठला गजर वाजेपर्यंत ती उठली नव्हती. एका खटारा झालेल्या जुन्या ह्युंदाई गाडीतून ती कामावर गेली. गाडीला कुत्र्यांचा आणि बिस्किटांचा वास येत होता आणि गाडीभर चुऱ्याची सजावट होती. नोराच्या गाडीने इस्पितळ आणि क्रीडा केंद्र मागे टाकले आणि एका आधुनिक दिसणाऱ्या, करड्या रंगाच्या विटांनी बांधलेल्या, एकमजली मदत केंद्राच्या बाहेर असलेल्या वाहनतळावर थांबली.

तिने सकाळ कुत्र्यांना खायला देण्यात आणि फिरवून आणण्यात घालवली. ती या आयुष्यात सहज सामावून गेली याचे अंशत: कारण होते, एक मनमिळाऊ, वास्तवाचे भान असणारी, तपकिरी कुरळया केसांची आणि यॉर्कशायर[९८] बोली बोलणारी एक स्त्री. तिने नोराचे स्वागत केले होते. तिचे नाव होते पॉलिन. पॉलिनने नोराला सांगितले की तिने कुत्र्यांच्या विभागात काम सुरू करायचे होते, मांजरांच्या नाही. तिच्या सूचनांमुळे आपोआपच मग काय करायचे हे विचारायला आणि स्वत:चा गोंधळ लपवायला एक अधिकृत कारण मिळाले. लोकांची नावे माहीत असायला हवीत या समस्येवरही तोडगा होता, सगळ्या कर्मचाऱ्यांच्या गळ्यात त्यांच्या नावाचे बॅजेस होते.

नोराने एका बुलमॅस्टिफ जातीच्या कुत्रीला मदतकेंद्राच्या मागे असलेल्या शेतातून फिरवून आणले. पॉलिनने तिला सांगितले की त्या बुलमॅस्टिफला त्याच्या मालकाने अत्यंत क्रूरपणे वागवले होते. तिने त्याच्या अंगावरचे काही छोटे गोल चट्टे दाखवले.

'सिगरेटचे चटके.'

नोराला अशा जगात जगायचे होते, जिथे कोणत्याही प्रकारच्या क्रूरतेला जागा नव्हती. पण तिला उपलब्ध असलेल्या जगांमधले प्रत्येक जग माणसांचे होते. त्या बुलमॅस्टिफला सॅली या नावाने हाक मारायचे. ती प्रत्येक गोष्टीला घाबरायची. तिची स्वत:ची सावली. झुडपं. दुसरी कुत्री. नोराचे पाय. गवत. हवा. असे असूनही तिला नोरा आवडली होती आणि तिच्याकडून पोट चोळून घ्यायला सोकावलीपण होती.

---

९८ इंग्लंडच्या उत्तरेकडील यॉर्कशायर प्रांतात बोलली जाणारी इंग्लिशची बोली.

नंतर नोराने कुत्र्यांची छोटी घरे साफ करायला मदत केली. तिने मनात विचार केला की त्यांना घरे एवढ्यासाठी म्हणत असतील की पिंजरे म्हणण्यापेक्षा छोटी घरे म्हणणे जास्त चांगले वाटते म्हणून. पण खरे म्हणजे त्यांना पिंजरे म्हणणेच बरोबर होते. तिथे तीन पायांचा, डिझेल नावाचा एक अल्सेशिअन होता, जो तिथे बराच काळ होता, हे स्पष्ट होते. जेव्हा ते चेंडू पकडण्याचा 'कॅच कॅच' खेळायचे तेव्हा नोराच्या लक्षात आले होते की तो प्रत्येक वेळी फेकलेला चेंडू न चुकता तोंडात पकडत होता. तिला हे आयुष्य आवडले होते किंवा जास्त अचूकपणे सांगायचे तर तिला या आयुष्यातली स्वत:ची भूमिका आवडली होती. ज्या पद्धतीने लोक तिच्याशी बोलायचे त्यावरून तिचे व्यक्तित्व कसे होते, ते ती सांगू शकत होती. तिला छान वाटत होते. सुखावणारे, बळकटी देणारे, ती एक चांगली व्यक्ती असण्याबद्दल.

तिच्या मनाला इथे वेगळे वाटत होते. या आयुष्यात ती खूप विचार करायला लागली होती, पण ते विचार सौम्य होते.

''करुणा हा नैतिकतेचा पाया आहे,'' तत्त्वज्ञ आर्थर शॉपेनहॉवर याने त्याच्या कोणत्यातरी भावनिक क्षणी लिहून ठेवले आहे. कदाचित करुणा हा आयुष्याचाही पाया आहे.

तिथे काम करणाऱ्यांमध्ये डिलन नावाचा एक माणूस होता. त्याचे कुत्र्यांबरोबर सहज जमत असे. तो साधारण तिच्याच वयाचा होता, कदाचित थोडा लहानच. त्याच्या चेहऱ्यावर प्रेमळ, सौम्य, उदास भाव होते. त्याचे गोल्डन रिट्रीव्हरसारखे असणारे लांब उडते केस. दुपारच्या जेवणाच्या वेळी तो आला आणि बाकावर नोराच्या समोर बसला, शेतांकडे पाहत.

''तू आज काय आणलयंस खायला?'' त्याने तिच्या डब्याकडे मानेने निर्देश करून मऊपणे विचारले.

तिला खरोखरीच माहीत नव्हते. सकाळी जेव्हा तिने तिचा मॅग्नेट आणि कॅलेन्डरने लगडलेला फ्रीज उघडला तेव्हा तिला तो डबा तयारच सापडला होता. डब्यावरचे झाकण काढले, आतमध्ये चीज आणि मार्माइटचे सँडविच होते आणि व्हिनेगरच्या खाऱ्या बटाटा वेफर्सचे एक पाकीट होते. अचानक आभाळ भरून आले आणि वारा सुटला.

''अरे देवा,'' नोरा म्हणाली. ''पाऊस येणार आहे.''

''कदाचित, पण सगळी कुत्री तर अजून त्यांच्या पिंजऱ्यांमध्येच आहेत.''

'सॉरी!'

''पाऊस येणार असेल तर कुत्र्यांना त्याचा वास येतो, त्यामुळे त्यांना पाऊस येईल असे वाटले की ते बहुतेक वेळा आत पळतात. हे कूल आहे की नाही, की कुत्री त्यांच्या *नाकाच्या* आधारे पावसाचे आगमन समजू शकतात.''

'हो,' नोरा म्हणाली, ''फारच कूल.''

नोराने तिच्या सँडविचचा घास घेतला आणि डिलनने तिच्या खांद्याभोवती हात टाकला.

नोरा तटकन उभी राहिली.

''काय करतोयस?'' ती म्हणाली.

डिलन फारच शरमलेला दिसला. स्वत:च्या कृत्यामुळे तो थोडा घाबरलेलाही असावा.

''मला माफ कर. माझ्यामुळे खांदा दुखला का तुझा?''

''नाही... मी फक्त... मी... नाही. नाही. ठीक आहे.''

तिला लक्षात आले की डिलन तिचा बॉयफ्रेंड होता आणि ती ज्या माध्यमिक शाळेत शिकली, त्याच शाळेचा तोही विद्यार्थी होता. 'हॅझल्डन कॉम्प'. तो तिच्यापेक्षा दोन वर्षांनी लहान होता.

नोराला तिच्या वडिलांचा मृत्यू झाला तो दिवस आठवला. तिला ती बातमी समजली तेव्हा ती शाळेच्या ग्रंथालयात होती. शून्यात पाहत असलेल्या तिला तेव्हा पावसाचे थेंब ओघळत असलेल्या खिडकीच्या काचेतून, तिच्यापेक्षा एकदोन इयत्ता खालच्या वर्गात असलेला एक सोनेरी केसांचा मुलगा पळत जाताना दिसला. *तो कुणाचातरी पाठलाग करत असावा किंवा कुणीतरी त्याचा पाठलाग करत असावं.* तो डिलन होता. दुरून पाहताना, पण त्याच्याबद्दल काहीही माहीत नसताना किंवा त्याच्याबद्दल काहीही मागचापुढचा विचार न करता, तो तिला उगाचच थोडा आवडला होता.

''नॉर्स्टर, तू ठीक आहेस ना?'', डिलनने विचारले.

'नॉर्स्टर?'

''हो. मी फक्त... हो. मी ठीक आहे.''

नोरा पुन्हा खाली बाकावर बसली पण त्याच्या आणि तिच्यामध्ये थोडे अंतर राखून. वरवर पाहता डिलनमध्ये काहीच चुकीचे नव्हते. तो लाघवी होता. आणि तिला खात्री होती की या आयुष्यात तिला तो मनापासून आवडत होता. बहुधा तिचे त्याच्यावर प्रेमही होते. पण एखाद्या आयुष्यात असं दाखल होणं आणि एखाद्या भावनेत अचानक शिरणं हे एकच नव्हतं.

''बरं, ते जाऊ दे. तू जिनोजमध्ये[११] आपल्या जागा बुक केल्यास का?''

जिनोज. इटालिअन. किशोर वयात नोरा तिथे गेली होती. ते अजूनही सुरू आहे याचे नोराला आश्चर्य वाटले.

---

११ इटालिअन ब्रँडची फास्ट-फूड साखळी.

'काय?'

''जिनोज? पिझ्झा मिळतो तिथे? आज रात्रीसाठी? तू म्हणाली होतीस की तुझी आणि तिथल्या व्यवस्थापकाची तुझी थोडीफार ओळख आहे.''

''माझ्या वडिलांची ओळख होती, हो.''

''मग तू त्याच्याशी बोलू शकलीस का?''

'हो,' तिने थाप ठोकली. ''पण ना, आज ते पूर्ण बुक झालेले आहे.''

''आठवड्याच्या मधेअधे? कमाल आहे. पण हे वाईट आहे. मला पिझ्झा आवडतो. आणि पास्ता. आणि लसान्या. आणि...''

'बरोबर,' नोरा म्हणाली. ''हो. मला समजतंय. मला सगळं समजतंय. मला माहीत आहे की हे विचित्र आहे. पण त्यांची आज एकदोन मोठी बुकिंग्ज होती.''

तोपर्यंत डिलनने त्याचा फोन बाहेर काढला होता. त्याला आज जायचेच होते, मी '''ला कँतिना'ला प्रयत्न करतो. तुला माहितीय. मेक्सिकन. तिथे खूप व्हीगन पर्याय उपलब्ध आहेत. मला मेक्सिकन आवडते. तुला?''

नाही म्हणण्याजोगे समाधानकारक कारण नोराला सापडले नाही. शिवाय डिलनचे कंटाळवाणे संभाषण आणि आता ती खात असलेले सँडविच आणि तिच्या फ्रीजची स्थिती या सर्वांच्या तुलनेत मेक्सिकन खाण्याचा प्रस्ताव अधिक आकर्षक होता.

मग डिलनने त्यांच्यासाठी एक टेबल बुक केलं. आणि त्यांच्या मागे असलेल्या इमारतीतील कुत्र्यांच्या भुंकण्याच्या आवाजात त्यांनी त्यांचा संवाद चालू ठेवला. संभाषणाच्या ओघात एक निष्पन्न झाले की ते दोघेही आता एकत्र राहण्याचा विचार करत होते.

''आपल्याला *लास्ट चान्स सॅलॉन* पाहता येईल,'' तो म्हणाला.

तिच्या लक्षात होतं की तो लाजाळू होता. नजरेला नजर देऊन बोलत नव्हता. हे खूपच आकर्षक होते. ''तुझ्या लक्षात आहे, तुला रायन बेलेची ती फिल्म बघायची होती. आपण त्याचा ट्रेलर पाहिला होता. तू म्हणाली होतीस की ती फिल्म विनोदी आहे आणि मी थोडे संशोधन केले व माझ्या लक्षात आले की रॉटन टोमॅटोजवर[१००] त्याला शहाऐंशी टक्क्यांइतके मूल्यांकन मिळाले आहे आणि तो नेटफ्लिक्सवर दाखवतायत तर...''

---

१०० 'रॉटन टोमॅटोज आणि द टोमॅटोमीटर' हे पाश्चात्त्य मनोरंजन क्षेत्रातील एक मान्यताप्राप्त सिनेसमीक्षेचे माध्यम आहे.

ती विचारात पडली की तिने जर डिलनला सांगितले की तिच्या एका आयुष्यात ती एका आंतराष्ट्रीय ख्यातीच्या पॉप-रॉक बँडची प्रमुख गायिका होती आणि जागतिक आयकॉन होती, ती आणि रायन बेले एकत्र होते आणि ते नाते तिने स्वखुशीने तोडले होते.

''कल्पना छान आहे,'' तुरळक उगवलेल्या गवतावरून तरंगत जाणाऱ्या चिप्सच्या रिकाम्या पाकिटाकडे पाहत ती म्हणाली.

डिलन ते पाकीट पकडण्यासाठी बाकावरून उठला आणि ते पाकीट त्याने बाकाजवळच्या कचऱ्याच्या डब्यात टाकले.

हसत हसत नोराजवळ येऊन तो धपकन बसला. त्या दुसऱ्या जन्मातल्या नोराने त्याच्यात काय पाहिले होते, हे नोराला समजले. त्याच्यामध्ये असे काहीतरी होते, जे अस्सल होते. त्याच्या स्वत:मध्येही कुत्र्यांचा तो गुण होता.

जर या जगातच कुत्री आहेत, तर दुसरं जग हवंच कशाला?

ते रेस्तराँ कासल रोडवर, 'स्ट्रिंग थिअरी'च्या जवळच कोपऱ्यावर होते, आणि तिथे पोहोचण्यासाठी त्यांना दुकानावरून पुढे जावे लागणार होते. ते सगळं ओळखीचे असणे जरा विचित्र वाटत होते. ती दुकानाजवळ पोहोचली तेव्हा तिला काहीतरी चुकल्यासारखे वाटले. खिडकीत काही गिटार दिसत नव्हते. काचेच्या आतल्या बाजूला चिकटवलेला ए-४ आकाराच्या एका कागदाचा अपवाद सोडल्यास खिडकीत काहीच नव्हते.

तिने नीलचे हस्ताक्षर ओळखले.

> 'खेद आहे की स्ट्रिंग थिअरी या जागेत आता विक्रीचे व्यवहार करू शकणार नाही. जागेचे भाडे वाढल्यामुळे हे दुकान चालू ठेवणे आम्हाला परवडणारे नाही. प्रदीर्घ काल आमच्याशी जोडल्या गेलेल्या आमच्या सर्व ग्राहकांना धन्यवाद. वाईट वाटून घेऊ नका, ठीक आहे. तुम्ही तुमच्या निवडीप्रमाणे पुढे जाऊ शकता. पण तुमच्याशिवाय आमचे काय होईल, हे फक्त तो देवच जाणे.'

डिलनला ते वाचून गंमत वाटली. "त्यांना इथे काय सुचवायचं आहे ते मला दिसतय." एका क्षणानंतर तो म्हणाला, "माझे नाव बॉब डिलन या गायकाच्या नावावरून ठेवलं होतं. मी तुला कधी सांगितलं होतं का?"

"मला नाही आठवत."

"तुला माहितीय, संगीतकार?"

"हो डिलन, मी बॉब डिलनचे नाव ऐकले आहे."

"माझ्या मोठ्या बहिणीचे नाव 'सुझॅन', लिओनार्ड कोहेनच्या त्याच शीर्षकाच्या गाण्यावरून ठेवले होते."

नोरा हसली. "माझ्या आईवडिलांना लिओनार्ड कोहेन अत्यंत आवडत असे."

"तू कधी त्या दुकानात गेली होतीस?" डिलनने तिला विचारले. "असं वाटतंय की ते दुकान खूपच चांगले होते."

'एकदोनदा.'

''मला वाटलं तू गेली असशील म्हणून, तू संगीतक्षेत्रात होतीस ना. तू पियानो वाजवायचीस, हो ना?''

'होते.'

''हो. कीबोर्डस. थोडंथोडं.''

नोराने पाहिले, नोटीस जुनी दिसत होती. तिला नीलने काय सांगितले होते ते आठवले. *''तुझ्या या निरुत्साही चेहऱ्याकडे पाहून ग्राहकांनी पळून जावं, यासाठी मी तुला पगार देऊ शकत नाही.''*

''हो, नील, म्हणजे माझा चेहरा हे कारण नसण्याची शक्यता आहे तर.''

त्या दोघांनी त्यांचे चालणे सुरू ठेवले.

''डिलन, समांतर विश्वांच्या अस्तित्वावर तुझा विश्वास आहे का?''

त्याने खांदे उडवले. ''हो, मला वाटतं.''

''तुला काय वाटतं, तू दुसऱ्या आयुष्यात काय करत असशील? हे ब्रह्मांड तुला चांगले वाटते का? की तू जेथे बेडफोर्डमध्ये नाहीस अशा जगात तुला राहायला आवडेल?''

''नाही. खरं म्हणजे मी इथं आनंदात आहे. जर या जगातच कुत्री आहेत, तर मग दुसरं जग हवंच कशाला? लंडनमधली कुत्री जशी असतात तशीच इथलीही आहेत. तुला सांगतो, माझी एक जागा आहे. मी पशुवैद्यक शिकण्यासाठी ग्लासगो विद्यापीठात प्रवेश घेतला होता. आणि मी एक आठवडाभर तिथं गेलो होतो, पण मला माझ्या कुत्र्यांशिवाय अजिबात राहवले नाही. तेव्हाच माझ्या वडिलांची नोकरीही गेली, त्यामुळे मला तिथं ठेवणं त्यांना परवडणारं नव्हतं. म्हणून हो, मी पशुवैद्य होऊच शकलो नाही. आणि मला *खरंच* पशुवैद्य व्हायचं होतं. पण मला त्याची खंत वाटत नाही. माझं आयुष्य छान चाललंय, मला काही चांगले मित्र लाभलेले आहेत. माझ्या जवळ माझी कुत्री आहेत.''

नोरा हसली. जरी तिला शंका होती की तिच्या मूळ जन्मात डिलन तिला आवडला असता का, तरी आता तिला तो आवडला होता. तो चांगला माणूस होता, आणि चांगली माणसे दुर्मीळ असतात.

जेव्हा ते रेस्तराँमध्ये पोहोचले तेव्हा त्यांना रनिंग सूट घातलेला एक उंच, काळ्या केसांचा माणूस त्यांच्याकडे धावत येताना दिसला. एक क्षण नोराला उमगले नाही की तो ॲश होता. तो ॲश, जो शल्यविशारद होता, तो ॲश जो स्ट्रिंग थिअरीचा ग्राहक होता आणि ज्याने तिला कॉफीचे आमंत्रण दिले होते, तो ॲश ज्याने तिला इस्पितळात धीर दिला होता आणि ज्याने आदल्या रात्री, दुसऱ्या जगात तिला व्हॉल्टेअरच्या मृत्यूची बातमी द्यायला, तिच्या खिडकीवर

टकटक केले होते. ती आठवण अगदी आजकालची वाटत होती, तरी ती तिची एकटीचीच होती. स्पष्ट होते की तो रविवारच्या अर्ध-मॅरेथॉनसाठी सराव करत होता. तो नोराच्या मूळ आयुष्यातल्या अ‍ॅशपेक्षा वेगळा आहे असे मानण्याचे काही कारण नव्हते. फक्त हे शक्य होते की त्याला आदल्या दिवशी मृत अवस्थेतला व्हॉल्टेअर सापडलेला नव्हता. किंवा कदाचित त्याला सापडलाही असला तरी व्हॉल्टेअरचे नाव आत्ता 'व्हॉल्टेअर' नव्हते.

'हाय,' ती म्हणाली. तसे करताना ती कोणत्या काळात आहे हे ती विसरली होती.

अ‍ॅश तिच्याकडे पाहून हसला, पण तो गोंधळलेला दिसत होता. गोंधळलेला पण मवाळ, ज्यामुळे नोराला आणखीच अवघडल्यासारखे झाले. कारण या आयुष्यात ना तिच्या खिडकीवर टकटक होणार होती, ना सायमन अँड गारफंकलच्या गाण्याच्या पुस्तकांची खरेदी.

''कोण होता तो?'' डिलनने विचारले.

''कोणी नाही. असंच कोणीतरी ज्याला मी दुसऱ्या आयुष्यात ओळखत होते.''

डिलन गोंधळला पण पावसाच्या पाण्याप्रमाणे त्याने ते झटकून टाकले.

आणि त्यानंतर ते तिथे पोहोचले होते.

डिलनबरोबरचे डिनर

'ला कॅन्टीना' इतक्या वर्षांत काहीच बदलले नव्हते.

नोरा अनेक वर्षांपूर्वी डॅन प्रथमच बेडफोर्डमध्ये आला होता तेव्हा त्याला घेऊन तिथे गेली होती. त्यांना एका कोपऱ्यातले टेबल मिळाले होते. त्यांनी मार्गरिताचे एकामागून एक ग्लास संपवता संपवता दोघांच्या एकत्र भविष्याबद्दल गप्पा मारल्या होत्या. डॅन त्या दिवशी पहिल्यांदाच गावातल्या पबमध्ये राहण्याच्या त्याच्या स्वप्नाबद्दल बोलला होता. ज्याप्रमाणे या आयुष्यात ती आणि डिलन एकत्र राहण्याच्या बेतात होते, त्याचप्रमाणे त्या आयुष्यात ती आणि डॅनसुद्धा एकत्र राहण्याच्या बेतात होते. तिला ते आता आठवत होते, डॅन वेटरबरोबर फारच उर्मटपणे वागला होता, आणि त्यावर पांघरूण घालण्याच्या प्रयत्नात नोरा त्याच्याकडे पाहून जरा जास्तच स्मित करत होती. जीवनातला हा एक महत्त्वाचा नियम होता – *कनिष्ठ श्रेणीतल्या कर्मचाऱ्यांशी जी व्यक्ती विनाकारण उर्मटपणे वागते, त्या व्यक्तीवर कधीही विश्वास ठेवू नये* आणि डॅन त्या कसोटीत आणि इतर अशाच बाकीच्या कसोट्यांमध्येही नापास झाला होता. पण ते सोडले तरीसुद्धा नोराला हे कबूल करणे भाग होते की 'ला कॅन्टीना'ला परत येणे, हा तिचा सर्वप्रथम पर्याय कधीच असणार नव्हता.

''मला ही जागा फार आवडते,'' आता तिथल्या भडक तांबड्या आणि पिवळ्या सजावटीकडे पाहत डिलन म्हणाला. नोरा शांतपणे मनात विचार करत होती की अशी एखादी जागा असेल का जी डिलनला आवडत नाही किंवा आवडणार नाही. त्याच्याकडे बघून असे वाटत होते की तो चेर्नोबिलजवळच्या एखाद्या शेतात बसून तिथल्या सुंदर दृश्यावर मोहित झाला असता.

काळ्या घेवड्याचे टॅको खात खात त्यांनी कुत्री, शाळा या विषयांवर गप्पा मारल्या. डिलन नोरापेक्षा दोन इयत्ता मागे होता आणि 'उत्तम पोहणारी मुलगी' ही त्याची नोराबद्दलची शाळेतली आठवण होती. त्याला शाळेतली प्रार्थनेची वेळही आठवत होती, जी आठवण विसरण्याचा प्रयत्न नोरा फार काळ करत होती. तेव्हा नोराला मंचावर बोलवून हॅझेल्डन शाळेची सर्वोत्कृष्ट प्रतिनिधी म्हणून तिला प्रशस्तिपत्रक देण्यात आले होते. आता ती त्या प्रसंगाचा विचार करत होती, कदाचित तो क्षण होता, जेव्हापासून नोराने हळूहळू पोहण्यापासून दूर जायला सुरुवात केली होती. त्या क्षणापासून तिला तिच्या मित्रमैत्रिणींबरोबर मिसळणे कठीण वाटू लागले, तो क्षण जेव्हापासून ती शालेय जीवनाच्या परिघावर ढकलली गेली.

''मधल्या सुट्टीमध्ये मला तू शाळेच्या ग्रंथालयात दिसायचीस,'' तो त्या आठवणीने हसू येऊन म्हणाला. ''मला तू आपल्या ज्या ग्रंथपाल होत्या त्यांच्या बरोबर बुद्धीबळ खेळतानाची आठवतेस... काय बरं नाव होते त्यांचे?''

''मिसेस एल्म,'' नोरा म्हणाली.

''बरोबर, तेच होते! मिसेस एल्म!'' आणि नंतर तो जे म्हणाला ते मात्र धक्का देणारे होते. ''मी परवाच त्यांना पाहिले.''

''तू खरंच त्यांना पाहिलंस?''

''हो, त्या शेक्सपिअर रोडवर होत्या. त्यांच्या बरोबर गणवेश घातलेले कोणीतरी होते. नर्सचा गणवेश असतो तसा. मला वाटतं चालण्याची फेरी झाल्यानंतर त्या त्यांच्या वृद्धाश्रमाकडे परत निघाल्या होत्या. त्या फारच कृश, फारच म्हाताऱ्या दिसत होत्या.''

का कोण जाणे, पण नोराने हे गृहीत धरले होते की मिसेस एल्म या जगातून गेल्याला बरीच वर्षे झाली होती आणि वाचनगृहात ज्या मिसेस एल्म तिला नेहमी भेटायच्या, त्या ती शाळेत असतानाच्या जशा तिला आठवत होत्या, हुबेहूब तशाच होत्या. ॲम्बरच्या खड्यात कैद झालेल्या डासाप्रमाणे, त्या नोराच्या स्मरणात पक्क्या सामावल्या गेल्या होत्या.

''अरे देवा! नाही. बिचाऱ्या मिसेस एल्म. मला त्या फार आवडायच्या.''

लास्ट चान्स सॅलॉन

जेवणानंतर नोरा डिलनबरोबर रायन बेलेचा सिनेमा पाहण्यासाठी त्याच्या घरी गेली. त्यांच्या जवळ रेस्तराँवाल्यांनी त्यांना घरी आणू दिलेली, अर्धी संपवलेली वाइनची बाटली होती. डिलनबरोबर त्याच्या घरी जाण्याचे तिने स्वत:चे स्वत:ला दिलेले समर्थन असे होते, की डिलन स्वभावाने गोड आणि खुल्या दिलाचा होता आणि फार खोदून खोदून न विचारताही त्याच्याकडून त्यांच्या आयुष्याबद्दल बरेच तपशील मिळू शकले असते.

तो हक्सले अॅव्हेन्यूवरच्या एका छोट्या रो हाउसमध्ये राहत होता. त्याला ते त्याच्या आईकडून मिळाले होते. त्या घरात असलेल्या कुत्र्यांच्या संख्येमुळे ते आणखीनच लहान वाटत होते. त्यांतली नोराला पाच तर दिसलीच होती. पण कदाचित वरच्या खोल्यांमध्ये आणखीही दडलेली असण्याची शक्यता होती. नोराला नेहमी असे वाटत आले होते की तिला कुत्र्यांचा वास आवडतो, पण इथे आल्यावर तिला अचानक अशी जाणीव झाली की त्या आवडीलाही एक मर्यादा होती.

सोफ्यावर बसल्यानंतर तिला ती कोणत्यातरी कडक वस्तूवर बसली आहे असे जाणवले. ती कुत्र्यांना चावण्यासाठी असलेली प्लॅस्टिकची रिंग होती. तिने ती गालिचावर असलेल्या कुत्र्यांच्या इतर खेळण्यांबरोबर ठेवली. प्लास्टिकचे हाड, चावून चावून लचके निघालेला फोमचा पिवळा चेंडू, अर्धंमुर्धं राहिलेलं एक सॉफ्ट टॉय.

डोळ्यात मोतीबिंदू झालेला एक चुव्हावा तिच्या उजव्या पायाशी लगट करत होता.

''नाही पेद्रो, नको,'' डिलन त्या छोट्या जीवाला बाजूला ओढत, हसत हसत म्हणाला.

दुसरा तपकिरी रंगाचा, थोराड, वजनदार न्यूफाउंडलंड सोफ्यावर तिच्या शेजारी येऊन बसला होता, स्लिपरएवढ्या मोठ्या जिभेने तिचा कान चाटत होता, परिणामी डिलनला खाली गालिचावर बसणे भाग होते.

''तुला सोफ्यावर बसायचे आहे का?''

'नाही. मी जमिनीवर ठीक आहे.'

नोराने फार आग्रह केला नाही. खरे तर तिला बरेच वाटले होते. आणखी अवघडल्यासारखे न होता *लास्ट चान्स सॅलॉन* बघणे तिला सोपे जाणार होते.

आणि त्या न्यूफाउडलंडने तिचा कान चाटणे थांबवले होते आणि आता तिच्या गुडघ्यावर डोके टेकून तो पहुडला होता. नोराला त्यामुळे फार छान वाटत होते असे नाही, पण तिला वाईटही वाटत नव्हते.

आणि तरीही, जेव्हा एका बाजूला ती रायन बेले त्याच्या पडद्यावरील प्रेयसीला ''आयुष्य जगण्यासाठी असतं, लाडके'' असे सांगताना पाहत होती आणि त्याच वेळेला डिलन *आणखी एका* कुत्र्याला त्याच्या बिछान्यात झोपू देणार असल्याचे तिला सांगत होता ('तो रात्रभर रडत असतो. त्याला त्याचा डॅडी हवा असतो.'), तेव्हा नोराच्या लक्षात आले होते की नोराला डिलनच्या आयुष्याचे फारसे कौतुक वाटत नव्हते.

आणि डिलनसाठीसुद्धा ती आताची नोरा योग्य होती. तिला त्याच्या प्रेमात पडणे शक्य झाले होते. तिला ही भावना नवीन होती. जणू काही ती दुसऱ्याच कुणाचीतरी जागा घेत होती.

तिला जाणवले होते की या आयुष्यात तिची दारू पचवण्याची क्षमता बरीच वरची होती, त्यामुळे तिने स्वत:साठी ग्लासात आणखी थोडी ओतली. ती कॅलिफोर्नियाची झिनफॅन्डल, बऱ्यापैकी दाट होती. नोराने बाटलीवरचे लेबल पाहिले. त्यावर का कोण जाणे, पण एक पुरुष आणि एक स्त्री यांचे दोघांचे छोटेखानी चरित्र छापले होते. जेनीन आणि टेरेन्स थॉर्नटन, ज्या मळ्यातल्या द्राक्षांपासून ही वाइन बनवली होती, त्या मळ्याचे मालक. तिने शेवटचे वाक्य वाचले : *'जेव्हा आमचे लग्न झाले तेव्हा आम्ही सुरुवातीपासूनच एक स्वप्न पाहिले होते, आमचा स्वत:चा द्राक्षाचा मळा तयार करण्याचे. या ड्राय क्रीक व्हॅलीमध्ये आमचे आयुष्य झिनफॅन्डलइतकेच सुंदर आहे.'*

तिने तिला चाटणाऱ्या त्या मोठ्या कुत्र्याला थोपटले. त्याच्या कपाळाजवळ तोंड नेऊन हलक्या आवाजात 'गुडबाय' म्हटले. आणि ती डिलनला व त्याच्या कुत्र्यांना मागे सोडून बाहेर पडली.

बुएना विस्ता व्हाइनयार्ड

मध्यरात्रीच्या वाचनगृहातील पुढच्या भेटीत मिसेस एल्मने नोराला मदत करण्यासाठी अमेरिकेला पाठवले. रेस्तराँमधल्या त्या वाइनच्या बाटलीच्या लेबलवर ज्या आयुष्याचे वर्णन केलेले होते, त्याच्या जवळपास पाहोचेल असे आयुष्य नोराला जगता यावे म्हणून हा खटाटोप होता.

या आयुष्यात नोराचे नाव होते, 'नोरा मार्टिनेझ आणि तिचे लग्न एदुआर्दो नावाच्या, चाळीस-पंचेचाळीसच्या दरम्यान वय असलेल्या, चमकत्या डोळ्यांच्या, मेक्सिकन-अमेरिकन माणसाशी झाले होते. विद्यापीठातून बाहेर पडल्यानंतर विश्रांतीचे मधले वर्ष असते, जे नोराला कधीच मिळाले नाही आणि ज्याची तिला नेहमीच खंत वाटायची, त्या वर्षात नोरा आणि एदुआर्दोची भेट झाली होती. बोटिंग करत असताना झालेल्या एका अपघातात त्याच्या आईवडिलांचा मृत्यू झाला होता (नोराला द वाइन एन्थुझिॲस्ट या मासिकातल्या त्यांच्यावरील माहितीपर लेखातून ही माहिती मिळाली होती. हा लेख त्यांच्या कारखान्यातल्या, ओक लाकडाचे पॅनलिंग केलेल्या, टेस्टिंगच्या खोलीत भिंतीवर फ्रेम करून लावलेला होता.) एदुआर्दोला बऱ्यापैकी रक्कम वारशामध्ये मिळाली होती. त्यातून त्यांनी कॅलिफोर्नियामध्ये एक छोटा द्राक्षाचा मळा विकत घेतला. तीन वर्षांच्या अवधीत त्यांनी इतके चांगले यश मिळवले. विशेषत: त्यांची सिरा किंवा शिराझ नावाने ओळखल्या जाणाऱ्या द्राक्षांच्या जातीमुळे, की जेव्हा शेजारचा द्राक्षमळा विकायला काढला तेव्हा त्यांना तो विकत घेत आला. त्यांच्या वाइनरीचे नाव होते 'बुएना विस्ता' व्हाइनयार्ड. ते सांताक्रुझ पर्वताच्या पायथ्याशी होते. अलेजान्द्रो नावाचा एक मुलगा त्यांना होता. तो कॅलिफोर्नियामधल्या मॉन्टरे बे इथे असलेल्या निवासी शाळेत होता. त्यांचा बराचसा व्यवसाय वाइन पर्यटनावर अवलंबून होता. तासातासाने येणाऱ्या कोचमधून पर्यटक भरभरून येत असत. पर्यटकांचे समाधान करताना परिस्थितीअनुसार थोडेफार फरक करता येणे शक्य असे, कारण सर्वसाधारण पर्यटक फार चोखंदळ नसतो. साधारण पद्धत अशी होती : पर्यटकांची प्रत्येक तुकडी येण्यापूर्वी कोणत्या कोणत्या वाइन्स ग्लासमध्ये ओतून ठेवायच्या ते एदुआर्दो ठरवत असे आणि त्या बाटल्या नोराच्या हवाली करत असे. ''वोव, नोरा, देस्पॅसिओ उन् पोको टू मच'' तो त्याच्या मजेशीर 'स्पॅन्लिश'मध्ये तिला दटावत असे. म्हणजे जर नोरा ग्लासात जास्त वाइन ओतू लागली तर तिला

तो सांगत असे, ''नोरा, थांब. हळू, थोडं कमी. ते जास्त आहे.'' आणि मग पर्यटक आले की ते त्या वाइनचे हळूहळू घोट घेत, हातातला प्याला गोल गोल फिरवत भोवताली उभे असायचे तेव्हा नोरा ती वाइन खोल श्वास घेऊन हुंगत असे आणि एदुआर्दोच्या थाटात, वाइनच्या संदर्भात त्यांना आवडतील अशा गोष्टी सांगत असे.

''ही वाइन तुम्ही पाहा, जंगली फुलांचा गंध आहे, किंवा रानाचा हा विशिष्ट दरवळ लक्षात घ्या. कोळशाच्या स्पर्शामुळे चमकदार टपोऱ्या ब्लॅक बेरीज आणि आलुबुखार यांचा साधलेला योग्य तो समतोल.''

तिने अनुभवलेल्या प्रत्येक आयुष्याचा भावनिक पैलू निराळा होता, एखाद्या सुसंवादी सांगितिक रचनेमधल्या बदलत्या स्वरदर्शनाप्रमाणे, आणि हे आयुष्य खूप परिपूर्ण आणि प्रेरणादायी होते. एदुआर्दोचा स्वभाव विश्वास बसू नये इतका गोड होता आणि त्यांचे लग्न यशस्वी असल्याचे दिसत होते. डिलनबरोबरच्या तिच्या आयुष्यात, तो प्रचंड मोठा कुत्रा तिला चाटत होता आणि डिलनबरोबर ती दाट वाइन पीत होती, तेव्हा त्या वाइनच्या बाटलीवर जे लेबल होते त्यावरच्या जोडप्याच्या आयुष्याशी कदाचित स्पर्धा करू शकेल, इतके तिचे या आयुष्यातले लग्न यशस्वी होते. तिला तर त्या बाटलीवरच्या जोडप्याची नावेही आठवत होती. जेनीन आणि टेरेन्स थॉर्नस्टन. तिला वाटलं की तिचे अस्तित्वसुद्धा आता त्या बाटलीच्या लेबलमध्ये बंदिस्त झाले होते. ती दिसतसुद्धा तशीच होती. कॅलिफोर्नियातील फॅशनला शोभेसे केस आणि खूप किमती दिसणाऱ्या दातांच्या कॅप्स, उन्हाने आलेले मोहक, किंचित सावळेपण, सिरा किंवा शिराझ वाइन मोठ्या प्रमाणात घेऊनही टिकलेले निरोगीपण. आठवड्यातले सगळे दिवस तासन्तास केलेल्या व्यायामाची साक्ष देणारे सपाट आणि टणक पोट.

काही असो, या आयुष्यात वाइनच्या नसलेल्या ज्ञानाचे सोंग आणणे सोपे नव्हते. बाकी *सगळ्याचे* सोंग आणणे तसे सोपे होते, ही बाब एदुआर्दो त्यांच्या यशस्वी वैवाहिक जीवनात बारीकसारीक गोष्टींकडे फारसे लक्ष देत नसल्याची खूण असावी.

पर्यटकांची शेवटची तुकडी परत गेली, एदुआर्दो आणि नोरा आपापल्या वाइनचे ग्लास हातात घेऊन उघड्या आभाळाखाली गप्पा मारत बसले.

''लॉस एंजेलिसमधल्या आगी आता विझल्या आहेत.'' एदुआर्दोने तिला सांगितले.

तिच्या पॉप-स्टार आयुष्यातल्या लॉस एंजेलिसच्या घरात आता कोण राहत असेल असा प्रश्न तिला पडला होता. ''हे चांगलं झालं.''

'हो.'

''किती सुंदर दिसतंय नाही.'' चांदण्यांनी भरलेल्या निरभ्र आकाशाकडे पाहत तिने एदुआर्दोला विचारले.

'काय?'

'आकाशगंगा.'

'हो.'

तो त्याच्या फोनवर होता म्हणून फारसा बोलत नव्हता. आणि मग त्याने फोन खाली ठेवला आणि तरीही फारसे बोलला नाही.

तिला तीन प्रकारचे मौन माहीत होते. पहिल्या प्रकारचे मौन म्हणजे विना कृतीचे तरीही आक्रमक असलेले मौन, अर्थातच आता आपल्यामध्ये बोलण्यासारखे काहीच राहिलेले नाही. पहिल्या प्रकारचे मौन आणि मग एदुआर्दो व तिच्यामध्ये फुलत गेलेले मौन. ते मौन जिथे बोलण्याची *गरज उरलेली नसते.* ते मौन जे एकमेकांच्या सहवासात फुलते, *एकत्र असण्यातून.* तिसरे मौन म्हणजे तुमचे तुम्ही आतूनच आनंदी असण्यातले मौन.

पण तरीही तिला बोलायचे होते.

''आपण सुखात आहोत, हो ना?''

''हा प्रश्न कशासाठी?''

''अरे मला मान्य आहे की आपण सुखात आहोत. मला फक्त कधीकधी ते तुझ्या तोंडून ऐकायला आवडतं.''

''आपण सुखात आहोत नोरा.''

तिने तिच्या वाइनचा घुटका घेतला आणि आपल्या नवऱ्याकडे पाहिले. हवा अगदी सौम्य होती तरी त्याने स्वेटर घातला होता. ते थोडा वेळ तिथे बसले आणि मग तो तिच्या आधीच झोपायला आत गेला.

''मी थोडा वेळ इथेच बाहेर बसणार आहे.''

एदुआर्दोची त्याला काही हरकत नसल्याचे दिसत होते. तिच्या कपाळाचे ओझरते चुंबन घेऊन झिंगलेल्या अवस्थेत चालत निघून गेला.

स्वत:चा वाइनचा ग्लास घेऊन ती बाहेर चांदण्यात न्हालेल्या द्राक्षवेलींमधून चालत निघाली.

चांदण्यांनी भरलेले आकाश ती निरखत राहिली.

म्हणायला गेले तर या आयुष्यात तसे काहीच चुकीचे नव्हते, पण तिला आतूनच एक अनावर ओढ जाणवत राहिली, दुसऱ्या कशाचीतरी, दुसऱ्या आयुष्यांची, दुसऱ्या शक्यतांची. तिला अजूनही तरंगल्यासारखे अधांतरी वाटत होते, जमिनीवर उतरण्याची मनाची तयारी नसल्यासारखे. कदाचित ती जास्त ह्यूगो

लेफवरसारखी होती, याची तिला जाणीव झाली. कदाचित तीही त्याच्याप्रमाणेच या आयुष्यातून त्या आयुष्यात सहजपणे संचार करू शकत होती, पुस्तकाची पाने जितक्या सहजपणे उलटावीत तितक्या सहजपणे.

तिने ग्लासमध्ये उरलेली वाइन पिऊन टाकली, तिला माहीत होते तिला त्याचा हॅन्गओव्हर असणार नाही. ''जमीन आणि जंगल'', ती स्वत:शीच म्हणाली. तिने डोळे मिटले.

आता फार अवकाश लागणार नव्हता.

मुळीच लागणार नव्हता.

ती होती तशी तिथेच थांबली आणि अदृश्य होण्याची वाट पाहत राहिली.

नोरा सीडची अनेक आयुष्ये

आतापर्यंत नोराला एक गोष्ट लक्षात आली होती. जी स्वालबोर्डच्या त्या स्वयंपाकघरात ह्यूगोने तिला कधीच सांगितली नव्हती. तुम्हाला प्रत्येक आयुष्यातला प्रत्येक पैलू अनुभवण्याचा पर्याय राखून ठेवण्यासाठी, तो प्रत्यक्ष उपभोगायलाच हवा असतो असे नाही. फक्त ती गोष्ट तुम्हाला उपभोगण्याची संधी देणारे आयुष्य कुठेतरी अस्तित्वात आहे, ही कल्पना सोडून द्यायची नसते. त्याचप्रमाणे एखाद्या आयुष्याचा आनंद घ्यायचा म्हणजे त्याच आयुष्यात राहायला हवे असेही नाही. तुम्ही त्याच आयुष्यात तेव्हाच कायमचे राहता जेव्हा तुम्हाला त्याहून चांगल्या आयुष्याची कल्पना करता येत नाही, आणि तरीही विरोधाभास असा की जितकी जास्त आयुष्ये तुम्ही जगाल, तसे प्रत्येक नवीन आयुष्याची चव तुमचे कल्पनांचे आयुष्य विस्तारत नेते आणि त्याच्या बरोबर तुम्हाला आणखी जास्त चांगल्या गोष्टी दिसू लागतात.

त्यामुळे मिसेस एल्मच्या मदतीने नोराने शेल्फांवरून बरीच पुस्तके गोळा केली आणि तिच्यासाठी योग्य असलेले आयुष्य शोधण्याच्या प्रयत्नात ती अनेक आयुष्यांमध्ये जाऊन आली. ती एक धडा शिकली की खंत-खेद यांचा पूर्ण निपटारा करणे हाच आपल्या इच्छा पूर्ण करण्याचा मार्ग असतो. म्हणजे, एकाच विश्वात ती तिच्या इच्छेनुसार कोणतेही आयुष्य जगत होती.

एका आयुष्यात पॅरिसमध्ये तिला हवा तितका एकांत मिळत होता. ती पॅरिसमधल्या मोंपारनास भागातल्या एका कॉलेजमध्ये इंग्लिश शिकवत होती. ती सेन नदीच्या बाजूने सायकल चालवायची आणि बागेतल्या बाकावर बसून खूप सारी पुस्तके वाचायची. दुसऱ्या आयुष्यात ती घुबडासारखी लवचीक मान असणारी योगाची शिक्षिका होती.

एका आयुष्यात तिने पोहण्याचा नियमित सराव ठेवला होता पण ऑलिंपिक्सला जाण्याचा विचार मात्र केला नव्हता. ती ते फक्त आनंदासाठी करत होती. त्या आयुष्यात ती स्पेनमधल्या बार्सिलोनाजवळ असलेल्या सीज्जेस या शहरात असलेल्या बीचवरच्या एका विश्रामगृहात जीवरक्षक म्हणून काम करत होती, कॅटलान आणि स्पॅनिश या दोन्ही भाषांवर तिचे प्रभुत्व होते आणि तिची गॅब्रिएला नावाची एक खूप विनोदी जिवलग मैत्रीण होती जिने तिला सर्फिंग करायला शिकवले होते. दोघी बीचपासून पाच मिनिट अंतरावरच्या एका अपार्टमेंटमध्ये राहत होत्या.

एक आयुष्य होते ज्यात नोराने लेखनाची हौस जपली. विद्यापीठात असताना अनेकदा मनातल्या मनात तिने त्याची कल्पना रंगवलेली होती. आता ती एक प्रथितयश लेखिका होती. *द शेप ऑफ रिग्रेट* या तिच्या कादंबरीला समीक्षकांनी उचलून धरले होते आणि एका मोठ्या साहित्य पुरस्कारासाठी त्या कादंबरीला नामांकनही मिळाले होते. त्या आयुष्यात एका सर्वसामान्य दर्जाच्या सोहो मेंबर्स क्लबमध्ये मॅजिक लॅन्टर्न प्रॉडक्शन्सच्या दोन सभ्य, सरळ स्वभावाच्या निर्मात्यांबरोबर तिला जेवणाचे आमंत्रण मिळाले होते. त्यांना तिच्या कादंबरीची कथा त्यांच्या सिनेमासाठी निवडायची होती. पण जेवताना तिच्या घशात रोटीचा तुकडा अडकला, त्यामुळे दोघांमधल्या एका निर्मात्याच्या अंगावर तिच्या ग्लासतली रेड वाइन सांडली आणि सगळ्या गोष्टीचा विचका झाला.

एका आयुष्यात तिचा एक किशोरवयीन मुलगा होता, पण ती त्याला कधीच नीटपणे भेटू शकली नाही कारण दर वेळी तो तिच्या तोंडावर धाडकन दार लावून घेत असे.

एका आयुष्यात ती स्वतंत्रपणे कार्यक्रम करणारी पियानोवादक होती आणि स्कॅन्डिनेव्हियामध्ये दौरा करत होती आणि गेल्या कित्येक रात्री तिच्यावर उदंड प्रेम करणाऱ्या श्रोत्यांसाठी एकामागून एक कार्यक्रम करत होती. (आणि स्वीडनमध्ये हेलेन्स्की येथील फिनलॅन्डिया हॉलमध्ये चॉपिनचा कॉन्सर्ट क्रमांक २ सादर करत असताना तिचा प्रचंड गोंधळ झाला तेव्हा ती वाचनगृहात अदृश्य झाली होती.)

एका आयुष्यात ती फक्त टोस्ट खात होती.

एका आयुष्यात ती ऑक्सफोर्डला गेली होती आणि तिथे ती सेंट कॅथेरीन महाविद्यालयात तत्त्वज्ञानाची व्याख्याती होती. तिथे एका सभ्य वस्तीतल्या शांत वातावरणात जॉर्जियन[१०१] शैलीच्या एका छान इमारतीत एकटी राहत होती.

आणखी एका आयुष्यात नोरा म्हणजे भावनांचा एक उचंबळणारा समुद्र होती. तिला प्रत्येक गोष्ट अत्यंत तीव्रतेने जाणवायची आणि थेट तिच्या हृदयाला भिडायची. प्रत्येक सुख आणि प्रत्येक दुःख. प्रत्येक क्षण तीव्र सुखाने आणि तीव्र वेदनेने भरलेला असे, जणू काही या दोन्ही भावना एकमेकींशी बांधलेल्या होत्या, घड्याळाच्या लंबकाच्या झोक्यासारख्या. एक साधी घराबाहेर मारलेली फेरी आणि तिला अत्यंत दुःखाचा अनुभव येणे शक्य असायचे. कारण विशेष काही नाही, सूर्य ढगाआड लपला, एवढेही पुरेसे असायचे. आणि त्याच्या उलट तिने रस्त्यातल्या एखाद्या कुत्र्याला प्रेमाने वागवल्यानंतर त्याच्याकडून मिळणाऱ्या प्रतिसादामुळे तिला इतका आनंद व्हायचा की तिला वाटायचे ती त्या आनंदाच्या भरात तिथल्या तिथेच विरघळून जाईल. त्या आयुष्यात तिच्या पलंगाच्या बाजूला

---

१०१ अठरा ते एकोणिसाव्या शतकांमधली ब्रिटनमध्ये प्रचलित झालेली स्थापत्यशैली.

एमिली डिकीन्सन[१०२] हिच्या कवितांचे पुस्तक असायचे आणि 'एक्स्ट्रिम स्टेट्स ऑफ युफोरीया' व 'द ग्लू टू फिक्स मी व्हेन आय ॲम ब्रोकन' अशा शीर्षकांच्या सादरीकरणाच्या याद्याही तिच्याजवळ होत्या.

एका आयुष्यात ती प्रवासवर्णनपर लेखन करणारी व्ह्लॉगर होती. यूट्यूबवर ते नित्यनियमाने पाहणारे १७,५०,००० लोक होते आणि तितकेच लोक तिला इन्स्टाग्रामवर पाहणारेही होते. ती व्हेनिसमध्ये गोंडोला बोटीतून खाली पडली होती, तो व्हिडिओ अतिशय लोकप्रिय होता. तिचा आणखी एक व्हिडिओ रोम शहरावरचा होता. त्याचे शीर्षक होते 'अ रोमा थेरपी'.

एका आयुष्यात ती एका बाळाची आई होती, असे बाळ ज्याला झोपणेच माहीत नव्हते.

एका आयुष्यात टॅब्लॉइडमध्ये चंदेरी दुनियेवर स्तंभलेखन करायची आणि रायन बेलेच्या प्रेमप्रकरणांच्या गोष्टी लिहायची.

एका आयुष्यात ती नॅशनल जिओग्रॅफिक या मासिकातल्या चित्रांचे संपादन करण्याचे काम करत होती.

एका आयुष्यात ती एक यशस्वी पर्यावरणपूरक स्थापत्यशास्त्रज्ञ होती. तिच्या राहत्या बंगल्याचा आराखडा तिनेच तयार केलेला होता आणि तो कर्बवायूची निर्मिती होऊ नये अशा रीतीने बांधलेला होता. पावसाच्या पाण्याची साठवण आणि सौर ऊर्जेचा वापर यांची परिपूर्ण व्यवस्था त्यात केलेली होती.

एका आयुष्यात बोटस्वानामध्ये ती स्वयंसेवक म्हणून काम करत होती.

एका आयुष्यात ती मांजरांचा सांभाळ करणारी व्यावसायिक होती.

एका आयुष्यात ती निर्वासितांसाठी काम करणारी स्वयंसेवक होती.

एका आयुष्यात तिने तिच्या एकमेव मैत्रिणीच्या सोफ्यावर निजून दिवस काढले.

एका आयुष्यात ती मॉन्ट्रिअलमध्ये संगीत शिकवत होती.

एका आयुष्यात तर संपूर्ण आयुष्यभर ती ट्विटरच्या माध्यमातून अनोळखी लोकांशी भांडत राहिली. तिची बहुतेक ट्विटस् 'जरा सुधारा' या शब्दांनी संपवलेली असायची. मात्र मनोमन तिला माहीत असायचे की तो उपदेश तिच्या स्वत:साठीच आहे.

एका आयुष्यात कोणत्याही समाजमाध्यमावर तिने स्वत:चे खातेच उघडलेले नव्हते.

एका आयुष्यात तिने कधीही दारूला स्पर्श केला नव्हता.

---

१०२ एकोणिसाव्या शतकातली अमेरिकन कवयित्री.

एका आयुष्यात ती बुद्धीबळाच्या खेळातली चॅम्पिअन होती आणि आता त्याच्या स्पर्धांसाठी युक्रेनच्या दौऱ्यावर होती.

एका आयुष्यात राजघराण्यातल्या एका दुय्यम दर्जाच्या सदस्याशी तिचे लग्न झाले होते, ज्याचा तिला सतत तिरस्कार वाटायचा.

एका आयुष्यात ती फेसबुक आणि इन्स्टाग्रामवर फक्त रुमी आणि लाओ त्सु यांची वचने टाकत असे.

एका आयुष्यात ती तिच्या तिसऱ्या नवऱ्याबरोबर होती आणि तिला त्याचा आतापर्यंत कंटाळाही आला होता.

एका आयुष्यात ती ज्यात दुग्धाहाराचा समावेश नाही असा म्हणजे व्हीगन पद्धतीच्या शाकाहारावर राहणारी पॉवरलिफ्टर होती.

एका आयुष्यात ती दक्षिण अमेरिकेत प्रवास करत होती आणि चिलीत असताना एका भूकंपात अडकली.

एका आयुष्यात तिची बेकी नावाची मैत्रीण होती. ती काही चांगले घडले की ''ओ व्हॉट लार्कस!'' असे म्हणायची.

एका आयुष्यात कॉर्सिकन किनाऱ्यावर डायव्हिंग करत असताना ती ह्यूगोला पुन्हा एकदा भेटली, त्यांनी क्वांटम मेकॅनिक्सवर गप्प मारल्या आणि दोघेही बीचवरच्या एका बारमध्ये झिंग चढेपर्यंत दारू पीत राहिले, ह्यूगो पुन्हा त्या आयुष्यातून गायब होईपर्यंत, तिचे वाक्य पूर्ण होण्याच्या आतच. त्यामुळे तिचे नाव आठवण्याचा प्रयत्न करूनही ज्याला आठवले नाही त्या ह्यूगोबरोबर नोरा बोलत राहिली.

काही आयुष्ये अशी होती की नोराचे खूप नाव झाले. काही आयुष्यांमध्ये तिचे नाव फारसे कोणालाच माहीत नव्हते. काही आयुष्यांमध्ये ती खूप श्रीमंत होती. काही आयुष्यांमध्ये ती दरिद्री होती. काही आयुष्यांमध्ये तिचे आरोग्य अतिशय चांगले होते. काही आयुष्यांमध्ये तिला दम लागल्याशिवाय चार पायऱ्या चढणे शक्य व्हायचे नाही. काही आयुष्यांमध्ये तिला जोडीदार मिळालेला होता, काही आयुष्यांमध्ये ती एकटी होती, अनेक आयुष्यांमध्ये जोडीदार असणे आणि नसणे याच्या मधल्या संभ्रमित अवस्थेत ती होती. काही आयुष्यांमध्ये ती आई झाली होती, पण बहुतेक आयुष्यांमध्ये ती आई नव्हती.

ती अनेक आयुष्यांमध्ये अनेक भूमिका जगली, रॉक स्टार, ऑलिंपिक पदक विजेती, संगीत शिक्षक, प्राथमिक शिक्षिका, प्रोफेसर, सीईओ, पर्सनल असिस्टंट, शेफ, हिमनदशास्त्रज्ञ, हवामानशास्त्रज्ञ, कसरतपटू, वृक्षारोपण चळवळीत सहभागी झालेली स्वयंसेवक, हिशोबतपासनीस, केशभूषाकार, कुत्र्यांना फिरायला घेऊन जाणारी व्यावसायिक, कारकून, सॉफ्टवेअर विकसित

करणारी, रिसेप्शनिस्ट, हॉटेलमधली सफाई कामगार, राजकारणी, वकील, दुकानांमध्ये चोऱ्या करणारी, समुद्र संरक्षण देणगी संस्था, दुकानात काम करणारी नोकर (पुन्हा एकदा), वेट्रेस, कारखान्यातली गटप्रमुख, काचकाम करणारी, अशा हजारो गोष्टी. तिने कार, बस, ट्रेन, फेरीबोट, बाइक यांच्यावरून जाताना भयानक प्रवास केले होते. तिला येणाऱ्या ई-मेल्स ची संख्या कल्पना करता येणार नाही इतकी होती. श्वासाला अत्यंत दुर्गंध येणारा, टेबलाखालून तिच्या पायाला स्पर्श करणारा, स्वतःचे कमरेखालचे नग्न छायाचित्र पाठवणारा त्रेपन्न वर्षांचा साहेब तिला भेटला होता. तिने तिच्याबद्दल खोट्यानाट्या वावड्या उठवणारे, तिच्यावर प्रेम करणारे, आणि मुख्यत: तिची दखलसुद्धा न घेणारे सहकारी पाहिले होते. बऱ्याच आयुष्यांमध्ये तिने ठरवून नोकरी केली नाही आणि काही आयुष्यांमध्ये तिला नोकरी मिळाली नाही. काही आयुष्यांमध्ये ती अशी दाखल झाली की जशी काही काचेच्या छतातून धाडकन खाली पडावी, तर काही आयुष्यांमध्ये ती अत्यंत सहजपणे दाखल झाली, जणू ती काच तिच्या येण्याने स्वच्छ झाली असावी. ती कधी प्रचंड शिकलेली, तर कधी अगदी कमी शिकलेली होती. तिने गाढ झोपेचा तसेच अत्यंत वाईट झोपेचा अनुभव घेतला होता. काही आयुष्यांमध्ये तिला नैराश्यरोधक गोळ्या घ्याव्या लागल्या आणि काही आयुष्यांमध्ये तिला डोकेदुखीसाठी साधी आयबुप्रोफेनची गोळीही घ्यावी लागली नाही. काही आयुष्यांमध्ये ती शरीराने निरोगी असूनही मनाने चिंतारोगी होती आणि काही आयुष्यांमध्ये शरीराने खूप रोगिष्ट आणि तर मनाने चिंतारोगीही होती, तर काही आयुष्यांमध्ये ती मुळीसुद्धा चिंतारोगी नव्हती. एका आयुष्यात तिला कायमस्वरूपी थकवा होता, एका आयुष्यात तिला कर्करोगाने जखडले होते, एका आयुष्यात तिला मणक्याच्या आजार झाला होता आणि एका कार अपघातात तिच्या बरगड्या मोडल्या होत्या.

थोडक्यात काय, तर ती अनेक आयुष्यांमधून गेली होती. आणि त्या आयुष्यांमध्ये ती हसली होती, रडली होती, तिला शांत वाटले होते, भीती वाटली होती आणि या सर्वांच्या सीमारेषांवरचे अनुभवही घेतले होते.

...आणि या सर्व आयुष्यांच्या मधल्या अवधीत तिला वाचनगृहात नेहमीच मिसेस एल्म भेटल्या होत्या.

सुरुवातीला असे वाटले होते की ती जितक्या जास्त आयुष्यांमधून जाईल तितक्या समस्या कमी होत गेल्यासारखे वाटेल. वाचनगृह हळूहळू जमीनदोस्त होईल किंवा कोसळेल किंवा पूर्णपणे अदृश्य होईल असे मात्र कधीच वाटले नव्हते. खूप वेगवेगळ्या आयुष्यांतून स्थित्यंतरे झाली पण दिव्यांची उघडझापही झाली नाही. जणू काही ती आयुष्य जसे असते तसे स्वीकारण्याच्या अवस्थेपर्यंत पोहोचली होती. एखादा वाईट अनुभव आला म्हणजे असे नाही की कायम फक्त

वाईट अनुभवच येतील. तिला समजले होते की ती दु:खी होती म्हणून तिने जीव देण्याचा प्रयत्न केला नव्हता, पण तिने स्वत:चा पक्का समज करून घेतला होता की त्या दु:खातून बाहेर पडण्याचा काही मार्गच नव्हता.

तिला समजले होते की तेच नैराश्याचे मूळ कारण होते, भीती आणि हताश होणे यांतला फरकही त्याच गोष्टीत सामावलेला होता. भीती कशाला म्हणायचे, जर तुम्ही तळघरात गेलात आणि तुमच्या मागे दार बंद झाले तर काय, याची चिंता तुम्हाला वाटली तर ती भीती. तुमच्यामागे दार बंद झाले आणि कुलूप लागले, तर हताश व्हायला होते.

पण ती एक गोष्ट शिकली होती, तिच्या प्रत्येक आयुष्याबरोबर कल्पनाशक्तीचा वापर करण्याची तिची क्षमता वाढत गेली आणि त्याबरोबर ते रूपकात्मक दार अधिकाधिक रुंदावत गेले. काही आयुष्यांमध्ये ती एक मिनिटाहूनही कमी काळ होती, तर दुसऱ्या काही आयुष्यांमध्ये ती काही दिवस, काही आठवडे राहिली होती. जितक्या अधिक आयुष्यांमध्ये ती राहिली, तितके तिला कोणत्याही आयुष्यात स्थिरावणे अवघड वाटू लागले.

हळूहळू अशी समस्या उद्भवायला लागली होती की नोराला ती खरी कोण आहे याचा विसर पडू लागला होता. कानगोष्टीच्या खेळात जसा या कानापासून त्या कानापर्यंत जाणारा शब्द हळूहळू बदलत बदलत फक्त एक निरर्थक ध्वनी शिल्लक राहतो, तसा.

''ह्याचा काही उपयोग नाही,'' त्या कोर्सिकन बीचवरच्या बारमध्ये ह्यूगोशी झालेल्या एका संभाषणात तिने त्याला सांगितले होते. ''यात आता काही मजा नाही. मी म्हणजे तू नव्हे. मला कुठल्यातरी आयुष्यात स्थिरावण्याची गरज आहे. पण मला कुठेच घट्ट जमीन सापडत नाही.''

''इकडून तिकडे उडी मारण्यातच मजा असते, माझ्या सखे.''

''पण जर जमिनीवर उतरण्यात मजा असेल तर?''

आणि त्या क्षणी तिच्या समोर बसलेला ह्यूगो त्याच्या त्या व्हिडिओच्या दुकानात जवळजवळ पोहोचण्याच्या बेतात होता.

''मला माफ कर,'' दुसऱ्या आयुष्यात जवळजवळ पोहोचण्याच्या बेतात असलेला ह्यूगो वाइनचे घुटके घेत घेत म्हणाला आणि त्याच्या मागे असलेला सूर्य मावळला, ''मी तू कोण आहेस ते विसरलो.''

''काळजी करू नकोस,'' ती म्हणाली. ''मीही विसरले.''

नुकतेच क्षितिजावर दिसेनाशा झालेल्या सूर्याप्रमाणे तीही दिसेनाशी झाली.

वाचनगृहात हरवणे

''मिसेस एल्म?''

''हां, नोरा, काय झालं?''

''इथे अंधार आहे.''

''माझ्या लक्षात आलंय ते.''

''हे चांगलं लक्षण नाहीये, हो ना?''

'नाही,' मिसेस एल्मचा आवाज घाबरल्यासारखा येत होता. ''तुला पक्के माहीत आहे की हे लक्षण काही चांगले नाही.''

''मी आता हे नाही करू शकणार.''

''तू नेहमीच असे म्हणतेस.''

''माझी आयुष्ये संपली आहेत सगळी. मी सर्व प्रकारची आयुष्ये जगले. आणि तरीही मी पुन्हा आपली वाचनगृहातच येऊन पडते. दर वेळेस असे काहीतरी होते की ज्यामुळे मी आनंद उपभोगू शकत नाही. प्रत्येक वेळी. मी कृतज्ञ नाही असे मला वाटत राहते.''

''खरे म्हणजे तुला तसे वाटायला नको. आणि तुझे काहीही संपलेले नाही.'' मिसेस एल्मने थांबून एक नि:श्वास टाकला. ''तू दर वेळी जे पुस्तक निवडतेस, ते पुस्तक शेल्फवर कधीच परत येत नाही हे तुला माहीत आहे का?''

'हो.'

''म्हणूनच एकदा अजमावून पाहिलेल्या आयुष्यात तू पुन्हा जाऊ शकत नाहीस. मुळ सूत्रात काहीतरी बदल असणे हे नेहमीच आवश्यक असते. या वाचनगृहात एकच पुस्तक दोनदा घेता येत नाही.''

''मला कळले नाही.''

''हे पाहा, अगदी या अंधारातसुद्धा तुला एक माहीत आहे की इथली शेल्फं गेल्या वेळेइतकीच आताही गच्च भरलेली आहेत. तू बघ हवे तर.''

नोराने पाहिले नाही. ''हो. मला माहीत आहे.''

''तू पहिल्यांदा इथे आलीस तेव्हा शेल्फं जेवढी भरलेली होती, तेवढीच ती आताही भरलेली आहेत. आहेत नं?''

''मी नाही...''

''याचा अर्थ अजूनही जितक्या आयुष्यांची शक्यता आधी होती तितकीच ती अजूनही आहे. खरे म्हणजे अगणित शक्यता. त्या शक्यता कधीच संपत नाहीत.''

''पण तुम्हाला त्याची इच्छा उरलेली नाही, असे होऊ शकते.''

''ओ नोरा.''

''ओ काय?''

अंधारात काही हालचाल नव्हती. नोराने तिच्या मनगटावरच्या घड्याळातल्या दिव्याचे बटण दाबले, वेळ पाहण्यासाठी.

००:००:००

''मला वाटते,'' वाट पाहून मिसेस एल्म म्हणाल्या, म्हणजे आगाऊपणाने बोलते आहे, असे वाटून घेऊ नकोस, पण मी तुला सांगते- मला असे वाटते आहे की तू थोडी वाट चुकली आहेस.''

''मुळात मी म्हणूनच या वाचनगृहात आले ना? मी वाट चुकले म्हणून?''

''अं, *हो*. पण आता तू *तुझ्या हरवलेपणात हरवली आहेस*. म्हणजे मला म्हणायचे आहे, की तू खरंच पार हरवली आहेस. हे असे राहण्यासाठी तुला हवा तसा मार्ग सापडणार नाहीये.''

''जर कधी काही मार्गच नसता तर काय? मी जर... माझी वाटच बंद झाली, तर काय?''

''जोपर्यंत शेल्फांवर पुस्तके आहेत, तोपर्यंत तुझी वाट कधीच बंद होणार नाही. प्रत्येक पुस्तकात सुटकेची वाट आहे.''

''मला आयुष्य समजत नाही,'' नोरा उदासपणे हसली.

''तुला *आयुष्य* समजण्याची गरज नाही. ते तू फक्त जगायला हवे.''

नोराने मान हलवली. तत्त्वज्ञानाच्या पदवीधर असणाऱ्या तिच्यासाठी हे जरा जास्तच होते.

''पण मला असं राहण्याची इच्छा नाही.'' नोरा तिला म्हणली. ''मला ह्यूगोसारखं व्हायचं नाही. मला कायम या आयुष्यातून त्या आयुष्यात भटकत राहायचं नाही.''

''ठीक आहे. मग तुला माझे नीट ऐकायला हवे. आता तुला माझा सल्ला हवा आहे की नको?''

''अं, हो. अर्थात. थोडा उशीर झाला असं वाटतंय, पण हो, मिसेस एल्म, मला तुमच्या सल्ल्याची खूपच मदत होईल.''

''बरोबर. ठीक. मला असे वाटते आहे की तू आता अशा टप्प्यावर पोहोचली आहेस की तुला खरे काय ते कळत नाहीये.''

''तुम्हाला नेमके काय म्हणायचे आहे, ते मला कळते आहे असे मला वाटत नाही.''

''तुझा आत्मा ज्यात नाही अशा धून पियानोवर बसून वाजवणे, असे जर तुला ही आयुष्ये जगण्याबद्दल वाटत असेल, तर ते बरोबर आहे. यामध्ये तू खरी कोण आहेस हे तुला विसरायला होते. त्या त्या आयुष्यातली भूमिका वठवताना, तू कोणतीच भूमिका जगत नाहीस. तू तुझे मूळ आयुष्य विसरते आहेस. तुझ्यासाठी काय उपयोगाचे आहे आणि काय नाही हे तू विसरते आहेस. तू तुझी खंत, तुझे खेद विसरते आहेस.''

''मी आता माझी खंत, माझे खेद या गोष्टींमधून बाहेर पडले आहे.''

''नाही. सगळ्या नाही.''

''तसे असेल. प्रत्येक बारीकसारीक गोष्टीतून बाहेर पडले नसेन. अर्थात नाही.''

''तुला ते *पश्चात्तापांचे पुस्तक* पन्हा एकदा पाहायला हवे.''

''एवढ्या मिट्ट काळोखात मी ते कसे करू शकेन?''

''कारण तुला ते संपूर्ण पुस्तक माहीत आहे. कारण ते तुझ्या आत आहे. जशी... जशी मी तुझ्या आत आहे.''

डिलनने मिसेस एल्मला वृद्धाश्रमाजवळ पाहिल्याचे सांगितले होते ते तिला आठवले. तिला एकदा वाटले की मिसेस एल्मना त्याबद्दल सांगावे. पण तिने तसे न करण्याचे ठरवले. ''बरोबर आहे.''

''जे आपल्या ज्ञानेंद्रियांना समजते तेवढेच आपल्याला माहीत असते. आपल्या प्रत्येक अनुभवाला शेवटी आपल्या जाणिवांच्या चौकटीची मर्यादा असते. तुम्ही कशाकडे पाहता हे महत्त्वाचे नसते, तर तुम्ही काय पाहता हे महत्त्वाचे असते.''

''तुम्हाला थोरो माहीत आहे?''

''अर्थात. जर तुला माहीत असेल तर, निश्चितच.''

''त्याचे असे आहे की, मला आता अजूनही कशाची खंत आहे का तेच मला माहीत नाही.''

''ठीक आहे, आपण पाहू या. तू म्हणतेस मी फक्त एक जाणीव आहे. मग मी तुझ्या जाणिवेत का आहे. तुला दिसते ती व्यक्ती – मिसेस एल्म ती मी का आहे?''

''मला माहीत नाही. कारण तुम्ही त्या आहात ज्यांच्यावर माझा विश्वास आहे. तुम्ही माझ्याशी नेहमीच प्रेमानं वागलात.''

''प्रेमाने वागणे ही एक प्रभावी शक्ती आहे.''

''आणि दुर्मीळ.''

''कदाचित आपण ते चुकीच्या ठिकाणी शोधत असू.''

'कदाचित.'

सर्व बाजूंनी सावकाश उजळू लागलेल्या प्रकाशाने वाचनगृहातल्या काळोखाला खिंडारे पडायला लागली होती.

''मग मला सांग, तुझ्या मूळ आयुष्यात आणखी कुठे तुला ते जाणवले प्रेमाने वागणे?''

ज्या रात्री ॲशने तिच्या दारावर टकटक केले होते, ती रात्र नोराला आठवली. एका मेलेल्या मांजराला रस्त्यातून उचलून, भर पावसातून, तिच्या फ्लॅटच्या छोट्याशा जागेत घेऊन येणे आणि तिच्यासाठी म्हणून त्याला पुरणे कारण ती नशेत, त्या मांजराच्या दु:खाने हमसून हमसून रडत होती. हे सारे काही जगात पूर्वीपासून चालत आलेल्या प्रेमाच्या व्याख्येत बसणारे नव्हते. पण धावण्याच्या सरावासाठी बाहेर पडलेले असताना, कुणालातरी गरज आहे म्हणून चाळीस मिनिटे खर्च करून त्याला मदत करणे, त्यासाठी फक्त एक ग्लास पाणी स्वीकारणे, हे वागणे प्रेमळपणाचे निश्चितच होते.

त्या वेळेला या प्रेमळ वागण्याची तिने कदर केली नव्हती. तिचे दु:ख आणि निराशा जास्त वरचढ होती. पण आता ती त्या गोष्टीचा विचार करत होती, ॲशचे त्या वेळचे वागणे खरोखरीच कौतुकास्पद होते.

''मला वाटतं मला माहीत आहे,'' ती म्हणाली. ''ते माझ्या अगदी डोळ्यांसमोर होतं, मी आत्महत्या करण्याचा प्रयत्न करण्याआधीच्या रात्री.''

''म्हणजे काल रात्री, असं म्हणतेस का?''

''मला वाटतं, हो. ॲश. तो शल्यविशारद. त्याला सापडला होता व्होल्ट्स. त्याने एकदा मला कॉफीचं आमंत्रण दिलं होतं. काही वर्षांपूर्वी. जेव्हा मी डॅनबरोबर होते. मी नाही म्हटलं, कारण मी डॅनबरोबर होते. पण मी डॅनबरोबर नसते तर काय झाले असते? माझे आणि डॅनचे नाते तुटलेले असते आणि मी ॲशचं आमंत्रण स्वीकारून त्याच्या बरोबर गेले असते, तर काय झाले असते? एखाद्या शनिवारी धाडस करून दुकाने बघत चालत असताना कॉफीला हो म्हणाले असते, तर? कारण असं एखादं आयुष्य निश्चित असलं पाहिजे ज्यात मी त्या क्षणी एकटी असेन आणि मला जे म्हणावेसे वाटत होते ते मी म्हटले असेन. ज्या आयुष्यात मी म्हटले असेन. 'हो ॲश, मला तुझ्या बरोबर केव्हातरी कॉफी घ्यायला आवडेल, खूप छान वाटेल.' ज्या आयुष्यात मी ॲशला भेटले होते, ते आयुष्य मला अजमावून पहायचंय. त्या आयुष्यानं मला काय दिलं असतं?''

आणि काळोखात तिला तो नेहमीचा परिचित आवाज ऐकायला येऊ लागला. शेल्फं हलायला लागली होती; सावकाश, चिरका आवाज करत, मग वेगाने, आवाज न करता. हवे असलेले पुस्तक, ते आयुष्य मिसेस एल्मला दिसेपर्यंतही चालू राहिले.

''इथेच आहे.''

शिंपल्यातला मोती

तिला लागलेल्या हलक्याशा झोपेतून ती जागी झाली आणि पहिली गोष्ट तिला जाणवली म्हणजे तिला आलेला विलक्षण थकवा. अंधारातसुद्धा तिला भिंतीवर एक चित्र दिसले. ते चित्र एका वृक्षाचे, काहीसे अमूर्त शैलीकडे झुकणारे चित्र होते. उंच आणि बारीकसे झाड नव्हते ते. काहीसे बुटके, डेरेदार आणि फुलांनी भरलेले.

तिच्या शेजारी एक माणूस झोपलेला होता. तो माणूस ॲश होता किंवा नाही, हे सांगणे शक्य नव्हते कारण तो पाठमोरा झोपलेला होता, अंधार होता आणि त्याने स्वत:ला दुलईत घट्ट लपेटून घेतलेले होते.

का ते कळत नव्हते पण नेहमीपेक्षा हे जरा जास्त विचित्र वाटत होते. अर्थातच, असा माणूस ज्याच्या बरोबर एका मांजराला पुरण्याची घटना आणि दुकानाच्या काउंटरवर उभे असताना त्याच्या बरोबर झालेली काही गमतीशीर संभाषणे यापलीकडे कसलेच नाते नव्हते त्याच्याबरोबर एकाच पलंगावर झोपलेले असणे, ही गोष्ट सर्वसाधारण आयुष्यात निश्चितच विचित्र वाटण्यासारखी होती. पण जेव्हापासून नोराने मध्यरात्रीच्या या वाचनगृहात प्रवेश केला होता तेव्हापासून अशा विचित्र गोष्टी नोराच्या अंगवळणी पडल्या होत्या.

...आणि तो माणूस ॲश असण्याची शक्यता होती, याचीच दुसरी बाजू तो माणूस ॲश नसण्याची शक्यताही होतीच. कोणत्याही निर्णयाचा प्रत्येक परिणाम वर्तवता येत नाहीत. उदाहरणार्थ, ॲशबरोबर कॉफीसाठी गेल्यानंतर त्याच्या प्रेमात पडण्याची जशी शक्यता होती, तसेच कॉफी टेबलावर आणून देणाऱ्या व्यक्तीच्या प्रेमात पडण्याची शक्यताही होती. क्वांटम फिजिक्सचे हे असे वर्तवता न येणारे साधेसरळ स्वरूप होते.

तिने तिच्या अनामिकेवरील अंगठी चाचपून पाहिली.

दोन अंगठ्या.

शेजारच्या माणसाने कूस बदलली.

अंधारामध्ये एक हात तिच्या अंगावर पडला आणि तिने तो हलकेच उचलून दुलईवर परत ठेवला. त्यानंतर तिने स्वत:ला पलंगाच्या बाहेर ढकलले. जिना उतरून खाली जावे, जमल्यास सोफ्यावर लवंडावे आणि नेहमीप्रमाणे फोनवर या जन्मातल्या स्वत:ची काही माहिती मिळाल्यास पहावी, असा तिचा बेत होता.

तिने कितीही आयुष्यांचा अनुभव घेतलेला असो आणि ती आयुष्ये कितीही विविध प्रकारची असोत, त्या सगळ्यात एक गोष्ट गमतीची होती, तिचा फोन कायम तिच्या पलंगाच्या बाजूला निश्चितपणे सापडायचाच. आणि या आयुष्यातही काही वेगळे नव्हते. तिने तो उचलला आणि ती शांतपणे खोलीच्या बाहेर सटकली. तो जो कुणी माणूस होता, तो गाढ झोपणारा होता आणि तो अजिबात हलला नाही.

तिने त्याच्याकडे रोखून पाहिले.

'नोरा?' तो अर्धवट झोपेत पुटपुटला.

तो तोच होता. तिला नक्की खात्री होती. ॲश.

''मी फक्त बाथरूममध्ये जाते आहे,'' ती म्हणाली.

तो 'ओके'सारखं काहीतरी पुटपुटला आणि पुन्हा झोपी गेला.

आणि ती जमिनीच्या लाकडी फळ्यांवरून आवाज न करता सावकाश पावले टाकत निघाली पण ज्या क्षणी तिने दार उघडले आणि ती बाहेर पडली, ती आश्चर्याने पडायचीच बाकी राहिली होती.

कारण तिथे तिच्या समोर जिन्याच्या लँडिंगवरच्या मंद प्रकाशात एक दुसरी मानवी व्यक्ती होती. छोटी. लहान मुलाच्या आकाराची.

''मम्मी, मला खूप भीती वाटावी असं स्वप्न पडलं.''

दारातून आत यायच्या मार्गिकेतल्या मंद प्रकाशात तिला एका मुलीचा चेहरा दिसला, तिचे रेशमी केस झोपेमुळे विस्कटले होते, त्या केसांच्या बटा तिच्या कपाळाला चिकटल्या होत्या.

नोरा काहीच बोलली नाही. ती तिची मुलगी होती.

ती कसे काही बोलू शकणार होती?

आता नेहमीच्या प्रश्नाने डोके वर काढले : ज्या आयुष्यासाठी तिला आधीच खूप उशीर झाला होता, त्या आयुष्यात ती कशी काय प्रवेश करू शकली? नोराने डोळे मिटले. ज्या ज्या आयुष्यांमध्ये तिला मुले होती, ती आयुष्ये फार तर दोन-चार मिनिटे टिकली होती. या आयुष्यात काही समजण्याआधीच ती अनोळखी क्षेत्रात पाऊल टाकत होती.

ती जे काही तिच्या आत दडपून ठेवण्याचा प्रयत्न करत होती, त्याच्या ओझ्यामुळे तिचे शरीर थरथरत होते. तिला त्या मुलीकडे पाहायचे नव्हते. केवळ स्वत:साठी नव्हे तर त्या छोट्या मुलीसाठीसुद्धा. ही फसवणूक आहे, असे वाटत होते. नोरा तिची आई होती, पण दुसरा विचार केला, तर अधिक महत्त्वाचे हे होते की ती तिची आई नव्हतीही. ती एका अनोळखी घरात, फक्त एक अनोळखी बाई होती आणि एका अनोळखी मुलीकडे पाहत होती.

''मम्मी? तू ऐकते आहेस का? मला खूप भीती वाटावी असं स्वप्न पडलं.''

तिला तिच्या मागे असलेल्या खोलीतून कुठूनतरी पलंगावरच्या त्या माणसाच्या हालचालीचा आवाज आला. तो जर पूर्णपणे जागा झाला असता तर सगळे आणखीच अवघड झाले असते. म्हणून नोराने त्या छोट्या मुलीशी बोलायचे ठरवले.

''हो, हो गं, हे तर वाईट आहे,'' ती हळू आवाजात कुजबुजली. ''पण हे काही खरं नाही. हे फक्त स्वप्न आहे.''

''त्यात अस्वलं होती.''

नोरानं तिच्या मागचे दार लावले. 'अस्वलं?'

''त्या गोष्टीमुळे.''

''बरोबर. हो. ती गोष्ट. ये आता, तुझ्या बिछान्यात ये...'' तिच्या लक्षात आले, हे बोलणे जरा कठोर होते. 'शोना,' तिने पुढे म्हटले, हा विचार करत की त्या मुलीला या आयुष्यातल्या तिच्या मुलीला कोणत्या नावाने हाक मारत असावेत. ''इथे अस्वलं नाहीयेत, बाळा.''

''फक्त 'टेडी बेअर' अस्वल.''

''हो, फक्त...''

ती मुलगी थोडी नीट जागी झाली. तिच्या डोळ्यांत चमक आली. तिला तिची आई दिसली, त्यामुळे या दुसऱ्या नोरालाही तिची आई असल्यासारखेच वाटले. तिची आई असल्यासारखे. कुणाच्यातरी माध्यमातून जगाशी जोडलेले असण्याची ही भावना तिला अनोळखी वाटली. ''मम्मी, काय करतेयस तू?''

ती मोठ्याने बोलत होती. चार वर्षांचे मूल (ती त्यापेक्षा मोठी असणे संभव नव्हते) जेवढ्या गंभीरपणे बोलेल तेवढ्या गंभीरपणे ती बोलत होती.

'श्शऽऽ,' नोरा म्हणाली. तिला खरोखरीच त्या मुलीचे नाव कळणे जरुरीचे होते. तुम्हाला तुमच्या मुलीचेच नाव माहीत नसेल, तर तुम्हाला परिस्थिती काबूत ठेवता येणार नाही. 'ऐक,' नोरा म्हणाली, ''मी जरा खाली जाते आहे, मला काहीतरी काम आहे. तू परत अंथरुणात जाऊन झोप.''

''पण ती अस्वलं.''

''इथं अस्वलं नाहीयेत.''

''आहेत. माझ्या स्वप्नात आहेत.''

नोराला ते अस्वल धुक्यातून तिच्याकडे धावत येत असल्याचा प्रसंग आठवला. तिला ती भीती आठवली. त्या अचानक क्षणी जाणवलेली जगण्याची इच्छा आठवली. ''मी सांगते तुला, आता अस्वल येणार नाही.''

''मम्मी, तू असं का बोलतीयस?''

''असं म्हणजे कसं?''

'तसं.'

'कुजबुजत?'

'नाही.'

ती छोटी मुलगी नेमकं काय म्हणते आहे याची नोराला काही कल्पना नव्हती. आताची ती आणि त्या मुलीची आई असलेली 'ती' यांच्यामध्ये न सांधलेला असा कोणता दुवा होता? आईच्या भूमिकेत असताना तुम्ही कसं बोलता यात फरक पडतो का?

''तुला कशाचीतरी भीती वाटत असल्यासारखी,'' त्या मुलीने समजावले.

''मला भीती नाही वाटत गं.''

''मला कोणीतरी माझा हात धरायला हवाय.''

'काय?'

''मला कोणीतरी माझा हात धरायला हवाय.''

'बरं.'

''वेडी मम्मी.''

''हो. हो, वेडी मम्मी.''

''मला खरंच भीती वाटतीय.''

हे तिने शांतपणे, वास्तविक स्वरात सांगितले. आणि त्या क्षणी नोराने तिच्याकडे पाहिले. खऱ्या अर्थी, नीट पाहिले. ती मुलगी तिला एकाच वेळी पूर्णपणे अनोळखी आणि पूर्णपणे ओळखीची वाटत होती. नोराला पोटात काहीतरी उचंबळून आल्यासारखे वाटत होते, काहीतरी जबरदस्त आणि चिंताजनक.

ती मुलगी तिच्याकडे रोखून पाहत होती. याआधी अशा तऱ्हेने तिच्याकडे कोणीच पाहिले नव्हते. ही जी भावना तिला आता जाणवत होती, ती भीतिदायक होती. तिचा चेहरा नोरासारखा होता. आणि लोक कधीकधी म्हणत असत तो नोराच्या चेहऱ्यावर दिसणारा हरवल्याचा भाव तिच्याही चेहऱ्यावर होता. ती सुंदर होती आणि ती तिची होती किंवा तिची असल्याचा तो एक आभास होता आणि अस्वस्थ करणारी प्रेमाची एक लाट, तिला तिच्या आत उचंबळून आलेली जाणवली. तिला माहीत होते, जरी ते वाचनगृह आत्ता या क्षणी तिच्याकडे आले नसते (आणि ते तसे येणार नव्हते) तरी तिला इथून दूर जावे लागणार होते.

''मम्मी, तू माझा हात धरशील...?''

'मी...'

त्या मुलीने तिच्या हातात आपला हात दिला. तो हात छोटासा आणि उबदार होता, शिंपल्यामधला मोती ज्या निवांतपणे पहुडलेला असतो, त्याच विश्वासाने तो हात तिच्या हातात विसावला होता. ती नोराला शेजारच्या खोलीकडे घेऊन गेली तिच्या बेडरूममध्ये. नोराने आत आल्यावर दार किलकिले बंद केले आणि तिच्या मनगटी घड्याळात किती वाजले ते पाहण्याचा प्रयत्न केला, पण या आयुष्यात तिचे घड्याळ किमती दिसणारे, आकड्यांचे, बिनदिव्याचे होते. त्यामुळे तिचे डोळे अंधाराला सरावण्यासाठी आणि तिला वेळ दिसण्यासाठी एक-दोन सेकंद लागले. तिने फोनवर बघून वेळेची खात्री करून घेतली. पहाटेचे २:३२ झाले होते. म्हणजे या आयुष्यात ती केव्हा अंथरुणावर पडली होती हे लक्षात घेतले तर तिच्या आताच्या या शरीराला फारशी झोप मिळालेली नव्हती. आणि तिला पुरेशी झोप न झाल्यासारखे नक्कीच वाटत होते.

''मम्मी तू जर मेलीस तर काय होईल गं?''

खोलीमध्ये पूर्ण अंधार नव्हता. दर्शनी भागातल्या मार्गिकेकडून उजेडाची एक तिरीप येत होती आणि जवळ एक पथदिवा होता, कुत्र्यांची छापील चित्रे असलेल्या पडद्याआडून येणारी बारकीशी उजेडाची पट्टी दिसत होती. त्या उजेडात तिला एक बसकी आयताकृती गोष्ट दिसली, तो त्या छोट्या मुलीचा पलंग होता. तिला जमिनीवर पडलेल्या खेळण्यातल्या गुबगुबीत हत्तीची सावली दिसत होती. तिथे आणखीही काही खेळणी होती. त्या खोलीतला तो आनंदी पसारा होता.

नोराकडे पाहताना तिचे डोळे चमकत होते.

''मला माहीत नाही,'' नोरा म्हणाली. ''त्याबद्दल कोणाला निश्चित काही माहीत असेल असे मला वाटत नाही.''

त्या छोट्या मुलीच्या कपाळावर आठी पडली. नोराच्या उत्तराने तिचे समाधान झाले नव्हते. नोराच्या उत्तराने तिचे इतकेसेसुद्धा समाधान झाले नव्हते.

'ऐक,' नोरा म्हणाली. ''पण मरण्याच्या आधी तुम्हाला पुन्हा जगण्याची एक संधी मिळू शकते. पूर्वी तुम्हाला न मिळालेल्या गोष्टी तुम्हाला मिळू शकतात. तुम्हाला हवे असलेले आयुष्य तुम्हाला निवडता येते.''

''हे छान आहे.''

''पण याची काळजी तुला फार काळ करावी लागणार नाही. तुझे आयुष्य खूप मजेदार साहसांनी भरलेले असेल. त्यात खूप छान छान गोष्टी असतील.''

''म्हणजे तंबूत राहायचं, वगैरे वगैरे!''

या गोडुल्या मुलीकडे पाहून स्मित करताना नोराच्या अंगातून मायेची एक लहर उठली. 'बरोबर. तंबूत रहायचं, वगैरे वगैरे.'

''आपण तंबूत राहायला गेलेलं मला खूप आवडतं.''

नोराच्या चेहऱ्यावरचे हसू अजूनही तसेच होते. पण तिला तिच्या पापण्यांच्या आड जमलेले पाणी जाणवत होते. हे आयुष्य छान वाटत होते. तिचे स्वतःचे कुटुंब. सुट्टीच्या दिवशी तंबूत रहायला जाताना बरोबर येण्यासाठी स्वतःची मुलगी.

'ऐक,' ती म्हणाली. बेडरूममधून लवकर सुटका करून घ्यायला जमणार नव्हते. ''जेव्हा माहीत नसलेल्या गोष्टींची चिंता तुम्हाला करावी लागते, म्हणजे समजा पुढे काय होणार याची चिंता. अशा वेळेला आपल्याला माहीत असलेल्या गोष्टी आठवाव्यात, त्याचा उपयोग होतो.''

''मला काही कळलं नाही,'' ती मुलगी तिच्या दुलईत शिरत म्हणाली. नोरा तिच्या बाजूला जमिनीवर बसली.

''हे बघ हे एखाद्या खेळासारखं आहे.''

''मला खेळ आवडतात.''

''आपण खेळू या का?''

'हो,' तिची मुलगी हसली. ''आपण खेळू या.''

खेळ

''मी तुला असा प्रश्न विचारेन ज्याचं उत्तर आपल्याला माहीत आहे. जर मी तुला विचारलं की, तुझ्या मम्मीचं नाव काय? तू म्हणशील 'नोरा'. कळलं?''

''हो, कळलं.''

''मग, तुझं नाव काय?''

'मॉली.'

''ओके, डॅडीचं नाव काय आहे?''

'ॲश!'

व्वा. म्हणजे तो कॉफीवाला दिवस खरंच फळला होता तर.

''आणि आपण कुठे राहतो?''

'केंब्रिज!'

केंब्रिज. एक प्रकारे हे समजण्यासारखे होते. नोराला केंब्रिज नेहमीच आवडत होतं. आणि ते बेडफोर्डपासून फक्त ३० मैल अंतरावर होतं. ॲशलाही ते आवडत असावं. आणि जर तो अजूनही लंडनला काम करत असता तर केंब्रिजपासून लंडनपर्यंतचे अंतर सहज जाण्यायेण्याजोगे होते. ब्रिस्टल येथून पहिली पदवी मिळवल्यानंतर थोड्याच अवधीत तिने तत्त्वज्ञान या विषयात एम.फिल. करण्यासाठी अर्ज केला होता आणि तिला केंब्रिजमधील कॉलेजमध्ये प्रवेश मिळाला होता.

''केंब्रिजच्या कुठल्या भागात? तुला आठवतंय? आपल्या रस्त्याचं नाव काय आहे?''

''आपण ... बोल् ... बोल्टन रस्त्यावर राहतो.''

''तू फारच छान खेळते आहेस. आणि तुला भाऊ किंवा बहिणी आहेत का?''

'नाही!'

''आणि मम्मी आणि डॅडी एकमेकांना आवडतात का?''

या प्रश्नावर मॉली थोडी हसली. 'हो!'

''आम्ही कधी एकमेकांवर ओरडतो का?''

आता मॉलीचे चेहऱ्यावरचे हसू थोडे खोडकर झाले होते. ''कधीकधी! मम्मी जास्त ओरडते!''

'सॉरी!'

''तू जेव्हा खरंच खूप, खूप, खूप दमलेली असतेस तेव्हा ओरडतेस आणि तू सॉरीपण म्हणतेस, म्हणून ठीक आहे. सॉरी म्हटलं तर सगळं ठीक होतं. असं तूच म्हणतेस.''

''मम्मी कामासाठी बाहेर जाते का?''

''हो. कधीकधी.''

''मी जिथे डॅडीला भेटले त्या दुकानात अजूनही काम करते का?''

'नाही.'

''मम्मी जेव्हा कामासाठी बाहेर जाते तेव्हा कसलं काम करते?''

''ती लोकांना शिकवते.''

''ती कशी- मी कशी शिकवते लोकांना? मी काय शिकवते?''

''फिल-ओ... फिल-ओ-वोस्सॉ-फी...''

'फिलॉसॉफी?'

''मी तेच म्हटलं!''

''आणि मी ते कुठे शिकवते? विद्यापीठात?''

'हो!'

''कुठले विद्यापीठ?'' आणि मग तिला ते कुठे राहत होते ते आठवलं. ''केंब्रिज विद्यापीठात का?''

''तेच, तेच!''

नोराने मधल्या गाळलेल्या जागा भरण्याचा प्रयत्न केलं. कदाचित तिने या आयुष्यात मास्टर्स पदवी मिळवण्यासाठी पुन्हा अर्ज केला होता आणि यशस्वीरीत्या पदवी मिळवल्यानंतर तिने तिथे शिकवायला सुरुवात केली होती.

काही झाले तरी तिला हे खोटे या आयुष्यात निभावायचे असेल तर बहुतेक तिला तत्त्वज्ञानाविषयी आणखी थोडे वाचन करावे लागणार होते. पण मॉली म्हणाली, ''पण तू आता ते थांबवणार आहेस.''

''थांबवणार आहे? का थांबवणार आहे?''

''पुस्तक लिहिण्यासाठी!''

''तुझ्यासाठी पुस्तक लिहिणार आहे का?''

''नाही, वेडी आहेस. तू मोठ्यांसाठीचं पुस्तक लिहिणार आहेस.''

''मी पुस्तक लिहिते आहे?''

''हो. मी आत्ताच नाही का सांगितलं?''

''मला माहीत आहे. मी फक्त काही गोष्टी तुला दोनदा म्हणायला लावण्याचा प्रयत्न करते आहे. कारण ते ऐकायला खूप चांगले आहे. आणि त्यामुळे अस्वलांची भीती आणखी कमी होते. ओके?''

'ओके.'

''डॅडी काम करतात का?''

'हो.'

''डॅडी काय काम करतो ते तुला माहीत आहे का?''

''हो. तो लोकांना कापतो!''

एक क्षणभर ती विसरली की अॅश एक शल्यविशारद होता आणि त्या क्षणापुरता तिला प्रश्न पडला की घरात कुणी साखळी खुनी आहे की काय. ''लोकांना कापतो?''

''हो, तो लोकांना कापतो आणि त्यांना बरं करतो!''

''हो, हो. नक्कीच.''

''तो लोकांचा जीव वाचवतो!''

''हो तो लोकांना वाचवतो.''

''फक्त तो जेव्हा उदास होता आणि ती व्यक्ती मेली.''

''हो ते वाईट आहे.''

''डॅडी अजून बेडफोर्डमध्ये काम करतो का? की आता तो केंब्रिजमध्ये काम करतो?''

मॉलीने खांदे झटकले. 'केंब्रिज?'

''तो गाणी वाजवतो का?''

''हो. हो, तो गाणी वाजवतो. पण खूप खूप खूप खूप वाईट!'' असं म्हणत असताना ती खुदूखुदू हसत होती.

नोरालाही हसू आले. मॉलीच्या हसण्याची लागण माणसांना आपोआपच व्हायची. ''ते... तुला कोणी आॅन्ट आणि अंकल आहेत का?''

''हो, माझी आॅन्ट जया आहे.''

''जया कोण?''

''डॅडीची बहीण.''

''आणखी कोणी?''

''हो अंकल ज्यो आणि अंकल इवान आहेत.''

या आयुष्यात तिचा भाऊ ज्यो हयात आहे हे समजल्यामुळे नोराला बरं वाटलं. आणि हेही की तिच्या आॅलिंपिकवाल्या आयुष्यात त्याचा जो जोडीदार

होता तोच याही आयुष्यात होता. आणि त्याचे नाव मॉलीला माहीत असावे इतके त्याचे त्यांच्या आयुष्यातले अस्तित्व महत्त्वाचे होते.

''आपण अंकल ज्योला याआधी केव्हा भेटलो होतो?''

'ख्रिसमस!'

''तुला अंकल ज्यो आवडतो का?''

''हो! तो खूप मजा करतो! आणि त्यानं मला पॅन्डा दिला!''

'पॅन्डा?'

''मला त्याला घट्ट जवळ घ्यायला आवडते.''

''पॅन्डाज्सुद्धा अस्वलच असतात.''

''छान, अस्वलं.''

मॉलीने जांभई दिली. तिला झोप यायला लागली होती.

''मम्मी आणि अंकल ज्यो एकमेकांना आवडतात का?''

''हो! तुम्ही नेहमी फोनवर बोलत असता!''

हे विशेष होते. नोराने गृहीतच धरले होते की ती ज्या आयुष्यांमध्ये कधीच लॅबिरिंथमध्ये नव्हती, फक्त त्याच आयुष्यांमध्ये तिचे आणि तिच्या भावाचे चांगले जमत होते. (पोहणे सुरू ठेवण्याचा तिचा निर्णय किंवा लॅबिरिंथमधून बाहेर पडल्यानंतरच्या काळातली तिची ॲशबरोबर कॉफी घेण्यासाठी झालेली भेट, यांचा लॅबिरिंथशी संबंध नव्हता.) पण त्यांच्या आताच्या आयुष्यात ज्योच्या असण्याशी या गृहीतकाचा दुवा जुळत नव्हता. नोराच्या मनात एकच प्रश्न उमटत राहीला, ही गोड मॉली हाच एक हरवलेला दुवा नव्हता नं? कदाचित ही छोटी मुलगी ती आणि तिच्या भावामधली दरी सांधायला कारणीभूत झाली होती.

''तुझे आजोबा-आजी आहेत का?''

''फक्त ग्रँडमा सॅल.''

नोराला तिच्या आई-वडिलांबद्दल प्रश्न विचारण्याची इच्छा होती, पण कदाचित ही वेळ त्यासाठी योग्य नव्हती.

''तू आनंदात आहेस का? म्हणजे मला विचारायचं आहे की जेव्हा तू अस्वलांचा विचार करत नसतेस, तेव्हा?''

''बहुतेक, असं मला वाटतं.''

''मम्मी आणि डॅडी खूश आहेत का?''

'हो,' ती सावकाश म्हणाली, ''कधीकधी. जेव्हा तू दमलेली नसतेस तेव्हा.''

''आणि आपण खूपदा मजा करतो का?''

तिने डोळे चोळत म्हटलं, 'हो.'

''आणि आपण आपल्या घरात प्राणी पाळलेत का?''

''हो. प्लेटो.''

''आणि हा प्लेटो कोण आहे?''

पण तिला उत्तर मिळाले नाही, कारण मॉलीला झोप लागली होती. आणि नोरा तिथेच गालिचावर लवंडली नि तिने डोळे मिटून घेतले.

जेव्हा तिला जाग आली, एक जीभ तिचा चेहरा चाटत होती.

हसऱ्या डोळ्यांचा आणि शेपटी हलवणारा एक लॅब्राडोर तिच्याकडे पाहून आनंदलेला आणि उत्साहित झालेला दिसत होता.

'प्लेटो?' तिने झोपेतच विचारले.

''हो मीच,'' प्लेटो शेपूट हलवत होता.

सकाळ झाली होती. पडद्यांमधून उजेड आत येत होता. कुशीत घ्यायची खेळणी, पॅन्डा आणि नोराला आधी दिसलेला हत्तीसुद्धा- जमिनीवर पसरले होते. तिने पलंगाकडे पाहिले. पण तो रिकामा होता. मॉली खोलीत नव्हती. आणि पावलांची चाहूल ऐकू येत होती. मॉलीपेक्षा जड पावलांची- जिन्यातून वर येणाऱ्या पावलांची.

नोरा उठून बसली. तिला माहीत होते की तिच्या क्युअर ब्रँडच्या ढगळ्या टी-शर्ट (तो तिच्या माहितीचा होता) मध्ये कारपेटवर झोपलेल्या अवतारात ती अजागळ दिसत असणार. तिने तिच्या चेहऱ्यावरून हात फिरवला, गालिचावर टेकलेल्या तिच्या चेहऱ्याच्या जागी सुरकुतल्यासारखे झाले होते आणि तिचे केस, जे या आयुष्यात लांब होते; खराब आणि विस्कटलेले होते. ती ज्या माणसासोबत रोज एका पलंगावर झोपत होती आणि झोपत नव्हतीही तो खोलीत पोहोचण्याआधी तिच्या हातात असलेल्या दोन सेकंदांत तिने जितके शक्य होते तितके आवरून सावरून घेण्याचा प्रयत्न केला. श्रॉडिंजरच्या मांजराप्रमाणेच- श्रॉडिंजरचा 'नवरा' असं म्हणता येईल.

...आणि काही क्षणातच तो तिथे होता.

परिपूर्ण आयुष्य

उंच, सडपातळ ॲशचा पोरसवदा देखणेपणा बाप झाल्यानंतर किंचितसा बदलला होता. जो काही बदल झाला होता, त्यामुळे त्याने जेव्हा तिच्या दारावर त्याने टकटक केले होते, तेव्हापेक्षा आता तो अंगाने अधिक भरलेला दिसत होता. तेव्हासारखेच त्याने धावायला जातानाचे कपडे घातले होते. मात्र आताचे कपडे थोडे अधिक फॅन्सी आणि अधिक किमती वाटत होते आणि त्याच्या दंडावर फिटनेस ट्रॅकरसारखे काहीतरी बांधलेले दिसत होते.

तो हसत होता आणि त्याच्या हातात कॉफीचे दोन कप होते, ज्यातला एक नोरासाठी होता. तिला नवल वाटले की त्या पहिल्या कपानंतर दोघांनी कितीदा एकत्र कॉफी घेतली होती.

''अरे, धन्यवाद.''

''अरेच्चा नाही, नोर, तू रात्रभर इथे झोपली होतीस?'' त्याने विचारले.

''बहुतेक सगळा वेळ. म्हणजे मी परत झोपायला येणार होते पण मॉली घाबरली होती. तिला शांत करायला हवे होते आणि मग मी खूप थकले होते, इथून हलण्यासाठी.''

''अरे, हे काय. मला फारच वाईट वाटतंय. मला तिचा आवाज ऐकू आलाच नाही.'' त्याला खरोखरीच वाईट वाटलेले दिसत होते. ''बहुतेक माझेच चुकले. काल कामाला जाण्याआधी मी तिला यूट्यूबवर काही अस्वले दाखवली होती.''

''काही बिघडले नाही.''

''असू दे, मी प्लेटोला फिरवून आणले आहे. आज मी दुपारपर्यंत हॉस्पिटलमध्ये असणार नाही. आज उशीर आहे. तुला आज ग्रंथालयात जायचे आहे का?''

''अं. नाही. तुला खरं सांगू का? बहुतेक मी आज दांडी मारेन.''

''ठीक आहे, मी मॉलला थोडा नाश्ता दिला आहे आणि तिला शाळेतही सोडेन.''

''तुला दिवसभर खूपच काम असेल तर,'' नोरा म्हणाली, ''मी मॉलीला सोडू शकते.''

''नाही. तसा दिवस ठीकच आहे. आतापर्यंत तरी एक पित्ताशय आणि एक स्वादुपिंड एवढेच आज ठरलेले आहेत. मध्ये मला धावायला वेळ मिळणार आहे.''

''बरोबर. हो. अर्थातच रविवारच्या हाफ-मॅरेथॉनसाठी असेल.''

'काय?'

''काही नाही. काही महत्त्वाचे नाही,'' नोरा म्हणाली, ''जमिनीवर झोपले होते नं, त्यामुळे माझं डोकं जरा काम करत नाहीये.''

''काही हरकत नाही. असू दे. माझ्या बहिणीचा फोन आला होता. तिला क्यू गार्डनच्या[१०३] कॅलेंडरच्या चित्रांचे काम मिळाले आहे. खूप साऱ्या झाडांचे. ती खूप खूश आहे.''

तो हसला. त्याला या बहिणीसाठी आनंद झालेला दिसला, जिच्याबद्दल तिने कधी काही ऐकले नव्हते. तिला तिच्या मेलेल्या मांजरासाठी त्याचे आभार मानायचे होते, पण अर्थातच ती तसे करू शकली नाही, ती फक्त एवढेच म्हणाली, ''थँक यू.''

'कशासाठी?'

''तुला सगळं माहीत आहे.''

''हो. बरोबर. ठीक.''

''म्हणून थँक यू.''

''छान. असू दे. तसं पण, आता धावण्याची वेळ.''

त्याने कॉफी भरकन पिऊन टाकली आणि तो निघून गेला. नोराने खोलीवरून नजर फिरवली, प्रत्येक नवीन तपशील डोळ्याने टिपत. प्रत्येक सॉफ्ट खेळणे आणि पुस्तक आणि प्लग सॉकेट, जणू काही त्या सगळ्या गोष्टी तिच्या आयुष्याच्या कोड्यातले सुटे तुकडे होते.

एक तासाभराने मॉलीला नर्सरी शाळेत सोडून झाले होते आणि नोरा नेहमीची कामे उरकत होती. ई-मेल पाहणे, समाजमाध्यमांवर काय चालले आहेत ते पाहणे, वगैरे. या आयुष्यात ती समाजमाध्यमांवर काही फारशी क्रियाशील नव्हती. ते बरेच होते पण तिला वैताग येईल इतक्या ई-मेल आलेल्या होत्या. त्या ई-मेल्सवरून तिला एक गोष्ट लक्षात आली होती की ती शिकवणे थांबवणार नव्हती, तर तिने ते निश्चितपणे थांबवले होते. तिने हेन्री डेव्हिड थोरो आणि 'आधुनिक पर्यावरणवादी चळवळीच्या संदर्भात त्याचे महत्त्व' या विषयावर पुस्तक लिहिण्यासाठी सबॅटिकल रजा घेतली होती. तिला एक संशोधन

---

१०३ क्यू गार्डन्स - लंडनमधील बोटॅनिक गार्डन.

निधी मंजूर झाला होता. पुस्तकाचे काम संपल्यानंतर त्या वर्षी ती कन्कॉर्ड, मॅसॅच्युसेट्स येथील वॉल्डेन पॉण्ड[१०४] येथे भेट देणार होती.

हे सगळे फारच छान वाटत होते.

अस्वस्थ वाटण्याइतके छान.

एका चांगल्या शहरात, चांगल्या घरात एक चांगले आयुष्य ज्यामध्ये एक छान मुलगी आणि चांगला जोडीदार. सगळे काही चांगले असण्याची ती परिसीमा होती. असे आयुष्य ज्यात ती पूर्ण दिवसभर बसून वाचू शकत होती, संशोधन करू शकत होती आणि तिच्या नेहमीच्या आवडत्या तत्त्वज्ञासंबंधी लेखन करू शकत होती.

''हे मस्त आहे,'' तिने कुत्र्याला सांगितले. ''आहे ना?''

प्लेटोने जांभई देत दुर्लक्ष केले.

मग तिने घरात शोधमोहीम सुरू केली. आरामदायी दिसणाऱ्या सोफ्यात बसून राहिलेल्या लॅब्राडोरचे तिच्याकडे लक्ष होते. बैठकीची खोली खूपच प्रशस्त होती. पायाखालच्या मऊ गालिचात तिची पावले रुतत होती.

जमिनीच्या लाकडी पांढऱ्या फळ्या, टीव्ही, लाकडाच्या जळणावरची शेगडी, इलेक्ट्रिक पियानो, चार्जिंगला लावलेले दोन लॅपटॉप, महोगनी लाकडाची पेटी आणि त्यावर मांडलेला बुद्धीबळाचा शोभिवंत पट, नीट मांडून ठेवलेल्या पुस्तकांची शेल्फं. कोपऱ्यामध्ये उभे केलेले एक सुंदरसे गिटार. नोराला त्याचे मॉडेल ताबडतोब ओळखता आले. इलेक्ट्रो-ॲक्युस्टिक 'मिडनाइट सॅटीन' फेंडर मॅलिबू. स्ट्रिंग थिअरीतल्या तिच्या नोकरीच्या शेवटच्या आठवड्यात तिनेच एक तसले गिटार विकले होते.

बैठकीच्या खोलीतल्या भिंती फ्रेम केलेल्या फोटोंनी सजल्या होत्या. एका फोटोत ॲशसारख्या दिसणाऱ्या एका बाईबरोबर काही मुले होती. बहुतेक ती ॲशची बहीण होती. तिच्या आई-वडिलांचा त्यांच्या लग्नातला एक जुना फोटो आणि तिच्या व ॲशच्या लग्नाचा फोटो. त्यात पाठीमागे तिला तिचा भाऊ दिसत होता. प्लेटोचा एक फोटो. आणि एक छोट्या बाळाचा, नक्कीच मॉलीचा.

तिने पुस्तके पहिली. त्यात काही योगावरची होती, पण तिच्या मूळ आयुष्यातली आधी कोणीतरी वापरलेली पुस्तके इथे नव्हती. काही वैद्यकीय पुस्तके. बर्ट्रांड रसेलच्या *हिस्ट्री ऑफ वेस्टर्न फिलॉसफी* आणि हेन्री डेव्हिड थोरोच्या *वॉल्डन* या पुस्तकांच्या तिच्या प्रती तिने बरोबर ओळखल्या. विद्यापीठातल्या

१०४ वॉल्डेन पॉण्ड – हिमनद वितळून मागे हटल्यामुळे निर्माण झालेल्या खोलगट भूप्रदेशात १०-१२ हजार वर्षांपूर्वी निर्माण झालेले सरोवर.

विद्यार्थिदशेच्या दिवसांपासून त्या तिच्या संग्रहात होत्या आणि प्लेटोचे *रिपब्लिक* आणि हना आरन्टचे द *ओरिजिन्स ऑफ टोटॅलिटेरिऑनिझम* यांच्या प्रती, ज्या तिच्या मूळ आयुष्यात तिच्या जवळ होत्या, पण या त्या आवृत्त्या नव्हत्या. जुलिया क्रिसतेवा, जुडीथ बटलर आणि चिमामांडांगोजी आदिचे यांसारख्या लेखकांनी लिहिलेली बुद्धिवंत - दिसणारी पुस्तके. त्यात पौर्वात्य तत्त्वज्ञानावरची खूप पुस्तके होती, जी तिने याआधी वाचलेली नव्हती. तिला प्रश्न पडला होता की ती या आयुष्यात टिकून राहिली - आणि तिला न राहण्याचे काही कारण दिसत नव्हते तर केंब्रिजमध्ये पुन्हा शिकवायला लागण्याआधी ती सर्व वाचून काढण्याचा काही मार्ग असेल का.

कादंबऱ्या, काही डिकन्सच्या, द *बेल जार*, काही गिकी पॉप-सायन्सची पुस्तके, थोडी संगीताची पुस्तके, शिशुपालनासंबंधीची थोडी पुस्तके, राल्फ वॉल्डो इमर्सनचे नेचर आणि रेचल कार्सनचे सायलंट स्प्रिंग, बदलत्या हवामानावरची काही पुस्तके आणि *आर्क्टिक ड्रीम्स : इमॅजिनेशन अँड डिझायर इन अ नॉर्दन लँडस्केप* या शीर्षकाचे एक भले मोठ्ठे, हार्डकव्हर असलेले पुस्तक.

ती क्वचितच, कधी असलीच तर, इतक्या उच्च वर्गीयांपैकी होती. तुम्ही केंब्रिजमध्ये मास्टर्स पदवी घेतली असेल आणि मग तुमच्या आवडत्या तत्त्वज्ञावर पुस्तक लिहिण्यासाठी सॅबॅटिकल घेत असाल तर निश्चितच तुमचे आयुष्य असे असते.

''तुला माझ्याबद्दल आदर वाटतो आहे,'' ती प्लेटोला म्हणाली. ''तू ते कबूल करू शकतोस.''

तिथे संगीताच्या पुस्तकांचाही एक ढीग होता आणि त्यात अॅशने तिला कॉफीसाठी विचारले, त्या दिवशी तिने त्याला विकलेले सायमन अँड गारफंकलचे पुस्तक सर्वांत वरती होते. कॉफी टेबलवर स्पॅनिश निसर्गदृश्यांच्या छायाचित्रांचे एक छान गुळगुळीत कागदाचे, हार्डबॅक कव्हरचे पुस्तक होते आणि सोफ्यावर एक काहीतरी द *एनसायक्लोपीडिया ऑफ प्लॅन्ट्स अँड फ्लॉवर्स* अशा शीर्षकाचे पुस्तक होते आणि नियतकालिकांच्या शेल्फात अगदी नवीन *नॅशनल जिओग्राफिकचा* अंक होता. त्याच्या मुखपृष्ठावर कृष्णविवराचे चित्र होते.

भिंतीवर एक चित्र होते. बार्सिलोनाच्या संग्रहालयातून आणलेले मिरोच्या[१०५] चित्राचे ते एक प्रिंट होते.

''प्लेटो, मी आणि अॅश बार्सिलोनाला जोडीने गेलो होतो का रे? तिने अॅश आणि ती हातात हात घालून, बार्सिलोनाच्या गॉथिक भागात फिरत आहेत,

---

१०५ मिरो - विसाव्या शतकातला अमूर्त चित्रशैलीसाठी प्रसिद्ध असलेला स्पॅनिश चित्रकार.

तपास[१०६] आणि रिओहा[१०७] यांच्यासाठी एखाद्या बारमध्ये डोकावताहेत अशी कल्पना केली.

पुस्तकांच्या शेल्फासमोरच्या भिंतीवर आरसा होता. छान रुंद, शोभिवंत फ्रेम असलेला आरसा. आयुष्या-आयुष्यांमधल्या या तफावतींबद्दल तिला आता आश्चर्य वाटत नव्हते. तिने स्वत:ला आतापर्यंत सगळ्या प्रकारच्या आकारांत, मापांत आणि केशभूषेत पाहिले होते. या आयुष्यात तिच्या *प्रसन्न* व्यक्तित्वात कोणतेही न्यून नव्हते. तिला तिच्या स्वत:च्या या रूपात स्वत:शीच मैत्री करायला आवडले असते. या रूपात ना ती ऑलिंपिकमधली अग्रणी तरणपटू होती, ना रॉक स्टार होती, ना 'सिर्क दु सोलेय'मधली[१०८] कसरतपटू; पण या सर्व गोष्टींबद्दल जेवढे काही सांगता आले असते, त्यानुसार दुसरेच कुणीतरी हे छान आयुष्य जगते आहे, असे वाटत होते. एक प्रौढ व्यक्ती जिला ती कोण आहे आणि आयुष्यात काय करते आहे, याची साधारण कल्पना होती. तिचे आखूड केस फार काही खास नव्हते. तिची त्वचा चमकदार होती - जी कदाचित उत्तम आहार किंवा रेड वाइनचा अभाव किंवा योग्य व्यायाम किंवा तिच्या मूळ आयुष्यात तिने कधीही वापरले नव्हते अशी बाथरूममध्ये पाहिलेली क्लिंजर्स आणि मॉईश्चरायजर्स, यांपैकी कशाचाही परिणाम असू शकत होती.

'अच्छा,' ती प्लेटोला म्हणाली. ''हे आयुष्य छान आहे, नाही?''

प्लेटोला हे मान्य असल्याचे दिसत होते.

---

१०६ तपास - स्पॅनिश बारमध्ये वाईनबरोबर खाण्यासाठी दिले जाणारे पदार्थ.

१०७ रिओहा स्पॅनिश वाईनचा प्रकार.

१०८ Cirque du Soleil - सिर्क दु सोलेय - Circus of the Sun - जगातली सर्वांत मोठी कॅनेडियन सर्कस.

वैश्विक अस्तित्वाचा शोध घेण्याची आध्यात्मिक ओढ

तिने स्वयंपाकघरातला औषधांचा ड्रॉवर शोधला आणि त्यातली प्लास्टर्स, आयबूप्रोफेन, कॅलपोल, मल्टीव्हिटॅमिन्स आणि धावपटू गुडघ्याला बांधतात ती बँडेजेस यांची उलथापालथ केली, पण त्यांमध्ये तिला नैराश्यरोधक औषधांची काहीही खूण दिसली नाही.

कदाचित हेच ते होते. शेवटी हे ते आयुष्य होते ज्यामध्ये तिला स्थिरावायचे होते. एक आयुष्य, जे तिने निवडले असते. असे आयुष्य जे तिने पुन्हा शेल्फवर जाऊ दिले नसते.

मी इथे सुखी होऊ शकते.

थोड्या वेळाने, शॉवरखाली असताना स्वत:च्या शरीरावर काही नवीन खुणा दिसत नाहीत ना, हे नीट निरखून पाहिले. त्यावर कसलेही गोंदण नव्हते पण एक व्रण दिसत होता. स्वत: करून घेतलेल्या जखमेचा व्रण नव्हे पण शास्त्रक्रियेनंतर राहिलेल्या खुणेसारखा बेंबीखाली दिसणारी लांब, बारीकशी आडवी रेष. तिने यापूर्वी सीझेरियनचा व्रण पाहिला होता आणि आत्ता ती त्या व्रणावरून अंगठा फिरवत होती, विचार करत होती की जरी ती आयुष्यात राहिली असती तरी तिला या आयुष्यात यायला उशीर झाला, असेच वाटले असते.

अ‍ॅश मॉलीला सोडून घरी परत आला होता.

त्याने तिला कपडे करण्याआधी पाहू नये म्हणून तिने घाईघाईने कपडे चढवले.

त्यांनी दोघांनी एकत्र नाश्ता केला. ते त्यांच्या स्वयंपाकघातल्या टेबलापाशी बसले होते, त्या दिवशीच्या बातम्यांवरून नजर फिरवता फिरवता त्यांनी सॉवरडो[१०९] टोस्ट खाल्ला. त्यावरून त्यांच्या वैवाहिक आयुष्याची जणू काही खातरजमाच होत होती.

नंतर अ‍ॅश हॉस्पिटलमध्ये गेला आणि ती तिचे थोरोवरचे संशोधन करण्यासाठी घरी राहिली. तिने तिच्या झालेल्या कामाचा आढावा घेतला. एकूण ४२,७२९ शब्द झाले होते म्हणजे तसे भरपूर काम झाले होते. ती मॉलीला परत घेऊन यायला जाण्याआधी तिचा टोस्ट संपवण्यासाठी खाली बसली.

---

१०९ यीस्ट न वापरता, त्याऐवजी आंबवलेले पीठ वापरून तयार केलेल्या ब्रेडचा टोस्ट.

मॉलीला 'नेहमीसारखे' बदकांना दाणे घालण्यासाठी बागेत जायचे होते आणि म्हणून नोरा तिला घेऊन गेली पण तिने तिला हे कळू दिले नाही की बागेत जाण्यासाठी ती गुगलवरच्या नकाशाचा उपयोग करत होती.

नोराने तिचे दंड भरून येईपर्यंत मॉलीला झोका दिला, तिच्याबरोबर घसरगुंडीवर खेळली आणि धातूच्या भुयारातून तिच्या मागे मागे रांगली. त्यानंतर त्या दोघींनीही पॉरीजच्या डब्यातून वेचून काढलेले ओट्सचे सुके दाणे बदकांसाठी तळ्यात फेकले.

मग घरी आल्यावर तिने मॉलीबरोबर टीव्हीसमोर बसून तिला भरवले आणि तिला झोपवताना गोष्ट सांगितली, हे सगळे करत असताना ॲश घरी परत आलेला नव्हता.

ॲश घरी परत आला तेव्हा एक माणूस दाराशी आला आणि त्याने घरात घुसण्याचा प्रयत्न केला. नोराने त्याला घरात घुसू न देता, त्याच्या तोंडावर दार लावून घेतले.

'नोरा?'

'ओ.'

''तू ॲडमशी एवढी विचित्र का वागलीस?''

'काय?'

''मला वाटते तो थोडा दुखावला गेला.''

''तुला काय म्हणायचे आहे?''

''तू त्याच्याशी ओळख नसल्यासारखी वागलीस.''

'असं' नोरा हसली, 'सॉरी.'

''तो तीन वर्षांपासून आपला शेजारी आहे. आपण तो आणि हनाबरोबर लेक डिस्ट्रिक्टमध्ये कॅम्पिंगला गेलो होतो.''

''हो. मला ते माहीत आहे.''

''पण दिसत असे होते की तू त्याला घरात येऊ देत नव्हतीस. जणू काही तो एखादा घुसखोर-बिसखोर असावा.''

''मी असं केलं?''

''तू त्याच्या चेहऱ्यावर दार लावून घेतलेस.''

''मी दार लावून घेतलं. त्याच्या तोंडावर नाही लावलं. हां, म्हणजे हो, त्याचं तोंड तिथं होतं. पण ते फक्त होतं. मला तो आपल्या घरात केव्हाही येऊ-जाऊ शकतो, असं त्याला वाटू द्यायचं नव्हतं.''

''तो फक्त पाण्याची नळी परत करायला आला होता.''

''अच्छा, ठीक आहे. पण आपल्याला नळी नको आहे. आपल्या ग्रहासाठी नळ्या चांगल्या नाहीत.''

''तू ठीक आहेस ना?''

''मी का ठीक नसेन?''

''मला तुझी जरा काळजी वाटली.''

पण तरीसुद्धा सगळ्या गोष्टी साधारणपणे ठीक पार पडल्या, आणि जरी प्रत्येक वेळी पुन्हा वाचनगृहात तर जाग येणार नाही ना, असे तिला वाटत राहिले तरी प्रत्यक्षात तसे झाले नाही. एक दिवस ती योगाचा वर्ग संपल्यानंतर कॅम नदीच्या काठावर एका बाकावर बसून पुन्हा थोरोचा काही भाग वाचत होती. *लास्ट चान्स सॅलॉन २च्या* सेटवर झालेल्या रायन बेलेच्या टीव्हीवर झालेल्या मुलाखतीत, त्याने सांगितले होते की आता प्रेमाच्या नात्यात स्थित होण्याची काळजी करण्यापेक्षा त्याला आता 'वैश्विक अस्तित्वाचा शोध घेण्याची आध्यात्मिक ओढ' लागली होती.

तिला इझ्झीने पाठवलेले देवमाशाचे फोटो मिळाले आणि तिने इझ्झीला नुकतेच ऑस्ट्रेलियामध्ये झालेल्या भयंकर अपघाताची, तिच्या कानांवर आलेली बातमी व्हॉटस्अॅपवर कळवली. तिने इझ्झीकडून ती नेहमीच सावधानतेने गाडी चालवेल असे वचन घेतले.

डॅनच्या आयुष्यात काय चालले आहे, हे जाणून घेण्याची कसलीच उत्सुकता नोराला वाटत नव्हती, याच जाणिवेमुळे तिला हलके वाटत होते. त्याहीपेक्षा अॅशबरोबर असण्याबद्दलची कृतज्ञता अधिक होती. किंबहुना अधिक नेमकेपणाने सांगायचे तर, अॅशच्या प्रेमळपणामुळे आणि त्याच्याबरोबरच्या आनंदाच्या, हसण्याखेळण्याच्या आणि प्रेमाच्या क्षणांमुळे ती कृतज्ञ असल्याच्या कल्पनेत स्वतःच रमत होती.

अॅश दिवसातले खूप तास काम करायचा पण जेव्हा तो घरात असेल तेव्हा त्याच्या बरोबरचा वेळ आनंदात जाई. रक्त आणि ताण व पित्ताशय यांसारख्या गोष्टींनी भरलेल्या त्याच्या दिवसभराच्या वातावरणाचा परिणाम त्याच्या वागण्यावर होत नसे. तंत्रज्ञानातही त्याला चांगलीच गती होती. सकाळी कुत्र्याला फिरायला घेऊन जाताना तो रस्त्यात भेटलेल्या ज्येष्ठ लोकांना 'गुड मॉर्निंग' म्हणत असे, पण कधीकधी तेच त्याच्याकडे दुर्लक्ष करत असत. कारमधल्या रेडिओबरोबर तो गात असे. तो सहसा झोपाळलेला दिसत नसे. आणि दुसऱ्या दिवशी ऑपरेशन करायचे असले तरी मॉलीबरोबर रात्री जागरण करण्याबद्दल त्याची तक्रार नसे.

मॉलीला सतत काहीतरी माहिती देत राहायला त्याला आवडत असे. आपल्या आतड्यांना आतून असणारे जुने अस्तर जाऊन दर चार दिवसांनी नवीन अस्तर

तयार होत असते! कानातला मळ म्हणजे एक प्रकारचा घामच असतो! तुमच्या डोळ्यांच्या पापणीत अतिसूक्ष्म जंतू असतात, त्यांना 'माइट' असे म्हणतात! आणि त्याला खोडसाळपणा करायला आवडायचं. त्याने (बदकांच्या तळ्यापाशी, पहिल्या शनिवारी मॉलीला ऐकायला जाईल अशा बेताने) एका कुठल्यातरी अनोळखी माणसाला सांगितले होते की बदकांचे लिंग सापाच्या वेटोळ्यासारखे असते.

ज्या रात्री तो घरी लवकर येत असे, त्या रात्री तो मसूर डाळ आणि पेने अराबियाता हा पास्ता बनवत असे आणि प्रत्येक पदार्थात लसणाचा अख्खा गड्डा घालायला त्याला आवडत असे. पण मॉलीचे त्याच्याबद्दलचे एक मत अगदी अचूक होते : त्याच्या कलागुणांमध्ये संगीत निश्चितच अग्रस्थानी नव्हते. खरे म्हणजे, तो त्याचे गिटार वाजवत द *साउड ऑफ सायलेंस* हे गाणे जेव्हा म्हणत असे, तेव्हा तिला खरोखरीच असे वाटायचे की त्या गाण्याच्या शीर्षकाचा त्याने गंभीरपणे विचार करायला हवं.

थोडक्यात तो थोडा संकोची स्वभावाचा होता. असा माणूस जो प्रतिदिनी लोकांचे प्राण वाचवत होता, आणि तरीही संकोची होता. ते चांगलं होतं. नोराला संकोची स्वभावाची माणसं आवडायची, तिला स्वत:लाच ती संकोची आहे, असे वाटायचे. ज्या नवऱ्याची तिला अजून पूर्ण ओळख झालेली नव्हती त्याच्या बरोबर राहताना त्याच्या स्वभावाचे हे गुणवैशिष्ट्य तिला उपयोगाचे ठरत होते.

'हे आयुष्य *छान* आहे,' नोरा पुन्हा पुन्हा स्वत:शी हा विचार करत असे.

हो, म्हणजे पालकाच्या भूमिकेत असणे, ही गोष्ट थकवणारी होती; पण मॉलीवर प्रेम करणे सोपे होते, किमान दिवसा तरी. खरं तर, मॉलीचे घरात असणे नोराला आवडायचे कारण तिच्या या आयुष्यात कसलेच आव्हान नव्हते. नात्यातला संघर्ष नाही, कामाचा ताण नाही, पैशाचा ताण नाही. मॉलीमुळे त्या आयुष्यात थोडे आव्हान, थोडा जिवंतपणा यायचा.

हे आयुष्य कृतज्ञता वाटावी अशा अनेक गोष्टींनी परिपूर्ण होते.

अर्थातच यातही अस्थिर वाटायला लावणारे क्षण होतेच. एखाद्या नाटकातली भूमिका करताना त्यातले संवादच माहीत नसावेत अशी ती अनोळखी भावना तिला जाणवत असे.

"काही चुकलंय का?" एका रात्री तिने ॲशला विचारले.

"ते फक्त..." त्याने तिच्याकडे त्याच्या प्रेमळ, हसऱ्या आणि चौकस नजरेने तिच्याकडे पाहिले. "मला माहीत नाही. आपला लग्नाचा वाढदिवस जवळ येतोय, हे तू विसरलीस. तू पाहिलेले सिनेमे तू पाहिले नाहीस आणि जे पाहिले नाहीत ते पाहिलेत, असे तुला वाटते. तुझी एक सायकल होती, हे तू

विसरली आहेस. ताटल्या कुठे ठेवल्या आहेत, ते विसरलीस. तू माझ्या स्लिपर्स घालतेस. तू पलंगावर माझ्या जागेवर येऊन झोपतेस.''

''जीझ, ॲश,'' ती थोड्या तणावाखालीच म्हणाली, ''हे म्हणजे गोल्डीलॉक्स आणि तीन अस्वलांच्या गोष्टीतल्या तीन अस्वलांच्या चौकशीला सामोरे गेल्यासारखे वाटतंय.''

''मी फक्त काळजी...''

''मी ठीक आहे. एवढंच की, तुला माहीतच आहे, मी जरा संशोधनाच्या जगात हरवलेली असते, 'थोरोचे जंगल.'[११०]''

आणि त्या क्षणांमध्ये तिला असे वाटून गेले की कदाचित मध्यरात्रीच्या वाचनगृहात परतायला हवे होते. ती तिथे जेव्हा पहिल्यांदा गेली होती तेव्हाचे मिसेस एल्मचे शब्द तिला कधीकधी आठवत असत. *''तुम्हाला एखादे आयुष्य जगण्याची जर अतीव इच्छा असेल तर तुला काळजी करण्याचे कारण नाही... ज्या क्षणी तू ठरवशील की तुला ते आयुष्य हवे आहे, खरोखरी मनापासून हवे आहे, त्या क्षणी तुझ्या डोक्यात जे जे आहे, या मध्यरात्रीच्या लायब्ररीसह, सर्व काही एखाद्या स्वप्नासारखे भासेल. एखाद्या अति विरल आणि हातात न येणाऱ्या स्मृतीसारखे, त्याचे अस्तित्वच जवळजवळ संपेल.''*

यामुळे एक प्रश्न निर्माण होत होता : जर हे आयुष्य परिपूर्ण असेल तर मग ती वाचनगृह का विसरली नव्हती?

विसरायला किती काळ लागला असता?

कधीकधी तिला वाटायचे की नैराश्याच्या हवेत उडणाऱ्या पातळ पंखुड्या आपल्या भोवती तरंगत आहेत, पण तिच्या मूळ आयुष्यात तिला जाणवणारे नैराश्य किती भयंकर होते याच्याशी त्यांची तुलना होऊ शकत नव्हती. ते एखाद्या हलक्याशा सर्दीची तुलना न्यूमोनियाशी करण्यासारखे होते. ज्या दिवशी 'स्ट्रिंग थिअरी'मधली नोकरी गेली तेव्हा तिला किती वाईट वाटले होते, त्या वेळची निराशा, एकटेपणा, अस्तित्व संपवून टाकण्याची भावना, या सगळ्यापुढे आताची परिस्थिती कुठे जवळपासही नव्हती.

दररोज ती पुढच्या दिवशी या आयुष्यातच जागी झालेली असेल असा विचार करत झोपी जात होती. कारण हे आयुष्य समतोल आणि सर्व बाजूंनी विचार करता तिच्या अनुभवातले सर्वोत्कृष्ट आयुष्य होते. खरे पाहता ती याच आयुष्यात राहणार आहे हे गृहीत धरण्याच्या अवस्थेपासून, जर तसे झाले नाही

११० थोरोचे वचन : "I went to the woods because I wished to live deliberately, to front only the essential facts of life."

तर काय, या विचाराने आता झोपायचीच भीती वाटण्याच्या अवस्थेपर्यन्त तिची वाटचाल झाली होती.

आणि तरीही रात्रीमागून रात्री ती झोपी जात होती आणि दिवसांमागून दिवस त्याच पलंगावर जागी होत होती. किंवा कधीकधी गालिचावर, आणि त्या प्रकारे ती ॲशचा त्रास हलका करत होती, आणि बहुतेक वेळेला तिला पलंगावरच झोपायला मिळत असे. कारण मॉली आता स्वत:ची स्वत: एकटी झोपण्याच्या बाबतीत सुधारत होती.

अर्थातच काही क्षण कसोटीचे असायचे. नोराला घरात इकडून तिकडे कसे जायचे, आणि घरातल्या गोष्टी कुठे ठेवल्या आहेत, याबद्दलची सर्व माहिती नव्हती. किंवा ॲश कधी तरी तिला डॉक्टरला भेटायची गरज आहे का, असे काळजीयुक्त स्वरात मोठ्याने म्हणायचा. होताहोईतो तिने त्यांच्यामध्ये संभोग होऊ देण्याचे टाळले, पण एका रात्री तेही घडले आणि नोराला ती एक असत्य जगत असल्याबद्दल अपराधी वाटू लागले.

अंधारात ते काही वेळ संभोगानंतरच्या शांततेत स्वस्थ पडून राहिले, पण तिला माहीत होते की शेवटी विषयाला तोंड फोडावेच लागणार आहे. पाण्याच्या खोलीचा अंदाज घ्यायला लागणारच आहे.

'ॲश,' ती म्हणाली.

'काय?'

''तुझा वैश्विक बहुलतेच्या सिद्धान्तावर विश्वास आहे का?''

हसण्यामुळे रुंदावलेला त्याचा चेहरा ती पाहू शकत होती. हा संवाद त्याच्या मनाशी जुळणारा होता. ''हो. मला असं वाटतं.''

''मलासुद्धा. म्हणजे मला असं वाटतं की हे विज्ञानाला धरून आहे, हो की नाही? हे आपले एखाद्या दुङ्खाचार्य शास्त्रज्ञाने एक दिवस उठून म्हटल्यासारखे नाही की, अरे वैश्विक बहुलता ही कल्पना छान वाटते. चला आपण त्यासंबंधीचा एक सिद्धान्त मांडूया.''

'हो', त्याने संमती दर्शवली. ''कोणत्याही केवळ छान वाटणाऱ्या गोष्टीवर विज्ञान विश्वास ठेवत नाही. वैज्ञानिक आधार नसलेली काल्पनिक गोष्ट म्हणून ती नाकारली जाते. वैज्ञानिकांनी चिकित्सक असणे हा नियम आहे.''

''अगदी बरोबर, आणि तरीही भौतिकशास्त्रज्ञ वैश्विक बहुलता मान्य करतात.''

''विज्ञानसुद्धा शेवटी तिथेच येऊन थांबतं. हो ना? क्वांटम मेकॅनिक्स आणि वैश्विक साखळीमधली[१११] प्रत्येक गोष्ट अनेक ब्रह्मांडांच्या अस्तित्वाचा निर्देश करत असते. अनेकानेक ब्रह्मांडे.''

---

१११ String Theory

''बरं, मी जर असं म्हटलं की मी माझ्या इतर आयुष्यांमध्ये जाऊन आले आहे आणि मला वाटते की या आयुष्याचा पर्याय मी निवडला आहे, तर त्यावर तुझे काय म्हणणे असेल?''

''मला वाटेल की तुला वेड लागले आहे. तरीही तू मला आवडशील.''

''हो, म्हणजे माझी जगून झाली आहेत. मी खूप आयुष्ये जगले आहे.''

तो हसला. ''मस्त. असे एखादे आयुष्य आहे का ज्यात तू आणखी एकदा माझे चुंबन घेतलेस?''

''एक आयुष्य आहे, जेव्हा तू माझ्या मेलेल्या मांजराला पुरले होतेस.''

तो हसला. ''हे फारच छान आहे, नॉर. तुझे मला काय आवडत असेल तर हे, तुझ्यामुळे मला नेहमीच मी चारचौघांसारखा असल्याचा विश्वास मिळतो.''

आणि तिथेच सगळे संपले.

तिला जाणीव झाली की तुम्ही तुमच्या आयुष्यात कितीही प्रामाणिक असा, पण लोक त्यांच्या सत्याशी तुमचे सत्य जुळत असेल तरच ते समजून घेतात. थोरोने लिहिल्याप्रमाणे तुम्ही कशाकडे पाहता आहात हे महत्त्वाचे नसते, तुम्हाला काय दिसते आहे, हे महत्त्वाचे. आणि ॲशला फक्त ती नोरा दिसत होती जिच्या प्रेमात पडून त्याने लग्न केले होते आणि एक प्रकारे त्या नोराचे प्रतिरूप तिने धारण केले होते.

हॅमरस्मिथ

सत्राच्या मध्यावधीवर मॉलीला शाळेला सुट्टी असताना, एका मंगळवारी ॲश हॉस्पिटलला जाणार नव्हता तेव्हा ते तिघे लंडनला जाण्यासाठी ट्रेनमध्ये चढले. ते नोराचा भाऊ आणि इवान यांच्या हॅमरस्मिथ[११२] येथील फ्लॅटमध्ये त्यांना भेटायला निघाले होते.

ज्यो ठीक दिसत होता आणि त्याचा जोडीदारही अगदी तसाच दिसत होता जसा तो तिच्या ऑलिंपिक आयुष्यात तिच्या भावाच्या फोनवर बोलताना तिला दिसला होता. ज्यो आणि इवान स्थानिक जिममध्ये क्रॉस ट्रेनिंगच्या वर्गात भेटले होते. या आयुष्यात ज्यो साऊंड इंजिनिअर म्हणून काम करत होता आणि इवान – डॉक्टर इवान लॅन्गफोर्ड – हा रॉयल मर्सडेन हॉस्पिटलमध्ये रेडिओलॉजिस्ट सल्लागार होता, त्यामुळे तो आणि ॲश यांच्या जवळ हॉस्पिटलसंबंधी उमाळे काढण्यासारखे भरपूर होते.

ज्यो आणि इवान दोघेही मॉलीबरोबर खूप प्रेमाने वागत होते, तिच्या बरोबर तिचा पॅन्डा सध्या काय करतोय याबद्दल गप्पा मारत होते. आणि ज्योने सगळ्यांसाठी मस्त लसूण घातलेला पास्ता आणि ब्रोकोली शिजवली होती.

''असे दिसते आहे की,'' तो नोराला म्हणाला, ''आपल्या तिकडच्या वारशातला एक छोटा हिस्सा पुगलियनला मिळतोय.''

नोराच्या मनात तिच्या इटालिअन आजोबांचा विचार आला आणि तिला प्रश्न पडला की जेव्हा तथाकथित लंडन ब्रिक कंपनी प्रत्यक्षात बेडफोर्डमध्ये आहे हे त्यांना कळले, तेव्हा त्यांना कसे वाटले असेल. ते खरंच निराश झाले असतील? की त्यांनी जी संधी आहे तिचे सोने करायचे असे ठरवले असेल? कदाचित त्यांच्या दुसऱ्या एखाद्या जन्मात असेही घडले असण्याची शक्यता आहे की ते लंडनला गेले आणि पहिल्याच दिवशी पिकॅडिली सर्कसपाशी डबल-डेकरखाली सापडून मारले गेले.

ज्यो आणि इवानच्या स्वयंपाकघरात वाइन्स ठेवलेली एक पूर्ण मांडणी होती आणि त्यात नोराला 'बुएना विस्ता' व्हाइनयार्ड इथल्या कॅलिफोर्नियन सिराची एक बाटली दिसली. तिच्या तळाशी नोराला दोघांच्या छापलेल्या सह्या दिसल्या. ॲलिसिया आणि एदुआर्दो मार्टिनेझ. आणि तिच्या अंगावर काटा

---

११२ हॅमरस्मिथ – पश्चिम लंडनचा एक विभाग.

आला. एदुआर्दो या आयुष्यातही तितकाच सुखात आहे या कल्पनेने ती हसली. एक क्षणभर तिच्या मनात हाही विचार येऊन गेला, की ॲलिसिया कोण असेल आणि ती कशी असेल. काही नाही तरी एक निश्चित होते की कॅलिफोर्नियामधले सूर्यास्त चांगले असायचे.

''तू ठीक आहेस ना?'' नोराला बाटलीवरच्या लेबलकडे शून्य नजरेने बघताना पाहून ॲशने विचारले.

''हो. नक्कीच. ती फक्त, अं, वाइन चांगली दिसते आहे.''

''ती माझी फारच आवडती आहे,'' इवान म्हणाला. ''कसली कमाल मस्त वाइन आहे. उघडायची का?''

''हं, म्हणजे,'' नोरा म्हणाली, ''फक्त तुम्ही घेणारच असाल तर.''

''अरे, मी नाही घेणार,'' ज्यो म्हणाला. ''अलीकडे माझे घेण्याचे प्रमाण जरा जास्तच झाले आहे. आता मी वाइनपासून थोडे दूर राहण्याच्या प्रयत्न करतो आहे.''

''तुला माहीत आहे, तुझा भाऊ कसा आहे ते.'' ज्योच्या गालाचे चुंबन घेत इवान मध्येच म्हणाला, ''घेतले तर सगळे नाही तर काही नाही.''

''हो मला माहीत आहे.''

इवानने बूच उघडण्यासाठी हातात आधीच स्क्रू घेतला होता. ''कामावर आज दिवस फारच धावपळीचा होता. त्यामुळे तुम्ही कुणी माझ्या बरोबर घेणार नसाल तर मी सगळी बाटली रिती करायला तयार आहे.''

''मी घेणार आहे,'' ॲश म्हणाला.

''माझी हरकत नाही.'' नोरा म्हणाली, तिला आठवले की गेल्या वेळेला हॉटेलच्या प्रतीक्षाकक्षात जेव्हा ती तिच्या भावाला भेटली होती तेव्हा त्याने स्वतःहूनच कबूल केले होते की तो दारूच्या आहारी गेला होता.

त्यांनी मॉलीला एक चित्रांचे पुस्तक दिले आणि सोफ्यावर बसून नोराने ते तिच्या बरोबर वाचले.

संध्याकाळ पुढे सरकली. त्यांनी बातम्या आणि संगीत व सिनेमांवर गप्पा मारल्या. ज्यो आणि इवानला *लास्ट चान्स सॅलॉन* खूपच आवडला होता.

थोड्या वेळाने सगळ्यांना बुचकळ्यात पाडत नोरा उठली, डाव्या बाजूला वळून, तिथल्या पॉप संस्कृतीच्या सुरक्षित वातावरणातून बाहेर पडली आणि सगळं टाकून भावाबरोबर बुद्धीबळ खेळू लागली.

''तुला कधी माझा भयंकर संताप नाही ना आला? तुला माहीत आहे ना, मी बँडमधून बाहेर पडल्याबद्दल?''

''त्याला फार वर्षे झाली, सिस. त्यानंतर पुलाखालून खूप पाणी वाहून गेलंय.''

''पण तुला रॉक स्टार व्हायचं होतं.''

''तो अजूनही रॉक स्टार आहे,'' इवान म्हणाला. ''पण तो पूर्णपणे माझा एकट्याचा आहे.''

''असू दे, नको... मला असं वाटतं की मी तुझीसुद्धा निराशा केली. कारण मी फार मूर्ख होतो... थोडा काळ मी तुझ्याशी फारच भयंकर वागलो.''

हे शब्द तिला फारच मधुर वाटले, जे ऐकण्यासाठी तिने फार वर्षे वाट पाहिली होती. ''त्याची नको काळजी करू,'' ती कसंबसं म्हणाली.

''मी इवानबरोबर राहायला लागण्याआधी, मी मनाच्या आरोग्याबद्दल केवढा अडाणी होतो. मला वाटायचं की भीतीचे झटके म्हणजे फार काही नसतं... म्हणजे इच्छाशक्ती शारीरिक समस्यांवर मात करू शकते, वगैरे. शूरपणा वाटायचा मला, सिस. पण जेव्हा इवानला भीतीचे झटके यायला लागले, तेव्हा ते किती खरे असतात, हे मला समजले.''

''ते फक्त भीतीच्या झटक्यामुळे नव्हते. फक्त ते बरोबर नाही, असं वाटायचं. मला माहीत नाही ते किती महत्त्वाचे आहे, मला वाटतं तू आधी 'बँडमध्ये होतास' तू *'मेलेला होतास'*, असे म्हणता म्हणता थांबली – त्यापेक्षा इवानबरोबरच्या या आयुष्यात जास्त आनंदी आहेस.''

तिचा भाऊ हसला आणि त्याने इवानकडे पाहिले. तिचे बोलणे त्याला पटलेले नसावे, अशी तिला शंका होती, पण नोराला ते स्वीकारणे भाग होते. कारण आतापर्यंत तिला कळून चुकले होते की काही सत्ये समजायला अशक्य असतात.

तीनचाकी सायकल

जसजसे आठवडे सरले, नोराला जाणवायला लागले की काहीतरी महत्त्वाचे घडणार आहे.

तिला तिच्या आयुष्याचे असे पैलू आठवू लागले, ज्यांचा थेट अनुभव तिने घेतला नव्हता.

उदाहरणार्थ, एक दिवस तिला कुणाचातरी फोन आला, अशी व्यक्ती जिला तिच्या मूळ आयुष्यात ती अजिबात ओळखत नव्हती. पण या आयुष्यात विद्यापीठात शिकत असल्यापासून आणि शिकवायला लागल्यापासून तिची मैत्रीण होती. तिने नोराला दुपारी जेवणाच्या वेळी भेटण्यासाठी फोन केला होता. तिच्याशी फोनवर बोलत असताना नोराला एकदम एक नाव आठवले 'लारा ब्रायन'. आणि मग तिच्या मनात तिचे पूर्ण चित्रच उभे राहिले आणि आश्चर्य म्हणजे तिला हेही आठवले की तिच्या जोडीदारचे नाव 'मो' होते आणि त्यांना एक ॲल्डस नावाचे एक बाळही होते. आणि मग प्रत्यक्ष भेटीत सर्वच गोष्टींची खात्री झाली.

अशा प्रकारचे पुनर्साक्षात्कार पुन्हा पुन्हा घडू लागले. अर्थातच मध्येच काही विसरून जाण्याचे प्रकार घडायचे जसे ॲशला दमा असल्याचे विसरणे. (ॲशने धावण्याच्या सरावातून त्यावर नियंत्रण मिळवले होते.)

"तुला दम्याचा त्रास केव्हापासून आहे?"

"मी सात वर्षांचा असल्यापासून."

"हो. अर्थात, अर्थात. माझी समजूत होती की तू त्वचाविकाराबद्दल बोलला होतास."

"नोरा, ठीक आहेस ना तू?"

"हो. अं, छान. ते नं, ते मी फक्त दुपारच्या जेवणाच्या वेळी लाराबरोबर थोडी वाइन घेतली होती ना त्यामुळे मला जरा भिरभिरल्यासारखे वाटले, एवढेच."

पण हळूहळू हे विसरण्याचे प्रसंग कमी कमी होऊ लागले. जणू काही प्रत्येक दिवस हा कोड्यातला योग्य जागी जाऊन बसणारा एकेक तुकडा होता. प्रत्येक तुकड्याबरोबर हरवलेले तुकडे नेमके कसे असतील हे समजणे, अधिकाधिक सोपे होत गेले.

इतर आयुष्यांमध्ये प्रत्येक वेळी ओळखीच्या खुणा शोधण्यासाठी धडपड करताना तिला आपण ते आयुष्य जगण्याचा अभिनय करत आहोत असे वाटत राहायचे, मात्र या आयुष्यात तिच्या अधिकाधिक लक्षात येत राहिले की जसेजसे तिचा या आयुष्यातला वावर सहज होत गेला, तसेतसे गोष्टी तिच्यासाठी आपोआपच सोप्या होत गेल्या.

नोराला मॉलीबरोबर वेळ घालवायलाही खूप आवडत होते.

तिच्या बेडरूममध्ये मॉलीच्या खेळण्यामुळे निर्माण होणारा, उबदार जाणीव देणारा पसारा आणि गोंधळ, झोपताना गोष्ट वाचण्याच्या वेळी बांधला जाणारा आपलेपणाचा नाजूक धागा, द *टायगर हू केम टू टी* यासारख्या गोष्टीचे सहज पसरणारे जादूई मंत्रजाल किंवा मॉलीबरोबर बागेत वेळ घालवणे.

''मम्मी, माझ्याकडे बघ,'' एका शनिवारी सकाळी, तिच्या तीनचाकी सायकलीवरून पॅडल मारत इकडून तिकडे जाताना मॉली म्हणाली. ''मम्मी, बघ! तू पाहतेयस का?''

''खूप छान, मॉली. पॅडल व्यवस्थित मारतेयस.''

''मम्मी, पाहा! मी झूम करून जातेय.''

पण मग तिचाकीचे पुढचे चाक हिरवळीवर घसरले आणि फुलांच्या वाफ्यावरून घसरत गेले. मॉली खाली पडली आणि तिचे डोके एका छोट्या दगडावर जोरात आपटले. नोराने धावत जाऊन तिला उचलले आणि तिला कुठे लागले आहे का ते पाहिले. मॉलीला निश्चितच लागले होते, कपाळावर खरचटले होते आणि त्यातून रक्त येत होते, पण तिची हनुवटी थरथरत होती, तरी आपल्याला लागले हे मॉलीला ते दिसू द्यायचे नव्हते.

''मी ठीक आहे,'' ती हळू आवाजात म्हणाली, चिनी मातीसारख्या नाजूक किणकिणत्या आवाजात. ''मी ठीक आहे, मी ठीक आहे, मी ठीक आहे, मी ठीक आहे.'' प्रत्येक 'ठीक आहे' हा शब्द वाढत्या वेगाने रडका होत होता, आणि नालासारखा वळून येत पुन्हा शांत होत होता. रात्री तिला वाटणाऱ्या अस्वलांची भीती लक्षात घेतली तर नोराला तिचे आताचे धैर्य कौतुकास्पद आणि प्रेरणादायी वाटत होते. ही छोटीशी व्यक्ती तिच्यातूनच आली होती, तिच्या अस्तित्वाचा हिस्सा होती, आणि जर तिच्यामध्ये हे धैर्य दडलेले होते तर ते नोरामध्येही असणारच होते.

नोराने तिला मिठीत घेतले. ''ठीक आहे, बाळा ... माझी शूर मुलगी. सगळे ठीक आहे. आता कसे वाटते राजा?''

''ठीक आहे. सुट्टी असल्यासारखे वाटते आहे.''

''सुट्टी असल्यासारखे?''

“हो, मम्मी...” ती आईला आठवले नाही म्हणून नाराज होत म्हणाली. ‘घसरगुंडी.’

“हो, खरंच की. घसरगुंडी. हो, हो. वेडीच आहे मी. वेडी मम्मी.”

नोराला पोटात ढवळल्यासारखे झाले. आर्क्टिक प्रदेशातल्या खडकाळ बेटावर त्या ध्रुवीय अस्वलाच्या अगदी समोर उभं असताना तिला जी भीती जाणवली होती तशी भीती तिला आता जाणवत होती.

तिला जे जाणवत होतं त्याची भीती.

प्रेम

उत्तमातल्या उत्तम रेस्टॉरन्टमध्ये जेवावे, सर्व प्रकारच्या ऐहिक सुखांचा उपभोग घ्यावा, साओ पावलोमध्ये २०,००० लोकांपुढे रंगमंचावर गाणे गावे, तुफानासमान भासणाऱ्या टाळ्यांचा गजर आपल्या आतमध्ये सहज सामावून घ्यावा, पृथ्वीच्या या टोकापासून त्या टोकापर्यंत प्रवास करावा, आंतरजालावर तुमचे असंख्य चाहते असावेत, ऑलिंपिकमध्ये पदकामागून पदके मिळवावीत, हे सगळे शक्य होते, पण प्रेमावाचून या कशालाच काही अर्थ नव्हता.

आणि तिच्या मनात तिचे मूळ आयुष्य, त्या आयुष्यातल्या मूलभूत समस्या, यांचा विचार आला. ज्या गोष्टीमुळे ती एवढी हळवी झाली होती, ती गोष्ट खरे म्हणजे दुसरे तिसरे काही नसून तिच्या आयुष्यातला प्रेमाचा अभाव होता. व्होल्ट मेल्यानंतर तिचे असे कोणीच नव्हते. तिला कोणाबद्दल प्रेम वाटले नाही आणि कोणी तिच्यावर प्रेम केले नाही. ती रितीच राहिली होती, तिचे आयुष्य रिते राहिले होते. ती वावरत होती, सर्वसामान्य मानवी अस्तित्वाचे सोंग वठवत सगळे काही समजत असलेल्या एखाद्या निराशेच्या पुतळीसारखी. आयुष्य शेवटाला नेण्यासाठी आवश्यक असलेल्या फक्त मूलभूत गोष्टी.

आणि तरीही, अगदी तिथे केंब्रिजमधल्या त्या बागेत, त्या फिकट करड्या आभाळाखाली तिला त्या भावनेची ताकद जाणवली, कुणावर तरी मनाच्या आतून प्रेम करण्याची किंवा कुणीतरी आपल्यावर तसे प्रेम करत असण्याची. ठीक आहे, या आयुष्यातही तिचे आईवडील हयात नव्हते, पण मॉली होती, ॲश होता, ज्यो होता. तिला पडण्यापासून थांबवणारे प्रेमाचे जाळे इथे होते.

आणि तरीही तिला कुठेतरी खोलवर जाणीव झाली की हे सर्व केव्हातरी लवकरच संपू शकते. तिला कळून चुकले की इथली सगळी परिपूर्णता मान्य करूनही, सगळ्या जिथल्या तिथे असलेल्या गोष्टींतही काहीतरी चुकले होते. आणि ते चुकलेले जे काही होते ते दुरुस्त करण्यासारखे नव्हते, कारण सगळे जिथल्या तिथे असणे हीच मुळी ती चूक होती. सगळे व्यवस्थित होते, पण ते तिने कमावलेले नव्हते. ती त्या चित्रात उशिरा आली होती. तिने वाचनगृहातून

पुस्तक घेतले होते खरे, पण खरे म्हणजे ते तिच्या हक्काचे नव्हते. तिचे त्या आयुष्यात असणे, हे खिडकीच्या बाहेरून बघणाऱ्या बघ्यासारखे होते. तिला असे वाटायला लागले होते की ती खोटारडी आहे. तिला हे आयुष्य तिचे असायला हवे होते. तिच्या खऱ्या आयुष्यासारखे. आणि ते तसे नव्हते, आणि तिची आंतरिक इच्छा होती की तिला हे वास्तव विसरता येणे शक्य व्हावे. तिला खरोखरीच तसे वाटत होते.

''मम्मी, तू रडतेयस?''
''नाही, मॉली, नाही. मी ठीक आहे. मम्मी ठीक आहे.''
''तू रडत असल्यासारखी दिसतेयस.''
''आपण तुला जरा स्वच्छ करू या...''

त्या दिवशी दुपारनंतर, मॉली जंगलातल्या प्राण्यांच्या कोड्यातले तुकडे जुळवत बसली होती, नोरा सोफ्यावर बसून तिच्या मांडीवर डोके टेकून झोपलेल्या प्लेटोच्या थोड्याशा गरम, जड डोक्यावर थोपटत होती. ती महोगनीच्या पेटीवर ठेवलेल्या त्या शोभिवंत असलेल्या बुद्धीबळाच्या पटाकडे एकटक पाहत होती.

एक विचार चोरपावलाने मनात शिरत होता आणि नोराने तो झटकला. पण तरी तो आलाच.

ॲश घरी परत आल्याबरोबर, तिने त्याला सांगितले की तिला बेडफोर्डमधल्या एका जुन्या मैत्रिणीला भेटायचे होते आणि काही तास तरी ती परत येणार नव्हती.

आता इथे नाही

नोराने ओक लीफ रेसिडेन्शिअल केअर होमच्या इमारतीमध्ये पाऊल टाकले आणि ती स्वागतकक्षापर्यंत पोहोचण्याआधीच तिला एक कृश, चश्मा घातलेला वृद्ध दिसला, त्याला नोराने ओळखले. तो एका परिचारिकाबरोबर तावातावाने वाद घालत होता आणि तो परिचारिक पूर्णपणे हताश झालेला दिसत होता. तो जणू काही स्वत:चाच एक मूर्तिमंत उसासा बनला होता.

''मला खरे म्हणजे बागेत जायचे आहे,'' तो वृद्ध म्हणत होता.

''मला माफ करा, पण आज बागेत दुसरा काहीतरी कार्यक्रम.''

''मला फक्त बाकावर बसायचे आहे. आणि वर्तमानपत्र वाचायचे आहे.''

''तुम्ही जर बागेतल्या बागकामाचा वर्गासाठी नाव नोंदवले असेल तर – ''

''मला बागकामाच्या वर्गात जायचे नाही. मला धावकला फोन करायचा आहे. हे सर्व काही चुकीचे होते.''

नोराने यापूर्वीही तिच्या वृद्ध शेजाऱ्याला, जेव्हा तिने औषध घेणे सोडून दिले होते तेव्हा, त्यांचा मुलगा धावकबद्दल बोलताना ऐकले होते. हे स्पष्ट दिसत होते की त्या वेळेस त्यांच्या मुलाने त्यांनी वृद्धाश्रमात जावे म्हणून खूपच आग्रह धरला होता, पण मिस्टर बॅनर्जी घरातच राहण्याबद्दल ठाम होते. ''याला काही दुसरा मार्ग नाहीच का की मी असाच....''

त्याच वेळी आपल्याकडे कोणीतरी रोखून पाहत आहे हे त्यांच्या लक्षात आले.

''मिस्टर बॅनर्जी?''

त्यांनी गोंधळून नोराकडे पाहिले. ''हॅलो? कोण आहात तुम्ही?''

''मी नोरा. ओळखलंत नं, नोरा सीड.'' आणि मग खूप अवघडल्यासारखे वाटून तिने पुढे म्हटले : ''मी. बॅन्क्रॉफ्ट ॲव्हेन्यूवरची तुमची शेजारी.''

त्यांनी मान हलवली. ''मला वाटते, तुमची काहीतरी चूक होते आहे. मी तिथे गेल्या तीन वर्षांपासून राहत नाही. आणि मला खात्री आहे की तुम्ही माझ्या शेजारी नव्हतात.''

त्या परिचारकाने मिस्टर बॅनर्जींकडे तिरकी मान करून एखाद्या हरवलेल्या कुत्र्याच्या पिल्लाकडे पाहावे तसे पाहिले. ''कदाचित तुम्हाला विस्मरण झाले असेल.''

'नाही' स्वत:ची चूक ओळखून नोरा चटकन म्हणाली. ''त्यांचे बरोबर होते. माझाच गोंधळ झाला होता. मला होते कधी कधी विसरायला. मी तिथे कधीच राहिले नाही.''

नोरा बॅनर्जींच्या बागेत बहरलेल्या आयरिस आणि फॉक्सग्लोव्ज फुलांच्या विचारात गढलेली असतानाच त्यांचे संभाषण पुन्हा सुरू झाले.

''मी तुम्हाला मदत करू?''

ती रिसेप्शनिस्टकडे पाहण्यासाठी वळली. रिसेप्शनिस्ट एक सौम्य प्रकृतीचा, लाल केसांचा, चश्मा घातलेला, शुष्क त्वचा आणि बोलण्यात हलकासा स्कॉटिश हेल असलेला माणूस होता.

तिने त्याला स्वत:ची ओळख करून दिली आणि येण्याआधी तिने फोन केला असल्याचे सांगितले.

सुरुवातीला तो थोडा गोंधळलेला दिसला.

''आणि तुमच्या म्हणण्याप्रमाणे तुम्ही निरोपही पाठवला होतात?''

तिचे मेल शोधत असताना तो हलक्या आवाजात एक गाणे गुणगुणत होता.

''हो, पण फोनवर. मी फोनवर बोलण्याचा खूप वेळ प्रयत्न केला पण यश नाही आले तेव्हा मग मी फोनवर एक निरोप ठेवला. मी ई-मेलही पाठवले.''

''अच्छा, बरोबर, मला दिसते आहे. मला झाल्या गोष्टीचा खेद आहे. तुम्ही कोणा कुटुंबातल्या सदस्याला इथे भेटायला आलात का?''

'नाही,' नोराने स्पष्ट केले. ''मी त्यांच्या कुटुंबातली नाही. मी फक्त त्यांना ओळखते. त्या मला ओळखतील. त्यांचे नाव मिसेस एल्म आहे.'' नोराने त्यांचे पूर्ण नाव आठवण्याचा प्रयत्न केलं. ''सॉरी. ते लुईज एल्म आहे. तुम्ही त्यांना माझे नाव सांगाल, नोरा. नोरा सीड. त्या माझ्या... त्या हॅझेल्डन इथल्या शाळेतल्या ग्रंथपाल होत्या. मला वाटले त्यांना थोडी सोबत आवडेल.''

तो माणूस त्याच्या संगणकात बघायचे थांबला आणि त्याचे आश्चर्य फारसे न लपवता नोराकडे बघत राहिला. पहिल्यांदा नोराला वाटले तिचा काहीतरी गैरसमज झाला असावा. किंवा 'ला कॅन्टीन'मधल्या त्या संध्याकाळी डिलन जे सांगत होता त्यात काहीतरी चूक झाली होती. किंवा कदाचित असेही असेल की त्या आयुष्यातल्या मिसेस एल्मचे जीवन या आयुष्यापेक्षा वेगळे होते. नोराला हेही माहीत नव्हते की तिचा स्वत:चा प्राणी मदतकेंद्रात काम करण्याचा निर्णय मिसेस एल्मच्या आयुष्यावर कसं वेगळाच परिणाम घडवून आणेल. पण त्यालाही काहीच अर्थ नाही. दोन्हींपैकी कोणत्याच आयुष्यात शाळा सोडल्यानंतर ती मिसेस एल्मच्या संपर्कात नव्हती.

''काय झाले?'' नोराने रिसेप्शनिस्टला विचारले.

''मला तुम्हाला सांगायला खूप खेद वाटतो की लुईज एल्म आता इथे नाहीत.त्या... खरं तर तीनच आठवड्यांपूर्वी त्या वारल्या.''

पहिल्यांदा तिला वाटलं की यात काहीतरी व्यवस्थापनाचा गोंधळ असावा. ''तुम्हाला खात्री आहे?''

''हो. मला सांगायला वाईट वाटते, की यात काही शंका नाही.''

'ओऽह,' नोरा म्हणाली. तिला काय बोलावे किंवा कसा प्रतिसाद द्यावा ते कळेना. तिने खाली तिच्या कारमध्ये तिच्या आसनाच्या मागे ठेवलेल्या टोटे बॅगकडे पाहिले. त्यात तिने त्यांच्या बरोबर खेळण्यासाठी आणि त्यांना थोडी सोबत मिळावी म्हणून आणलेला बुद्धीबळाचा पट होता. ''मला वाईट वाटतंय. मला माहीत नव्हतं. मी त्यांना... तुम्ही असं पाहा, मी त्यांना खूप वर्षांत भेटलेली नाही. खूप खूप वर्षे. पण मला कोणाकडून तरी कळले होते की त्या इथे आहेत...''

''मी समजू शकतो. सॉरी.'' रिसेप्शनिस्ट म्हणाला.

''नाही. काही हरकत नाही. मला फक्त त्यांचे आभार मानायचे होते. मला खूप मायेने वागवल्याबद्दल.''

''त्यांनी अत्यंत शांतपणे हे जग सोडले,'' तो म्हणाला. ''खरोखरी शांत झोपेमध्ये.''

नोरा सौम्य हसली आणि आदरपूर्वक बाजूला झाली. ''ठीक आहे. थँक यू. तुम्ही त्यांची चांगली काळजी घेतलीत, यासाठी आभार. मी आता निघते. बाय...''

पोलिसांबरोबरचा तो प्रसंग

तिची बॅग आणि त्यातला बुद्धीबळाचा पट घेऊन तिने बाहेर शेक्सपिअर रोडवर पाऊल टाकले तेव्हा तिला काय करायचे हे खरेच ठाऊक नव्हते. तिच्या शरीरात सगळीकडे मुंग्या आल्यासारखे वाटत होते. अगदी टोचल्यासारखे होत होते असे नाही. त्याहीपेक्षा, जेव्हा केव्हा ती एखाद्या विशिष्ट आयुष्याच्या शेवटापाशी पोचण्याच्या आधी तिला जी विचित्र, धूसर, खुंटल्यासारखी जाणीव होत असे, तसे हे वाटणे होते.

त्या जाणिवेकडे दुर्लक्ष करत ती अडखळत कार पार्कच्या दिशेने निघाली. तिने ३३अ बॅनक्रॉफ्ट अॅव्हेन्यूवरचा बाग असलेला तिचा फ्लॅट मागे टाकला. तिने पूर्वी कधीही न पाहिलेला एक माणूस तिथून पुनर्प्रक्रियेसाठी असलेल्या वस्तूंचे खोके बाहेर काढत होता. तिच्या डोळ्यांपुढे तिचे केंब्रिजमधले सुंदर घर आले आणि न कळत तिच्या मनात ते घर आणि या जिकडे तिकडे कचरा असलेल्या रस्त्यावरचे कसेतरी दिसणारे घर यांच्यात तुलना केली गेली. तिच्या शरीरातल्या मुंग्या थोड्या कमी झाल्या. तिने बॅनर्जींचे घर मागे टाकले आणि त्या रस्त्यावरचे ते एकमेव फ्लॅट्समध्ये विभागले न गेलेले खाजगी मालकीचे घर तिला दिसले. मात्र ते आता वेगळे दिसत होते. त्या घरासमोरच्या छोट्याशा हिरवळीच्या पट्ट्याच्या जागी उंच गवत वाढले होते आणि गेल्या उन्हाळ्यात मिस्टर बॅनर्जींवर शल्यक्रिया झाली होती तेव्हा तिने कुड्यांमधल्या क्लेमॅटिस किंवा बिझी लिझ्झीच्या ज्या रोपांना पाणी घातले होते, त्यांची नावनिशाणीही शिल्लक राहिली नव्हती.

रस्त्याच्या फरसबंद कडेवर पडलेले दोन मोठे चेपलेले कॅन तिला दिसले.

सोनेरी केसांचा बॉबकट केलेली, त्वचा उन्हात थोडी काळवंडलेली एक बाई, दोन छोटी मुले बसवलेली डबल बाबागाडी ढकलत तिच्या दिशेने येताना नोराला दिसली. ती खूप दमल्यासारखी दिसत होती. ती तीच बाई होती, जी तिने आत्महत्या करायचे ठरवले त्या दिवशी तिला वर्तमानपत्राच्या दुकानावर भेटली होती. त्या वेळेला ती आनंदी आणि चिंतारहित दिसत होती. केरी-अॅन. तिला नोरा दिसली नव्हती. कारण तिचा एक मुलगा रडत होता आणि ती तिच्या दुसऱ्या चिडचिडलेल्या मुलाला प्लॅस्टिकचा डायनॉसोर दाखवून शांत करायचा प्रयत्न करत होती.

मे आणि जेक दोघे पुढे पळणाऱ्या सशांसारखे होते पण आम्ही पोहोचलो त्यांच्यापर्यंत. दोन छोटे सैतान. पण तुला माहीत आहे, त्यांनी दिलेल्या आनंदामुळे आम्ही सगळे भरून पावलो. मी तुला त्यांची काही चित्रे दाखवू शकेन...

तेव्हा केरी-ॲनने वर पाहिले आणि तिला नोरा दिसली.

''मी तुला ओळखते, बरोबर नं? तू नोरा नं?''

'हो.'

''हाय नोरा.''

''हाय केरी-ॲन.''

''तुला माझं नाव आठवतंय? किती छान. शाळेत असताना मला तुझं फार कौतुक वाटायचं. तुझ्याकडे सगळेच गुण आहेत असं वाटायचं. तुला ऑलिंपिकपर्यंत जाता आलं का?''

''हो, खरं म्हणजे. एक प्रकारे. मी एक केलं. पण मला जे करायचं होतं ते वेगळं होतं. पण मग काय? बरोबर?''

केरी-ॲन क्षणभर गोंधळलेली दिसली. पण तेवढ्यात तिच्या मुलाने ते डायनॉसोरचे खेळणे रस्त्यावर फेकले आणि ते त्या चेपलेल्या कॅनमधल्या एका कॅनजवळ जाऊन पडले. 'बरोबर.'

नोराने डायनॉसोर उचलला. नीट पाहिले तर तो स्टेगॅसोर होता. तिने तो केरी-ॲनजवळ दिला, केरी-ॲनने हसून कृतज्ञता व्यक्त केली व त्या घरात शिरली, जे बॅनर्जींचे असायला हवे होते. त्याच वेळेला त्या मुलाने जोरात गळा काढला.

'बाय.' नोरा म्हणाली.

''हो. बाय.''

नोरा मनातल्या मनात विचार करत राहिली की नेमके काय घडले ज्यामुळे गोष्टी बदलल्या. मिस्टर बॅनर्जी वृद्धाश्रमात न जाण्याच्या निर्णयावर ठाम होते, त्यांना तिथे जाणे भाग पडावे, असे काय झाले? मिस्टर बॅनर्जींच्या दोन रूपांमधला फरक जाणण्याचे माध्यम कुठले असले तर ते फक्त ती होती. पण नेमका तोच फरक काय होता? तिने असे काय केले होते? ऑनलाइन दुकानातून कधी कधी त्यांच्या प्रिस्क्रिप्शनवरची औषधे आणली होती?

''*छोट्या गोष्टींचे मोठे महत्त्व कधीच नजरेआड करू नका,*'' असं मिसेस एल्म म्हणाल्या होत्या. ''*हे तू कायम लक्षात ठेवायला हवे.*''

ती स्वतःच्या घराच्या खिडकीकडे एकटक पाहत राहिली. तिच्या मनात तिच्या मूळ आयुष्यात, बेडरूममध्ये आयुष्य आणि मृत्यूच्या सीमारेषेवर लटकलेल्या स्वतःच्या अस्तित्वाचा विचार आला. आहे त्या परिस्थितीत आयुष्य

आणि मृत्यू दोन्ही सम अंतरावर होते. आणि ही अशी पहिलीच वेळ होती, जेव्हा नोरा एखाद्या तिसऱ्याच व्यक्तीची काळजी करावी, तशी स्वत:ची काळजी करत होती. तिचे एखादे रूप समजून नव्हे तर वेगळी पण प्रत्यक्षातली व्यक्ती म्हणून. जणू काही शेवटी, आलेल्या सगळ्या आयुष्यांच्या अनुभवातून, तिला स्वत:च्या पूर्वरूपाची कीव येत होती. याला स्वत:वरची कणव नाही म्हणता येणार, कारण आताचे तिचे 'स्व'त्व वेगळे होते.

...आणि मग तिच्या स्वत:च्याच खिडकीत कोणीतरी दिसले. एक स्त्री, जी ती नव्हती, एका मांजराला घेतलेली, जे व्हॉल्टेअर नव्हते.

काही झाले तरी हीच तर तिच्या मनातली आशा होती, अगदी पुन्हा तिला गरगरल्यासारखे आणि कंप सुटल्यासारखे वाटू लागले होते, त्या क्षणीसुद्धा.

ती शहराच्या दिशेने निघाली. मुख्य रस्त्याने जाऊ लागली.

हो, ती आता वेगळी होती. ती अधिक समर्थ होती. तिच्या अंतर्मनात चाचपणी न केलेल्या गोष्टी दबलेल्या होत्या. अशा गोष्टी ज्या तिला कधीच कळल्याच नसत्या, जर ती रिंगणात उतरून गेली नसती, ध्रुवीय अस्वलाला पळवून लावू शकली नसती किंवा एवढे प्रेम, भीती आणि धैर्य यांचा अनुभव घेतला नसता. बूट्सच्या[११३] बाहेर काहीतरी गोंधळ चालू होता. जवळच्या दुकानातील डिटेक्टिव्ह त्याच्या जवळच्या वॉकी-टॉकीवर बोलत असताना पोलिसांनी दोन मुलांना ताब्यात घेतले होते.

तिने त्या दोन मुलांपैकी एकाला ओळखले आणि ती त्याच्याजवळ गेली.

'लिओ?'

एका पोलीस अधिकाऱ्याने तिला मागे सरकण्याची खूण केली.

''कोण आहेस तू?'' लिओने तिला विचारले.

'मी - ' नोराच्या लक्षात आले की ती, ''मी तुझी पियानोची शिक्षक'' असे उत्तर देऊ शकणार नव्हती. आणि तिला कळून चुकले की आत्ताच्या पूर्ण गोंधळाच्या अवस्थेत ती जे म्हणण्याच्या बेतात होती ते शुद्ध वेडेपणाचे होते. पण तरीही तिने विचारलेच. ''तू संगीत शिकतोस का?''

लिओच्या हातात हातकड्या घालत असताना त्याकडे पाहत तो म्हणाला, ''मी कसलेही संगीताचे धडे घेतलेले नाहीत...''

त्याच्या आवाजातले उसने अवसान गळून पडले होते.

तो पोलीस अधिकारी आता वैतागला होता. ''मिस, कृपा करून ते सर्व तुम्ही आमच्यावर सोडा.''

---

११३ इंग्लंडमधील फूटवेअरचा एक ब्रँड. या संदर्भात बूट्सची बेडफोर्डमधली शोरूम.

''तो चांगला मुलगा आहे,'' नोरा त्याला म्हणाली. ''कृपा करून त्याच्याशी फार कठोरपणे वागू नका.''

''हो का, या चांगल्या मुलाने तिथून आत्ताच दोनशे पौंड चोरले आहेत. आणि त्याच्या जवळ एक शस्त्रही लपवलेले मिळाले.''

'शस्त्र?'

''एक सुरा.''

''नाही. इथे काहीतरी गडबड आहे. तो तसा मुलगा नाही.''

''तुम्ही ऐकताय ना,'' तो पोलीस अधिकारी आपल्या सहकाऱ्यांना म्हणाला. ''या बाईंना वाटतंय की आपला मित्र लिओ थॉम्पसन हा गुन्हे करणारा मुलगा नाहीये.''

दुसरा पोलीस अधिकारी हसला. ''तो सततच गुन्हेगारी जगात आत-बाहेर करत असतो, हा हा मुलगा.''

''आता, कृपा करून...'' पहिला पोलीस अधिकारी म्हणाला, ''आमचे काम आम्हाला करू दे.''

'नक्कीच,' नोरा म्हणाली, नक्कीच. ''ते जे सांगतील तसं कर, लिओ...''

त्याने तिच्याकडे असे पाहिले की जणू कुणीतरी एक जिताजागता विनोदच पाठवला होता.

काही वर्षांपूर्वी त्याची आई डोरीन स्ट्रिंग थिअरीमध्ये तिच्या मुलासाठी एक स्वस्त कीबोर्ड विकत घेण्यासाठी आली होती. त्याच्या शाळेतल्या वर्तणुकीबद्दल ती चिंतेत होती आणि त्याने संगीतात रुची दाखवली होती आणि म्हणून त्याने पियानोचे धडे घ्यावेत अशी तिची इच्छा होती. नोराने तिला समजून सांगितले की तिच्या जवळ एक इलेक्ट्रिक पियानो होता, ती तो वाजवू शकत होती, पण तिने पियानो शिक्षक होण्यासाठी आवश्यक प्रशिक्षण घेतले नव्हते. डोरिन म्हणाली होती की तिच्या जवळ फार पैसे नव्हते, पण त्यांच्यात काहीतरी ठरले आणि नोराची दर मंगळवारची संध्याकाळ लिओला पियानोच्या वरचे सप्तक आणि खालचे सप्तक यांतला फरक समजावून देण्यात मजेत जाऊ लागली. तिच्या मते लिओ खूपच चांगला मुलगा होता, शिकण्यासाठी उत्सुक होता.

डोरिनच्या लक्षात आले होते की लिओ 'चुकीच्या संगतीत अडकला होता', पण त्याने संगीत शिकायला सुरुवात केल्यानंतर इतर गोष्टींमध्येही त्याच्यात सुधारणा दिसत होती. अचानक तो शिक्षकांबरोबर झगडे करेनासा झाला होता आणि तो चॉपिनपासून स्कॉट जॉपलिन ते फ्रँक ओशन आणि जॉन लिजंड आणि रेक्स ऑरेंज काउंटी हे सर्व संगीतकार सारख्याच एकाग्रतेने आणि मन लावून वाजवू लागला.

मध्यरात्रीच्या वाचनगृहातल्या तिच्या काही पहिल्या फेऱ्यामध्ये मिसेस एल्म काय म्हणाल्या होत्या ते तिला आठवले.

प्रत्येक आयुष्यात लाखो निर्णय असतात. काही मोठे, काही छोटे. पण प्रत्येक वेळी जेव्हा एक निर्णय घेताना दुसरा निर्णय बाजूला सारला जातो तेव्हा त्याचे होणारे परिणाम वेगवेगळे असतात. पुन्हा कधीही बदलणार नाही असा बदल होतो, त्याचा परिणाम म्हणून आणखी बदल होतात...

आताच्या या कालरेषेत, ज्यामध्ये तिने केंब्रिज विद्यापीठाची मास्टर्स पदवी मिळवली होती, अ‍ॅशबरोबर लग्न केले होते आणि त्यांना एक मुलगी झाली होती, ती आता स्ट्रिंग थिअरीत नव्हती आणि हा तो चार वर्षांपूर्वीचा दिवस नव्हता जेव्हा डोरिन आणि लिओ तिला भेटायला आले होते. या कालरेषेत डोरिनला तिला परवडेल असा संगीत शिक्षक सापडलाच नव्हता आणि त्यामुळे लिओजवळ संगीताची उपजत देणगी आहे, हे त्याचे त्याला समजण्याइतका प्रदीर्घ काळ, त्याने संगीताचा पाठपुरावा केलाच नव्हता. या कालरेषेत कोणत्याही मंगळवारच्या संध्याकाळी, त्याची घरापासून असलेली गाण्याची आवड जोपासण्यासाठी नोराजवळ बसून त्याने स्वत:च्या नव्या चाली बसवल्या नव्हत्या.

नोराला अंगातले त्राण गेल्यासारखे वाटू लागले होते. फक्त मुंग्या आणि कंप नाही, त्याहूनही तीव्र, अंधुक होत जाण्यारी दृष्टी आणि त्याच्या जोडीने, एका पोकळीमध्ये वेगाने ओढले जात असण्याची जाणीव. ज्या क्षणी तिने बेडफोर्ड जिथून मागे टाकले होते, तोच क्षण आणि ठिकाण पुन्हा एकदा गाठण्यासाठी एक दुसरी नोरा आकाराला येत होती. गाळलेल्या जागा भरण्यासाठी आणि बेडफोर्डला एक दिवसाची भेट द्यायला मिळावी म्हणून योग्य कारण मिळवण्यासाठी तिचा मेंदू तयार झाला होता आणि प्रत्येक गोष्ट जिथे ती हजर नव्हती ती तिला जाणून घ्यायची होती, प्रत्यक्ष तिथे पूर्ण वेळ हजर असल्याप्रमाणे.

हे जे काही घडत होते त्याचा नेमका अर्थ माहीत असल्यामुळे काळजीने, लिओ आणि त्याच्या मित्राला पोलिसांच्या गाडीकडे ते अधिकारी घेऊन जात असताना ती तिथून बाजूला झाली. बेडफोर्डच्या संपूर्ण मुख्य रस्त्यावरच्या लोकांच्या नजरा त्यांच्यावर खिळलेल्या असताना ती कार पार्कच्या दिशेने भराभर पाऊले उचलू लागली.

हे आयुष्य चांगले आहे... हे आयुष्य चांगले आहे... हे आयुष्य चांगले आहे...

बघण्याची नवी दृष्टी

ला कँटीनाच्या[११४] बाहेरचा अर्धशिशीची भावना जागी करणारा भडक लाल आणि पिवळ्या रंगातला मॅस्कॉट पार करून स्टेशनपाशी आली. ला कँटीनाच्या आत एक वेटर टेबलापुढच्या खुर्च्या उचलून ठेवत होता. स्ट्रिंग थिअरीसुद्धा बंद झाले होते, त्याच्या दारावर एक हस्तलिखित पत्रक चिकटवलेले होते :

> 'खेद आहे की स्ट्रिंग थिअरी या जागेत आता विक्रीचे व्यवहार करू शकणार नाही. जागेचे भाडे वाढल्यामुळे हे दुकान चालू ठेवणे आम्हाला परवडणारे नाही. प्रदीर्घ काल आमच्याशी जोडल्या गेलेल्या आमच्या सर्व ग्राहकांना धन्यवाद. वाईट वाटून घेऊ नका, ठीक आहे. तुम्ही तुमच्या निवडीप्रमाणे पुढे जाऊ शकता. पण तुमच्याशिवाय आमचे काय होईल, हे फक्त तो देवच जाणे.'

हे हुबेहूब तेच पत्रक होते जे तिने डिलनबरोबर जाताना पाहिले होते. त्याच्यावरची फेल्ट-टीप पेनने नीलने लिहिलेल्या तारखेकडे पाहिल्यानंतर तिला अंदाज आला की ते पत्रक साधारण तीन महिन्यांपूर्वीचे असावे.

तिला वाईट वाटले, कारण स्ट्रिंग थिअरीला लोकांच्या मनात महत्त्वाचे स्थान होते. तरी जेव्हा स्ट्रिंग थिअरी गोत्यात आली तेव्हा नोरा तिथे नोकरी करत नव्हती.

काय म्हणणार. मला वाटतं की मी खूप इलेक्ट्रिक पियानो यशस्वीरीत्या विकले. आणि काही चांगले गिटार्सपण विकले.

मोठे होत असताना ती आणि ज्यो, पौगंडावस्थेतली मुले ज्या विशिष्ट पद्धतीचे विनोद करतात, तशा पद्धतीचे त्यांच्या शहरावर सतत विनोद करत असत, म्हणत असत की एचएमपी म्हणजे 'हिज मॅजेस्टीज प्रिझन' हा शहराच्या आतला तुरुंग असला तरी बेडफोर्ड शहर हा बाहेरचा तुरुंग आहे आणि त्यातून सुटका करून घेण्याची एक जरी संधी मिळाली तरी ती घ्यायला हवी.

---

११४ दक्षिण अमेरिकेत कॅन्टीना हा शब्द सहसा बारचा निदर्शक असतो.

पण ती स्टेशनपर्यंत पाहोचता पोहोचता सूर्य वर आला होता आणि तिला वाटले गेली सगळी वर्षे ती या शहराकडे चुकीच्या दृष्टीने पाहत होती. जॉन हॉवर्ड,[११५] ज्याने या तुरुंगामध्ये सुधारणा घडवून आणल्या, त्याचा सेंट पॉल चौकातला पुतळा मागे टाकला. त्या पुतळ्याच्या भोवती असलेले वृक्ष आणि मागे असलेली नदी यांच्यातून उजेडाचे कवडसे चमकत होते. या दृश्याकडे जणू पहिल्या वेळेसच पाहत असावे, असा अचंबा तिला वाटत होता. *तुम्ही कशाकडे पाहत आहात यापेक्षा तुमच्या नजरेला काय दिसते आहे, हे महत्त्वाचे आहे.*

रंगाचा मुलामा, प्लॅस्टिक आणि इतर कृत्रिम रासायनिक गोष्टीं यांचा उग्र वास असलेल्या तिच्या महागड्या ऑउदिच्या सुरक्षित कोशात बसून, रस्त्यावरून सरलेल्या आयुष्यांसारख्या सुळकन पुढे जाणाऱ्या गाड्यांच्या गर्दीतून वाट काढत केंब्रिजकडे जात असताना, मृत्यूपूर्वीच्या खऱ्या मिसेस एल्म भेटाव्यात अशी तिची मनोमन इच्छा होती. त्यांच्या मृत्यूपूर्वी त्यांच्याशी बुद्धीबळाचा एक डाव टाकता आला असता तर बरे झाले असते. आणि तिच्या मनात पोलीस चौकीतल्या बिनखिडकीच्या कोठडीत बसून, डोरिन येईल आणि त्याला सोडवून घेऊन जाईल म्हणून वाट पाहणाऱ्या, गरीब बिचाऱ्या लिओचा विचार आला.

''हे आयुष्य सर्वोत्तम आहे,'' थोडे घायकुतीला येत तिने स्वत:ला बजावले. ''हे आयुष्य सर्वोत्तम आहे. मी याच आयुष्यात राहणार आहे. हे आयुष्य माझ्यासाठी आहे. हे आयुष्य सर्वोत्तम आहे. हे आयुष्य सर्वोत्तम आहे.''

पण तिला माहीत होते की आता तिच्या जवळ फार वेळ उरलेला नव्हता.

---

११५ जॉन हॉवर्ड हा सन १७७३ मध्ये बेडफोर्डशायरचा हाय शेरीफ होता.

फुलांना पाणी मिळाले आहे

तिने घराजवळ गाडी थांबवली आणि आत पळत गेली. प्लेटो आनंदाने धावत तिला भेटायला आला.

तिने घायकुतीला आलेल्या आवाजात विचरणा केली. ''ॲश? मॉली?''

त्यांना भेटणे हे तिच्यासाठी अत्यंत गरजेचे होते. तिला माहीत होते की आता तिच्या जवळ फार वेळ उरलेला नाही. मध्यरात्रीचे वाचनगृह तिची वाट पाहत आहे, हे तिला जाणवत होते.

''मी बाहेर आहे!'' परसातल्या अंगणातून ॲशने हसत हसत आवाज दिला.

म्हणून मग आधीच्या अपघाताला अजिबात न घबरलेली मॉली तिची तिचाकी सायकल घेऊन कुठे खेळते आहे ते पाहायला नोरा सरळ बाहेर गेली. तेव्हा ॲश फुलझाडाच्या एका वाफ्याची मशागत करत होता.

''कसा झाला तुझा प्रवास?''

मॉली तिच्या तिचाकीवरून खाली उतरली आणि तिच्याकडे पळत आली. ''मम्मी! मला तुझी आठवण येत होती! मला आता सायकल खरंच छान चालवता येते!''

''ओ, शोना खरंच का?''

तिने तिच्या लेकीला घट्ट मिठीत घेतलं आणि डोळे मिटले व तिच्या केसांचा गंध, शिवाय मॉलीच्या अंगाला येणारा कुत्र्याचा, फॅब्रिक कंडिशनरचा वास आणि तिचं लहानपण श्वासात भरून घेतलं, या आशेनं की ते सगळं तिला तिथेच राहायला मदत करेल. ''गॉली, मला तुला सांगायचं आहे की माझं तुझ्यावर खूप प्रेम आहे. नेहमीसाठी, कायम, तुला लक्षात येतंय ना?''

''हो मम्मी. अर्थात.''

''आणि माझं तुझ्या डॅडीवरपण खूप प्रेम आहे. आणि सगळं छान होईल कारण काहीही झालं तरी डॅडी कायम तुझ्या जवळ असेल; तुझी मम्मीही तुझ्या जवळ असेल, फक्त आता मी जशी दिसते आहे, कदाचित तशी नसेन. मी इथे असेन, पण...'' तिच्या लक्षात आले की मॉलीला केवळ एक गोष्ट सोडल्यास बाकी कशाचीही माहिती असण्याची गरज नव्हती. तिला फक्त 'माझं तुझ्यावर प्रेम आहे,' एवढे एकच सत्य पुरेसे होते.

मॉली विचारात पडलेली दिसली. ''तू प्लेटोला विसरलीस!''

''अरे हो! अर्थात मी प्लेटोवर प्रेम करते... प्लेटोला मी कसं विसरू शकेन? प्लेटोला माहीत आहे मी त्याच्यावर प्रेम करते ते, हो की नाही, प्लेटो? प्लेटो, मी तुझ्यावर प्रेम करते.''

नोराने स्वत:ला सावरायचा प्रयत्न केला.

काहीही झाले तरी, त्यांची काळजी घेतली जाईल. त्यांना प्रेम मिळेल. ते एकमेकांसाठी आहेत आणि ते आनंदी राहतील.

तेवढ्यात ॲश तिथे आला, त्याचे बागकामाचे मोजे त्याच्या हातातच होते. ''नॉर, तू ठीक आहेस ना? तुझा चेहरा थोडा पांढरट वाटतोय. काही झाले आहे का?''

''अरे. त्याबद्दल तुला नंतर सांगते. मॉली झोपल्यानंतर.''

''ठीक आहे. अगं आता थोडे सामान येणार आहे... त्यामुळे लॉरीच्या आवाजाकडे लक्ष ठेव.''

''हो. हो. नक्की.''

तेव्हा मॉलीने ती तिची पाणी घालायची झारी आणू का, असे विचारले आणि ॲशने तिला सांगितले की गेले काही दिवस खूप पाऊस पडतो आहे आणि पाणी घालण्याची गरज नाही कारण आकाशच फुलांची निगा राखते आहे. ती ठीक राहतील. त्यांची काळजी घेतली जातेय. फुलांना पाणी मिळाले आहे. हे शब्द नोराच्या मनात घुमत राहिले. ''*ते ठीक राहतील. त्यांची काळजी घेतली जातेय...*'' आणि त्यानंतर ॲश आज सिनेमाला जाण्याबद्दल काहीतरी म्हणाला व मॉलीला सांभाळायला येण्यासाठी कोण येणार याची व्यवस्था झाली आहे असेही तो म्हणाला. नोरा विसरली होती, हे पूर्णपणे विसरली होती पण तिने ते हसून सावरून घेतले आणि तिथेच थांबून राहण्याचा निकराचा प्रयत्न करत राहिली. पण होणारे थांबणार नव्हते, त्याची सुरुवात झाली होती, त्याची सुरुवात झाली होती, तिला ते आतून समजत होते, तिच्या अंगांगातून तिला ते समजत होते, आणि आता ते थांबवण्यासाठी ती काहीच करू शकत नव्हती.

जाऊ कुठे मी?

'नाही!'

नि:संशय, ते घडले होते.

ती मध्यरात्रीच्या वाचनगृहात पोहोचली होती.

मिसेस एल्म संगणकापाशी बसलेल्या होत्या. डोक्यावरचे दिवे डगडगत होते, हलत होते आणि त्यांची बेताल उघडझाप चाललेली होती. ''नोरा थांब. शांत हो. शहाणी मुलगी ना तू. मला हे सर्व सुरळीत करायला हवंय.''

छतावर पडलेल्या, कोळ्याच्या पायासारख्या दिसणाऱ्या, असाधारण वेगाने रुंदावणाऱ्या भेगांमधून लहान लहान पोपड्यांसारखी धूळ खाली पडत होती. अचानक होऊ घातलेल्या विध्वंसाचा एक आवाज सगळीकडे भरून राहिलेला होता, आणि नोराच्या लक्षात आले की त्या क्षणाच्या उद्वेगपूर्ण अवस्थेतही ती त्याकडे दुर्लक्ष करू शकत होती.

''तुम्ही मिसेस एल्म नाही आहात. मिसेस एल्म जिवंत नाही आहेत... मी मेले आहे का?''

''हे आपलं सगळं बोलून झालेलं आहे. पण आता तू म्हणतेच आहेस तर सांगते, कदाचित तू...''

''मी अजूनही तिथे का नाहीये? मी तिथे का नाहीये? मला ते घडतंय याची जाणीव झाली होती पण मला ते व्हायला नको होतं. तुम्ही म्हणाला होतात की मनापासून मला जगायचं आहे, असं आयुष्य मला सापडलं तर ते जे मला *खरोखरी* जगायचे आहे. त्याच आयुष्यात मी राहू शकेन. तुम्ही मला म्हणाला होतात की तसे झाले तर या वेडपट जागेतल्या सगळ्या आठवणी पुसून जातील. तुम्ही म्हणाला होतात की मला हवे असलेले आयुष्य मला सापडेल. मग मला हवं असलेलं परिपूर्ण आयुष्य ते होतं!''

काही क्षणांपूर्वी ती ॲश, मॉली आणि प्लेटोबरोबर बागेमध्ये होती, अशी बाग जी चैतन्य आणि प्रेम यांनी भारलेली होती, आणि आता ती इथे होती.

''मला परत तिथे घेऊन जा...''

''तुला माहितीय, हे असं घडत नसतं.''

''ठीक आहे. तसं असेल तर जवळजवळ त्याच आयुष्यासारखं असेल अशा दुसऱ्या आयुष्यात मला घेऊन जा. त्या आयुष्याला जास्तीतजास्त आपले

वाटेल असे आयुष्य मला द्या. प्लीज, मिसेस एल्म, हे नक्कीच शक्य असले पाहिजे. असं एखादं आयुष्य असेल ज्या आयुष्यात मी ॲशबरोबर कॉफी घ्यायला गेले आणि तिथे मॉली आणि प्लेटो आमच्या बरोबर होते, पण मी... थोडेसे काहीतरी वेगळे केले असेल. त्यामुळे नियमाप्रमाणे ते वेगळे आयुष्य होते. म्हणजे मी प्लेटोसाठी वेगळी कॉलर निवडली असेन. किंवा... किंवा... किंवा जिथे मी योगाऐवजी इतर व्यायामांनाच प्राधान्य दिले? किंवा केंब्रिजमध्ये मी वेगळ्याच कॉलेजमध्ये गेले? किंवा आणखी मागे जायचे तर आम्ही कॉफी घ्यायला नव्हे तर चहा घ्यायला गेलो? ते आयुष्य. त्या आयुष्यात मला घेऊन जा जिथे मी ते केलं. ऐका नं. प्लीज. मला मदत करा. मला आता सांगितलं त्यातलं एखादं आयुष्य जगून पाहू दे, प्लीज...''

संगणकामधून धूर यायला लागला. स्क्रीन काळा काळा झाला. सगळा मॉनिटर फुटून गेला.

हरलेल्या मिसेस एल्म त्यांच्या ऑफिसच्या खुर्चीत कोसळता कोसळता म्हणाल्या, ''तुझ्या लक्षात येत नाहीये.''

''पण हे असंच घडतं ना? मी मला खंत वाटणारी एखादी गोष्ट मनात धरते. काहीतरी, जे मला वाटतं की ते वेगळ्या पद्धतीने करायला हवं होतं... आणि मग तुम्हाला ते पुस्तक सापडतं, मी ते पुस्तक उघडते आणि त्यातलं आयुष्य जगायला लागते. या वाचनगृहातलं काम अशाच पद्धतीने चालते, बरोबर नं?''

''हे इतके सोपे नाही.''

का? एका आयुष्यातून दुसऱ्या आयुष्यात स्थित्यंतर करण्यात काही समस्या आहे का? म्हणजे, याआधी एकदा झालं होतं तसं?''

मिसेस एल्मने तिच्याकडे उदास होउन पाहिले. ''हे त्यापेक्षा जास्त आहे. पहिल्यापासूनच एक तीव्र शक्यता अशी होती की तुझे मूळ आयुष्यच संपुष्टात येईल. मी तुला त्याबद्दल सांगितले होते, हो की नाही? तुला मरायचे होते आणि कदाचित तू मरशीलसुद्धा.''

''हो, पण तुम्ही म्हणाला होतात की मला इथून जाण्यासाठी कुठेतरी एक जागा लागेल. 'कुठेतरी उतरण्यासाठी जमीन,' असंच म्हणाला होतात तुम्ही. 'दुसरे आयुष्य'. अगदी हेच शब्द. जरूर कशाची असेल तर मी पुरेशा नेटाने विचार करण्याची आणि योग्य ते आयुष्य निवडण्याची आणि...''

''मला माहीत आहे, माहीत आहे. पण ते तसे घडले नाही.''

आतापर्यंत छत कोसळायला सुरुवात झाली होती, तुकड्यातुकड्यांनी, जणू काही त्याचा गिलावा एखाद्या लग्नाच्या केकच्या आयसिंगइतकाही पक्का नव्हता.

नोराला त्याहीपेक्षा निराशादायक काहीतरी दिसले. एका लाइटमधून एक ठिणगी उडाली आणि एका पुस्तकावर पडली, आणि तिचे रूपांतर उफाळणाऱ्या आगीत झाले. बघता बघता ती आग संपूर्ण शेल्फवर पसरू लागली, पुस्तके जणू काही पेट्रोलमध्ये बुचकळून काढली असतीत अशा वेगाने जळू लागली. एक मोठाच्या मोठा उष्ण, उफाळणारा आगीचा डोंब. मग आणखी एक ठिणगी उसळी मारून दुसऱ्या शेल्फवर जाऊन पडली आणि त्या शेल्फालाही आग लागली. त्याच वेळेला छताचा एक धुळीने भरलेला मोठा ढलपा नोराच्या पायापाशी येऊन पडला.

'टेबलाखाली', मिसेस एल्मने आदेश सोडला. 'ताबडतोब!'

नोरा खाली वाकली आणि आता रांगणाऱ्या मिसेस एल्मच्या मागोमाग टेबलाखाली शिरली, तिथे ती गुडघ्यावर बसली आणि मिसेस एल्मप्रमाणे तिला मुकाट्याने डोके खाली वाकवावे लागले.

''तुम्ही हे थांबवू का शकत नाही?''

''आता ही साखळी प्रतिक्रिया आहे. त्या ठिणग्या आगापिछा नसलेल्या नाहीयेत. ही सगळी पुस्तके नष्ट होणार आहेत. आणि मग ही सगळी जागाच नष्ट होणे अपरिहार्य आहे.''

''का पण? मला काही कळत नाही. मी तिथे होते. मला हवं असलेलं आयुष्य मला सापडलं होतं. माझ्यासाठीचं एकमेव आयुष्य. या वाचनगृहातल्या आयुष्यांमधले सर्वोत्तम...''

''पण तीच तर अडचण आहे,'' मिसेस एल्म टेबलाच्या लाकडी पायांखालून बाहेर आणखी शेल्फांवर आग पसरताना आणि सगळीकडे कचरा वाढताना बघत, उदासपणे म्हणाल्या. ''तरी ते पुरेसे सर्वोत्तम नव्हते. ते पाहा!''

''कशाकडे पाहू?''

''तुझ्या घड्याळाकडे. आता कोणत्याही क्षणी.''

म्हणून नोराने पाहिले. सुरुवातीला तिला विचित्र वाटावे असे काही दिसले नाही. पण ते घडायला सुरुवात झाली होती. तिचे घड्याळ अचानक घड्याळासारखे वागू लागले होते. त्याच्यावरचे आकडे हलायला सुरुवात झाली होती.

००:००:००

००:००:०१

००:००:०२

''काय घडते आहे?'' जे काही चालले आहे, ते काही चांगले नाही, याची जाणीव झालेली नोरा म्हणाली.

''काळ. काळाची टिकटिक सुरू होते आहे.''

''आपण इथून बाहेर कशा पडणार आहोत?''

००:००:०९

००:००:१०

''आपण नव्हे,'' मिसेस एल्म म्हणाल्या. ''इथे आपण कोणी नाही. मी वाचनगृह सोडू शकत नाही. वाचनगृह नाहीसे होईल, त्याच्या बरोबर मीही. पण तुला बाहेर पडण्याची संधी आहे, मात्र तुझ्या जवळ फार वेळ नाही. एक मिनिट, त्यापेक्षा जास्त नाही...''

नोराने एका मिसेस एल्मना आधीच गमावले होते, तिला याही मिसेस एल्मला गमवून बसायचे नव्हते. मिसेस एल्मना तिची घालमेल लक्षात आली.

''ऐक. माझे अस्तित्व हे या वाचनगृहाच्या अस्तित्वाचा एक अंगभूत हिस्सा आहे. पण हे संपूर्ण वाचनगृह तुझ्या अस्तित्वाचा हिस्सा आहे. तुला कळते आहे नं? तुझे अस्तित्व वाचनगृहामुळे नाही; या वाचनगृहाचे अस्तित्व तुझ्यामुळे आहे. ह्यूगो काय म्हणाला होता ते आठवते आहे का? विश्वाच्या विचित्र आणि अनेकांगी सत्याचे वास्तव समजून घेण्यासाठीचा आपल्या मेंदूने शोधलेला सर्वांत सोपा उपाय आहे. म्हणजे हे जे तुझ्या समोर आहे, ती तुझ्या मेंदूची काहीतरी उलगडून दाखवण्यासाठी केलेली निर्मिती आहे. अशी निर्मिती जी महत्त्वाची आणि तरीही धोक्याची आहे.''

''मला त्याचा अंदाज आला आहे.''

''पण एक गोष्ट स्पष्ट आहे : तुला ते आयुष्य नको होते.''

''ते परिपूर्ण आयुष्य होते.''

''तुला तसे सतत वाटत होते का?''

''हो, म्हणजे.... मला ते हवे होते, म्हणजे मी मॉलीवर प्रेम करत होते. मी ॲशवरही प्रेम केलं असतं. पण मला वाटतं, कदाचित... ते *माझं* आयुष्य नव्हतं. ते घडवण्यात माझं काही कर्तृत्व नव्हतं. मी माझ्या त्या दुसऱ्या रूपात आपसूक शिरले होते. मी त्या परिपूर्ण आयुष्यात असलेला माझा हुबेहूब छाप होते. पण ती मी नव्हते.''

००:००:१५

''मला मरायचे नाही,'' नोरा म्हणाली, तिच्या आवाजाची पट्टी अचानक वाढली होती पण त्याचबरोबर तिचा आवाज क्षीणही झाला होता. ती आतून हलली होती. *''मला मरायचे नाही.''*

मिसेस एल्मनी तिच्याकडे विस्फारलेल्या डोळ्यांनी पाहिले. त्यांच्या डोळ्यात कोणत्यातरी कल्पनेची छोटीसी झलक दिसत होती. ''तुला इथून बाहेर पडायला हवे.''

''मी नाही बाहेर पडू शकत! हे नतद्रष्ट वाचनगृह संपतच नाही. ज्या क्षणी मी आत आले त्या क्षणी याचं प्रवेशद्वार अदृश्य झालं.''

''मग ते तुला पुन्हा शोधायला हवे.''

'कसं?' इथे दारंच नाहीयेत.'

''जेव्हा तुझ्याकडे पुस्तक आहे, तेव्हा दाराची गरजच काय?''

''सगळी पुस्तकं जळतायत.''

''एक पुस्तक आहे, जे जळत नसेल. ते तुला शोधायला हवे.''

''पश्चात्तापांचं पुस्तक?''

मिसेस एल्म हसल्याच. ''नोरा. तुला गरज पडावी, असं ते सर्वांत शेवटचं पुस्तक असेल. आतापर्यंत त्याची राख झाली असेल. जळणाऱ्या पुस्तकातले ते सर्वांत पहिले पुस्तक असणार. तुला त्या बाजूला जायला हवे!'' त्यांनी डावीकडचा हलकल्लोळ, आग, आणि गिलाव्याचे पडणारे ढलपे यांच्याकडे बोट दाखवले. त्या बाजूला अकरावी मार्गिका आहे. खालून तिसरा कप्पा.

''सर्वच्या सर्व इमारत खाली कोसळणार आहे!''

००:००:२१

००:००:२२

००:००:२३

''तुझ्या लक्षात नाही आले का नोरा?''

''काय लक्षात येत नाहीये?''

''या सगळ्याचा अर्थ आता उलगडतोय. या वेळेस तू परत आलीस कारण तुला मरायचे होते म्हणून नाही, तर तुला जगायचे होते. तुला मरायचे आहे म्हणून हे वाचनगृह कोसळत नाहीये. हे कोसळते आहे कारण ते तुला परतण्याची संधी देऊ करते आहे. शेवटी काहीतरी निर्णायक घडते आहे. तू जिवंत राहण्याचा निर्णय घेतला आहेस. मग आता हो पुढे, अजून संधी आहे तोपर्यंत इथून बाहेर पड, जग.''

''पण... तुमचं काय? तुमचे काय होणार?''

''माझी काळजी करू नकोस,'' त्या म्हणाल्या. ''मी तुला खात्री देते की मला काहीही वेदना होणार नाहीत.'' आणि मग त्या जे म्हणाल्या, ते ज्या दिवशी तिचे वडील वारले त्या दिवशी शाळेच्या ग्रंथालयात तिला जवळ घेऊन खऱ्या मिसेस एल्म म्हणाल्या होत्या. ''नोरा, परिस्थिती सुरळीत होईल. सगळे ठीक होणार आहे.''

मिसेस एल्मनी डेस्कवर हात ठेवला आणि घाईने काहीतरी धुंडाळायला सुरुवात केली. एका सेकंदानंतर त्यांनी नोराच्या हातात एक नारिंगी रंगाचे पेन

दिले. शाळेत असताना नोराजवळ तशा प्रकारचे पेन होते. असे पेन जे तिने अनेक वर्षांपूर्वी पाहिले होते.

''तुला याची गरज भासेल.''

'का?'

''याने अजून लिहिलेले नाही. तू त्याची सुरुवात करायची आहेस.''

नोराने पेन घेतले.

''बाय, मिसेस एल्म.''

एका सेकंदानंतर छताचा एक खूप मोठा ढलपा टेबलावर दाणकन आदळला. प्लास्टरच्या धुळीचा, त्यांना गुदमरवून टाकणारा एक भला मोठा ढग त्यांच्या भोवती जमा झाला.

००:००:३४

००:००:३५

'जा,' मिसेस एल्म खोकत म्हणाल्या. ''जा, *तुझे आयुष्य जग.*''

माघार घेण्याचा विचारही करू नकोस, नोरा सीड!

वरून छत कोसळत असताना, नोरा धुळीच्या आणि धुराच्या लोटांमधून मिसेस एल्मनी दाखवलेल्या दिशेने चालत निघाली.

श्वास घेणे कठीण होत होते, दिसत नव्हते पण तरीही नोरा कशीबशी एकामागून एक मार्गिका मोजत पुढे जात होती. लाइटमधून निघणाऱ्या ठिणग्या तिच्या डोक्यांवर पडत होत्या.

धूळ तिच्या घशात जमा होत होती. त्यामुळे तिला उलटी होईल की काय असे वाटत होते. पण त्या धुळीच्या पटलामधूनही तिला बहुतेक पुस्तके जळताना दिसत होती. वास्तविक जळत नसलेले असे कोणतेच पुस्तकाचे शेल्फ नव्हते, आणि तिथे दाटलेली उष्णता एका प्रचंड शक्तीसारखी भासत होती. ज्यांना प्रथम आग लागली होती त्यातली काही शेल्फं आणि पुस्तकं जळून राख झाली होती.

जेव्हा ती अकराव्या मार्गिकेपाशी पोहोचली तेव्हा तिच्या अंगावर छताचे डबर एवढ्या जोरात आदळले की ती जमिनीवर पूर्ण आडवी पडली.

तिच्या दगडाखाली सापडलेल्या हातातून पेन निसटल्याचे आणि तिच्यापासून दूर गेल्याचे तिच्या लक्षात आले.

स्वतःला सोडवून घेण्याचा तिचा पहिला प्रयत्न अयशस्वी झाला.

''झाले. संपले सगळे. मला हवे असो वा नसो, मी आता मरणार. मी आता मरणार.''

वाचनगृह उजाड झाले होते.

००:००:४१

००:००:४२

सगळे संपले होते.

तिला आता पुन्हा एकदा खात्री पटली होती. ती आता तिथेच मरणार होती, तिच्या भोवती पसरलेल्या तिच्या सर्व संभाव्य आयुष्यांच्या राखरांगोळीमध्ये.

पण मग धुराच्या-धुळीच्या ढगांमधल्या एका छोट्याशा फटीतून तिला ते दिसले. तिकडे असलेल्या अकराव्या मार्गिकेवर. तळाकडून तिसऱ्या कप्प्यात.

शेल्फवरची सगळी पुस्तके जाळत सुटलेल्या आगीमध्ये एक जागा, जळती आग नसलेली.

''मला मरायचे नाही.''

तिने आणखी जोर लावून प्रयत्न करायला हवा होता. जे आयुष्य नको असे तिला कायम वाटत आले, ते जगण्याची प्रबळ इच्छा तिला व्हायला हवी होती. कारण ते वाचनगृह हे जसे तिच्या आतले सत्य होते तितकीच तिची संभाव्य आयुष्येही त्या सत्याचाच भाग होती. त्या आयुष्यांमधली प्रत्येक गोष्ट कदाचित तिला जाणवली नसेलही, पण ती क्षमता तिच्यामध्ये होती. या आयुष्यात तिच्या हातून कदाचित काही विशिष्ट संधी निसटल्या असतीलही ज्यांमुळे ती इतर आयुष्यांमध्ये ऑलिंपिक तरणपटू, किंवा पर्यटक, किंवा द्राक्षाच्या मळ्याची मालक, किंवा रॉक स्टार, किंवा पृथ्वीला वाचवण्यासाठी धडपड करणारी हिमनदशास्त्रज्ञ, किंवा केंब्रिज विद्यापीठाची पदवीधर, किंवा एक आई, किंवा इतर लाखो गोष्टी, पण काहीतरी असे होते की ज्यामुळे ती सर्व माणसे तिच्यात होती. ती माणसे म्हणजे ती स्वत: होती. त्या सर्व नवलाच्या गोष्टी ती स्वत: होऊ शकली असती, आणि ते सर्व तिला कधीकाळी वाटले होते, तसे निराशजनक मुळीच नव्हते. अजिबात नाही. ते स्फूर्तिदायक होते. कारण तिने झटून प्रयत्न केले तर, तर ती काय काय करू शकते हे तिने आता अनुभवले होते. आणि खरे म्हणजे तिचे आताचे जे मूळ आयुष्य होते, त्याची स्वत:ची अशी एक तार्किक बैठक होती. तिचा भाऊ जिवंत होता. इझ्झी जिवंत होती. आणि तिने एका तरुण मुलाला त्रासापासून स्वत:ला वाचवायला मदत केली होती. कधीकधी आपल्याला जो सापळा वाटतो तो आपल्या मनाचा एक खेळ असू शकतो. सुखी होण्यासाठी तिला द्राक्षाच्या मळ्याची किंवा कॅलिफोर्नियातल्या सूर्यास्ताची गरज नव्हती. तिला त्यासाठी खूप मोठ्या घराची आणि परिपूर्ण कुटुंबाची गरजही नव्हती. तिला गरज असेल तर ती सक्षमतेची होती. तिला आता आश्चर्य वाटत होते की हे तिच्या यापूर्वीच कसे लक्षात आले नाही.

भोवतालच्या कल्लोळातून, तिच्या मागे कुठेतरी लांबवर असलेल्या टेबलाखालून तिला मिसेस एल्मचा अडखळल्यासारखा आवाज ऐकू आला.

''माघार घेऊ नकोस! माघार घेण्याचा *विचारही* करू नकोस, नोरा सीड!''

तिला मरायचे नव्हते. आणि जे तिचे आयुष्य होते त्यापेक्षा दुसरे आयुष्यही तिला जगायचे नव्हते. तिला असे आयुष्य जगायचे होते जे कदाचित एक गुंतागुंतीच्या संघर्षाचे आयुष्य ठरले असते, पण तो संघर्ष तिचा स्वत:चा होता. एक सुंदर गुंतागुंतीचा संघर्ष.

००:००:५२

००:००:५३

कण्हतकुथत ती तिच्यावरचे वजन ढकलून देण्याचा, त्याच्याशी झगडण्याचा प्रयत्न करत होती, आणि सेकंदाचा काटा पुढे सरकत होता. तिच्या फुप्फुसांची

आग होत होती आणि तिचा श्वास कोंडल्यासारखा झाला होता. पण तिला बळ गोळा करण्यात यश मिळाले.

तिने जमिनीवर चाचपडायला सुरुवात केली आणि तिला ते धुळीचा जाड थर चढलेले फाउंटन पेन सापडले, आणि ती अकराव्या मार्गिकेकडे धावली.

...आणि ते तिथे होते.

न जळणारे एकमेव पुस्तक. अजूनही आपल्या जागेवरून न हललेले, अगदी हिरवे.

चटक्यापासून स्वत:ला वाचवत आणि अनामिका थोडी वाकवून पुस्तकाच्या कडेची वरची बाजू अत्यंत काळजीपूर्वक पकडत तिने ते पुस्तक कप्प्यातून बाहेर ओढले. त्यानंतर ती नेहमी करत असे ते तिने केले. तिने ते पुस्तक उघडले आणि पहिले पृष्ठ पाहण्याचा प्रयत्न केला. पुस्तकाला पहिले पृष्ठच नव्हते, ही एकमेव अडचण होती. संपूर्ण पुस्तकात एकही शब्द नव्हता. पुस्तक पूर्णपणे कोरे होते. इतर पुस्तकांप्रमणे, हे पुस्तकही तिच्या भविष्यासंबंधीचे होते. पण ते इतर पुस्तकांपेक्षा वेगळे होते कारण ते भविष्य अजून लिहिलेले नव्हते.

तर, हेच ते होते. हे *तिचे* आयुष्य होते. तिचे मूळ आयुष्य.

आणि ते आयुष्य एक कोरा कागद होता.

नोरा तिथे एक क्षणभर उभी राहिली, तिचे शाळेतले जुने पेन हातात धरून. रात्रीचे बारा वाजून एक मिनिट होत आले होते.

शेल्फवरच्या इतर पुस्तकांचा जळून कोळसा झाला होता, आणि ते लोंबकळणारे दिवे धुळीतून उघडझाप करत, तुटत असलेल्या छतावर अस्पष्ट प्रकाश टाकत होते. दिव्याच्या भोवतीच्या छताचा तुटत आलेला एक ढलपा, साधारण फ्रान्सच्या आकाराचा, केव्हाही तुटण्याच्या आणि तिला चिरडण्याच्या तयारीत असल्यासारखा दिसत होता.

नोराने पेनचे टोपण उघडले आणि उघडलेले पुस्तक पुस्तकांच्या शेल्फांवर टेकवले.

छत करकरले.

फार वेळ गेला नाही.

तिने लिहायला सुरुवात केली. *नोराला जगण्याची इच्छा होती.*

हे लिहून झाल्यानंतर ती एक क्षण थांबली. काहीच घडले नाही, हताश वाटावे असे, आणि तिला मिसेस एल्म एकदा काय म्हणाल्या होत्या ते आठवले. *"'इच्छा' हा एक गमतीचा शब्द आहे. त्याचा दुसरा अर्थ 'अभाव' असा होतो."* मग तिने लिहिलेले खोडले आणि नव्याने लिहिण्याचा प्रयत्न केला.

नोराने जगण्याचा निर्णय घेतला.

काही झाले नाही. तिने पुन्हा प्रयत्न केला.

नोरा जगण्यासाठी सिद्ध झाली होती.

तरी काही झाले नाही, तिने 'जगण्यासाठी' हा शब्द अधोरेखित करूनही.

आता सर्वत्र तोडमोड आणि विनाश सुरू होता. छत कोसळत होते, स्वत:बरोबर बाकीचे सगळे जमीनदोस्त करत, पुस्तकाच्या प्रत्येक शेल्फच्या जागी धुळीचा ढीग तयार करत. तिने डोळे विस्फारुन पाहिले आणि तिला मिसेस एल्मची आकृती दिसली, त्यांनी डेस्कच्या खाली जिथे नोराला आश्रय घ्यायला लावला होता तिथून त्या बाहेर आल्या होत्या. त्या पूर्ण निर्भयपणे तिथे उभ्या होत्या आणि सगळेच छत जेव्हा कोसळले तेव्हा त्या पूर्णपणे दिसेनाशा झाल्या. शिल्लक राहिले फक्त आगीच्या खुणा, जळकी शेल्फं आणि बाके सर्व.

नोरा, गुदमलेली, आता काहीच पाहू शकली नाही.

पण वाचनगृहाचा हा भाग उभा होता, आणि ती अजून तिथे होती.

आता कोणताही सेकंद, सगळे दृष्टीआड झाले असते, तिला ते माहीत होते.

त्यामुळे तिने काय लिहायचे याचा विचार करणे थांबवले, आणि काही न सुचून मनात जी पहिली गोष्ट आली, ती तिने कागदावर उतरवली. तिच्या मनात ती गोष्ट एखादया बंडखोर मूक गर्जनेसारखी खदखदत होती आणि तिच्यात बाहेरचा कोणताही विध्वंस थांबवण्याची ताकद होती. तिच्या जवळ एक सत्य होते, असे सत्य ज्याचा तिला आता अभिमान होता, त्यामुळे ती आनंदात होती, असे सत्य की जे तिने केवळ स्वीकारले होते असे नाही तर त्याचे स्वागत तिच्या अस्तित्वाच्या प्रत्येक तेजस्वी अणुरेणूंतून, पूर्ण मोकळेपणाने केले होते. पेनाच्या नीबने पूर्ण दाबून, ठामपणे तिने कागदावर ठळक अक्षरात ते सत्य, वर्तमान काळ, प्रथमपुरुषी एकवाचनात, लिहिले.

असे सत्य ज्यामध्ये प्रत्येक संभाव्य गोष्टीची सुरुवात आणि बीज सामावलेले होते.

तीन साधे-सरळ शब्द, ज्यांमध्ये वैश्विक बहुलतेची सर्व शक्ती आणि आकाराला येण्याची क्षमता सामावलेली होती.

'मी जिवंत आहे.'

...आणि त्याबरोबर जमीन प्रकोप झाल्यासारखी गदगदा हलू लागली व मध्यरात्रीच्या वाचनगृहाचे उरलेसुरले सर्व अवशेष मातीत मिसळले.

जागृती

मध्यरात्रीनंतर एक वाजून आणि सत्तावीस सेकंदांनी नोरा सीडला उलटी झाली आणि तिची दुलई सगळी त्याने भरली. अशा रीतीने ती जिवंत असल्यावर शिक्कामोर्तब झाले.

जिवंत पण अत्यंत क्षीण.

गुदमरलेली, शिणलेली, शरीरातले पाणी आटून गेलेली, जिवंत राहण्यासाठी संघर्ष चालू असलेली, थरथरत असलेली, अंग जडशीळ झालेली, भ्रमात बडबडत असलेली आणि या सगळ्याहूनही डोक्यात प्रचंड वेदना होत असलेली. जिवंतपणीचा हा सर्वांत भयानक अनुभव असू शकत होता, आणि तरीही हे जीवन होते आणि तिला जीवन हवे होते.

अंथरुणातून स्वत:ला बाहेर काढणे अत्यंत कठीण, जवळजवळ अशक्य होते, पण तिला हे माहीत होते की तिला आडव्याचे उभे व्हायलाच हवे होते.

कसेतरी करून तिने ते जमवले आणि तिचा फोन हातात घेतला पण तो तिला उचलायला फारच जड जात होता, हातातून घसरत होता आणि तो तिला दिसणार नाही असा खाली जमिनीवर पडला.

''कुणीतरी मदत करा,'' ती घोगऱ्या आवाजात म्हणत कशीबशी धडपडत खोलीतून बाहेर आली.

तिच्या बाहेरच्या खोलीतली वाट तिला एका बाजूला कलल्यासारखी वाटत होती, वादळात सापडलेल्या बोटीसारखी. पण बेशुद्ध न होता ती दारापर्यंत पोहोचली, मग तिने साखळीवाली कडी वर ओढून काढली आणि खूप प्रयत्न करून दार उघडले.

''मला प्लीज मदत करा.''

तिच्या उलटीने भरलेल्या पायजम्यात ती तशीच बाहेर आली तेव्हा तिला बाहेर अजूनही पाऊस पडत असेल हे फारसे लक्षात आलेच नव्हते. ज्या पायरीवर एक दिवसापूर्वी ॲश तिच्या मेलेल्या मांजराची बातमी देण्यासाठी उभा होता, ती पायरी तिने ओलांडली.

आजूबाजूला कोणीच नव्हते.

किमान तिला दिसेल असे कोणी नव्हते. म्हणून ती अडखळत बॅनर्जींच्या घराकडे निघाली, ठेचा खात आणि झोकांड्या देत, सरतेशेवटी ती तिथे पोहोचली आणि तिने दारावरची घंटा वाजवली.

पुढच्या खिडकीतून अचानक उजेडाचा एक चौरस झोत बाहेर आला. दार उघडले. त्यांनी चश्मा घातला नव्हता आणि कदाचित तिची स्थिती व रात्रीची वेळ लक्षात घेता ते गोंधळले होते.

''मी तुमची खूप क्षमा मागते, मिस्टर बॅनर्जी. मी काहीतरी खूप मूर्खपणा केला आहे आणि तुम्ही रुग्णवाहिकेला फोन केलात तर फार बरे होईल.''

''अरे परमेश्वरा. काय झाले तरी काय?''

'प्लीज.'

००:०३:४८

आणि त्या क्षणी तिने स्वत:वर नियंत्रण ठेवण्याचा प्रयत्न करणं सोडून दिलं, ती कोसळली, तोंडावर आणि बऱ्यापैकी वेगाने, सरळ मिस्टर बॅनर्जींच्या दारातल्या पायपुसण्यावर.

'आकाश अंधारत जाते
निळ्यावर काळे चढते
तरीही तारे धाडस करतात
चमकतात, तुझ्यासाठी!'

निराशेची दुसरी बाजू

सार्त्रने एके ठिकाणी लिहिले होते, ''नैराश्याच्या दुसऱ्या बाजूला आयुष्याची सुरुवात होते.''

आता पाऊस पडत नव्हता.

ती आतमध्ये हॉस्पिटलच्या अंथरुणावर बसली होती. तिला वॉर्डमध्ये ठेवले होते. थोडे खाल्ल्यामुळे तिला आता बरे वाटत होते. तिची शारीरिक तपासणी पूर्ण झाली होती आणि वैद्यकीय कर्मचाऱ्यांनी समाधान व्यक्त केले होते. पोटामधली सूज अर्थातच अपेक्षित होती. ॲशने तिला सांगितलेली एक गोष्ट डॉक्टरांना सांगून तिने त्यांच्यावर छाप टाकण्याचा प्रयत्न केला. ॲशने सांगितले होते की पोटाच्या आतले अस्तर दर काही दिवसांनी बदलत असते.

काही वेळानंतर एक परिचारिका आली आणि तिच्या पलंगावर बसली. तिच्या हातात एक राइटिंग पॅड होते. तिने नोराच्या मन:स्थितीबद्दल अनेक प्रश्न विचारले. मध्यरात्रीच्या वाचनगृहाचा अनुभव नोराने स्वत:पुरताच सीमित ठेवण्याचे ठरवले. कारण तिला वाटले की मानसशास्त्रीय तपासणीच्या फॉर्मवर त्याचा उल्लेख केला असता तर त्याचा विपर्यास झाला असता. वैश्विक बहुलतेसंबंधीची फारशी प्रसिद्ध नसलेली माहिती कदाचित नॅशनल हेल्थ सर्व्हिसच्या योजनांमध्ये समाविष्ट झाली नसावी, असे गृहीत धरणे अधिक सोईस्कर होते.

ही प्रश्नोत्तरे जवळजवळ तासभर चालली. त्यांमध्ये तिचे आधीचे औषधोपचार, तिच्या आईचा मृत्यू, व्होल्ट्स, तिची नोकरी जाणे, आर्थिक विवंचना आणि प्रासंगिक नैराश्य यांसंबंधीचे प्रश्न होते.

''यापूर्वी तू असा प्रयत्न केला होतास का?'' नर्सने विचारले.

''या आयुष्यात तरी नाही.''

''आणि आता या क्षणी तुला कसे वाटते आहे?''

''मला माहीत नाही. थोडं विचित्र वाटतंय. पण मला आता मरायचं नाही.''

...आणि नर्सने फॉर्मवर काहीतरी खरडले.

नर्स गेल्यानंतर ती खिडकीतून दुपारच्या वाऱ्यात सावकाशपणे डुलणारी झाडे आणि दूर बेडफोर्ड रिंग रोडवरच्या गर्दीच्या वेळेत संथ गतीने पुढे सरकणारी वाहने यांचे निरीक्षण करत राहिली. त्यात झाडे, वाहनांची गर्दी, आणि सर्वसाधारण असलेले स्थापत्य यांखेरीज पाहण्याजोगे काहीच नव्हते, पण तेच सर्व काही होते.

ते होते जीवन.

थोड्या वेळाने तिने माध्यमांवर टाकलेल्या आत्महत्येचे सूचक असे सगळे संदेश मागे घेतले, आणि – प्रामाणिक भावनांनी भारलेल्या या एका क्षणी तिने काही वेगळे लिहिले. तिने त्याला शीर्षक दिले, 'मी शिकलेला एक धडा' (जी कोणीही नाही, पण जी प्रत्येकात आहे अशा व्यक्तीकडून).

मी शिकलेला एक धडा (जी कोणीही नाही, पण जी प्रत्येकात आहे अशा व्यक्तीकडून)

जी आयुष्ये आपल्या वाट्याला आली नाहीत त्याबद्दल गळा काढणे सोपे असते. आपण दुसरी कौशल्ये विकसित केली असती, अशी इच्छा करणे, हातात आहे त्यापेक्षा वेगळ्या प्रलोभनांना हो म्हणणे सहज आहे. आपण अधिक कष्ट केले असते तर, चांगल्या पद्धतीने प्रेम केले असते तर, आर्थिक बाजू जास्त काटेकोरपणे सांभाळली असती तर, अधिक लोकप्रिय झालो असतो तर, बँडमध्ये राहिलो असतो तर, ऑस्ट्रेलियाला गेलो असतो तर, कॉफीसाठी 'हो' म्हटले असते तर किंवा योगाचा सराव जास्त केला असता तर... असे वाटणे सहज असते.

ज्या मित्रांना आपण कधीच जवळ केलेच नाही आणि जे काम आपण कधी केलेच नाही आणि ज्यांच्या बरोबर आपण लग्न केले नाही आणि ती मुले जी आपल्याला कधी झालीच नाहीत, अशा गोष्टींबद्दल वाईट वाटून घेणे अवघड नसते. आपल्या स्वत:कडे दुसऱ्याच्या नजरेने पाहणे आणि त्यांना तुम्हाला ज्या ज्या रूपात पाहावेसे वाटते ती ती कॅलिडोस्कोपसारखी रंगीबेरंगी रूपे आपली असावीत असे वाटणे फारसे अवघड नाही. खंत-खेद, पश्चात्ताप करणे आणि तो अंतापर्यंत करत राहणे सोपे आहे.

पण जी आयुष्ये आपण जगलो नाहीत त्याची खंत करत बसणे ही खरी समस्या नाहीच मुळी. खंत-खेद, पश्चात्ताप हीच मूळ समस्या आहे. खंत-खेद, पश्चात्तापामुळे आपण आक्रसतो, शुष्क होतो आणि आपले आपणच स्वत:चे आणि इतरांचे सर्वांत वाईट शत्रू बनतो.

आपण हे नाही सांगू शकत की ती दुसरी आयुष्ये चांगली असतील की वाईट. त्या आयुष्यांमध्ये गोष्टी घडत आहेत, हे खरे, पण त्याच वेळेस तुम्ही घडत आहात आणि त्या घडण्यावर आपण लक्ष केंद्रित करायला हवे.

अर्थातच, आपण प्रत्येक स्थळाला भेट देऊ शकणार नाही आहोत किंवा प्रत्येक व्यक्तीला भेटू शकणार नाही आहोत किंवा, प्रत्येक नोकरी करू शकणार नाही आहोत, आणि तरीही कुठल्याही आयुष्यात आपल्याला जे अनुभवायला मिळू शकेल ते तरीही उपलब्ध असते. जिंकणे म्हणजे काय ते समजण्यासाठी

प्रत्येक खेळ खेळावा लागत नाही. संगीत काय असते ते जाणण्यासाठी जगातील संगीताची प्रत्येक रचना ऐकायलाच हवी असे नसते. वाइनची मजा कळण्यासाठी द्राक्षाच्या प्रत्येक मळ्यातली द्राक्षे चाखून पाहण्याची गरज नसते. प्रेम आणि हसणे, भीती आणि वेदना या जागतिक चलनासारख्या आहेत.

आपण फक्त डोळे मिटून समोरच्या ड्रिंकचा आस्वाद घ्यायचा असतो आणि सुरू असलेले गाणे ऐकायचे असते. आपण इतर कुठल्याही आयुष्यात जितके पूर्णपणे आणि निखळपणे जिवंत असतो तितकेच या आयुष्यातही जिवंत असतो आणि तोच भावनिक रंगपट याही आयुष्यात तसाच उलगडत असतो.

आपण फक्त विस्कटून जायचे नसते.

आपण फक्त आपले अस्तित्व भंगू द्यायचे नसते.

मला प्रत्येक गोष्ट करायची आहे हा अट्टाहास आपण धरायचा नसतो, कारण आपण मुळातच असीम आहोत. आपण जोपर्यंत जिवंत असतो तोपर्यंत आपल्या भविष्यात अनेक शक्यता सामावलेल्या असतात.

म्हणून आपल्या अस्तित्वात सामावलेल्या सर्व व्यक्तित्वांच्या बाबतीत आपण समजूतदार असायला हवे. अधूनमधून आपण जिथे, जसे असू तिथून वर पाहायला हवे कारण आपण जिथे कुठे उभे असू तिथून दिसणारे आकाशही तेच, असीम आणि अनंत, अनश्वर.

काल मला कळलं होतं की मला भविष्यच नव्हतं आणि माझ्यासाठी जे माझं आताचं आयुष्य होतं ते स्वीकारणं अशक्य होतं. आणि तरी आज, तेच बिघडलेलं आयुष्य मला आशेनं परिपूर्ण असलेलं दिसतंय. क्षमतेने परिपूर्ण.

अशक्य असतं, गला वाटतं ते जगण्यातूनच शक्य करता येतं.

चमत्कार घडेल आणि माझी वेदना, वैफल्य, दु:ख, धक्कादायक घटना, एकाकीपण, नैराश्य या माझ्या आयुष्यातल्या गोष्टी अचानक नाहीशा झाल्या, असे घडेल? नाही.

''पण मला जगायचे आहे का?''

''हो. हो.''

''हजारदा, 'हो' म्हणेन.''

जगणे आणि समजणे

काही मिनिटांनंतर तिचा भाऊ तिला भेटायला आला. तिने त्याला पाठवलेले व्हॉइसमेल त्याने ऐकले होते आणि चार वाजून सात मिनिटांनी लेखी संदेश पाठवला होता. 'सिस तू ठीक आहेस का?' जेव्हा हॉस्पिटलने त्याच्याशी संपर्क साधला तेव्हा त्याने मिळेल ती पहिली ट्रेन गाठली आणि लंडनहून तिला भेटायला आला. येताना सेंट पॅनक्रस स्टेशनवर वाट पाहत असताना त्याने *नॅशनल जिओग्रॅफिकचा* नुकताच प्रसिद्ध झालेला अंक तिच्यासाठी विकत घेतला होता.

"तुला हे खूप आवडायचे," हॉस्पिटलमधल्या तिच्या पलंगाच्या बाजूला अंक ठेवत तो तिला म्हणाला.

"मला अजूनही आवडतो."

त्याला भेटून तिला बरे वाटले. त्याच्या जाड भुवया आणि कृत्रिम हसू, दोन्ही अजूनही तसेच होते. गेल्या दोन आयुष्यांत तो तिला जसा दिसला होता त्यापेक्षा निराळा दिसला. तो तिला आता मान खाली घालून थोडासा अवघडत चालत असल्यासारखा, लांब केस राखलेला असा दिसला. "मला माफ कर, अलीकडे मी तुझ्याशी फारसा संपर्क ठेवला नाही." तो तिला म्हणाला. "रविने तुला जे काही सांगितले तसे काहीच नव्हते. मी आता लॅबिरिंथसबद्दल *विचारसुद्धा करत नाही.* मी एका विचित्र पेचात सापडलो होतो. आपली मॉम गेल्यानंतर मी एका मुलाला भेटत होतो पण आमचे नाते फार वाईट पद्धतीने तुटले आणि त्या वेळी मला तुझ्याशी बोलण्याची इच्छा नव्हती किंवा अलीकडे कोणाशीच बोलण्याची इच्छा नव्हती. मला फक्त दारू पिण्याची इच्छा असायची. आणि मी खूप दारू पीत होतो. ती खरी समस्या होती. पण मी त्यासाठी उपचार घ्यायला सुरुवात केली आहे. मी अनेक आठवडे दारू घेतलेली नाही. मी आता व्यायामशाळेत जातो आणि सगळी काळजी घेतो. मी व्यायामाच्या मिश्र पद्धती शिकवणाऱ्या एका संस्थेतही जातो आहे."

"ओऽह ज्यो, बिचारा. तुझे नाते तुटले त्या आणि इतर गोष्टींबद्दल मला वाईट वाटतंय."

"सिस, मला फक्त तूच आहेस," तो कापऱ्या आवाजात म्हणाला. "मला माहीत आहे, मी तुझी कदर केली नाही. मला माहीत आहे आपण मोठे होताना मी बऱ्याचदा तुझ्याशी चांगला वागलो नाही. पण माझ्याच आयुष्याचा उकिरडा

उपसताना माझी पुरेवाट झाली होती. मी एका ठरावीक पद्धतीनेच जगले पाहिजे, या डॅडच्या आग्रहामुळे. माझा लैंगिक कल मला लपवावा लागत होता. मला माहीत आहे की हे सर्व तुझ्यासाठी सोपे नव्हते पण ते माझ्यासाठीही सोपे नव्हते. तू *सगळ्याच* गोष्टींमध्ये व्यवस्थित होतीस. शाळा, पोहणे, संगीत. मी तुझ्या तोडीला उभा राहू शकत नव्हतो... शिवाय डॅडही डॅडच होते आणि त्यामुळे एक मर्द कसा असावा या त्यांच्या कल्पनेला अनुसरून तसे सोंग मला वठवावे लागत होते.'' त्याने एक नि:श्वास सोडला. ''हे फार विचित्र आहे. त्याबद्दल असणाऱ्या आपल्या दोघांच्या आठवणीत कदाचित थोडी तफावत असू शकेल. पण मला सोडून जाऊ नकोस. कळलं? बँड सोडून जाणे वेगळे होते. पण आयुष्यातूनच निघून जाऊ नकोस. मला त्याची कल्पनाही करवणार नाही.''

''तू गेला नाहीस तर मीपण जाणार नाही,'' ती म्हणाली.

''माझ्यावर विश्वास ठेव, मी कुठेही जात नाहीये.''

दुसऱ्या आयुष्यात साओ पावलोला जेव्हा ज्योच्या मृत्यूची बातमी ऐकली, तेव्हा पूर्णपणे उद्ध्वस्त करून टाकणाऱ्या तिच्या दु:खाची तिला आठवण झाली आणि तिने त्याला विनंती केली, तिला जवळ घेण्याची. त्याने तिचे म्हणणे मानले आणि हळुवारपणे तिला जवळ घेतले. तिला त्याच्या उबदार, जिवंत स्पर्शाची जाणीव झाली.

''तू माझ्यासाठी नदीत उडी घेतलीस, मी तुझे आभार तरी कसे मानू.''

'काय?'

''मला नेहमी वाटत राहिलं की तू माझ्यासाठी उडी मारली नाहीस पण तू मला वाचवायचा प्रयत्न केला होतास. लोकांनी तुला मागे ओढले. थँक यू.''

अचानक त्याला ती कशाबद्दल बोलत होती, ते सर्व आठवले. तो थोडा गोंधळला की ती तर पोहत दूर जात होती, असे असतानासुद्धा तिला हे कसे कळले. ''माझी सिस. मी तुझ्यावर खूप प्रेम करतो. तो आपला तरुण वयातला मूर्खपणा होता.''

ज्यो एक तासाभरासाठी बाहेर पडला. तिच्या घरामालकाकडून त्याने किल्ल्या मागून घेतल्या, आणि त्याच्या बहिणीचे कपडे व फोन बरोबर घेतला.

तिला दिसले की इझ्झीने तिला संदेश पाठवला होता – *'सॉरी. काल रात्री/ आज सकाळी मी तुला पुन्हा फोन केला नाही. मला तुझ्या बरोबर व्यवस्थित चर्चा करायची होती! थिसिस ॲन्टीथिसिस आणि सिन्थेसिस म्हणजेच पूर्वपक्ष, उत्तरपक्ष आणि सिद्धान्त. एकत्रित, या सगळ्याचा उपयोग होतो. तू कशी आहेस? मला तुझी आठवण येते. हो, आणि तुला माहीत आहे का? मी जूनमध्ये*

इंग्लंडला परत येण्याचा विचार करते आहे. नेहमीसाठी. माझ्या सखे, मला तुझी आठवण येते. आणि तुझ्यासाठी कुबड्या देवमाशाचे ढीगभर फोटो येत आहेत.'

नोराच्या घशातून अनवधानाने आनंदाचा हुंकार निघाला.

तिने उत्तर पाठवले. ही गंमत आहे, तिने स्वत:शीच विचार केला – 'तुम्ही पुरेसा संयम दाखवलात तर कधीकधी आयुष्य तुम्हाला एक वेगळाच दृष्टिकोन बहाल करते, फक्त तेवढा वेळ तुम्ही वाट पाहायला हवी.'

ती आंतरराष्ट्रीय ध्रुवीय संशोधन संस्थेच्या फेसबुक पेजवर गेली. तिथे ती जिच्या बरोबर एकाच केबिनमध्ये राहिली होती ती इन्ग्रिड क्षेत्रप्रमुख पीटरबरोबर उभी आहे, असे छायाचित्र पाहिले. पीटरच्या हातात समुद्रातील बर्फाची जाडी मोजण्यासाठी, पातळ पट्टीसारखे एक मोजणीचे उपकरण होते. त्या छायाचित्रावर एका लेखाचे 'IPRI research confirms last decade warmest on record for Arctic region' असे शीर्षक आणि त्याची लिंक दिलेली होती. तिने ती लिंक इतरांना पाठवली आणि त्यावर टिप्पणी लिहिली : 'तुम्ही करत असलेले अत्यंत महत्त्वाचे काम सुरू ठेवा.' आणि तिने ठरवले की ती जेव्हा पैसे मिळवायला लागेल तेव्हा त्या कामासाठी ती काही देणगी देईल.

नोराला घरी जायला परवानगी मिळाली. भावाने उबर बोलावली. जेव्हा पार्किंगमधून ते बाहेर पडत होते, तेव्हा नोराला ॲश त्याच्या गाडीमधून हॉस्पिटलमध्ये येताना दिसला. बहुतेक त्याची उशिराची पाळी असावी. या आयुष्यातली त्याची गाडी वेगळी होती. ती हसली, पण त्याला ती दिसली नव्हती, तो सुखात असेल अशी तिने आशा केली. तिने आशा केली की हॉस्पिटलमधल्या आजच्या पाळीत त्याच्या वाट्याला पित्ताशयाच्या शल्यक्रियेसारख्या साध्या शल्यक्रिया असतील. कदाचित रविवारची हाफ-मॅरेथॉन बघायला ती जाऊ शकेल आणि त्याला धावताना पाहू शकेल. कदाचित ती त्याला कॉफीचे आमंत्रण देईल.

कदाचित.

टॅक्सीमध्ये मागच्या आसनावर बसलेले असताना, तिचा भाऊ तिला म्हणाला की तो स्वतंत्र, तासावारी काम शोधतो आहे.

''मी ध्वनी अभियंता होण्याचा विचार करतोय.'' तो म्हणाला. ''पण निश्चित नाही.''

हे ऐकून नोराला आनंद झाला. ''अरे व्वा! मला वाटतं की तू हे करायला हवेस. मला वाटतं, तुला ते आवडेल. असं का वाटतं ते मला माहीत नाही, पण तसं वाटतंय खरं.''

''ठीक आहे.''

''म्हणजे मला म्हणायचंय की आंतराष्ट्रीय ख्यातीचा रॉक स्टार होण्याइतकं हे आकर्षक नसेल, पण ते कदाचित... सुरक्षित असेल. कदाचित जास्त सुखाचे असेल.''

हे गळी उतरवणे जरा अवघड होते आणि ज्योही ते पूर्णपणे ऐकणार नव्हताच. पण तो हसला आणि त्याने स्वत:शीच मान डोलावली. ''खरं म्हणजे हॅमरस्मिथमध्ये एक स्टुडिओ आहे आणि त्यांना ध्वनी अभियंता हवा आहे. माझ्या घरापासून तो फक्त पाच मिनिटांच्या अंतरावर आहे. मी चालत जाऊ शकतो.''

''हॅमरस्मिथ? बरोबर. तेच आहे ते.''

''तू काय म्हणतेयस?''

''म्हणजे, ऐकायला चांगले वाटते. हॅमरस्मिथ, ध्वनी अभियंता. असं वाटतंय की तू खूप आनंदी राहशील.''

तिचे बोलणे ऐकून त्याला हसू आले. ''ठीक आहे, नोरा. ठीक आहे. आणि मी तुला सांगत होतो, ती व्यायामशाळा? ती तर अगदी शेजारी असल्यासारखी आहे.''

''व्वा छान. कोणी चांगले मुलगे आहेत का तिथे?''

''खरं सांगायचं, तर हो. एक जण आहे. त्याचं नाव इवान आहे. तो डॉक्टर आहे. तो मिश्र व्यायामाच्या वर्गात येतो.''

''इवान! बरोबर!''

'कोण?'

''तू त्याला बाहेर भेटायला हवे.''

नोरा जरा थट्टा करते आहे असे वाटून ज्यो हसला. ''मला अजून खात्री नाही की तो समलिंगी आहे.''

''तो आहे. तो समलिंगी आहे. *तो शंभर टक्के समलिंगी आहे*. आणि त्याला शंभर टक्के तुझ्यात रस आहे. डॉक्टर इवान लॅन्गफोर्ड. घेऊन जा त्याला बाहेर. माझ्यावर विश्वास ठेव! आतापर्यंत तू केलेल्या गोष्टीतली ही गोष्ट तुझ्यासाठी सर्वोत्तम असेल...''

टॅक्सी जेव्हा ३३अ बॅन्क्रॉफ्ट अॅव्हेन्यूपाशी पोहोचली तेव्हा तिचा भाऊ हसला. त्याने नोराच्या फोनवरूनच पैसे दिले. कारण त्याच्या जवळ अजूनही पैसे किंवा ई-वॉलेट नव्हते.

मिस्टर बॅनर्जी त्यांच्या खिडकीत बसून वाचत होते.

बाहेर रस्त्यावर नोराला तिचा भाऊ त्याच्या तिच्या फोनकडे आश्चर्याने पाहत असलेला दिसला.

''ज्यो, काय झालंय?''

तो काही बोलू शकत नव्हता. 'लॅन्गफोर्ड...'

'सॉरी?'

''डॉक्टर इवान लॅन्गफोर्ड. मला तर त्याचे आडनाव लॅन्गफोर्ड आहे हेही माहीत नव्हते पण हा तोच आहे.''

नोराने खांदे उडवले. ''भावंडांसाठीची आंतरिक तळमळ. त्याला तुझ्या फोनवर ॲड कर, त्याला फॉलो कर, त्याला खाजगी संदेश पाठवत राहा. जे काय करावे लागेल ते कर. अर्थात, स्वत:हून विवस्त्र छायाचित्रे द्यायची नाहीत. पण तोच तुझ्यासाठी आहे. मी तुला सांगते, तोच तो आहे.''

''पण तुला कसं माहीत की तो तोच आहे?''

तिने तिच्या भावाच्या दंडाला धरले, तिला माहीत होते की तिच्या जवळ पटेल असे स्पष्टीकरण नव्हते. ''ज्यो, मी काय सांगते ते ऐक.'' तिला मध्यरात्रीच्या वाचनगृहात मिसेस एल्मनी सांगितलेले त्यांचे पठडीच्या बाहेरचे तत्त्वज्ञान आठवले. 'तुम्हाला आयुष्य *समजून* घेण्याची गरज नसते. तुम्ही ते फक्त जगायचे असते.'

तिचा भाऊ ३३अ बॅन्क्रॉफ्ट ॲव्हेन्यूच्या दिशेने जाऊ लागला, नोराने भोवतीची सगळी रो-हाउसेस आणि सगळे दिव्यांचे खांब आणि खुल्या आकाशाखालची झाडे यांवर एक चौफेर नजर टाकली आणि तिच्या छातीत ते जग तिथे असलेले पाहून नवल दाटले, ती हा अनुभव घेण्याची पहिलीच वेळ असल्यासारखी, सगळे काही आत भरून घेत होती. कदाचित आणखी एखादी व्यक्ती सहजपणे या आयुष्यातून त्या आयुष्यात जा-ये करणारी त्या घरांमधल्या एखाद्या घरात राहत असेल, कोणीतरी त्यांच्या तिसऱ्या आयुष्यात किंवा सतराव्या आयुष्यात किंवा त्यांच्या शेवटच्या आयुष्यात असतील. तिची नजर त्यांना शोधत राहील.

तिने घर क्रमांक ३१कडे पाहिले.

मिस्टर बॅनर्जींचा चेहरा त्यांच्या खिडकीतून प्रकट झाला. नोरा सुरक्षित आणि ठाकठीक असल्याचे त्यांनी पाहिले. ते हसले आणि त्यांनी ओठ हलवून ''थँक यू'' म्हणत असल्याचे दर्शवले, जणू काही तिचे जिवंत असणे ही गोष्ट त्यांच्या कृतज्ञतेला पात्र होती. उद्या ती थोडे पैसे घेऊन गार्डन सेंटरमध्ये जाऊन त्यांच्या फुलांच्या वाफ्यासाठी एक रोप घेऊन येईल, असे तिने ठरवले. बहुतेक फॉक्सग्लोव्ह्ज. तिला खात्री होती की त्यांना फॉक्सग्लोव्ह्ज आवडतात.

''नाही, नाही,'' तिने त्यांना आवाज दिला आणि त्यांच्याकडे एक स्नेहदर्शक उडते चुंबन पाठवून दिले. ''थँक यू, मिस्टर बॅनर्जी! थँक यू, सर्व गोष्टींसाठी!''

आणि ते तोंडभर हसले, त्यांच्या डोळ्यात खूप माया आणि काळजी दिसत होती. नोराला काळजी घेणे आणि कोणीतरी आपली काळजी घेत असणे म्हणजे काय असते ते आठवले. ती तिच्या भावापाठोपाठ तिच्या फ्लॅटमध्ये शिरली. तिला घर आवरायला हवे होते. जाता जाता तिने मिस्टर बॅनर्जींच्या बागेतल्या आयरिसच्या गुच्छांकडे एक नजर टाकली. याआधी तिला या फुलांचे फारसे कौतुक कधी वाटले नव्हते, पण आता मात्र त्यांच्या अतिशय सुंदर जांभळ्या रंगाची तिला भूल पडली. असा जांभळा रंग तिने पाहिला नव्हता. जणू काही त्या फुलांचा रंग हा केवळ रंग नव्हता पण ती एक भाषा होती, फुलांचे रूप धारण केलेली एक वैभवशाली स्वरावली होती, चॉपिनच्या रचनांइतकी प्रभावी, जणू काही जीवनाच्या अनुपमेय सौन्दर्याच्या प्रत्यक्ष अनुभूतीचे मूक गायनच!

ज्वालामुखी

तुम्ही एका ठिकाणाहून सुटका करून घेऊन ज्या ठिकाणी आलात ते ठिकाण नेमके पहिल्याच ठिकाणासारखे आहे, याचा शोध लागणे, ही गोष्ट म्हणजे एखाद्या अद्भुताचा साक्षात्कार होण्यासारखे असते. म्हणजे असं की तुरुंग ही एक जागा नव्हे तर एक दृष्टिकोन असतो, हे समजणं. आणि नोराला लागलेला विशिष्ट शोध म्हणजे, अत्यंत भिन्न भिन्न अशा तिच्या विविध आयुष्यांमध्ये अनुभवलेला तिच्या स्वत:च्याच रूपातला मूलगामी फरक, तिला तो तिच्या एकाच आयुष्यात अनुभवाला आला. ते आयुष्य जिथून तिने बदलाच्या प्रवासाची सुरुवात केली आणि जिथे त्याचा अंतही झाला.

ही अत्यंत गूढगंभीर अशी झेप होती, जी धनवान झाल्यामुळे किंवा अधिक यश मिळाल्यामुळे किंवा हिमनगांच्या आणि स्वालबार्डच्या ध्रुवीय अस्वलांच्या मध्ये राहून घेता येईल अशी झेप नाही. ती घडली. त्याच जुन्या अंथरुणात. जाग आल्यानंतर, मोडकातोडका सोफा, युका प्लांट, छोट्या छोट्या कुंड्यांमध्ये असलेले वेगवेगळे निवडुंग, पुस्तकांची शेल्फं आणि करून न पहिलेल्या योगासनांची पुस्तके असलेल्या त्याच घाणेरड्या, दमट अपार्टमेंटमध्ये हे सर्व घडले होते.

तिथे तोच इलेक्ट्रिक पियानो होता आणि तीच पुस्तके होती. तिथे एका मांजराची अनुपस्थिती आणि नोकरी नसण्याची परिस्थिती तीच होती. तिथे अजूनही तिच्या भविष्यातल्या आयुष्यासंबंधीचा *अंधार* तसाच होता.

आणि तरीही सगळं बदललं होतं.

आणि ते वेगळे होते कारण तिला आता मुळीच असे वाटत नव्हते की ती तिथे केवळ दुसऱ्या लोकांची स्वप्ने पूर्ण करण्यासाठी अस्तित्वात होती. एक काल्पनिक परिपूर्ण मुलगी किंवा बहीण किंवा बायको किंवा नोकर किंवा आणखी काहीतरी बनून तेवढ्यातच फिरत राहायचे किंवा स्वत:ची उत्तरे शोधायची, असे तिला आता मुळीच वाटत नव्हते.

आणि हे वेगळे होते कारण ती मरणाच्या दारापर्यंत पोहोचून परत आली होती, जिवंत होती. कारण आता हा पर्याय तिने स्वत: निवडला होता. जगण्याचा पर्याय. कारण जीवनाच्या अथांगतेचा स्पर्श तिला झाला होता. आणि त्या अथांगतेत तिला ती काय करू शकते हेच केवळ नव्हे, तर ती काय अनुभवू

शकते याचेही संभाव्य पर्याय दिसले होते. तिथे स्वरांच्या वेगवेगळ्या पट्ट्या होत्या, वेगळ्या चाली होत्या. तिचे अस्तित्व, इकडेतिकडे कमीअधिक नैराश्याने वाकलेली केवळ एक आडवी रेषा, यापेक्षा अधिक होते. प्रसंगानुसार त्या रेषेला तिचा भडकपणा वाढवणारे वैफल्याचे वळसेही होते. आणि त्यातूनच तिला आशा गवसली, आणि इथलं अस्तित्व कायम राहणार आहे, याची निखळ भावनिक कृतज्ञतासुद्धा. या सगळ्यामागे उजळलेले आकाश बघण्याची आणि रायन बेलेच्या सुमार हास्यपटांचा आनंद घेण्याची क्षमता, संगीत, संभाषण आणि तिच्या स्वत:च्या हृदयाचे ठोके ऐकून आनंदी होण्याची क्षमता तिच्यात, या गोष्टी होत्या.

आणि हे वाटणे वेगळे होते, कारण इतर सगळ्या गोष्टींपेक्षाही महत्त्वाचे म्हणजे वेदनांनी भरलेले ते *पश्चात्तापांचे पुस्तक* आता व्यवस्थितपणे जळून खाक झाले होते.

''हाय नोरा, मी डोरिन.''

नोरा तिचा आवाज ऐकून उत्तेजित झाली, कारण ती पियानोच्या क्लासच्या जाहिरातीचा मसुदाच लिहीत होती. ''ओ डोरिन! या वेळेच्या पियानोच्या तासाला मी घेऊ शकले नाही त्यासाठी माफ करशील का?''

''काही हरकर नाही. पुलाखालून पाणी वाहून गेलं.''

''तुला माहीत आहे. पण मी काही त्याची कारणंबिरणं सांगत बसणार नाही,'' नोरा बोलू लागली, ''पण मी तुला सांगते की मी पुन्हा त्या स्थितीत कधीच जाणार नाही. मी तुला शब्द देते की इथून पुढे तुला लिओची शिकवणी सुरू ठेवायची असेल, तर मी खऱ्या अर्थी उपलब्ध असेन. तुला खेद करावा लागेल असे माझ्याकडून काही घडणार नाही. मी लिओला यानंतर शिकवावे असे तुला वाटत नसेल तरी ते मला समजू शकते. पण मला तुला एक गोष्ट सांगायची आहे. लिओपाशी संगीताची असाधारण, उपजत समज आहे. त्याला पियानो समजतो. पेशा म्हणून तो पियानोवादनाचा विचार करू शकतो. त्याला रॉयल कॉलेज ऑफ म्युझिकमध्ये प्रवेश मिळू शकेल. त्यामुळे मला एवढेच सांगायचे आहे की तो माझ्याकडे शिकायला आला नाही तरी, तुला हे माहीत असायला हवे की त्याने त्याचे शिक्षण कुठेही चालू ठेवावे, पण सोडू नये. मला इतकेच सांगायचे होते.''

थोडा वेळ पलीकडे पूर्ण शांतता होती. फोनमधून श्वासाचा थांबलेला आवाज एवढेच काय ते जाणवत होते. आणि मग :

''नोरा, अगं ठीक आहे. मला एवढे काही सांगायची जरुरी नाही. खरं सांगायचं तर काल मी आणि लिओ, आम्ही दोघे तिकडे आलो होतो. मी

त्याच्यासाठी फेसवॉश विकत घेत होते आणि त्याने मला विचारले, 'माझा पियानो क्लास चालू राहणार आहे नं?' तिथेच, बूट्समध्ये. आपण पुढच्या आठवड्यापासून, जेवढे झाले आहे तिथूनच सुरू करू या का?''

''खरंच? माझा विश्वासच बसत नाही. नक्की. मग, पुढच्या आठवड्यापासून.''

आणि ज्या क्षणी नोराने फोन खाली ठेवला त्या क्षणी तिने बसून पियानोवर एक नवीन रचना वाजवली. यापूर्वी ती कधीच वाजवली गेली नव्हती. ती जे काही वाजवत होती ते तिला आवडले, आणि तिने मनाशी पक्के ठरवले की ती ही चाल लक्षात ठेवेल आणि त्यामध्ये काही शब्द गुंफेल. कदाचित तिला आणखीही काही गाणी लिहिता येतील. आणि कदाचित ती पैसे वाचवून मास्टर्स पदवीसाठी अर्ज करू शकेल. कदाचित दोन्ही गोष्टी करू शकेल. कोणाला माहीत? पियानो वाजवत असताना तिने पलीकडे पाहिले आणि तिला मासिक दिसले, ज्योने तिच्यासाठी आणलेले. उघड्या पृष्ठावर इंडोनेशियातल्या क्रॅकटोआ ज्वालामुखीचे चित्र दिसत होते.

ज्वालामुखीच्या संदर्भातला विरोधाभास असा की ते जसे विनाशाचे प्रतीक आहे तसेच ते जीवनाचेही प्रतीक आहे. लाव्हारसाच्या वाहण्याची गती जशी मंदावत जाते आणि लाव्हारस जसा थंड होऊ लागतो, तसा तो घट्ट होऊ लागतो आणि कालांतराने त्याचा भुगा होत माती तयार होते. समृद्ध, सुपीक माती.

तिची स्वत:ची तुलना कृष्णविवराशी होणार नाही, असे तिने मनोमन ठरवले. ती ज्वालामुखीसारखी होती. आणि ज्वालामुखीप्रमाणेच ती स्वत:पासून दूर पळू शकत नव्हती. तिला आहे तिथे राहूनच माळरानाची मशागत करणे क्रमप्राप्त होते.

ती स्वत:च्या आत एक जंगल निर्माण करू शकत होती.

डाव कसा संपणार...

मध्यरात्रीच्या वाचनगृहात दिसल्या होत्या त्यापेक्षा मिसेस एल्म कितीतरी वयस्कर दिसत होत्या. पूर्वी त्यांचे करडे दिसणारे केस आता पांढरे आणि पातळ दिसत होते, त्यांचा चेहरा थकलेला आणि सुरकुत्यांमुळे नकाशा काढल्यासारखा दिसत होता, वयामुळे हातावर वांगाचे डाग दिसत होते, पण त्यांचे बुद्धीबळाचे कौशल्य अजूनही पूर्वीसारखेच, त्या हॅझेल्डीन शाळेत ग्रंथपाल म्हणून काम करत होत्या तेव्हासारखेच होते.

ओक लीफ केअर होममध्ये बुद्धीबळाचा पट होता पण त्याच्यावरची धूळ झटकण्याची गरज होती.

''इथे कुणीच खेळत नाही.'' त्यांनी नोराला सांगितले. ''तू मला भेटायला आलीस त्याचा मला खूप आनंद झाला. सुखद आश्चर्य होते ते.''

''हो, तुम्हाला हवे असेल तर मी रोज येत जाऊ का, मिसेस एल्म?''

''लुई, प्लीज मला लुई म्हण. आणि तुला काम नाही का?''

नोरा हसली. तिने नीलला स्ट्रिंग थिअरीमध्ये पोस्टर लावायला दिले त्याला अजून चोवीस तासही झाले नव्हते, तोपर्यंत क्लासला येण्याची इच्छा असलेल्या लोकांची रीघ लागली होती. ''मी पियानो शिकवते आणि आठवड्यातून दोन मंगळवार मी बेघर लोकांसाठी असलेल्या मदतकेंद्रात जाते. पण मी एखाद्या तासाचा वेळ नेहमीच काढू शकते... आणि प्रामाणिकपणे सांगायचे तर माझ्या बरोबर बुद्धीबळ खेळायलाही कोणी नाही.''

मिसेस एल्मच्या चेहऱ्यावर एक थकलेले हसू पसरले. ''व्वा, हे फारच छान होईल. त्या त्यांच्या खोलीच्या छोट्या खिडकीतून बाहेर पाहत राहिल्या आणि नोराने त्यांच्या नजरेच्या दिशेने पाहिले. बाहेर तिला एक माणूस आणि त्याच्या बरोबर एक कुत्रं दिसलं. त्यांना तिने ओळखले. तो डिलन होता. त्याच्या बुलमॅस्टीफ जातीच्या सॅली नावाच्या कुत्रीला फिरायला घेऊन निघाला होता. संकोची स्वभावाचा, सिगरेटच्या चटक्यांचे डाग असलेला असा डिलन ज्याला नोरा बघता क्षणी आवडली होती. तिचे घरमालक तिला कुत्रा पाळायला परवानगी देतील का, असा विचार तिच्या मनात येऊन गेला. त्यांनी तिला मांजर पाळायची परवानगी दिलीच होती. पण घराचे भाडे चुकते करेपर्यंत तिला वाट पाहणे भाग होते.

''इथे राहिल्यानंतर एकाकी वाटू शकते,'' मिसेस एल्म म्हणाल्या. ''नुसते बसून बसून. मला वाटले की आता खेळता नाही येणार. पटावरच्या एकट्या राहिलेल्या राजाप्रमाणे. हे बघ, मला माहीत नाही की तुझ्या मनात माझ्या काय आठवणी आहेत, शाळेच्या बाहेर मी नेहमीच...'' त्या थोडे अडखळल्या. ''मी लोकांचा अपेक्षाभंग केला, मी नेहमीच सौजन्याने वागले असे नाही. मला आता ज्यांचा खेद वाटतो, अशा गोष्टी मी केल्या आहेत. मी चांगली बायको झाले नाही. नेहमीच चांगली आई होते, असेही नाही. लोकांनी माझा नाद सोडून दिला आणि मी पूर्णपणे त्यांना दोष देणार नाही.''

''हो, पण तुम्ही माझ्याशी नेहमीच दयाळूपणे वागलात, मिसेस ... लुई. मला शाळेत जेव्हा जेव्हा अडचणी आल्या, तेव्हा तेव्हा, मला कसे समजवायचे, हे तुम्हाला नेमके माहीत असायचे.''

मिसेस एल्मनी श्वास संथ करायचा प्रयत्न केला. ''थँक यू, नोरा.''

''...आणि आता पटावर तुम्ही एकट्या नाही. तुमच्या बरोबर आता एक प्यादेपण आले आहे.''

''तू प्यादे कधीच नव्हतीस.''

त्यांनी पटावर त्यांची चाल खेळली. त्यांनी वजीराला त्याच्या जागेवरून मोक्याच्या जागी हलवले. त्यांच्या ओठांच्या कडेला एक हलकेसे स्मित होते.

''तुम्हीच हा डाव जिंकणार,'' नोरा म्हणाली.

मिसेस एल्मच्या डोळ्यांत अचानक जिवंतपणाची एक चमक दिसायला लागली. ''मग, हीच तर खरी मजा आहे, हो की नाही? डाव कसा संपणार, हे कधीच कुणाला माहीत नसते.''

आणि पटावरच्या नोराने अजून हात न लावलेल्या सोंगट्यांकडे पाहिले व ती हसली, पुढची चाल कोणती खेळायची याचा विचार ती करू लागली.